रहस्य, नाट्य, थरार आणि तपशीलवार चित्रण यामुळे ग्रिशॅम यांच्या कादंबऱ्या बेस्टसेलर ठरतात... भन्नाट!

– संडे मिरर

उत्तम कथानक... उपहासात्मक वाचनीय लेखन... कादंबरी मनाचा ठाव घेते!

– डेली टेलिग्राफ

पॅट्रिक एस. लॉनिगन एका लॉ फर्ममध्ये पार्टनर होता. एका कार अपघातात त्याचा मृत्यू झाला. त्याच्या मृत्यूनंतर सहा आठवड्यांनी एकाएकी त्या कंपनीतून ९० दशलक्ष डॉलर्स एवढी प्रचंड रक्कम गायब होते! आणि मग त्याच्या इतर पार्टनर्सना लक्षात येतं, हो, अजूनही तो जिवंत आहे!

— दैनिक ऐक्य, सातारा,
रविवार २३ नोव्हेंबर २०१४

माणसाची संपत्तीची, सुखाची हाव त्याला अनीतीच्या मार्गाकडे नेते. पण अखेर तोही कंटाळतो, थकतो, विवश होतो. जॉन ग्रिशम लिखित विभाकर शेंडे यांच्या या अनुवादित कादंबरीत थरार आहेच व त्याचबरोबर नाट्यही आहे.

— सामना, ३-३-२०१६

द पार्टनर

एका मेलेल्या माणसाची भन्नाट रहस्यकथा...

जॉन ग्रिशॅम

अनुवाद
विभाकर शेंडे

मेहता पब्लिशिंग हाऊस

◆ *या पुस्तकातील लेखकाची मते, घटना, वर्णने ही त्या लेखकाची असून त्याच्याशी प्रकाशक सहमत असतीलच असे नाही.*

THE PARTNER by JOHN GRISHAM
Copyright © 1997 by John Grisham

Translated into Marathi Language by Vibhakar Shende

द पार्टनर / अनुवादित कादंबरी

TBC

अनुवाद : विभाकर शेंडे

मराठी अनुवादाचे व प्रकाशनाचे हक्क मेहता पब्लिशिंग हाऊस, पुणे.

प्रकाशक : सुनील अनिल मेहता, मेहता पब्लिशिंग हाऊस,
१९४१, सदाशिव पेठ, माडीवाले कॉलनी, पुणे - ३०.

अक्षरजुळणी : इफेक्ट्स, २१/६ब, आयडिअल कॉलनी, कोथरूड, पुणे ३८.

मुखपृष्ठ : फाल्गुन ग्राफिक्स

प्रथमावृत्ती : सप्टेंबर, २०१४ / पुनर्मुद्रण : सप्टेंबर, २०१५

P Book ISBN 9788184985597

मित्र, संपादक डेव्हिड गर्नर्ट यांस...

एक

ब्राझिलमधील पॅराग्वे या सीमावर्ती भागातलं पोन्टा पोरा हे लहानसं टुमदार शहर. आजही तो भाग 'फ्रन्टिअर' म्हणून ओळखला जातो. त्यांना तो तिथे सापडला. मध्यभागापर्यंत गर्द झाडीने वेढलेल्या रुआ तिरादेन्तेस या परिसरात विटांनी बांधलेल्या पक्क्या घरात तो राहत होता. घराच्या आसपास तापलेल्या पदपथावर मुलं नेहमीच अनवाणी पायांनी फुटबॉल खेळत असत. आठवडाभर त्याच्यावर पाळत ठेवल्यानंतर त्यांना वेळीअवेळी ये-जा करणाऱ्या मोलकरणीशिवाय तिथं कोणीच आढळलं नाही. त्यामुळे तो एकटा असावा, असा त्यांनी अंदाज बांधला होता. अगदी ऐशारामात नसला, तरी आरामात, सुखाने तो राहत होता हे दिसून येत होतं. ते आटोपशीर घर कुणा स्थानिक व्यापाऱ्याचं असावं. त्याच्याकडेही चकचकीत लाल रंगाची १९८३ची फोक्सवॅगनची 'बीटल' गाडी होती. याच गाडीतून जात असताना, त्याच्या पाळतीवर असलेल्या त्यांनी त्याचा पहिला फोटो घेतला.

या अगोदर शेवटचा जेव्हा त्यांनी त्याला पाहिला होता, तेव्हा तो जवळजवळ २५० पौंडांचा होता. आता मात्र तो फारच बारीक झाला होता. त्याचे केस आणि कांती अधिकच तरुण वाटत होती. त्याची हनुवटी पसरट व नाक थोडंसं टोकदार वाटत होतं. त्याच्या चेहऱ्यातील हे बदल फारसे जाणवण्यासारखे नसले, तरी अडीच वर्षांपूर्वी रिओमधल्या ज्या सर्जनने हा बदल घडवला होता, त्याला भरपूर पैसे चारून त्यांनी त्याच्याकडून ही माहिती मिळवली होती.

सतत चार वर्षं कसून शोध घेतला, जिकिरीची मेहनत घेतली. शोधण्याचे सर्व मार्ग खुंटले. ओतलेला पैसा अक्षरश: पाण्यासारखा वाहून गेला, तरी हाती काही लागले नाही. मिळालेल्या खबरी फोल ठरल्या.

पण अखेरीस त्यांना तो सापडला. तरीही त्याला पकडण्याची त्यांनी घाई केली नाही, वाट पाहिली. एकदा त्यांना असंही वाटलं की, आपण हेरले गेलो आहोत

हे त्याच्या लक्षात येण्यापूर्वीच, किंवा शेजाऱ्यापाजाऱ्यांना काही संशय येण्यापूर्वीच, त्याला धरावं, गुंगीचं औषध देऊन बेहोश करून पॅराग्वेमध्ये एका सुरक्षित ठिकाणी डांबून ठेवावं. इतक्या वर्षांच्या शोध मोहिमेनंतर तो सापडला. त्यामुळे लगेचच काहीतरी कारवाई करावी, असा उत्साह त्यांच्यामध्ये सुरुवातीला होता, पण दोन दिवस थांबल्यावर ते स्वस्थ झाले. इथले स्थानिकच आहोत असं दर्शवीत, सावलीमध्ये कुठे चहा पीत, आईस्क्रीम खात एकीकडे त्याच्या घरावर नजर ठेवत, रुआ तिरादेन्तेस रस्त्यावर ते रेंगाळत राहिले. तो असाच बाजारपेठेत गेला असताना ते त्याच्या मागावर राहिले आणि एका औषधाच्या दुकानातून तो बाहेर पडताच, रस्त्याच्या पलीकडून त्यांनी त्याचे फोटो घेतले. एकदा तो फळविक्रेत्याशी बोलत असताना, त्यांचं बोलणं ऐकण्यासाठी ते थोडे त्याच्या जवळसुद्धा गेले. त्याच्या बोलण्यात अमेरिकन किंवा जर्मन ढब होती, पण तो पोर्तुगीज सफाईने बोलत होता. भराभर खरेदी करून तो लगेच माघारी फिरला, घराच्या आवारात शिरताच त्याने फाटकाला कुलूप घातलं. त्याच्या या लहानशा फेरफटक्यात त्यांना त्याचे बरेच छान फोटो घेता आले.

जॉगिंग तो पूर्वीपासूनच करत होता; पण शरीर फुग्यासारखं फुगल्यामुळे त्याचं धावण्याचं अंतर मात्र कमी होतं. त्यामुळे आता रोडावलेला असूनही धावतो, याचं त्यांना आश्चर्य वाटलं नाही. बाहेर पडून, गेट व्यवस्थित बंद करून, तो रुआ तिरादेन्तेस रस्त्याच्या कडेने दुडक्या चालीने पळू लागला. रस्ता अगदी सरळ असल्याने पहिल्या मैलाला त्याला नऊ मिनिटं लागली. पुढे घराघरांमधलं अंतर वाढत जाऊन, शहराच्या टोकाला रस्ता रेताड झाला. दुसऱ्या मैलाच्या अर्ध्यापर्यंत त्याचा वेग वाढून तो आठ मिनिटांवर आला, त्यामुळे डॅनिलो चांगलाच घामाघूम झाला. ऑक्टोबरची मध्यान्ह वेळ, तापमान जवळजवळ ऐंशी डिग्री होतं. शहराची हद्द संपली तसा त्याचा धावण्याचा वेग वाढला. मध्येच लागणारं छोटसं हॉस्पिटल, चर्च पार करून, तो डोंगराळ भागाकडे, धुळीच्या रस्त्यावरून मैलाला सात मिनिटं वेगाने दौडू लागला.

त्याच्या धावण्याच्या या उपक्रमाला त्यांच्या दृष्टीने एक वेगळंच महत्त्व होतं. त्यामुळे ते खूश होते. डॅनिलो अगदी सहज त्यांच्या हाती लागणार होता.

तो नजरेला पडल्याच्या दुसऱ्या दिवशी, पोन्टा पोरा शहराच्या टोकाला असलेलं एक झोपडीवजा घर ओस्मर या ब्राझिलीयन इसमाने भाड्यानं घेतलं आणि लगेच एक पाळत ठेवणारी टोळी तिथे येऊन धडकली. अमेरिकन व ब्राझिलीयन अशा मिश्र जणांची ती टोळी होती; ओस्मर पोर्तुगीजमधून हुकूम सोडत असे, तर गाय इंग्लिशमधून आरडाओरड करत असे. ओस्मरला दोन्ही भाषा अवगत होत्या,

त्या टोळीचा तो अधिकृत दुभाषा झाला.

डॅनी बॉय (डॅनिलोचं टोपण नाव), याला पकडण्यासाठी गाय या वॉशिंग्टन मासियाला सुपारी देण्यात आली होती. काही बाबतीत तो फारच कल्पक होता. इतरांच्या तुलनेत हुशार तर होताच, पण तेवढाच तो कुप्रसिद्धही होता. डॅनी बॉयला पकडण्यासाठी केलेल्या एकेक वर्षाच्या कराराची त्याची ही पाचवी वेळ होती. भक्ष्य पकडल्यानंतर बोनसही दिला जाणार होता. डॅनी बॉय मिळत नसल्याने तो खचत मात्र होता. त्याने ते कधी दर्शवलं मात्र नाही.

पस्तीस लाख डॉलर्स आणि चार वर्षं, याचं काय चीज झालं हे दाखवून देण्यासारखं काहीच घडत नव्हतं आणि आज तो सापडला.

ओस्मर आणि त्याचे ब्राझिलीयन साथीदार यांना डॅनी बॉयने केलेल्या अपकृत्यांची सुतराम कल्पना नव्हती, पण गाडीभर पैसा घेऊन तो पळून गेला आहे हे एखाद्या मूर्खालासुद्धा कळण्यासारखं होतं. ओस्मरला डॅनी बॉयविषयी जाणून घेण्यात कितीही कुतूहल असलं तरी आत्ता कसल्याही चौकश्या करायच्या नाहीत, हे तो यापूर्वीच शिकला होता. गाय आणि त्याच्याबरोबरचे इतर अमेरिकन साथीदार यांच्याकडे तर या विषयावर बोलण्यासारखं काही नव्हतंच.

मोठे केलेले आठ बाय दहाचे डॅनी बॉयचे फोटो त्या जुनाट घराच्या स्वयंपाक-खोलीच्या भिंतीवर लटकवलेले होते. भयंकर निर्दय असलेल्या त्या माणसांच्या भेदक नजरेतून त्या फोटोंचं निरीक्षण चालू होतं. एकामागून एक सिगारेटी पिता-पिता त्या फोटोंकडे ते बघत 'असं आहे तर' या अर्थाने माना डोलवत होते. डॅनीच्या पूर्वीच्या फोटोंशी नव्याने घेतलेल्या फोटोंची तुलना करत ते आपापसात कुजबुजत चर्चा करत होते. जास्त काळसर, छोट्या केसांचा आणि वेगळीच हनुवटी व नाक असलेला एक बुटकासा माणूस. खरंच त्यांना हवा असलेला माणूस हाच होता?

कारण एकोणीस महिन्यांपूर्वी उत्तर-पूर्व किनारपट्टीवरच्या रेसिकमध्ये त्यांची फसवणूक झाली होती. अशाच भाड्याने घेतलेल्या जागेत भिंतीवरच्या फोटोवरून त्यांनी एका अमेरिकन माणसाला धरला, त्याच्या बोटांचे ठसे घेतले. ते काही जुळले नाहीत. भलत्यालाच त्यांनी पकडला होता. मग त्यांनी त्याला गुंगीची औषधं दिली, बेहोश केला, आणि एका खड्ड्यात फेकून दिला.

डॅनिलो सिल्व्हाच्या तिथल्या जीवनक्रमाची अगदी खोलात जाऊन चौकशी करण्याच्या फंदात पडायला ते कचरले होते. त्यांना हवा असलेला मनुष्य तोच असेल, तर त्याच्याकडे भरपूर पैसे असणार होते. हा पैसा स्थानिक अधिकाऱ्यांच्या बाबतीत नेहमीच चांगला कामाला येतो. पूर्वी पोन्टा पोरामध्ये घुसखोरी केलेल्या नाझी आणि इतर जर्मन लोकांना या पैशानेच कित्येक वर्षं संरक्षण दिलं होतं.

त्याला पकडावा अशी ओस्मरची इच्छा होती, तर गायचं म्हणणं होतं,

"आपण थांबू." आणि झालं काय की, सापडल्याच्या चौथ्या दिवशी तो नाहीसा झाला. इकडे त्या घरातल्या मंडळींमध्ये दीड-एक दिवस गोंधळ माजला.

त्याने लाल रंगाच्या 'बीटल' गाडीने घर सोडल्याचं त्यांनी पाहिलं. तो घाईत होता हेही त्यांना कळलं. विमानतळाच्या दिशेने तो गेला. एकुलत्याएक पार्किंगमध्ये मिळालेल्या मोकळ्या जागेत त्याने गाडी सोडली आणि ते छोटसं विमान अगदी सुटण्याच्या तयारीत असताना अखेरच्या क्षणी पकडून तो साओपावलोच्या दिशेने गेला. वाटेत चार ठिकाणी ते विमान थांबणार होतं. दिवसभर ते त्याच्या गाडीवर डोळ्यांत तेल घालून लक्ष ठेवून होते.

त्याच्या घरात शिरून एकूणएक चीजवस्तूंची झाडाझडती घेण्याचा त्यांनी लगेच बेत केला. पैशांसंबंधी माहिती नक्कीच असणार, असं त्यांना वाटलं. गायला आशा होती की, बँकेचं स्टेटमेन्ट, पैसे तारेने कुठे-कुठे पाठवले याच्या नोंदी इत्यादी सर्व कागदपत्रं हाती लागतील आणि मग पैसे कुठे आहेत हे कळून येईल.

पण तसंच त्याला हेही पक्क ठाऊक होतं की, पैसे घेऊन ज्या अर्थी डॅनी बॉय पळून आला आहे, तेव्हा त्यासंबंधीचा कसलाही पुरावा मागे ठेवून तो जाणार नाही. शिवाय ते ज्याला शोधत होते, तोच तो असेल तर घरच्या सुरक्षिततेविषयी तो निश्चित काळजी घेणार. तो कुठेही असो, आपण घराजवळ नाही म्हटल्यावर पाठलागावर असणारे घरात शिरणारच याची त्याला खातरी असणारच. गायला या सर्वांची कल्पना होती.

ते वाट बघत, चडफडत, एकमेकांशी वादविवाद करत राहिले. तणाव अधिक वाढला. गायचे वॉशिंग्टनला दररोज उद्वेगाने फोन चालू होते. लाल बीटलवर त्यांची नजर होती. विमानतळावर उतरणाऱ्या प्रत्येक विमानावर ते दुर्बिणीतून लक्ष ठेवून होते. हातातले फोन चालू होतेच. तो एकाएकी नाहीसा झाल्यानंतरच्या पहिल्या दिवशी सहा, दुसऱ्या दिवशी पाच अशी उतरणाऱ्या विमानांची गणती सुरू होती. तो परत आला नाही. इकडे त्या जुनाट घरातलं वातावरण गरम होऊ लागलं. बेचैनी वाढली. टोळीतले अमेरिकन त्या घराच्या मागच्या परिसरातल्या झाडांच्या सावलीत डुलक्या घेत राहिले, तर ब्राझिलीयन पत्ते पिसत बसले. काय करावं कुणालाच सुचत नव्हतं.

शेवटी गाय व ओस्मर हे दोघे जण या तणावापासून मोकळे होण्यासाठी गाडीने लांबवर फेरफटका मारण्यासाठी बाहेर पडले. त्यांनी ठरवलं की, तो परतल्यानंतर त्याला धरायचाच. तो परतणार याची ओस्मरला खातरी होती. बहुधा तो काही कामानिमित्त गेला असणार. तेव्हा आल्याबरोबर त्याला पकडायचा, त्याची ओळख पटवून घ्यायची. समजा तो वेगळाच निघाला तर सरळ एका खड्ड्यात त्याला टाकून पळ काढायचा. याला कारण म्हणजे पूर्वी एकदा असं घडलं होतं.

पाचव्या दिवशी तो परतला. सर्व जण खूश झाले. रूआ तिरादेन्तेसपर्यंत त्यांनी

त्याचा पाठलाग केला.

आठव्या दिवशी ते जुनाट घर रिकामं झालं. अमेरिकन व ब्राझिलीयन कामगिरीवर निघाले. त्यांनी त्यांना नेमून दिलेल्या जागा घेतल्या. सहा मैलांच्या परिसरात ते विखुरले. घरी आल्यावर, अंगात शर्ट न घालता नेहमीची निळी व केशरी रंगाची अर्धी चड्डी व 'नायके'चे मोजे, अशा नेहमीच्या धावण्याच्या पोशाखात दररोज याच परिसरात येण्याचा त्याचा परिपाठ होता.

त्याच्या घरापासून अडीच मैलावर असलेल्या डोंगराळ रस्त्यावर एका छोट्या टेकडीवर ज्या ठिकाणापासून तो परत फिरत असे, तीच अगदी योग्य जागा होती. डॅनिलोने, नेहमीपेक्षा थोडं अगोदरच, वीस मिनिटांत ते अंतर पार केलं. बहुधा ढगाळ वातावरणामुळे त्याला जरा जास्त वेगानं पळता आलं असावं. तो टेकडीच्या माथ्यावर आला.

टेकडीच्या माथ्यापाशी जाणारा रस्ता अडवून मध्येच एक छोटी गाडी, चाक पंक्चर झाल्यामुळे जॅकवर उभी होती. गाडीची डिकी उघडी होती. उजव्या बाजूला असलेल्या मोकळ्या वाटेने तो पळत टेकडीच्या माथ्यावर आला. सडसडीत अंगकाठीच्या, घामाघूम झालेल्या त्याला अर्धी-चड्डी सावरत येताना पाहून, आश्चर्य वाटल्यासारखं दाखवत त्या गाडीचा आडदांड ड्रायव्हर उभा होता. डॅनिलोने काही क्षणापुरता त्याचा वेग कमी केला.

"बॉम दिआ," तो दांडगा डॅनिलोच्या दिशेने पुढे येत म्हणाला.

"बॉम दिआ." डॅनिलोने गाडीकडे येत प्रतिसाद दिला.

आणि अचानक त्या ड्रायव्हरने गाडीच्या डिकीतून चकाकणारं मोठं पिस्तूल काढून ते डॅनिलोच्या तोंडासमोर धरलं. डॅनिलो गारठला. धापा टाकत असलेल्या अवस्थेत त्याची नजर पिस्तुलावर खिळून राहिली. ड्रायव्हरने त्याच्या बलदंड हाताने डॅनिलोची मानगूट पकडून त्याला खेचत गाडीजवळ आणलं. त्याला गाडीच्या बंपरपर्यंत खाली दाबलं. पिस्तुल खिशामध्ये टाकून, दोन्ही हाताने त्याने डॅनिलोची गठडी वळवली, आणि त्याला डिकीमध्ये कोंबला. डॅनिलोने हातपाय झाडले, पण ड्रायव्हरच्या ताकदीपुढे त्याचं काही चाललं नाही.

ड्रायव्हरने धाडकन डिकी बंद केली. गाडी जॅकवरून खाली घेतली, जॅक फेकून दिला, आणि तो सुसाट वेगाने निघाला. एक मैलभर गेल्यावर त्याने एका अरुंद, धुळकट रस्त्यावर गाडी घेतली. त्याचे इतर साथीदार त्याची तिथे उत्सुकतेने वाटच बघत होते. डॅनी बॉयचे हात नायलॉनच्या दोरीने बांधून व त्याच्या डोळ्यांवर काळं फडकं आवळून त्यांनी त्याला व्हॅनच्या मागील बाजूस ढकलून दिलं. ओस्मर त्याच्या बाजूस, तर दुसरा एक ब्राझिलीयन डाव्या अंगाला बसला. डॅनिलोच्या कमरेला असलेल्या पाउचमधून एकाने किल्ल्या काढून घेतल्या. घामाघूम झालेला

आणि धापा टाकत असलेला डॅनिलो गप्प होता.

पुढे एका शेताजवळ व्हॅन थांबली आणि डॅनिलोने पहिल्यांदाच, ''काय हवंय तुम्हाला?'' असं पोर्तुगीजमध्ये विचारलं.

''गप्प बैस,'' ओस्मरने इंग्लिशमध्ये दटावलं. डॅनिलोच्या डाव्या बाजूला बसलेल्या त्या ब्राझिलीयनने एका धातूच्या बॉक्समधून सिरींज घेतली. मोठ्या शिताफीने ती एका प्रभावी द्रवपदार्थाने भरली. ओस्मरने डॅनिलोची दोन्ही मनगटं धरली, तसं दुसऱ्या एकाने त्याच्या दंडात इंजेक्शनची सुई खुपसली. डॅनिलोने ताठ होऊन शरीराला एक झटका दिला, पण त्याला काही अर्थ नव्हता. इंजेक्शन देऊन पूर्ण होईपर्यंत तो स्वस्थ झाला होता. त्याचा श्वासही मंद झाला. त्याचं डोकं मात्र गदगदत होतं आणि जरा वेळाने तेही लुळं पडून त्याची हनुवटी छातीला टेकली. ओस्मरने त्याच्या उजव्या पायावरील चड्डीचा भाग तर्जनीने हळूच वर उचलला. ओस्मरच्या अपेक्षेप्रमाणे तिथली त्वचा फट्ट गोरी होती.

पूर्वी जाड असलेला डॅनिलो, रनिंगमुळे आता सडसडीत झाला होता. तसाच त्याचा गोरा वर्ण जाऊन तो तांबूस पडला होता.

सीमावर्ती भागात अपहरण ही अगदी सामान्य आणि वारंवार घडणारी बाब होती. त्यात अमेरिकन लोकांवर जास्त डोळा होता. डॅनिलोचे डोळे मिटलेले होते. त्याचं डोकं गरगरायला लागलं होतं. 'मलाच का?' असा प्रश्न पडून तो स्वतःशीच हसला. अवकाशातून आकाशगंगा व निखळत्या ताऱ्यांना चुकवत, चंद्राला घट्ट पकडत आपण खाली पडलो आहोत, असा भास त्याला होऊ लागला.

खरबुजं, बेरी या फळांनी भरलेल्या पुठ्ठ्याच्या खोक्यांच्या ढिगाऱ्याखाली त्यांनी त्याला कोंबला. सीमेवरच्या सुरक्षा दलाच्या लोकांनी, त्यांच्या आसनावर बसल्याबसल्याच मानेने होकार देत, व्हॅनला सीमापार जाऊन दिल्यामुळे डॅनी बॉय पॅराग्वेच्या हद्दीत आला. त्या वेळी डॅनी बॉयला कसलीही कुरकुर करता येणं शक्य नव्हतं. खडबडीत आणि चढावाच्या रस्त्यावरून गाडी हिंदकळत जात असताना तो उडत होता. ओस्मरचं एकामागून एक सिगारेटी ओढणं चालू होतं, मध्येच त्याची, 'हे असं, ते तसं' अशी बडबड सुरू होती. एका तासानंतर त्यांना हवं होतं ते शेवटचं वळण घेतलं आणि त्यांनी डॅनी बॉयला धरून ठेवलं. दोन लहान डोंगरांच्या सुळक्यांमधल्या बोळीत, मागे पडलेल्या त्या अरुंद, खडबडीत रस्त्यावरून सहसा दिसणार नाही असं एक घर होतं. तिथे येताच त्यांनी डॅनीचं गाठोडं उचललं आणि त्या घराच्या आतल्या खोलीत असलेल्या टेबलावर ठेवलं. गाय व हाताचे ठसे घेणारे तिथे तयार होतेच, ते त्यांच्या कामाला लागले.

दोन्ही अंगठे आणि आठही बोटं यांचे ठसे घेतले जात असताना डॅनी बॉय जोराने घोरत पडला होता. बाजूला उभे असलेल्या अमेरिकन व ब्राझिलीयन यांची

त्याच्या प्रत्येक हालचालीवर नजर होती. हा पकडलेला जर त्यांना हवा असलेला डॅनी बॉय निघाला, तर तो आनंद साजरा करण्यासाठी दाराजवळ असलेल्या खोक्यात व्हिस्की तयार होती.

ठसे घेणारा एकदम घराच्या मागच्या बाजूला असलेल्या खोलीत गेला. त्याने दार बंद करून घेतलं आणि नव्याने घेतलेले ठसे समोर ठेवले. खोलीतला प्रकाश पाहिजे तसा करून घेतला.

फार पूर्वी डॅनी बॉय हा एक पॅट्रिक नावाचा तरुण होता. लुइझिआना स्टेट बार कौन्सिलला प्रवेश घेण्यासाठी, त्याने आपल्या दहाही बोटांचे ठसे दिले होते. जे अर्थातच अधिकृत होते. ते प्रिंट त्या ठसे घेणाऱ्याने बाहेर काढले. वकिलांसारख्यांच्या बोटाचे ठसे घेणं ही एक चमत्कारिक व जगावेगळी गोष्ट होती खरी!

ठशांचे दोन्ही नमुने चांगल्या स्पष्ट स्थितीत होते आणि ते एकमेकांशी सहज जुळत होते हे उघड होतं. तरीही त्याने अगदी बारकाईने ते पुन्हा तपासले. घाई कसलीच नव्हती. आपण हा आनंदाचा क्षण एकट्याने उपभोगू, बाहेरच्या मंडळींना थोडा वेळ वाट पाहू दे, असा त्याने विचार केला असावा. सावकाशीने त्याने खोलीचा दरवाजा उघडला, कपाळाला आठ्या घालून त्याने उत्कंठित झालेल्या डझनभर लोकांकडे पाहिले आणि नंतर हसत हसत, 'हा तोच आहे,' असं त्यानं इंग्लिशमधून जाहीर केलं आणि त्या सगळ्यांनी अक्षरश: टाळ्या वाजवल्या.

गायने मग व्हिस्की घेण्याची अनुमती दिली, पण माफक प्रमाणात. बरंच काम करायचं होतं. बेशुद्धीत असलेल्या डॅनी बॉयला आणखी एक शॉर्ट इंजेक्शन देण्यात आलं आणि त्याला खिडकी नसलेल्या, भक्कम दाराच्या एका दुसऱ्या खोलीत नेण्यात आलं. इथेच त्याची शुद्धीत आल्यावर चौकशी करण्यात येणार होती आणि वेळ पडल्यास छळवणूकही!

रस्त्यावर अनवाणी पायाने फुटबॉल खेळणारी मुलं त्यांच्या खेळात इतकी दंग होती की त्यांचं कुणाकडे लक्ष नव्हतं. डॅनी बॉयच्या किल्ल्यांच्या जुडग्यात फक्त चार किल्ल्या होत्या. त्यामुळे जास्त खटपट करायला न लागता पहिलं लहान गेट झटकन उघडता आलं. ते तसंच उघडं ठेवण्यात आलं. चार घरांच्या पलीकडे असलेल्या एका मोठ्या झाडापाशी एक जण भाडोत्री कारने येऊन उभा होता. दुसरा एक रस्त्याच्या एका टोकाला मोटरसायकलच्या ब्रेकशी उगाच काहीतरी खटपट करत होता.

धोक्याची सूचना देणारा गजर जर वाजायला सुरुवात झाली असती, तर घुसखोर पळून जाऊ शकणार होता आणि पुन्हा कधीही तो दिसला नसता. जर गजर झालाच नाही तर मात्र तो घरात स्वत:ला बंद करून घेऊन, आतल्या सामानाची, चीजवस्तूंची तपासणी, मोजदाद करू शकत होता; निर्धास्तपणे.

दार उघडलं गेलं, पण धोक्याची सूचना देणारा गजर झाला नाही. भिंतीवर असलेल्या उपकरणाकडे नजर टाकल्यावर कोणालाही कळून आलं असतं की, ती निकामी केली गेली होती. घुसखोर आत गेला, क्षणभर स्तब्ध उभा राहिला, त्याने कानोसा घेतला आणि मग हालचाल सुरू केली. डॅनीबायच्या कॉम्प्युटरमधली 'हार्ड ड्राइव्ह' त्याने काढून घेतली व इतर डिस्क गोळा केल्या. टेबलावरच्या फाइल्स चाळल्या पण नेहमीची काही दिलेली, तर काही न दिलेली बिलं यांशिवाय काहीच सापडलं नाही. फॅक्स मशिन बिघडलेलं होतं. कपड्यांचे, फर्निचरचे, मासिकं-पुस्तकांचे फोटो मात्र त्याने घेतले.

खरं काय झालं होतं की, दार उघडल्यावर पाच मिनिटांनी डॅनी बॉयच्या घरातल्या माळ्यावरच्या खोलीत बसवलेली आवाज न करणारी एक यंत्रणा कार्यान्वित होऊन एक गुप्त संदेश, पोन्टा पोरा शहराच्या मध्यवस्तीत असलेल्या एका खासगी सुरक्षा कार्यालयात पाठवला गेला होता. त्याला प्रत्युत्तर मिळालं नाही, कारण तिथला ड्युटीवर असलेला सुरक्षा अधिकारी मागच्या अंगणात हॅमॉकवर झोके घेत पहुडला होता. डॅनिलोकडे घरफोडी झाली आहे ही सूचना जिथे कुणीतरी ऐकायला हवी होती. ती फक्त एका मशिनवर नोंदली गेली. पंधरा मिनिटांनंतर तो निरोप मानवी कानापर्यंत गेला आणि तोपर्यंत घुसखोराने पोबारा केला होता. मि. सिल्व्हा नव्हताच. घर, चीजवस्तू जागच्या जागेवर होत्या, अगदी 'बीटल'सुद्धा. घर आणि पुढचं गेट कुलूपबंद होतं.

दिलेल्या सूचना स्पष्ट होत्या. गजर झाला तर पोलिसांना बोलवू नये. मि. सिल्व्हाला इकडेतिकडे आसपास आहे का, हे शोधण्याचा प्रयत्न करावा. तो लगेच सापडलाच नाही तर रिओमधल्या एका नंबरवर कॉल करून, इव्हा मिरांडाविषयी विचारावं.

मोठ्या मुश्किलीने आपला हर्षानंद काबूत ठेवत गायने वॉशिंग्टनला फोन केला. डोळे बंद करून हसऱ्या चेहऱ्याने तो फक्त एवढंच बोलला, "तोच आहे." पलीकडून काही क्षणानंतर विचारण्यात आलं, "तुझी खातरी आहे?"

"होय. बोटांचे ठसे तंतोतंत जुळले आहेत." एरव्ही विचार करण्यास जेमतेम अर्ध्या मिनिटापेक्षा कमी वेळ घेणाऱ्या स्टिफॅनोने थोडं थांबून विचारांती विचारलं, "पैसे?"

"आम्ही अजून विचारण्यास सुरुवात केली नाही. तो गुंगीत आहे."

"केव्हा करणार?"

"आज रात्री."

"मी फोनपाशीच आहे", असं म्हणून त्याने फोन बंद केला. खरंतर फोनवर तो तासभर बोलू शकला असता.

घराच्या मागच्या बाजूला एका बुंध्यावर गाय बसला. आजूबाजूला दाट झाडी होती. वातावरण शांत होतं. त्याच्या माणसांचे बोलण्याचे आवाज त्याच्यापर्यंत येत होते. मोहिमेतलं अवघड काम संपलं होतं. मोठं काम जवळजवळ झालं होतं.

त्याला पन्नास हजार जास्त मिळाले होते. पैसे मिळाल्यावर बोनस म्हणून आणखी पन्नास मिळणार होते. त्याला खातरी होती की, ''पैशांचा शोध तो लावणारच.''

दोन

रिओ शहराचा मध्यवर्ती भाग. उत्तुंग इमारतीच्या दहाव्या मजल्यावर असलेलं आटोपशीर ऑफिस. इव्हा मिरांडाने फोन आपल्या दोन्ही हातात घट्ट धरून नुकतेच ऐकलेले शब्द स्वत:शीच पुन्हा उच्चारले. सुरक्षारक्षकांच्या निरोपानुसार मि. सिल्व्हा घरात नव्हते, घर बंद होतं, पण गाडी मात्र आवारात होती.

म्हणजे घरात कुणीतरी शिरलं होतं. धोक्याची सूचना देणारा गजर सुरू झाला होता. यात विश्वास न ठेवण्यासारखं काहीच असण्याची शक्यता नव्हती, कारण सुरक्षारक्षक पोहोचले तरी तो गजर चालूच होता.

डॅनिलोचा पत्ता नव्हता.

असेल, जॉगिंगला गेला असणार आणि नेहमीची दक्षता घेण्याकडे दुर्लक्ष झालं असेल. सुरक्षारक्षकांच्या मते यंत्रणा एक तास दहा मिनिटांपूर्वी कार्यान्वित झाली होती. पण डॅनिलो तर एका तासाच्या आतच जॉगिंग करून परत येतो. त्याला एका मैलासाठी सात ते आठ मिनिटं लागतात. याप्रमाणे सहा मैलाच्या दौडीसाठी जास्तीत जास्त पन्नास मिनिटं लागतील. याला अपवाद कधीच झाला नाही. त्याच्या प्रत्येक हालचालीची तिला माहिती असे.

रूआ तिरादेन्तेसवर असलेल्या त्याच्या घरी तिने फोन केला, उत्तर मिळालं नाही. त्याचा मोबाइल तो नेहमी जवळपास ठेवतो, पण आज तोही उचलला गेला नाही. तीन महिन्यांपूर्वी त्याच्या हातून चुकून असाच अलार्मला धक्का लागला होता. दोघे जण घाबरून गेली होती; पण तिने लगेच फोन करून उलगडा केला होता.

या यंत्रणेविषयी तो फार जागरूक असे. आज फारच झालं.

तिने पुन्हा फोन केले, परंतु परिणाम तोच. याचा अर्थ काहीतरी घडलं आहे, तिच्या लक्षात आलं.

पराना राज्याची राजधानी असलेल्या क्युरिटिक या पंधरा लाख लोकवस्तीच्या शहरामधल्या एका अपार्टमेंटला तिने फोन केला. त्या अपार्टमेंटविषयी कुणालाच

माहीत नव्हतं. तो दुसऱ्याच नावावर भाड्याने घेतला होता आणि काही गोष्टी ठेवण्यासाठी, कधीमधी भेटीगाठी घेण्यासाठी तो वापरला जायचा. ती दोघं क्वचित प्रसंगी एकमेकांना वीकएंडला भेटत. वारंवार भेटणं इव्हाला तरी परवडण्यासारखं नव्हतं.

फोन केल्यावर उत्तर मिळणं तिला अपेक्षित नव्हतंच. तिला कळवल्याशिवाय डॅनिलो तिकडे गेला नसता.

फोन झाल्यावर तिने ऑफिसचं दार लावून घेतलं आणि दाराला टेकून, डोळे मिटून ती स्वस्थ उभी राहिली. फर्मचे इतर असोसिएट्स व सेक्रेटरी यांच्या बोलण्याचे आवाज तिच्या कानावर येत होते. ती ज्या लॉ फर्ममध्ये काम करत होती, त्या फर्ममध्ये तेहतीस वकील काम करत होते. ती रिओमधील दुसऱ्या नंबरची मोठी फर्म होती. फर्मच्या साओपावलो व न्यू यॉर्क येथे शाखा होत्या. टेलिफोनवरची संभाषणं, फॅक्स, कॉपिअर इत्यादी वरच्या एकत्रित आवाजांचा एकच गलका ऐकू येत होता.

पाच वर्षांच्या कालावधीत, एकतीस वर्षीय इव्हा ही त्या फर्मची एक मुरब्बी सहकारी म्हणून गणली जात होती. कामामध्ये ती इतकी बुडलेली असायची की, दररोज उशिरापर्यंत काम करत असायचीच! शिवाय शनिवार हा वीकएंड असूनही ती काम करत असे. चौदा भागीदारांमध्ये फक्त दोन महिला होत्या. हे प्रमाण बदलण्याचे तिचे बेत होते. एकोणीस सहकारी वकिलांपैकी दहा महिला वकील होत्या. म्हणजेच अमेरिकेप्रमाणे ब्राझिलमध्येही आता स्त्रिया झपाट्याने या पेशात येत होत्या याचं हे निदर्शक होतं. रिओमधल्या काही चांगल्या संस्थांपैकी एक, अशा कॅथॉलिक युनिव्हर्सिटीमध्ये तिने कायद्याचा अभ्यास केला होता. तिचे वडील आजही तिथे तत्त्वज्ञान हा विषय शिकवत होते.

रिओमध्ये कायद्याचा अभ्यास पूर्ण केल्यावर तिने जॉर्जटाउनला जाऊन पुन्हा कायद्याचे शिक्षण घ्यावे असा त्यांचा आग्रह होता. जॉर्जटाउन हे त्यांचं स्कूल होतं. त्यांच्या ओळखी-वशिल्याबरोबरच तिची नजरेत भरण्यासारखी पात्रता, आकर्षक रूप आणि इंग्रजी भाषेवरचं प्रभुत्व यामुळे तिला लगेच मोठ्या कंपनीत चांगलं काम करायला मिळालं होतं.

ती खिडकीपाशी क्षणभर उभी राहिली आणि तिनं शांत राहण्याचं स्वत:ला बजावलं. परिस्थिती एकदम बिकट बनली होती. यापुढील सर्व गोष्टी सावधगिरीने करणं आवश्यक होतं. मग ती नाहीशी होणार होती. अर्ध्या तासाने एक मीटिंग होती ती पुढे ढकलणं भाग होतं.

फायरप्रूफ कपाटातून तिने एक फाइल काढली. तिने व डॅनिलोने मिळून तयार केलेल्या सूचनांचा एक कागद काढून तिने त्या सूचना पुन्हा वाचल्या.

त्याला कल्पना होती की, कधीतरी ते त्याला शोधून काढतीलच.

इव्हाने मात्र त्या शक्यतेकडे फारसं लक्ष दिलं नव्हतं.

पण आता मात्र त्याच्या सुरक्षिततेविषयी तिला चिंता वाटू लागली. फोन वाजला, तिला धस्सं झालं. तो डॅनिलोचा नव्हता. एक पक्षकार तिची वाट बघत होता, असं तिच्या सेक्रेटरीनं सांगितलं. तो जरा लवकरच आला होता. दिलगिरी व्यक्त करून, पुन्हा त्याने कधी यावं हे ठरव असं ती सेक्रेटरीला म्हणाली. पुन्हा मध्येमध्ये फोन करू नको असंही तिने बजावलं.

सध्यातरी पैसे दोन ठिकाणी ठेवलेले होते. एक पनामामधील बँक आणि दुसरं होतं बर्म्युडा इथली परदेशी गुंतवणूक ट्रस्ट. अंटिग्वामधील बँकेत पैसे ताबडतोब तारेने पाठवण्यास पनामा इथल्या बँकेला सूचना देणारा पहिला फॅक्स तिने केला. दुसरा केला तो, ते पैसे ग्रॅन्ड केमनमध्ये तीन ठिकाणी वेगवेगळ्या बँकात ठेवण्यासंबंधी आणि तिसरा होता, बर्म्युडाच्या बाहेर बहामाजमधल्या एका बँकेत पैसे पाठवून द्यायला सांगणारा.

रिओमध्ये दोन वाजले होते. युरोपियन बँका बंद झाल्या होत्या. जगातील इतर बँकांचे व्यवहार सुरू होईपर्यंत, तिला कॅरेबियनच्या आसपास पैसे फिरवत ठेवणं भाग होतं.

डॅनिलोच्या सूचना स्पष्ट होत्या, पण त्या सर्वसाधारण परिस्थितीसाठी होत्या. त्याचे तपशील ठरवणं तिच्या हाती सोपवण्यात आलं होतं. कोणत्या बँकेत किती पैसे ठेवायचे, हे निश्चित करणाऱ्या सुरुवातीच्या सूचना तिने दिलेल्या होत्या. कोणत्या बेनामी कंपनीच्या नावावर किती पैसे दडवून ठेवले होते, ती यादी अर्थातच तिच्याकडे होती. डॅनिलोने ती कधीच पाहिली नव्हती. पैशांची विभागणी करून ते इकडेतिकडे बँकांमधून विखुरणं, पुन्हा ते फिरवणं ही कसरत होती, आणि त्याची उजळणी त्यांनी खूप वेळा केलेली होती, पण तपशिलाशिवाय विशेष सूचना न देता. यामुळे डॅनिलोला पैसे कुठून कुठे गेले याची कल्पना असणं शक्यच नव्हतं. ते माहीत होतं फक्त इव्हाला. निर्णय घेण्याची मुभा असल्यामुळे या क्षणाला अशा आणीबाणीच्या परिस्थितीत तिला योग्य वाटलं तसे तिने पैसे फिरवले. उलाढाली करणं तिची खासियत होती, त्यात ती निष्णात होती. तिचे बहुतेक सारे पक्षकार ब्राझिलमधले व्यापारी, उद्योगपती होते. त्यांना युनायटेड स्टेट्स, कॅनडामध्ये व्यापार वाढवायचा होता. परदेशी बाजारपेठा, चलन-व्यवहार, बँका इत्यादीचा तिचा अभ्यास होता. पण जगभर आपल्या पैशांचं जाळं कसं तयार करायचं, हे माहीत नव्हतं. डॅनिलोने तेही तिला शिकवलं होतं.

तिचं लक्ष घड्याळाकडे होतं, ती वारंवार घड्याळ बघत होती. पोन्टा पोराहून फोन आल्याला तासाहून अधिक काळ झाला होता.

आणखी एक फॅक्स मशिनवरून जात असतानाच फोन वाजला. हा नक्कीच डॅनिलोचा, काहीतरी इकडची-तिकडची कथा तो सांगणार आणि आपण केलेली धडपड फुकट जाणार. ठीक आहे; अशाही दडपणाखाली आपला कस कसा लागतो

याची एक निष्फळ परीक्षा तर ठरेल. नाही, पण गंमत म्हणूनसुद्धा असे खेळ खेळण्यातला डॅनिलो नव्हता.

फोन फर्ममधील एका पार्टनरचा होता. दुसऱ्या एका मीटिंगला जाण्यास तिला उशीर झाला होता म्हणून तो अस्वस्थ होता. तिने मोजक्या शब्दात दिलगिरी व्यक्त केली आणि ती फॅक्सकडे वळली.

मिनिटागणिक तणाव वाढत होता. डॅनिलोकडून अवाक्षर कळलं नव्हतं, केलेल्या फोन्सना उत्तरं मिळत नव्हती. त्यांनी जर त्याला खरोखरच पकडला असेल, तर त्याला बोलता करण्यास ते विलंब लावणार नाहीत. त्यालाही तीच भीती होती. तिला पळून जाणं भाग होतं.

दीड तास झाला. हळूहळू तिला वास्तवाची जाणीव होऊन, तिच्यावर येणाऱ्या संकटाची चाहूल लागली होती. डॅनिलोचा पत्ता नव्हता. तिला न सांगताच तो तसा नाहीसा होणार नाही. भीतिग्रस्त परिस्थितीतली त्याची प्रत्येक हालचाल काळजीपूर्वक व योजनाबद्ध असायची. आता तेच संकट समोर उभं राहत होतं.

तिच्या ऑफिस बिल्डिंगमधल्या व्हरांड्यात असलेल्या पब्लिक पे फोनवरून तिने दोन फोन केले. दक्षिण भागातल्या लेबलॉन येथे असलेल्या रिओच्या अपार्टमेंट मॅनेजरला पहिला फोन तिने केला की, त्यांच्या जागेवर कुणी येऊन गेलं का? उत्तर 'नाही' असं मिळालं, तरीही लक्ष ठेवण्याचं आश्वासन मॅनेजरने दिलं. मिसिसिपी राज्यातल्या बिलॉक्सी येथील 'फेडरल ब्यूरो ऑफ इन्व्हेस्टिगेशन' (एफबीआय)– केंद्रीय गुन्हा अन्वेषण विभागाच्या ऑफिसला दुसरा फोन केला. बोलण्यात अमेरिकन इंग्लिश ढब न आणण्याचा कसोशीने प्रयत्न करत, शांतपणे परिस्थितीचं गांभीर्य तिने स्पष्ट केलं. क्षणभर ती थांबली, आता या क्षणापासून मागे वळणं नाही हे तिला कळून चुकलं.

डॅनिलो पकडला गेला आहे. शेवटी त्याच्या भूतकाळाने त्याचा वेध घेतला होता. जवळूनच कुणीतरी बोलावं इतक्या स्पष्ट आवाजात पलीकडून आवाज आला, "हॅलो".

"एजंट जोशुआ कटर?"

"येस."

"पॅट्रिक लॅनिशनच्या शोध मोहिमेचे प्रमुख तुम्हीच आहात?"

थोडा वेळ थांबून तिनं विचारलं. तिला पक्क ठाऊक होतं की, तोच मुख्य होता.

"येस. कोण बोलतं आहे?"

आपण सांगितलं नाही तरी, कॉल रिओहून आलाय हे शोधून काढायला त्यांना जेमतेम तीन मिनिटं लागतील याची तिला जाणीव होती. त्या एक कोटी लोकवस्तीच्या

शहरात त्यांची शोध मोहीम सुरू होईल.

"मी ब्राझिलहून बोलते आहे." त्या दोघांनी तयार केलेल्या 'बायबल'प्रमाणे ती म्हणाली, "त्यांनी पॅट्रिकला पकडलं आहे."

"कोणी?"

"मी सांगते त्याचं नाव."

कटरने उत्कंठतेने म्हटलं, "मी ऐकतो आहे."

"जॅक स्टिफॅनो. तुम्हाला माहिती आहे तो?"

कटरने विचार करून त्याचं नाव आठवण्याचा प्रयत्न केला, म्हणाला, "नो. कोण आहे तो?"

"वॉशिंग्टनमधील एक खासगी गुप्तहेर. गेले चार वर्षं तो पॅट्रिकचा शोध घेतो आहे."

"आणि आता तो त्याला सापडलाय असं तुम्ही म्हणता आहात, बरोबर?"

"हो. त्याच्या माणसांना तो मिळाला."

"कुठे?"

"इथे, ब्राझिलमध्ये."

"केव्हा?"

"आज. मला वाटतं ते त्याला संपवतील."

कटरने थोडा वेळ विचार करून विचारलं, "तुम्ही आणखी काय सांगू शकता?"

तिने स्टिफॅनोचा वॉशिंग्टन डीसीमधला फोन नंबर दिला आणि फोन बंद करून ती बिल्डिंगच्या बाहेर पडली.

डॅनी बॉयच्या घरातून आणलेली काही निवडक कागदपत्रं गाय चाळत होता, पण त्यातून काहीच निष्पन्न निघत नसल्याचं पाहून त्याला आश्चर्य वाटलं. बँकेकडून आलेलं त्या महिन्याचं खाते-पत्रक फक्त तीन हजार डॉलर्स शिल्लक दाखवत होतं. ती रक्कम त्यांनी अपेक्षित केलेली नव्हतीच. अठराशे जमा केलेले होते तर हजार एक खर्ची पडलेले. लाइट व फोन बिलं देण्याची बाकी होती, त्यांची मुदत झाली नव्हती. इतर डझनभर किरकोळ बिलं दिलेली दिसत होती. डॅनी बॉय अगदी काटकसरीने राहत होता तर!

गायच्या एका माणसाने डॅनी बॉयला आलेल्या बिलांवर असलेल्या फोन नंबरवरून खातरी करून घेतली, पण लक्षात घेण्यासारखं काही आढळलं नाही. एकाने डॅनीच्या घरगुती कॉम्प्युटरमधील हार्ड-ड्राइव्हवरच्या नोंदी पाहिल्या. त्या वर्षापूर्वीच्या होत्या.

कागदोपत्री व्यवहार कमीच होते हे जरा संशयास्पद होतं. होतं काय तर बँकेचे

खाते-पत्रक, ते इतकं कोण सांभाळून ठेवेल? मग त्या अगोदरची कुठे गेली? डॅनी बॉयची, अशी कागदपत्रं जपून ठेवण्याची, घरापासून दूर अशी जागा असणार. फरारी असणाऱ्या माणसाच्या बाबतीत हीच शक्यता असते.

संध्याकाळी डॅनी बॉयचे अंडरवेअरव्यतिरिक्त शॉर्ट, घामेजलेले पायमोजे इत्यादी कपडे काढून त्याला उघडं करण्यात आलं. त्याची पावलं पांढरी फटक पडलेली होती. तर बाकीची त्वचा काळसर पडलेली होती, पण ती उन्हाने रापलेली होती. तो बेशुद्धावस्थेतच होता. नंतर बाजूला पडलेल्या साधारण एक इंच जाडीच्या प्लायवूड फळीवर त्याला ठेवण्यात आलं. फळीला भोकं पाडण्यात येऊन, त्यातून नायलॉनच्या दोऱ्या काढून त्याचे घोटे, गुडघे, कंबर, छाती व मनगटं असं जवळजवळ सर्व शरीर त्या फळीला घट्ट बांधण्यात आलं. कपाळ एका रुंद काळ्या प्लॅस्टिकच्या पट्ट्याने आवळण्यात आलं. बरोबर तोंडावर येईल अशा प्रकारे एक आय.व्ही.ची बाटली टांगती ठेवण्यात येऊन तिच्यापासून निघालेल्या नळीच्या टोकाशी असलेली सुई त्याच्या डाव्या मनगटाच्या वरच्या शिरेत घुसवली गेली.

त्याला जागं करण्यासाठी डाव्या दंडात एक इंजेक्शन देण्यात आलं आणि त्याचा संथ सुरू असलेला श्वासोच्छ्वास जोराने होऊ लागला. त्याने डोळे उघडले. त्याची तांबरलेली नजर वर टांगलेल्या बाटलीकडे गेली. ती कशासाठी होती हे समजून घेण्यासाठी त्याने थोडा वेळा घेतला असावा. एक ब्राझिलीयन डॉक्टर त्याच वेळी आत आला. एक शब्दही न बोलता त्याने डॅनीच्या डाव्या दंडात इंजेक्शनची सुई खुपसली. ते 'सोडिअम थिओपेन्टल' नावाचं जबरी ड्रग, शुद्धीवर नसलेल्या लोकांना बोलतं करण्यासाठी वापरलं जात असे. विशेषत: पकडलेल्या गुन्हेगाराला कबुली द्यायची असेल किंवा त्याच्याकडून काही माहिती काढून घ्यायची असेल, तर या सत्यान्वेषी औषधाचा सर्रास वापर केला जात होता. कारण हटकून सर्व कबुलीजबाब देणारं औषध तोपर्यंत विकसित व्हायचं होतं.

दहा मिनिटं झाली. डोकं हलवण्याचा त्याने प्रयत्न केला, तो निष्फळ ठरला. त्याच्या दोन्ही बाजूला त्याने नजर फिरवली. खोलीत अंधार होता, फक्त त्याच्या मागील कोपऱ्यातून मिणमिणता प्रकाश येत होता.

खोलीचं दार उघडलं गेलं आणि लगेच बंद झालं, गाय एकटा आत आला. तो सरळ डॅनी बॉयकडे गेला. त्याने हाताचे पंजे त्या प्लायवूड फळीच्या कडेवर ठेवले आणि हाक मारली, ''हॅलो पॅट्रिक.''

तो आता डॅनिलो सिल्व्हा नव्हता. एखादा जुना जिवलग मित्र कायमचा सोडून जावा तसा, तो गेला होता. रूआ तिरादेन्तेसवरचं साधं सरळ आयुष्यही त्याच्याबरोबर गेलं होतं. 'हॅलो पॅट्रिक' या एका हाकेने त्याची लाख मोलाची बेनामी ओळख हिसकावून घेतली गेली. त्याने डोळे मिटले.

गेली चार वर्षं पुष्कळदा त्याच्या मनात येई, आपल्याला पकडल्यावर काय वाटेल? सुटल्यासारखं? का सुटका होऊन मायदेशी परत गेल्यावर ओढवणाऱ्या परिणामांना सामोरे जाण्याची उत्कंठा?

नक्कीच नाही. या घटकेला तरी तो प्रचंड घाबरलेला होता. एखाद्या जनावराप्रमाणे उघडानागडा करून पडलेल्या पॅट्रिकला कळून आलं होतं की, पुढचे काही तास असह्य छळ होणार आहे.

"मी बोलतोय ते तुला ऐकायला येतंय, पॅट्रिक?" गायने खाली झुकत विचारलं.

पॅट्रिक फक्त हसला. त्याला वाटलं म्हणून तो हसला नाही, तर काहीतरी खेळ चाललाय हे दाखवण्याची अनावर इच्छा झाली म्हणून.

गायच्या लक्षात आलं, औषधाचा परिणाम होत होता. 'सोडिअम थिओपेन्टल' हे लवकर परिणाम दाखवणारं रानटी औषध असं होतं की, ते संयमाने द्यावं लागतं. शुद्धीवर आणण्यासाठी त्याचा किती डोस द्यावा म्हणजे गुन्हेगार चौकशीला तयार होऊ शकतो, हे ठरवणं अतिशय कठीण असतं. लहान डोस शरीराकडून होणारा प्रतिकार तोडू शकत नाही, मोठा दिला तर संशयित गुन्हेगार संपतोच.

दाराची पुन्हा उघडझाप झाली. एक अमेरिकन संभाषण ऐकण्यासाठी आत आला, पॅट्रिक त्याला पाहू शकला नाही.

"गेले तीन दिवस तू झोपून आहेस, पॅट्रिक." गाय म्हणाला. आज पाच तास होत आले होते, पण पॅट्रिकला कसं कळणार? "तुला भूक लागली आहे की तहान?" गायने पुन्हा विचारलं.

"तहान लागली आहे," पॅट्रिक उत्तरला.

गायने एक मिनरल वॉटरची बाटली उघडून त्याच्या तोंडात पाणी दिलं.

"थँक्स." असं म्हणत तो हसला.

"तुला भूक लागली आहे का?" गायने परत विचारलं.

"नो. पण तुम्हाला काय हवंय?"

गायने पाण्याची बाटली टेबलावर ठेवली. पॅट्रिकच्या तोंडाशी झुकत तो म्हणाला, "हे बघ, आपण एक काहीतरी प्रथम ठरवू. तू ज्या वेळी झोपला होतास, त्या वेळी आम्ही तुझ्या बोटांचे ठसे घेतले. तू नक्की कोण आहेस ते आम्हाला पक्कं ठाऊक आहे. तेव्हा सुरुवातीपासून नकार देणं सोडून दे."

"कोण आहे मी?" किंचित ओठ विलग करत पॅट्रिक बोलला.

"पॅट्रिक लॅगिगन."

"कुठचा?"

"मिसिसिपीमधल्या बिलॉक्सीचा. न्यू ऑर्लिन्समध्ये तुझा जन्म झाला, तुलेनला तुझं कायद्याचे शिक्षण झालं. तुला बायको, सहा वर्षांची एक मुलगी आहे. आज

सुमारे चार वर्षं तू बेपत्ता आहेस.''

''शाब्बास, तोच मी.''

''पॅट्रिक आता सांग, तुझे स्वत:चे अंत्यविधी तू पाहिलेस ना?''

''मग तो काय गुन्हा आहे?''

''नाही. पण असं बोललं जातं.''

''हो. मी पाहिले. ते बघून मी भारावून गेलो, कारण त्या वेळी जमलेले इतके माझे मित्र आहेत हे मला माहीत नव्हतं.''

''वा चांगलं आहे. तुझं दफन झाल्यावर तू कुठे लपून राहिला होतास?''

''असाच इकडतिकडे.''

मध्येच एक जण डाव्या बाजूने आला आणि पॅट्रिकच्या तोंडावर लोंबत असलेल्या बाटलीचा खालचा व्हॉल्व्ह त्याने हवा तसा केला.

''हे काय?'' पॅट्रिकने विचारलं.

''कॉकटेल,'' असं म्हणत गायने त्या माणसाला मानेने खूण केली, तसा तो कोपऱ्यात जाऊन उभा राहिला.

गायने हसत विचारलं, ''पॅट्रिक, पैसे कुठे आहेत?''

''कोणते पैसे?''

''तुझ्याबरोबर घेऊन गेलास ते?''

''हां, ते पैसे!'' असं म्हणत पॅट्रिकने दीर्घ श्वास घेतला. डोळे मिटले आणि शांत झाला. सेकंदांनी वेळ पुढे सरकत होता, तो संथ श्वास घेत पडून होता.

'पॅट्रिक' हाक मारत गायने त्याचा हात हलवला. पॅट्रिकने प्रतिसाद दिला नाही.

औषधाचा डोस लगेच कमी करण्यात आला. ते वाट बघत राहिले.

जॅक स्टिफॅनोवरची एफबीआयकडे असलेली फाइल हीच त्याची झटकन ओळख पटवणारी गोष्ट होती. गुन्हेगारी शास्त्रातील दोन पदव्या धारण करणारा हा पूर्वीचा शिकागोचा गुप्त पोलीस, नावाजलेला शिकारी. त्यामुळे अर्थातच निष्णात नेमबाज आणि अनुभवातून शिकलेला, माग काढण्यात, कारस्थानं करण्यात पटाईत. त्याची स्वत:ची एक कार्यप्रणाली होती. सध्या वॉशिंग्टनमध्ये त्याची छुपी गुप्तचर संस्था होती. बेपत्ता व्यक्तींचा, मुख्यत: पळालेले गुन्हेगार यांचा शोध घेणं, त्यांच्या हालचाली हेरून माग काढणं ही कंत्राटी काम तो करत होता. त्याची फी मात्र जबरदस्त होती.

आठ खोकी भरतील इतक्या पॅट्रिक लॅनिगनवरच्या फाइल्स, एफबीआयकडे होत्या. त्यात सुसूत्रता अशी होती की, एक हातात घेतली, वाचली की दुसरी वाचायलाच लागायची. पॅट्रिकला शोधून काढावा असं वाटणाऱ्या लोकांची कमी

नव्हती. त्याला शोधण्याचं काम स्टिफॅनोच्या कंपनीकडे सोपवण्यात आलं होतं.

शेवटच्या मजल्यावर असलेली 'एडमंड असोसिएट्स' नावाची स्टिफॅनोची फर्म एका साधारण इमारतीमध्ये होती. व्हाइट हाउसपासून साधारणपणे दीड-एक मैलावर असणाऱ्या के स्ट्रीटवर ती बिल्डिंग होती.

व्हरांड्यात दोघे जण लिफ्टच्या दोन्ही बाजूस उभे राहिले. दुसरे दोघे 'स्टिफॅन कामात आहे,' असे सांगणाऱ्या गलेलठ्ठ सेक्रेटरीला धक्काबुक्की करत त्याच्या ऑफिसमध्ये घुसले. तो फोनवर गप्पा मारत बसला होता. आत घुसलेल्यांच्या छातीवरचे बॅच पाहून त्याच्या चेहऱ्यावरचं हसू मावळलं.

"हा काय तमाशा आहे?'' स्टिफॅनो गुरगुरला. त्याच्या टेबलाची मागील भिंत म्हणजे साऱ्या जगाचा तपशीलवार नकाशाच होता. त्यातल्या हिरव्या भूखंडावर लाल रंगाचे छोटे दिवे लुकलुकत होते. त्यापैकी पॅट्रिकचा पत्ता लागलेला भाग कोणता?

"पॅट्रिकला शोधण्याची कामगिरी तुझ्यावर कोणी सोपवली?'' एका एजंटने विचारलं.

स्टिफॅनोसुद्धा काही वर्षं गुप्तचर पोलीस होता, तो अशा दरडावण्याला दाद देणारा नव्हता. तुच्छतेने तो उत्तरला, "का? ती गुप्त बाब आहे.''

"ब्राझिलहून आम्हाला दुपारी फोन आला,'' दुसरा एजंट म्हणाला.

'मलासुद्धा तसा फोन आला होता,' स्टिफॅनो विचारात पडला, 'मग हे काय?' त्यालाही धक्का बसला. जरी त्याने चेहऱ्यावर तसं न दाखवण्याचा प्रयत्न केला, तरीही त्याचा चेहरा पडला, खांदे आखडले गेले. सगळ्या शक्यतांचा झर्रकन विचार करताना त्याला कळेना की, हे दोन ठग त्याच्याकडे कसे आले? तो फक्त गायशी बोलला होता आणि गाय भरवशाचा होता. तो कधीच कोणाशी बोलणारा नव्हता; एफबीआयच्या लोकांशी तर नाहीच. तेव्हा त्यांना कळवणारा तो असूच शकत नाही.

गायने पॅराग्वेच्या पूर्वेकडील भागातल्या डोंगरावरून त्याच्या सेलफोनवरून कॉल केला होता, तो मध्येच कोणीतरी ऐकणं शक्य नव्हतं.

"तुझं लक्ष कुठे आहे?'' दुसऱ्या एजंटने विचारलं.

"आहे ना.'' स्टिफॅनोने ऐकलं, न ऐकल्यासारखं उत्तर दिलं.

"पॅट्रिक कुठे आहे?''

"ब्राझिलमध्ये असेल कदाचित.''

"ब्राझिलमध्ये कुठे?''

खांदे उडवत स्टिफॅनो म्हणाला, "मला माहीत नाही. ब्राझिल मोठा देश आहे.''

"त्याला पकडण्यासाठी काढलेलं वॉरंट अजून जारी आहे; तो आम्हाला हवा आहे.''

'फारच मोठी गोष्ट' अशा अर्थाने स्टिफॅनोने परत अगदी सहज खांदे उडवले.

''आम्हाला तो हवा आहे, लगेच.'' दुसरा आग्रहाने म्हणाला.

''मी तुम्हाला मदत करू शकत नाही.''

''खोटं बोलतो आहेस तू!'' असं म्हणत दोघेही त्याच्या टेबलासमोर जाऊन त्याच्याकडे डोळे रोखत उभे ठाकले. बोलण्याचं काम दुसरा करत होता. ''आमची माणसं खाली कोपऱ्यावर उभी आहेतच, तसंच तुझ्या फॉल्स चर्चमधील घराभोवतीसुद्धा. या क्षणापासून लॅनिगनला आमच्या हवाली करेपर्यंत तुझ्या प्रत्येक हालचालीवर आमची नजर असेल.''

''ठीक आहे. तुम्ही आता जाऊ शकता.''

''आणि हे बघ, त्याचा शारीरिक छळ करू नकोस. आमच्या माणसाला काही झालं, तर तुला जिवंत ठेवणार नाही. तसं करण्यात आम्हाला आनंद होईल.''

त्यांचं पाऊल बाहेर पडलं आणि स्टिफॅनोने लगेच ऑफिसचं दार लावून घेतलं. त्याच्या ऑफिसला खिडक्या नव्हत्या. तो त्या नकाशासमोर उभा राहिला. ब्राझिलवर तीन दिवे लुकलुकत होते, पण तेवढं पुरेसं नव्हतं. तो गोंधळात पडला.

आजपर्यंत त्याने त्याच्या मागावर बराच पैसा व वेळ खर्ची घातला होता.

काही विशिष्ट लोकांच्या वर्तुळात त्याची अशी ख्याती होती की, तो पैसे घेतो आणि अदृश्य होतो. यापूर्वी अशा प्रकारे तो कधीच पकडला गेला नव्हता. त्याच्या हालचाली किंवा तो कुणाच्या मागे आहे याचा वेध कुणालाच कधी लागला नव्हता.

तीन

त्याला जागं करण्यासाठी आणखी एक इंजेक्शन देण्यात आलं. त्याच्या नसा उद्दीपित होण्यासाठी पुन्हा एकदा त्याला इंजेक्शन टोचण्यात आलं.

मोठा आवाज करत दार उघडलं गेलं, खोली एकदम प्रकाशमय झाली. बऱ्याच जणांचे बोलण्याचे आवाज येऊ लागले, त्यांच्या हालचाली ते कामात आहेत असं दाखवत होत्या. गायने हुकूम सोडला तसं एक जण पोर्तुगीजमध्ये गुरगुरला.

पॅट्रिकने डोळ्याची उघडझाप केली मग पूर्ण उघडले. औषधांचा योग्य परिणाम झाल्याचं ते लक्षण होतं. दोघं-तिघं त्याच्या अंगावर ओणवे झाले आणि त्यांनी बेफिकीरपणे त्याची अंडरपॅन्ट टरकावून काढली. तसा तो पूर्ण नग्न झाला. एकाने इलेक्ट्रिक रेझर घेतला आणि त्याच्या छाती, मांड्या, जांघा व पोटऱ्या यावरून तो खरवडत फिरवला. त्याने ओठ दाबून धरले, चेहरा वाकडातिकडा केला. त्याची छाती धडधडत होती, पण वेदना होत नव्हत्या इतकंच. आता गायही त्यांच्या अंगावर ओणवा होऊन त्याच्याकडे लक्ष ठेवून होता.

पॅट्रिक काहीच बोलत नव्हता. पण त्याने आरडाओरड करू नये याची खबरदारी म्हणून दुसऱ्याने चकचकीत जाडशी पोकळ पट्टी त्याच्या तोंडावर आवळली. इलेक्ट्रोडची टोकं त्याच्या शरीरावरील निरनिराळ्या भादरलेल्या जागी चिमट्याने बसवण्यात आली. पॅट्रिकला 'करंट' असा शब्द ऐकू आला. इलेक्ट्रोडवरती टेप लावण्यात आली. भादरलेली अशी एकूण आठ ठिकाणं कदाचित नऊ, त्यानं मनात मोजली होती. तिथल्या शिरा थडथडायला लागल्या होत्या, पण बसवलेल्या टेप मात्र चिकटल्या होत्या. कोणाचेतरी हात त्याच्या अंगावरून फिरत होते.

खोलीच्या कोपऱ्यात दोघं-तिघं या व्यवस्थेसाठी बसले होते, पण पॅट्रिकला ते दिसत नव्हते. ख्रिसमसमध्ये जशा जिकडेतिकडे दिव्यांच्या माळा पसरलेल्या असतात, त्याप्रमाणे त्याच्या शरीरावर वायर विखुरल्या होत्या.

आपल्याला ते जीवे मारणार नाहीत असे तो स्वत:ला बजावीत होता, पण

पुढच्या काही तासात होणाऱ्या त्रासाच्या दरम्यान कोणत्याही क्षणी मृत्यू झालाच तर ते स्वागतार्ह होतं. गेल्या चार वर्षांच्या काळात अशा भयाची कल्पना त्याने असंख्य वेळा केली होती. अर्थात असं काही घडूच नये, अशी प्रार्थना तो करत आला होता तरी ते घडणार हे त्याला ठाऊक होतं. ते तिथे आलेले असणार, झाडीत लपून त्याच्यावर नजर ठेवून असणार, त्याला पकडण्यासाठी त्यांनी बऱ्याच ठिकाणी पैसेही चारले असणार याची त्याला पूर्ण जाणीव होती.

सतत तो हे धरूनच चालला होता. इव्हा साधी भाबडी होती.

पुढच्या छळवणुकीसाठी त्याची त्याच्या अंगाशी खटपट सुरू होती. तो डोळे मिटून शांतपणे श्वास घेत, मन शक्य तितकं ताब्यात ठेवून पडून राहिला. औषधांमुळे त्याची नाडी जोरात चालली होती, अंगाला खाजही सुटली होती.

पैसे कुठे आहेत हे मला माहीत नाही, असं आतल्या आत तो आक्रंदत होता. सुदैवाने तोंडावर पट्टी होती म्हणून शब्द ओठांबाहेर फुटले नाहीत.

दररोज तो संध्याकाळी चार ते सहाच्या दरम्यान इव्हाला फोन करत असे. एखाद वेळेस अगदीच अगोदर काही ठरलं असल्यास अपवाद होई, नाहीतर आठवड्याचे सातही दिवस फोन व्हायचा. आत्तापर्यंत तिने पैसे हलवले असणार व जगभरातल्या पंचवीस ठिकाणी ते सुरक्षितपणे लपवले असणार याची त्याला कल्पना होती. पण कुठे ते त्याला माहीत नव्हतं. पण यावर ते विश्वास ठेवतील?

दार पुन्हा उघडलं गेलं, दोन-तीन जण बाहेर गेले. त्याला बांधून ठेवलेल्या फळीभोवतीची त्यांची हालचाल मंदावली होती. नंतर शांतता पसरली. त्याने डोळे उघडले. तोंडावर लोंबत असलेली आय. व्ही. बॉटल गायब झालेली होती.

गाय त्याच्याकडे बघत होता. त्याने तोंडावर लावलेल्या पट्टीचं एक टोक पॅट्रिकला काही बोलायचं असलं तर बोलता यावं म्हणून हळूच वर उचललं.

"थँक्स!" पॅट्रिक म्हणाला.

ब्राझिलीयन डॉक्टर परत डाव्या बाजूने आला आणि त्याने पॅट्रिकच्या दंडात सुई खुपसली. सिरींज चांगली लांब होती, त्यात रंगीत पाणी भरलेलं होतं, पण ते काय होतं ते पॅट्रिकला कुठे माहीत होतं?

"पैसे कुठे आहेत पॅट्रिक?" गायने विचारलं.

"माझ्याकडे नाहीत."

फळीवर त्याचं डोकं दाबून ठेवल्यामुळे ते दुखायला लागलं होतं. कपाळावर आवळून बांधलेला प्लॅस्टिकचा पट्टा गरम झाला होता. कित्येक तासात पॅट्रिक हललाच नव्हता.

"पॅट्रिक तू मला सांगणार आहेस, माझी खातरी आहे. मग ते आत्ता सांगू शकतोस किंवा आणखी दहा तासांनी, पण तोपर्यंत तू अर्धमेला झालेला असशील.

तुला पाहिजे तसं ठरव.''

"मला मरायचं नाही आहे, ठीक आहे?'' पॅट्रिक म्हणाला. त्याची नजर भेदरलेली होती. आपल्याला ते मारणार नाहीत, त्यानं मनाची समजूत काढली.

गायने पॅट्रिकच्या बाजूला ठेवलेलं एक लहानसं, पण विचित्र दिसणारं उपकरण उचललं आणि ते त्याच्या तोंडाजवळ नेऊन त्याला दाखवलं. एका लहानशा चौकोनी ठोकळ्यावर रबराचं टोपण बसवलेली ती एक तार होती. तिला वायर जोडलेल्या होत्या. "ही बघ.'' गायने ती दाखवत म्हटलं. "ही वर केली की सर्किट तुटतं.'' त्याने ते रबरी टोपण बसवलेली तार चिमटीत पकडून वर-खाली करत पुढे सांगितलं, "पण ती अशी या इथल्या कॉन्टॅक्ट पॉइंटपर्यंत खाली आणल्यावर सर्किट पूर्ण होतं आणि तुझ्या छातीला लावलेल्या इलेक्ट्रोडमधून करंट सुरू होतो.'' त्याने ती तरफ त्या कॉन्टॅक्ट पॉइंटच्या काही सेंटिमीटर अंतरावर आणली. पॅट्रिकने श्वास रोखून धरला. खोलीमध्ये सन्नाटा पसरला.

"शॉक दिल्यावर कसं होतं ते तुला बघायचंय?''

"नो.''

"मग बोल पैसे कुठे आहेत?''

"शपथ घेऊन सांगतो, मला माहीत नाही.''

गायने त्याच्या नाकासमोर फुटाच्या अंतरावर ती तरफ कॉन्टॅक्ट पॉइंटपर्यंत खाली आणली. बसलेला झटका क्षणिक, पण भयंकर होता. तो थेट त्याच्या शरीराच्या मांसल भागात घुसला. पॅट्रिक बांधलेल्या अवस्थेतही उडाला, दोऱ्या ताणल्या गेल्या. त्याने डोळे घट्ट मिटून घेतले आणि किंचाळायचं नाही अशा निश्चयाने दात आवळून घेतले, पण त्याचा निर्धार काही क्षणापुरताच टिकला, त्याच्या तोंडातून चिरकत जाणारी एक किंचाळी फुटली. तिचा आवाज खोलीभर घुमला.

गायने तरफ वर उचलली आणि काही वेळ तो पॅट्रिक श्वास घेईपर्यंत, डोळे उघडेपर्यंत थांबला. नंतर म्हणाला, "ही पहिली पायरी, कमीत कमी करंट असणारी. माझ्याकडे पाच प्रकार आहेत आणि जरूर पडल्यास मी त्या सर्वांचा वापर करू शकतो. आठ सेकंदाचा पाचवा प्रकार तुझा जीव घेईल. अगदी शेवटचा उपाय म्हणून माझी तेही करण्याची तयारी आहे. तू ऐकतो आहेस ना पॅट्रिक?''

छातीपासून घोट्यापर्यंत त्याच्या अंगाची आग होत होती. छातीचा भाता झाला होता.

गायने पुन्हा विचारलं, "तुला ऐकायला येतंय ना?''

"हो.''

"तुझं काम तर सोपं आहे. पैसे कुठे आहेत ते सांग आणि लगेच या रूमच्या बाहेर पड, जिवंत. प्रसंगी आम्ही तुला पोन्टा पोराला परत घेऊन जाऊ, मग तू हवं

ते कर. एफबीआयला कळवण्यात आम्हाला स्वारस्य नाही.'' गाय तरफेशी चाळा करत राहिला आणि पुन्हा म्हणाला, ''जर तू पैसे कुठे आहेत ते सांगण्याचं नाकारलंस, तर मग या खोलीतून तू जिवंत बाहेर पडत नाहीस, समजलास पॅट्रिक?''

''हो.''

''गुड. आता सांग पैसे कुठे आहेत?''

''खरं सांगतो, मला माहीत नाही. असतं तर सांगितलं असतं.''

गायने काहीही न बोलता तरफ खाली खेचली आणि उकळत्या ॲसिडसारखे चटके बसले. ''मला माहीत नाही.'' पॅट्रिक किंचाळत होता, ''खरंच मला माहीत नाही.''

पॅट्रिक स्थिरावेपर्यंत गायने तरफवर केली, थोडा वेळ वाट पाहिली, मग शांतपणे विचारलं, ''मग सांग पैसे कुठे आहेत?''

''शपथेवर सांगतो, मला माहीत नाही.''

खोलीमध्ये पुन्हा किंचाळी घुमली; पण खिडकीतून ती किंचाळी बाहेर जाऊन जवळपासच्या जंगलात विरून जाण्यापूर्वी, दरीतून तिचा प्रतिध्वनी उमटला.

क्युरिटिबा अपार्टमेंट विमानतळाजवळ होता. इव्हाने टॅक्सी ड्रायव्हरला रस्त्यावरच थांबायला सांगितलं. सुटकेस तिने टॅक्सीच्या डिकीमध्येच राहू दिली. तिची जाडजूड ब्रीफकेस घेऊन ती वर गेली.

लिफ्ट तिने नवव्या मजल्यावर घेतली. रात्रीचे अकरा वाजले होते, सगळीकडे अंधार व शांतता होती. आजूबाजूला नजर फिरवत, सावकाश ती तिच्या फ्लॅटपाशी गेली. दरवाजा उघडून तिने पटकन दुसऱ्या किल्लीने सुरक्षा अलार्म बंद केला. आश्चर्य वाटण्यासारखं नसलं तरी डॅनिलो तिथे नसणं निराशाजनक मात्र होतं. रेकॉर्डिंग मशिनवर त्याचा काहीच निरोप नव्हता. त्याचा ठावठिकाणा लागण्याचं चिन्ह नव्हतं. तिला वेगळीच काळजी वाटू लागली.

ती जास्त वेळ थांबू शकत नव्हती, कारण डॅनिलोला ज्या माणसांनी पकडलं होतं ती इथपर्यंत येण्याची शक्यता होती. अशा वेळी पुढे काय करायचं हे तिला माहीत होतं, तरी तिच्या हालचाली ओढूनताणून केल्यासारख्या, मंद होत्या. तिन्ही खोल्या तिने भराभर तपासल्या.

तिला हवी असलेली कागदपत्रं बेडरूममधल्या फायलिंग कॅबिनेटमध्ये होती. भरगच्च भरलेले तीनही खण तिने उघडले आणि जवळच ठेवलेल्या कातडी सुटकेसमध्ये ती कागदपत्रं भरली. पैशांच्या हिशेबाचे ती कागदपत्रं त्यातील आकड्यांच्या मानाने कमी होती. कागदपत्रांचा पसारा त्यानंच शक्य तितका कमी ठेवला होता. महिन्यातून एकदा राहत्या घरातून सर्व कागदपत्रं घेऊन ती लपवण्यासाठी तो इथं यायचा; जुनी चिंध्या करून नष्ट करायचा.

आता तेच कागदपत्रं या क्षणाला कुठे आहेत हे त्याला कळलं नसतं.

सुरक्षा अलार्म पूर्ववत करून ती घाईघाईने बाहेर पडली. रहिवाश्यांनी भरलेल्या त्या इमारतीतल्या कुणीही तिला पाहिलं नव्हतं. 'म्युझियम ऑफ कॉन्टेम्परररी आर्ट्स'जवळ असलेल्या एका छोटेखानी हॉटेलमध्ये तिने एक रूम घेतली. रूममध्ये जाताच तिने तिच्याजवळचं छोटेखानी फॅक्स मशीन काढलं, खोलीतल्या फोन कनेक्शनला जोडलं. एशियन बँकांचं कामकाज त्या वेळेला सुरू होतं. झुरिचला चार वाजत आले होते. तिने बँकांना भराभर सूचना दिल्या आणि तारेने पैसे हस्तांतरित करण्यासाठीची मुखत्यारपत्रंही पाठवून दिली.

खरं म्हणजे ती दमली होती, पण झोप येणं काय किंवा घेणं काय शक्यच नव्हतं. ती घरी जाऊ शकत नव्हती. डॅनिलो एकदा तिला म्हणाला होता की, ते तिला शोधत येतील. पैशांपेक्षा ती त्याचा विचार करत होती. तो जिवंत असेल? असलाच तर त्याचा किती छळ होत असेल? त्यानं त्यांना किती आणि काय सांगितलं असेल, तेही कोणती किंमत मोजून?

डोळ्यांतले अश्रू तिने पुसले, बेडवरचे बँकाना दिलेल्या सूचनांचे कागद आवरले. रडण्यासाठी वेळ नव्हता.

शारीरिक छळाबरोबर अधूनमधून केलेली शिवीगाळ, तीन दिवसांत अपेक्षित परिणाम साधतात असा अनुभव होता. जास्त निगरगट्ट हळूहळू प्रतिसाद देतात. कारण ज्याचा छळ सुरू असतो, त्याला वेदनांची कल्पना आलेली असते आणि तो पुढे होणाऱ्या आणखी छळाची अपेक्षा धरून असतोच. त्यामुळे ते तीन दिवसांत पुष्कळसे कोलमडतात, त्यांचा चोळामोळा होतो.

गायकडे एवढा वेळ नव्हता. त्याचा कैदी हा कोणी युद्धकैदी नव्हता तर एफबीआयला हवा असलेला साधा अमेरिकन नागरिक होता.

मध्यरात्रीच्या सुमारास त्यांनी पॅट्रिकला तसाच तळमळत काही वेळ एकट्याला सोडला; त्यांनाही पुढची कारवाई करण्याचा विचार करण्यासाठी फुरसत मिळाली. त्याचं शरीर घामाने डबडबलं होतं. चटक्यांमुळे कातडी लाल झाली होती व तापली होती. छातीला इलेक्ट्रोड जिथे घट्ट लावले होते, तेथील मांस भाजून निघालं होतं. त्यातून थोडं रक्तही वाहायला लागलं होतं. श्वास घेण्यासाठी तो धडपडत होता. कोरड पडलेल्या ओठांवरून तो जीभ फिरवत होता. मनगटांना, घोट्यांना करकचून बांधलेल्या नायलॉन दोरीमुळे तिथली कातडी सोलून निघाली होती.

गाय एकटाच खोलीत परत आला आणि पॅट्रिकच्या शेजारी स्टूलावर बसला. खोलीत क्षणभर शांतता झाली, पॅट्रिकच्या श्वासोच्छ्वासाचा आवाज तेवढा ऐकू येत होता. त्याने डोळे घट्ट मिटून घेतले होते.

"तू निग्रही मनुष्य दिसतोस."

गायला उत्तर मिळालं नाही. पहिले दोन तास काहीच निष्पन्न झालं नाही. प्रत्येक प्रश्न पैशाविषयी होता. त्याची त्याला काहीच माहिती नव्हती, हे त्याचं ठरलेलं उत्तर होतं आणि ते शंभर वेळा देऊन झालं होतं. पैसे तरी होते का? त्याचीही त्याला कल्पना नव्हती. मग काय झालं त्याचं? माहीत नव्हतं.

एखाद्याचा किती छळ करायचा यातला गायचा अनुभव अतिशय तोकडा होता. त्याने याबाबतीत एका तज्ज्ञाचा सल्लाही घेतला होता. तो मनुष्य मुळातच विकृत मनोवृत्तीचा होता, त्याला अशा गोष्टी करण्यात आनंद वाटत असे. गायने छळ कसा करायचा यावर मार्गदर्शन करणारं पुस्तकही वाचलं होतं. पण प्रत्यक्षात कृती करण्यासाठी त्याला सरावाचा वेळ अपुरा पडत होता.

आता पॅट्रिकला शारीरिक छळ कसा असतो हे समजलं होतं, त्याची झलक त्याने अनुभवली होती. तेव्हा त्याच्याशी गप्पागोष्टी करणं महत्त्वाचं होतं.

"तुझ्या अंत्ययात्रेच्या वेळी तू कुठे होतास?" गायने विचारलं.

पॅट्रिकला जरा हायसं वाटलं. शरीर सैल पडल्यासारखं झालं. चला, त्याने विचार केला, प्रश्न पैशासंबंधी तर नाही. आपण पकडले गेलो आहोतच. आपली कहाणी सांगण्याची वेळ आली आहे, तेव्हा काय हरकत आहे? थोडं सहकार्य केलं तर कदाचित शॉक तरी थांबतील.

"बिलॉक्सीमध्ये." पॅट्रिक म्हणाला.

"लपून बसला होतास?"

"अर्थातच."

"आणि तुझं दफन होताना पाहिलंस?"

"येस."

"कुठून?"

"दुर्बीण घेऊन झाडावरून." बसलेल्या चटक्यांनी दुखत असावं, त्याने डोळे मिटून मुठी घट्ट आवळल्या.

"त्यानंतर मग कुठे गेलास?"

"मोबाइलला."

"लपून राहण्याचं तुझं ते ठिकाण होतं?"

"इतर ठिकाणांपैकी एक."

"किती दिवस तिथे होतास?"

"जाऊन येऊन, दोन-एक महिने."

"एवढे दिवस? मोबाइलमध्ये कुठे?

"स्वस्त हॉटेलांमध्ये. आजूबाजूला हिंडत होतो. गल्फहून ये-जा करायचो.

डेस्टिन, पनामा सिटी बीच आणि परत मोबाइल.''

''तुझ्या बाह्य स्वरूपात तू बदल केलेस?''

''हो. दाढी केली, केस कमी करून त्यांना कलप केला. वजन पन्नास पौंडानी घटवलं.''

''कोणतीतरी एक भाषा शिकलास म्हणे?''

''पोर्तुगीज.''

''म्हणजे इथं कुठे आणलंय ते माहीत आहे तुला?''

''इथे म्हणजे?''

''ब्राझिल म्हणू.''

''लपण्यासाठी हे चांगलं ठिकाण आहे. याचा मी अंदाज घेतला होता.''

''मोबाइलनंतर कुठे गेलास?''

''टोरोन्टो.''

''का? टोरोन्टो का?''

''कुठेतरी जायचं होतंच. तेसुद्धा चांगलं ठिकाण आहे.''

''तुझे व्यक्तिगत कागदपत्र तू टोरोन्टोला मिळवलेस?''

''हो.''

''डॅनिलो सिल्व्हा तिथेच बनलास?''

''हो.''

''आणखी एका भाषेचा अभ्यास केलास?''

''हो.''

''वजन आणखी कमी केलंस?''

''हो, आणखी तीस पौंड.'' पॅट्रिकने डोळे मिटूनच ठेवले होते. होणाऱ्या वेदनांकडे लक्ष न देण्याचा तरी किंवा थोडा वेळ त्या सहन करण्याचा तो प्रयत्न करत होता. छातीवर चिकटवलेले इलेक्ट्रोड धुमसत-धुमसत मासांत आणखी रुतत होते.

''किती काळ तू तिकडे होतास?''

''तीन महिने.''

''म्हणजे जुलै ९२च्या सुमारास तू तिकडून निघालास?''

''तसंच केव्हातरी.''

''नंतर कुठे गेलास?''

''पोर्तुगाल.''

''पोर्तुगाल का?''

''कुठेतरी जायचं म्हणून. चांगलं ठिकाण आहे. मी तिकडे कधीच गेलो नव्हतो.''

"तिकडे किती काळ?"

"दोन-एक महिने."

"मग कुठे?"

"साओपावलो."

"साओपावलो का?"

"दोन कोटी लोकवस्ती. लपूनछपून वावरण्यासाठी अतिशय उत्तम ठिकाण."

"तिथे किती दिवस राहिलास?"

"वर्षभर."

"आणि काय करत होतास?"

पॅट्रिकने दीर्घ श्वास घेतला, घोट्यांची हालचाल केली, पण ते त्याला सहन झालं नाही. म्हणाला, "मी त्या शहरात रमून गेलो. एका मास्तरची शिकवणी ठेवली आणि भाषेवर प्रभुत्व मिळवलं. वजन आणखी कमी केलं. राहाण्याच्या जागा बदलत होतो."

"पैशांचं काय केलंस?"

त्याचे स्नायू लगेच आखडल्यासारखे झाले. ती तारेची तरफ कुठे होती? ही लोकं पैशाचा विषय सोडून माझ्याशी माझ्या पळापळीविषयी इतर गप्पा का मारत नाहीत? अगदी नाइलाजाने त्यानेच प्रतिप्रश्न केला, "कोणते पैसे?"

"असं काय पॅट्रिक? तू काम करत होतास ती लॉ फर्म आणि तिचे अशील यांचे नऊ कोटी डॉलर्स, जे तू चोरलेस ना, तेच!"

"मी तुम्हाला सांगतो आहे, तुम्ही चुकीच्या माणसाला पकडलंय."

गाय लगेच दारापाशी गेला आणि त्याने हाक मारली. त्याबरोबर दार उघडून काही अमेरिकन माणसं आत आली. त्या ब्राझिलीयन डॉक्टरने पॅट्रिकच्या शिरांमध्ये दोन सिरींज रिकाम्या केल्या व तो निघून गेला. कोपऱ्यातल्या त्या यंत्रणेशी दोघं जण गेले. टेप रेकॉर्डर सुरू केला गेला. गाय पॅट्रिकभोवती घुटमळला. आता जर तो काहीच बोलायला, पैशांविषयी सांगायला तयार होणार नसेल, तर त्याला ठार मारण्याच्या इराद्याने त्याने ती तरफ उभी धरली आणि बोलायला सुरुवात केली.

"नॉसामधल्या विदेशी बँकेत तुझ्या लॉ फर्मच्या खात्यात तारेने पैसे जमा झाले. पूर्वेकडील वेळेप्रमाणे बरोबर १० वाजून १५ मिनिटे झाली होती. दिवस होता २६ मार्च १९९२. म्हणजे तुझ्या मृत्यूनंतर ४५ दिवसांनी. पॅट्रिक तू तिथे हजर होतास. बँकेत बसवलेल्या सुरक्षा कॅमेऱ्याने टिपलेले फोटो आमच्याकडे आहेत. तू कोणीतरी निराळा आहेस असं दाखवत होतास. तुझ्याकडे अस्सल बनावट ओळखपत्र होती. पैसे जमा होताच थोड्या वेळातच ते माल्टामधल्या एका बँकेत तारेनेच पाठवले गेले. ते काम तू केलंस, तूच चोरलेस ते पैसे पॅट्रिक. आता सांग ते कुठे आहेत?

सांगितलंस तरच जिवंत राहशील.''

पॅट्रिकने एकदा गायकडे बघितलं. नंतर त्या तारेच्या तरफेकडे नजर टाकली, डोळे घट्ट मिटून घेतले, मनाची तयारी करून म्हणाला, ''मी शपथेवर सांगतो, तू विचारतो आहेस त्याबद्दल मला काहीच माहीत नाही.'' गायने त्याला हाका मारल्या आणि म्हणाला, ''हा तिसरा प्रकार आहे, म्हणजे तू आता जाण्याच्या अर्ध्या मार्गावर पोहोचला आहेस.'' त्याने तरफ खाली आणली. पॅट्रिकच्या ताठरलेल्या शरीराकडे त्याने बघितलं. पॅट्रिकने आकांताने फोडलेली किंचाळी ऐकून बाहेर पोर्चमध्ये बसलेले ओस्मर आणि इतर ब्राझिलीयनसुद्धा भीतीने गारठले. त्यांच्या गप्पा थांबल्या. एकाने मूकपणे प्रार्थना केली.

किंचाळ्यांना पुन्हा सुरुवात झाली. शंभर यार्डावर असलेल्या धुळीच्या रस्त्यावर पहारा करणाऱ्या एका रक्षकाने गाड्या येताना पाहिल्या. कुणी येण्याची तर शक्यताच नव्हती. जवळची अशी वस्तीसुद्धा लांब मैलांवर होती. त्या रक्षकानेसुद्धा प्रार्थना केली.

चार

शेजाऱ्यांच्या चार ते पाच कॉलनंतर आता मात्र मिसेस स्टिफॅनोला तिच्या नवऱ्याला खडसावून विचारावंच लागलं आणि मग जॅकलाही त्याच्या बायकोला खरं काय ते सांगावं लागलं. त्यांच्या घराच्या अगदी समोर, रस्त्यावरच उभ्या केलेल्या गाडीच्या बाहेर काळ्या सुटातले घुटमळणारे तिघं जण एफबीआयचे अधिकारी होते. ते तिथे का होते, हे त्याने बायकोला स्पष्ट केलं. पॅट्रिकची बहुतांश कथा त्याने कथन केली. खरं म्हणजे, तसं सांगणं हे धंद्यातल्या पथ्याविरुद्ध होतं. मिसेस स्टिफॅनोनं फक्त ऐकून घेतलं, प्रश्न विचारले नाहीत.

ऑफिसमध्ये नवरा काय करतो याच्याशी तिला घेणं-देणं नव्हतं, पण लोकांना काय वाटेल याविषयी मात्र गंभीरपणे विचार करावा लागणार होता. कारण ते राहत असलेली वस्ती साधी नव्हती, फॉल्स चर्चचा परिसर होता तो, लोकं बोलणारच.

मध्यरात्रीच्या सुमारास ती झोपली, जॅक बेडरूममधल्या सोफ्यावर डुलक्या घेत राहिला. अर्ध्या-अर्ध्या तासाने, खिडक्यांना लावलेल्या ब्लाइन्ड्सच्या फटीतून तो, ते घुटमळणारे काय करतात हे बघत होता. गाढ झोप लागणार एवढ्यात दारावरची घंटी वाजली. पहाटेचे तीन वाजले होते.

अंगावरच्या नाइट सूटमध्येच तो दरवाजा उघडण्यासाठी गेला. एफबीआयचे चार जण दारात उभे होते, त्यांच्यापैकी एकाला त्याने लगेच ओळखलं. तो होता एफबीआयचा डेप्युटी डायरेक्टर हॅमिल्टन जेन्स. एफबीआयमधला नंबर दोनचा अधिकारी, जवळच राहाणारा आणि जॅकच्याच गोल्फ क्लबचा मेंबर; पण दोघांची गाठभेट मात्र कधी झाली नव्हती.

जॅकने त्यांना आत घेतलं आणि त्याच्या प्रशस्त बेडरूममध्ये नेलं. सगळ्यांची खडी ओळख करून देण्यात आली. मिसेस स्टिफॅनो तिच्या गाउनमध्येच, खाली येरझाऱ्या घालत होती. बेडरूममधील काळे सूट घातलेले चौघे जण बघून ती घाईघाईने वर गेली.

जेन्सच फक्त बोलत होता, "या लॅनिगनला शोधून काढण्यासाठी आम्ही रात्रंदिवस अथक परिश्रम घेत आहोत. आमच्या गुप्तचर यंत्रणेकडून आम्हाला कळलंय की, तो तुझ्या ताब्यात आहे. तू हे मान्य करतोस की नाकारतोस?"

"नो." स्टिफॅनोनं थंड उत्तर दिलं.

"तुला पकडण्यासाठी माझ्या हातात वॉरंट आहे."

स्टिफॅनोचा थंडपणा थोडा कमी झाला. मख्ख चेहरा ठेवून बसलेल्या दुसऱ्या अधिकाऱ्याकडे बघत त्याने विचारलं, "कोणत्या आरोपाखाली?"

"मध्यवर्ती सरकारला हव्या असलेल्या एका फरारी गुन्हेगाराला डांबून ठेवण्याबद्दल किंवा सरकारी कामात ढवळाढवळ केल्याबद्दल. तू म्हणशील तो आरोप तुझ्यावर ठेवतो. काय फरक पडतो? तुला दोषी ठरवण्यात मला स्वारस्य नाही. मला हवंय ते पहिल्यांदा तुला जेलमध्ये घालणं, नंतर तुझ्या फर्ममधले इतर आणि त्यानंतर तुझी अशील मंडळी. प्रत्येकाला गुंडाळण्यासाठी फक्त चोवीस तास पुरेत. आरोपपत्राचं नंतर बघू. ते लॅनिगन आमच्या ताब्यात येतो की नाही यावर अवलंबून राहील. कळलं?

"हो, मला वाटतं."

"लॅनिगन कुठाय मग?"

"ब्राझिलमध्ये."

"मला तो हवा आहे, लगेच आत्ता."

स्टिफॅनोने डोळे बारीक करून विचार केला. त्याचा बेत ठरला. सध्याच्या परिस्थितीत लॅनिगनला हवाली करण्याने काही बिघडत नव्हतं. एफबीआयकडे त्याला बोलतं करण्यासाठी इतर खूप मार्ग असतील. आख्खं आयुष्य तुरुंगात काढावं लागेल म्हटल्याबरोबर चुटकीसरशी पॅट्रिक पैसे हजर करेल. सगळ्या बाजूंनी त्याच्यावर दडपण येईल.

त्यानंतर, लॅनिगनला त्यानं पकडलंय ही गोष्ट जगातल्या कोणालाही कळलीच कशी या अविश्वसनीय कूट प्रश्नावर विचार करायला त्याला सवड मिळणार होती.

"ठीक आहे. एक प्रस्ताव आहे," स्टिफॅनोने सुचवलं.

"मला अठ्ठेचाळीस तासांचा वेळ द्या, मी लॅनिगनला हजर करतो. माझं पकड वॉरंट जाळून टाका आणि माझ्यावर खटला भरण्याचे आरोप मागे घ्या."

"प्रस्ताव मान्य आहे."

दोघांचीही सरशी झाल्याचा आनंद मानत, दोन्ही लोकं क्षणभर गप्प बसली. जेन्स म्हणाला, "त्याला कुठे ताब्यात घ्यायचा ते कळलं पाहिजे."

"असनसिआँला विमान पाठवून द्या."

"पॅराग्वे? मग ब्राझिलचं काय?"

“ब्राझिलमध्ये त्याचे मित्र असतात.”

“जे काय असेल ते.” जेन्स त्याच्या सहकाऱ्याच्या कानी लागला. नंतर तो सहकारी निघून गेला. “तो होता तसाच आहे का?” जेन्सने विचारलं.

“हो.”

“तो तसाच असायला हवा. त्याच्या अंगावर खरचटल्यासारखी थोडीसुद्धा खूण आढळली, तर तुला शिकारी कुत्रा जसा लचके तोडतो तसं करून नरकात पाठवीन.”

“मला एक फोन करणं आवश्यक आहे.”

जेन्स येणारं हसू आवरत, भिंतीकडे निर्देश करत म्हणाला,

“तुझंच तर घर आहे.”

“पण फोन टॅप केलेले आहेत का?”

“नाही.”

“नक्की?”

“मी नाही म्हटलं ना?”

स्टिफॅनो उठून किचनमध्ये गेला, तिथून तो स्टोअररूममध्ये लपवलेला त्याचा सेलफोन घेण्यासाठी गेला. घराच्या मागच्या अंगणात जाऊन त्याने मग गायला फोन लावला.

थोडावेळ पॅट्रिकचं विव्हळणं थांबलं होतं. बाहेर उभ्या असलेल्या व्हॅनजवळील ब्राझिलीयन गार्डने फोनचा आवाज ऐकला. फोन व्हॅनमधल्या समोरच्या सीटवर चार्जिंगसाठी ठेवलेला होता. त्यासाठी लागणारी अ‍ॅन्टेना व्हॅनच्या टपापासून पंधरा फूट उंच होती. गार्डने फोन घेतला, इंग्रजीमध्ये उत्तर दिलं आणि एका अमेरिकनला बोलावण्यासाठी धावला.

गाय झटकन खोलीबाहेर आला आणि त्याने फोन घेतला.

“तो काही बोलतोय का?” स्टिफॅनोनं विचारलं.

“थोडंसं. एक तासापूर्वी त्याने तोंड उघडलं.”

“तुला काय माहिती मिळाली?”

“पैसे आहेत, पण कुठे आहेत ते त्याला माहीत नाही. रिओमधल्या एका बाईचं त्यावर नियंत्रण आहे, ती वकील आहे.”

“तिचं नाव तुला कळलं?”

“हो. तिची माहिती काढण्यासाठी आमचे फोन चालू आहेत. ओस्मरची माणसं रिओमध्ये आहेत.”

“त्याच्याकडून आणखी माहिती काढता येईल का तुला?”

"मला तसं वाटत नाही. तो अर्धमेला झाला आहे जॅक."

"तुम्ही जे काय करत आहात ते ताबडतोब थांबवा. तिथे डॉक्टर आहे की नाही?"

"ओके."

"त्याच्यावर उपचार सुरू करून, त्याला ठाकठीक करा आणि लवकरात लवकर असनासिऑला पाठवून द्या."

"पण का?"

"प्रश्न विचारू नकोस, उत्तरं द्यायला वेळ नाही आहे. फेड्स इथे उरावर बसलेत. मी सांगतो तेवढं कर. तो जखमी झालेला नाही याची खबरदारी घे."

"जखमी? मी तर गेले पाच तास तो मरतो कसा यासाठी धडपडतो आहे."

"मी सांगतो ते कर. तो होता तसा झाला पाहिजे. औषधं दे आणि असनासिऑला निघा. तासातासाने फोन कर."

"म्हणशील तसं."

"त्या बाईला शोधून काढ."

पॅट्रिकचं डोकं वर उचललं गेलं आणि त्याच्या ओठांवर गार पाणी ओतलं गेलं. मनगटांना आणि घोट्यांना बांधलेल्या दोऱ्या कापण्यात आल्या. तोंडावर चिकटवलेली पट्टी, छातीवरचे इलेक्ट्रोड काढण्यात आले. तसं त्याने अंगाला झटका दिला आणि ते आखडून घेतलं. त्याचं कण्हणं कुणालाच समजण्यासारखं नव्हतं. आधी मॉर्फिन व मग गात्र शिथिल करणारा औषधाचा एक डोस त्याच्या कमजोर झालेल्या शिरांतून देण्यात आला. पॅट्रिक लगेच भान हरवून बसला.

पहाटेच्या सुमारास ओस्मर पोन्टा पोरा विमानतळावर वाट बघत होता, दिवसअखेर ते रिओला पोहोचणार होते. ओस्मरने रिओमधील त्याच्या लोकांना झोपेतून उठवलं, त्यांना मोठ्या बक्षिसाचं आमिष दाखवलं आणि तयारीत राहाण्यास सांगितलं.

सूर्योदयानंतर लगेच पहिला फोन तिने वडिलांना केला. लहानशा गच्चीत बसून कॉफी घेत पेपरवाचन करण्याची त्यांची आवडती वेळ. किनाऱ्यापासून तसं जवळ, लाडक्या इव्हाच्या घरापासूनही फार दूर नाही अशा इपानेमामधील एका अपार्टमेंटमध्ये ते एकटेच राहत होते. रिओमधील उच्चभ्रू परिसरातली सर्वांत जुनी, तीस वर्षांची ती इमारत होती.

आवाजावरूनच त्यांनी ताडलं, काहीतरी गडबड आहे. ती सुखरूप होती, असं ती म्हणत होती; युरोपमधल्या तिच्या एका अशिलाने तिला दोन आठवड्यांसाठी बोलावलं होतं, असं ती त्यांना कळवत होती. दररोज मी तुम्हाला फोन करत जाईन असाही तिने त्यांना दिलासा दिला. तिची अशील असणारी व्यक्ती, थोडी संशयी आणि जास्त काही स्पष्ट न बोलणारी असल्यामुळे कदाचित तो तिच्या गैरहजेरीत

चौकश्या करण्यासाठी, त्याचा मनुष्यही पाठवेल. तेव्हा धास्तावून जाऊ नका, असा त्यांना इशाराही देऊन ठेवला. आंतरराष्ट्रीय व्यापार उलाढालीत अशा गोष्टीत नावीन्य नसतं असं स्पष्टीकरण तिने दिलं होतं.

खरंतर त्यांना खूप विचारायचं होतं, पण त्यांच्या कुठल्याही प्रश्नाला धड उत्तर मिळणार नव्हतं याची त्यांना कल्पना होती.

तिच्या सुपरवायझर पार्टनरला तिने केलेला फोन थोडा अडचणीचा ठरला. वारंवार मनात घोटून तयार केलेली एक काल्पनिक कथा तिने व्यवस्थित सांगितली, पण त्यात उणिवा राहिल्याच. कथा अशी होती, काल तिच्या ऑफिसला एका नवीन अशिलाचा फोन आला होता. तो फोन, ती ज्या अमेरिकन वकिलासमवेत वकिलीचे धडे घेत होती त्याच्या शिफारशीवरून आला होता. त्यानुसार तिला हॅम्बर्गला तातडीने हजर राहाणं भाग होतं. लवकरच विमान पकडून ती निघणार होती. ज्या अशिलाला भेटायला म्हणून ती जात होती, तो विदेश-संचार क्षेत्रातला होता आणि ब्राझिलमध्ये त्याला त्याच्या उद्योगाचा विस्तार करायचा होता.

तिच्या फर्ममधल्या पार्टनरला तिने हे सगळं सांगितलं तेव्हा तो अर्धवट झोपेत होता. नंतर सविस्तर फोन कर असं त्यानं सुचवलं.

तिने तिच्या सेक्रेटरीलाही फोन करून तेच सांगून, ती परत येईपर्यंत तिच्या सर्व नियोजित गाठीभेटी पुढे ढकलण्यास बजावलं.

क्युरिटिबाहून ती साओपावलोला गेली. तिथून पुढे 'एअरोलायनीज अर्जेंटिनाज'च्या कुठेही न थांबणाऱ्या थेट विमानाने ब्यूनॉस एअर्सला आली. या वेळी पहिल्यांदाच तिने डॅनिलोने एक वर्षापूर्वी दिलेला नवीन पासपोर्ट वापरला. आत्तापर्यंत तिने तो, दोन क्रेडिट कार्ड्स व आठ हजार डॉलर्ससह अपार्टमेंटमध्ये लपवून ठेवला होता.

आता ती 'ली पिरेझ' होती. वय तेच, पण जन्मतारीख वेगळी. डॅनिलोला हे माहीत नव्हतं आणि कळणारही नव्हतं.

आपण वेगळेच कुणीतरी आहोत असं तिला वाटू लागलं.

पुष्कळ गोष्टी घडण्यासारख्या होत्या. फ्रन्टिअर भागात कधीमधी होणाऱ्या लुटमारीमध्ये लुटारूंच्या हाती लागून तो मारला जाऊ शकत होता; त्याच्या मागावर असणाऱ्यांनी त्याला पकडून, त्याचा छळ करून जंगलात त्याची विल्हेवाटही लावली असेल; त्याला बोलता करून, त्याने तिच्या नावाचा उल्लेखही केला असेल. त्यामुळे कदाचित तिला तिचे उर्वरित आयुष्य फरार म्हणून व्यतीत करावं लागणार होतं. अर्थात अशी वेळ येईल याची पूर्वकल्पना त्याने सुरुवातीलाच दिली होती. समजा, यापैकी काहीच घडलं नाही, तो बोललाच नाही तर ती इव्हाच राहणार होती.

कदाचित डॅनिलो अजून कुठेतरी जिवंत असेलही. ते त्याला ठार मारणार

नाहीत याची खातरी त्याने तिच्याजवळ बोलून दाखवली होती. ते त्याला मरणाची याचना करायला लावतील, पण मारणार नाहीत. त्यांना ते परवडणारं नव्हतं. अमेरिकन फेडरल अधिकाऱ्यांनी त्याला समजा प्रथम पकडला तर त्या देशाचा आरोपी असूनही त्याला त्यांच्या स्वाधीन करण्याचा प्रश्न उद्भवला असता आणि आजपर्यंतचा अनुभव लक्षात घेता लॅटिन अमेरिकन असे परदेशीय गुन्हेगार त्यांच्या देशाला परत देण्यास नाखूश असत. हा सर्व विचार करूनच हेतूपुरस्सर त्याने हा भाग निवडला होता.

पाठलाग करणाऱ्यांनी त्याला प्रथम पकडला तर ते त्याला पैसे कुठे आहेत हे सांगेपर्यंत मार-मार मारतील. ते छळ करतील, याचीच त्याला सगळ्यात जास्त भीती होती.

ब्यूनॉस एअर्स विमानतळावर तिने डुलकी घेण्याचा प्रयत्न केला, पण झोप येणं शक्य नव्हतं. तिने त्याच्या घरी, पोन्टा पोराला, फोन लावण्याचा प्रयत्न केला; नंतर त्याच्या मोबाइलवर आणि क्युरिटिबा येथील अपार्टमेंटवर.

ब्यूनॉस एअर्सहून ती न्यू यॉर्कला निघाली. तीन तास तिथे थांबून ती स्विस एअरने झुरिचला गेली.

त्यांनी त्याला फोक्सवॅगनच्या मागच्या सीटवर झोपवला. त्याच्या कमरेला, धक्क्याने तो पडू नये म्हणून सीट बेल्ट बांधला. पुढचे रस्ते खराब होते. धावण्याच्या वेळी घालण्याच्या अर्ध्या चड्डीतच तो होता. त्याच्या शरीरावर असणारी आठही बॅन्डेजेस व्यवस्थित होती हे डॉक्टरने एकदा बघून घेतलं. जखमांना मलम लावून, ॲन्टिबायोटिक औषधं त्याला टोचण्यात आली होती. त्याच्या समोरच्या सीटवर डॉक्टर त्याची बॅग पायांमध्ये धरून बसला होता. पॅट्रिकने खूप त्रास सोसला होता याची त्याला कल्पना होती, आता तो त्याची काळजी घेणार होता.

एक-दोन दिवस विश्रांती, वेदनाशामक औषधं, गोळ्या घेऊन पॅट्रिक सुधारण्याच्या स्थितीत येणार होता. भाजलेल्या जखमांचे व्रण राहाणार असले तरी कालांतराने ते जाणार होते. डॉक्टरने सर्व ठाकठीक झाल्यावर त्याचे खांदे थोपटले. त्याला ठार मारण्यात आलं नाही, याचा त्याला आनंद झाला होता. "तो व्यवस्थित आहे." डॉक्टरने गायला सांगितलं. गाडी निघाली.

प्रत्येक तासाला, अगदी साठाव्या मिनिटाला ते थांबत. त्या डोंगराळ प्रदेशातून जाताना सेल फोन व्यवस्थित चालावा म्हणून त्याच्या ॲन्टेनाची उंची कमी-अधिक करत होते. गायने स्टिफॅनोला फोन केला, त्या वेळी तो वॉशिंग्टन ऑफिसमध्ये हॅमिल्टन जेन्स व राज्य सरकारचा एक वरिष्ठ अधिकारी यांच्याबरोबर होता. अमेरिकेचे सर्वश्रेष्ठ संरक्षण मंत्रालय, 'पेंटागॉन'शी सल्लामसलत चालू होती.

गायला कळेना. त्याला विचारावसं वाटलं की, काय चाललंय काय? मध्येच हे फेडरल अधिकारी कुठून उपटले?

पहिल्या सहा तासांत त्यांनी शंभर मैल अंतर कापलं. रस्ते फारच खराब होते. वॉशिंग्टनशी संपर्क साधण्यास फोनशी झगडावं लागतं होतं. दुपारी दोनच्या सुमारास डोंगराळ भाग संपला आणि रस्त्यांची परिस्थिती सुधारली.

परकीय आरोपीचं हस्तांतरण हा एक अवघड व किचकट प्रश्न होता. हॅमिल्टन जेन्सला त्या चर्चेत भाग घेणं नको होतं. उच्चस्तरीय राजनैतिक सूत्रं हालवली जात होती. एफबीआयच्या संचालकांनी अमेरिकेच्या अध्यक्षांचे चीफ ऑफ स्टाफ यांच्याशी संपर्क साधला होता. पॅराग्वेमधील अमेरिकी राजदूताचाही त्यात सहभाग होता. त्यांच्यातल्या चर्चेचं स्वरूप अर्थातच वेगळं होतं; आश्वासनं, प्रसंगी धमक्याही दिल्या जात होत्या. पैसे, संशयित आणि त्याचं पॅराग्वेहून हस्तांतरण या गोष्टी कायम टिकणाऱ्या नव्हत्या, तरीही त्यामुळे काही वर्षं वातावरण ढवळून निघू शकत होतं. बरं, संशयित व्यक्तीकडे पैसा तर नव्हताच, शिवाय सध्या आपण कोणत्या देशात आहोत हेच त्याला माहीत नव्हतं.

पॅराग्वेनं मोठ्या नाखुशीने अखेरीस आरोपीच्या 'हस्तांतरण' या गोष्टीकडे गांभीर्याने लक्ष न देण्याचं मान्य केलं.

चार वाजता स्टिफॅनोनं गायला, असनसिऑंपासून तीन तासांच्या अंतरावर असलेल्या कन्सेप्सिऑन येथील विमानतळ गाठण्यास फर्मावलं. गाडीच्या ब्राझिलीयन ड्रायव्हरने गाडी मागे वळवण्यास पोर्तुगीजमध्ये कुरकुर केली. शिव्या घालत ती वळवली आणि तो उत्तरेच्या दिशेने निघाला.

कन्सेप्सिऑनला ते पोहोचले तेव्हा संध्याकाळ उलटली होती आणि तिथला विमानतळ सापडेपर्यंत अंधार पडला होता. विमानतळ म्हणजे एका अरुंद डांबरी पट्ट्याच्या बाजूला असलेली लहानशी इमारत. गायने स्टिफॅनोला फोन केला. त्याने सूचना दिल्या की, पॅट्रिकला व्हॅनमध्ये तसाच ठेवून, तुम्ही गाडीपासून दूर व्हा. गाडीची किल्ली तशीच ठेवा. त्याप्रमाणे ड्रायव्हर, गाय, डॉक्टर, आणि आणखी एक अमेरिकन गाडीतून उतरले, आणि गाडीपासून सुमारे शंभर यार्डावर असलेल्या एका मोठ्या झाडाखाली जाऊन थांबले. आता कुणाच्याही नजरेला ते पडणार नव्हते. एक तास झाला.

किंग एअरचं एक अमेरिकन विमान खाली उतरलं आणि विमानतळावरील त्या इमारतीशी थांबलं. दोन वैमानिक उतरले, त्या इमारतीमध्ये गेले. थोड्या वेळानंतर ते बाहेर येऊन व्हॅनपाशी गेले, गाडीत शिरले आणि ती घेऊन ते विमानाजवळ आले.

पॅट्रिकला सावकाशपणे बाहेर काढण्यात आलं. नंतर त्याला विमानात ठेवण्यात

आलं. वैद्यकीय मदत करणारा हवाईदलाचा एक जण आत होता. त्याने लगेच कैद्याचा, पॅट्रिकचा ताबा घेतला. दोन वैमानिकांनी व्हॅन होती त्या जागेवर परत नेऊन ठेवली. काही क्षणातच विमानाने आकाशात झेप घेतली.

असनसिआँमध्ये विमानात इंधन भरण्यात आलं. तोपर्यंत पॅट्रिक हालचाल करू लागला होता; पण अशक्त झाल्यामुळे उठून बसण्याइतकीही ताकद त्याच्यात नव्हती. वैद्यकीय मदतनिसाने त्याला गार पाणी, बिस्किटं दिली.

ला पाझ आणि लिमामध्ये परत इंधन भरण्यात आलं. बोगाटा येथे पॅट्रिकला, 'छोट्या लिअर' या किंग एअरपेक्षा दुप्पट वेग असलेल्या विमानात हलवण्यात आलं. व्हेनेझुएलाच्या किनारपट्टीपासून लांब असलेल्या अरुबा येथे इंधन घेतल्यावर ते थेट सानजुआन, पोर्टोरिकोच्या बाहेर असलेल्या नाविक तळाकडे निघालं.

गेल्या-गेल्या ॲम्ब्युलन्स पॅट्रिकला घेऊन नेव्हल बेसच्या हॉस्पिटलकडे रवाना झाली.

जवळजवळ साडेचार वर्षांनंतर पॅट्रिकचे पाय अमेरिकेच्या मातीला लागले.

पाच

पॅट्रिक मरण्याच्या अगोदर ज्या लॉ फर्ममध्ये काम करत होता. त्या फर्मने त्याच्या अंत्यविधीनंतर एक वर्षाने दिवाळखोरीपासून संरक्षण मिळण्यासाठी एक अर्ज दाखल केला. तो मेल्यानंतरही त्या फर्मने त्यांच्या लेटरहेडवर त्याचं नाव व्यवस्थित छापलं होतं : पॅट्रिक एस्. लॅनिगन, १९५४-१९९२. लेटरहेडच्या उजव्या कोपऱ्यात इतर संबंधित सहकाऱ्यांच्या नावांअगोदर त्याचं नाव होतं; पण लवकरच अफवांना ऊत आला की, त्याने फर्मचे पैसे घेऊन पोबारा केला आहे. गल्फ कोस्टमधील कुणाचाही, तो खरोखर मेला आहे यावर तीन महिन्यानंतर विश्वास बसेना. फर्मची कर्ज वाढायला लागली, त्याचं नावही लेटरहेडवरून कमी करण्यात आलं.

उर्वरित चार पार्टनर्स अजूनही एकत्र होते, पण अनिच्छेनेच! ते दिवाळखोरीच्या प्रकरणात जखडले गेले होते. फर्म व्यवस्थित चालू असतानाही आणि नंतरही, पैशांचा प्रश्न जसा गंभीर होत गेला. त्याच्या अगोदरपासून बँकांना दिलेल्या तारणपत्रांवर त्यांच्या सह्या होत्या. बऱ्याच जिंकता न येणाऱ्या दाव्यांमध्ये ते संयुक्तरीत्या बचाव पक्ष म्हणून भाग घेत होते. दिवाळखोरीचं तेही एक कारण होतं. पॅट्रिक नाहीसा झाल्यावर त्यांनी एकमेकांशी असलेले संबंध तोडण्याचे शक्य तेवढे प्रयत्न केले, पण कशाचा उपयोग झाला नाही. त्यांच्यापैकी दोघे जण इतके मद्यपी होते की, ऑफिसमध्ये दारं लावून पीत बसत, पण एकत्र कधी आले नाहीत. इतर दोघे जण सुधारण्याच्या मार्गावर धडपडत होते.

त्याने त्यांचे पैसे लुबाडले, अगदी लाखांवर चोरले असं जरी असलं, तरी ते पैसे हातात पडण्याआधीपासूनच त्यांनी खर्च करायला सुरुवात केली होती. त्यांच्यासारखी माणसं वकील असूनही हे कसं करू शकतात? बिलॉक्सीच्या मध्यवर्ती भागातल्या त्यांच्या ऑफिस बिल्डिंगचं त्यांनी नूतनीकरण केलं, नवीन घरं घेतली, सागरी सफर करण्यासाठी बोटी घेतल्या. कॅरिबियन बेटावर मजा करण्यासाठी जागा घेतल्या.

मिळणारे पैसे येण्याच्या मार्गावर होते. ते मंजूर झाले होते, त्यासंबंधीच्या कागदपत्रांवर सह्या झाल्या होत्या. ते पाठवण्यासंबंधीच्या सूचना दिल्या गेल्या होत्या. फक्त ते येणं बाकी होतं आणि हे सर्व त्यांना कळत होतं. पण ऐन वेळी, ते येताच त्यांच्या त्या मृत भागीदाराने अगदी अखेरच्या क्षणी ते लंपास केले.

तो तर मेला होता. ११ फेब्रुवारी १९९२च्या दिवशी त्याचं दफन झालं. सर्वांनी त्याच्या बायकोचं सांत्वन केलं. दुखवटा साजरा झाला. हे सगळं होऊनही सहा आठवड्यांनी त्याने त्यांचे पैसे पळवले.

आता याचं खापर कोणावरती फोडायचं, यावर त्यांच्यात भांडणं सुरू झाली होती. फर्मचा श्रेष्ठ भागीदार चार्ल्स बोगान यानेच ते पैसे परदेशी बँकेत एक नवीन खातं उघडून त्यात जमा व्हावेत यासाठी हट्ट धरला होता. त्याच्या म्हणण्यात तथ्य आहे, हे इतरांना पटलं होतं. कारण येणाऱ्या नऊ कोटी डॉलर्सपैकी एक तृतीयांश हिस्सा लॉ फर्मला मिळणार होता, तेव्हा इतके पैसे बिलॉक्सीसारख्या पन्नासेक हजार लोकवस्ती असलेल्या लहान शहरात, कोणालाही न समजता ठेवणं ही गोष्ट अशक्य होती. बँकेतला कोणीतरी वाच्यता करणार आणि ते गावभर होणार. पैशांसंबंधी गुप्तता राखण्याच्या शपथेबरोबरच, त्या चौघांचे आपली श्रीमंती दाखवण्याचे शक्यतोपरी प्रयत्नही सुरू होते. त्यांची फर्म आता सहा आसनी एक जेट घेणार होती, असं बोललं जात होतं.

जे काय घडलं त्याचा काही अंशी दोष चार्ल्स बोगानने स्वत:कडे घेतला. एकोणपन्नास वर्षांचा तोच चौघांत श्रेष्ठ होता; तसा इतरांच्या मानाने स्थिर होता. नऊ वर्षांपूर्वी त्यानेच पॅट्रिकला फर्ममध्ये आणला होता आणि त्याला त्याचा त्रास कमी झाला असं नाही.

अर्थात डग व्हिट्रॅनोनेही पॅट्रिकला फर्मचा पाचवा भागीदार करून घेण्यासाठी केलेल्या शिफारशीचा घेतलेला निर्णय दुर्दैवी ठरला. बाकीच्या तिघांनी मग संमती दिली होती. पॅट्रिक फर्मचा भागीदार झाला आणि लगेच तो ऑफिसमधली प्रत्येक फाइल हाताळू लागला. बोगान, रॅप्ले, व्हिट्रॅनो, हबरॅक आणि पॅट्रिक लॅनिगन हे सर्व जण फर्मचे ॲटर्नी व कॉन्सेलर ॲट लॉ असे पाच भागीदार झाले. जाहिरातींच्या 'यलो पेजेस' या खास पुरवणीमध्ये त्यांनी आपण 'परदेशी उलाढालीतल्या तंट्यातले कायदेविषयक तज्ज्ञ' असा दावा केला होता. 'तज्ज्ञ' होते का हा भाग वेगळा. जर जास्त फी मिळत असेल, तर इतर लॉ फर्म्सप्रमाणेच ते कोणतेही काम करू लागले. फर्मच्या कर्मचारी वर्गात सेक्रेटरी, मदतनीस असे बरेच होते. व्यवस्थापन खर्चही मोठा होता. मुख्य म्हणजे त्यांचे कोस्टमध्ये राजकीय लागेबांधे जबरदस्त होते.

सर्वांची चाळीशी उलटून गेली होती. हॅबरॅक याला त्याच्या बापाने एका मच्छिमार बोटीवरच लहानाचा मोठा केला होता. कामं करून त्याचे हात राठ झाले

होते. पॅट्रिक तावडीत मिळताच याच हातानी तो त्याची मुंडी पिरगळणार होता. रॅप्ले मात्र खिन्न झाला होता. तो क्वचितच घराबाहेर पडू लागला, घरातल्या माळ्यावर त्याने थाटलेल्या अंधाऱ्या ऑफिसमध्ये बसून काम करू लागला.

बिलॉक्सीच्या जुन्या भागातल्या व्य मार्श रस्त्यावर असलेल्या इमारतीत एफबीआय एजंट कटर नऊ वाजण्याच्या सुमारास शिरला, त्या वेळी ऑफिसमध्ये चार्ल्स बोगान व डग व्हिट्रॅनो आपापल्या टेबलाशी बसून होते. रिसेप्शनिस्टकडे हसत त्याने चौघांपैकी कुणी आहे का अशी चौकशी केली. त्याची चौकशी तशी योग्यच होती. त्यांची 'पिणाऱ्यांचा कंपू' अशी ख्याती होती; कधीमधीच ते हजर असायचे. रिसेप्शनिस्टने एजंट कटरला कॉन्फरन्सरूममध्ये नेलं, कॉफी दिली. सर्वप्रथम सरळ नजर ठेवत ताठ्यात व्हिट्रॅनो आत आला, मग बोगान आला. कॉफी घेता-घेता त्यांच्यात हवापाण्याच्या गप्पा झाल्या.

पॅट्रिक व पैसे गायब झाल्यापासून एजंट कटर तसा अधूनमधून त्यांच्याकडे येत असे आणि एफबीआयने चालवलेल्या शोधमोहिमेचा वृत्तान्त देत असे. अशा गाठीभेटींमुळे त्यांचा एकमेकांशी चांगला परिचय झाला होता; पण प्रत्येक भेटीत मिळत असलेली माहिती उत्साहवर्धक नसायची. उलट, नाउमेद करणारीच ठरायची. महिने उलटून वर्षं सरत आली, मिळणारी अगदी अलीकडची माहितीसुद्धा निरुपयोगी ठरू लागली. प्रत्येक वेळी शेवट एकच असायचा, पॅट्रिकचा पत्ता नाही. आता तर एजंट कटर त्यांच्यापैकी कुणालाही भेटल्याला वर्ष होत आलं होतं.

त्यांना वाटलं की, तो या बाजूला आला असेल; नेहमीप्रमाणे एक चक्कर टाकून, कॉफी पिण्यासाठी सहज आला असेल.

त्यांच्या समजुतीला धक्का देत कटर म्हणाला,

"पॅट्रिक आमच्या ताब्यात आहे."

"बोगानने तर चक्क डोळे मिटले, दात विचकले आणि मग तोंड पंजात लपवून, "ओह, माय गॉड!" एवढंच बोलू शकला. व्हिट्रॅनोने तर डोकं मागे घेत 'आ' वासला. त्याचा विश्वासच बसेना. आढ्याकडे बघत, "कुठे?" असा एकच शब्द तो जेमतेम म्हणाला.

"पोर्टोरिकोच्या लष्करी तळावर आहे. पकडला गेला ब्राझिलमध्ये."

बोगानला हा धक्का असह्य होता. तो उठला. कोपऱ्यातल्या बुक शेल्फपाशी जाऊन तोंड लपवत, आनंदाश्रू पुसत पुन:पुन्हा 'माय गॉड' असं बडबडत राहिला.

डग व्हिट्रॅनो साशंक होताच, "तो तोच आहे याची खातरी आहे तुम्हाला?" त्याने विचारलं.

"नक्कीच."

“सांगा, आणखी काहीतरी सांगा” व्हिट्रॅनो अधीर झाला.

“कशाबद्दल?”

“असं की, तो तुम्हाला कसा, कुठे सापडला? तो काय करत होता? कसा दिसतो?”

“आम्हाला सापडला नाही तो, त्याला आमच्याकडे सुपूर्द करण्यात आला.”

बोगान दिलगिरी व्यक्त करत परत त्याच्या टेबलाशी येऊन बसला. तो जरा गोंधळलेलाच होता.

“जॅक स्टिफॅनो नावाची व्यक्ती तुम्हाला माहीत आहे?” कटरने विचारलं.

दोघांनीही नाखुशीने नकारात्मक माना हलवल्या.

“त्याच्या त्या छोट्या कारस्थानी कंपूत तुमचा सहभाग आहे?”

दोघांनीही पुन्हा नकारार्थी माना डोलावल्या.

“नशीब. स्टिफॅनोनं त्याला पकडला; त्याचा इतका छळ केला की, खरं म्हणजे तो मरायचा. नंतर आमच्या स्वाधीन केला.”

“त्याचा छळ केला बरं झालं, मला आनंद झाला.” व्हिट्रॅनो म्हणाला, “त्याबद्दल सांग काहीतरी.”

“ते जाऊ दे. काल रात्री पॅराग्वेमध्ये त्याला आम्ही ताब्यात घेतला. पोर्टोरिकोला आणला. आता तो तिथे हॉस्पिटलमध्ये आहे. काही दिवसांनी त्याला ते सोडतील आणि इकडे पाठवतील.”

“पैशांचं काय?” बोगानने चिरक्या आवाजात भावनाशून्यपणे विचारलं.

“त्यांचा ठावठिकाणा नाही. स्टिफॅनोला त्याबद्दल काय माहिती आहे याची आम्हाला कल्पना नाही.” कटरने स्पष्ट केलं.

व्हिट्रॅनो टेबलावर नजर फिरवत बसून राहिला.

पॅट्रिकने चार वर्षांपूर्वी बेपत्ता होताना नऊ कोटी डॉलर्स चोरले. ते सर्व खर्च होणं शक्य नव्हतं. घरं-बंगले घेण्यात काही खर्च केले असतील, हेलिकॉप्टरसुद्धा घेतलं असेल, बायकांवर उधळले असतील, पण असे किती? तरीही कित्येक लाख शिल्लक असणारच. ही लोकं नक्कीच शोधून काढतील. पैशांतला तिसरा हिस्सा फर्मच्या फीचा होता.

काय सांगावं, कदाचित असं घडेलही.

बोगान एकीकडे डोळे चोळत त्याच्या पूर्वीच्या बायकोचा विचार करत होता. ती समंजस, समाधानी असलेली बाई दिवाळखोरीचं आभाळ कोसळल्यावर फिरली, दुष्ट-दुर्गुणी बनली. दिवाळखोरी लाजिरवाणी गोष्ट म्हणून ती त्यांच्या लहानग्याला घेऊन पेन्साकोला इथं निघून गेली आणि घाणेरडे आरोप करत आता घटस्फोटासाठी अर्ज करते आहे. बोगान पिण्याबरोबर कोकेनही घेऊ लागला होता, हे कळल्यावर

तिने त्याच्या डोक्यावर बाटलीच हाणली. तो प्रतिकार करू शकला नव्हता, पण स्वत:ला मात्र त्याने सुधारलं होतं; पण मुलाला भेटण्यास त्याला अजूनही मनाई होती.

अजब म्हणजे अजूनही तिच्यावर त्याचं प्रेम होतं; एक दिवस ती परत येईल अशी त्याला आशा होती. गायब झालेले पैसे ते हुडकून काढतील आणि मग त्याकडे पाहून तरी ती येईल असं त्याला वाटत होतं.

व्हिट्रॅनो व बोगान त्यांच्या विचारात असताना, कटरने शांततेचा भंग करत म्हटलं, "स्टिफॅनो आता चांगलाच अडचणीत आला आहे. पॅट्रिकच्या अंगावर भाजलेल्या जखमा आहेत."

"छान." व्हिट्रॅनो मंदस्मित करत म्हणाला.

"तुला काय आमच्याकडून सहानुभूतीची अपेक्षा आहे?" बोगानने विचारलं.

"काहीही असू दे. स्टिफॅनो हा वेगळा विषय आहे. आमचं त्याच्यावर लक्ष राहणारच आहे. कदाचित तोच आम्हाला पैसे मिळवण्यासाठी मार्ग दाखवेल."

"ते सहज मिळतील." व्हिट्रॅनोने फुशारकी मारली. "एक मृतदेह मिळाला होता. कोणीतरी आपल्या पॅट्रिकबाळाकडून मारला गेला होता. फासावर लटकवण्यासारखी ही खुल्लम् खुल्ला केस आहे. पैशासाठी केलेला खून. त्याच्यावर दबाव आणला की, तो बोलायला लागेल."

"आमच्या हवाली केलंत तर अधिकच चांगलं." बोगान म्हणाला, "दहा मिनिटात सगळं माहिती होईल."

कटरने हातावरच्या घड्याळाकडे नजर टाकली आणि म्हटलं, "मला आता गेलं पाहिजे. पॉइंटक्लिअरला जाऊन ट्रुडीला ही बातमी सांगतो."

बोगान व व्हिट्रॅनो दोघे जण संतापल्यासारखे झाले व मग हसून म्हणाले, "ओह, म्हणजे तिला माहीतच नाहीये?"

"अजून नाही."

"तिला सांगत असतानाचा प्रसंग चित्रित करा", व्हिट्रॅनो टिंगल करत हसत म्हणाला, "मला तिचा त्यावेळचा चेहरा पाहायला आवडेल."

"मीसुद्धा तीच वाट बघतोय." कटरनेही इच्छा व्यक्त केली.

"कुत्री साली!" बोगानने तर शिवीच घातली. कटर निघता-निघता म्हणाला, "दुसऱ्या भागीदारानांही कळवा पण दुपारपर्यंत थांबा. आम्ही पत्रकार परिषद बोलावली आहे. मी संपर्कात राहातोच."

तो गेल्यावर दोघे जण बराच वेळ गप्प होते. बोलण्यासारख्या गोष्टी खूप होत्या. त्याची कल्पनाचित्रं त्या दोघांसमोर नाचू लागली.

निर्मनुष्य गावठाणाच्या रस्त्यावर एका कारच्या धडकेमध्ये बळी पडलेल्या पॅट्रिकला त्याच्या सुंदर बायकोने मूठमाती दिली, तो दिवस होता ११ फेब्रुवारी १९९२. विधवा झाली असली तरी ती चित्तवेधक होती. जमलेल्या इतर लोकांनी दफनावर माती ओढण्याअगोदरपासूनच तिने पैसे उधळायला सुरुवात केली होती.

त्याच्या मृत्युपत्रात सगळं तिलाच देऊ केलं होतं. मृत्युपत्र साधं, सरळ होतं आणि अगदी अलीकडचं होतं. अंत्यविधीच्या प्रार्थनेच्या काही तास अगोदर ट्रुडी आणि डग व्हिट्रॅनो या दोघांनी पॅट्रिकच्या ऑफिसमधली तिजोरी काळजीपूर्वक उघडून त्यातल्या चीजवस्तूंची यादी तयार केली होती. मृत्युपत्र, दोन गाड्यांची कागदपत्रं, लॅनिगनच्या घराचं खरेदीखत, पाच लाखांची विमा पॉलिसी इत्यादी सर्व त्यात होतं. ट्रुडीला पाच लाखांच्या पॉलिसीची कल्पना होती, पण वीस लाखांची आणखी एक जी पॉलिसी होती त्याबद्दल तिने कधी ऐकलंही नव्हतं.

व्हिट्रॅनोने लगेच त्या अनपेक्षित पॉलिसीचे कागद तपासले. पॅट्रिकने ती आठ महिन्यांपूर्वीच घेतली होती. ट्रुडी हीच एकटी त्या पॉलिसीची लाभधारक होती. दोन्ही पॉलिसी एकाच सुस्थितीतल्या कंपनीच्या होत्या. तिला याची सुतराम कल्पना नव्हती, हे तिने अगदी आवर्जून सांगितलं. तिचा चेहराच सांगत होता की, तिला ती पॉलिसी बघून धक्का बसला होता. व्हिट्रॅनोची तशी खात्रीही पटली होती. पॅट्रिकचे अंत्यविधी असले काय किंवा नसले काय, ट्रुडी मात्र या घबाडामुळे हरखून गेली होती. तिचं दु:ख लगेच कमी होऊन, अंत्यविधीच्या वेळी होणारा दु:खावेग ती सहन करू शकली.

इतर कंपन्या, पैशांचा दावा केला की, पहिल्यांदा तो धुडकावून जसा लावतात, तसंच याही कंपनीने केलं; पण व्हिट्रॅनोने धमकावल्यावर, पॅट्रिकच्या दफनानंतर चार आठवड्यांनी ट्रुडीला विम्याचे पंचवीस लाख डॉलर्स मिळाले.

त्यानंतर एका आठवड्याभरातच ती लाल रंगाच्या रोल्स राइसमधून फिरताना बिलॉक्सीमध्ये दिसू लागली. लोकांना ते काही आवडलं नाही, ते तिचा तिरस्कार करू लागले. नऊ कोटी डॉलर्सची गोष्ट हवेत विरून गेली. अफवा पसरू लागल्या. कदाचित ती विधवा झालीही नसेल.

पॅट्रिक हाच पहिला आणि शेवटचा संशयित ठरला.

कुजबुज वाढली तसं ट्रुडी तिच्या मुलीला आणि शाळेपासूनचे संबंध अबाधित ठेवलेल्या आपल्या लान्स या प्रियकराला रोल्सराईसमध्ये घालून बिलॉक्सीपासून एक तासाच्या अंतरावर असलेल्या मोबाइलला पसार झाली. तिथे तिने एक धडपड्या वकील गाठला. त्याने तिला पैसे कसे सुरक्षित टिकू शकतील याविषयी खूप मार्ग सांगितले. पॉइंटक्लिअरमध्ये, तिने ज्यातून मोबाइलच्या उपसागराचं दर्शन होत राहील असं एक सुंदर जुनं घर घेतलं.

वयाच्या चौदाव्या वर्षी पहिल्यांदा ज्याच्याशी तिने संग केला, तो लान्स देखणा, धडधाकट पण डरपोक माणूस होता. अमली पदार्थांच्या चोरट्या व्यापाराखाली त्याला वयाच्या एकोणिसाव्या वर्षी शिक्षा होऊन, त्याने तीन वर्षं तुरुंगवास भोगला होता. त्या वेळी ती कॉलेजमध्ये धमाल करत, फुटबॉल खेळाडूंना भुलवत होती. एक 'पार्टी गर्ल' म्हणून तिची प्रसिद्धी होती; पण ऑनर्स मिळवून ती पदवीधरही झाली. भावासारख्या असणाऱ्या एका श्रीमंत मुलाबरोबर लग्न केलं आणि दोन वर्षांनी त्याला घटस्फोट देऊन मोकळी झाली. कोस्टमध्ये नवखा असलेला पॅट्रिक हा होतकरू वकील भेटेपर्यंत तिने काही वर्षं अविवाहित म्हणून मजा मारली. भावी आयुष्याचा फारसा विचार न करता, केवळ भावनेपोटी शारीरिक ओढीतून निर्माण झालेलं त्यांचं प्रेमगुंजन बराच काळ चालू होतं.

कॉलेज, दोन लग्न, त्यानंतर एकटेपणातले काही अल्पकालीन पोट भरण्याचे उद्योग असं तिचं आयुष्य चालू राहिलेलं होतं, तरी लान्सला तिने तिच्याजवळच ठेवला होता. त्याच्या धडधाकट शरीराची तिला मनस्वी ओढ होती, पण पूर्ण समाधान लाभू शकत नव्हतं. वयाच्या चौदाव्या वर्षीच तिला कळून आलं होतं की, ती त्याच्याशिवाय राहू शकत नव्हती.

लांब वाढवलेले केस मागे पोनीटेलमध्ये बांधलेले, डाव्या कानाच्या पाळीत मोठ्या हिऱ्याचं कर्णभूषण आणि छाती उघडी टाकलेल्या अवतारात लान्सने दार उघडलं. इतरांकडे तुच्छतेने बघण्याची सवय असल्यामुळे, दारात उभ्या असलेल्या एजंट कटरकडे त्याने एक शब्दही न बोलता, त्याच नजरेने बघितलं.

"ट्रुडी आहे का?" कटरने विचारलं.

"असेल."

कटरने त्याचं ओळखपत्र दाखवताच क्षणार्धात ती तुसडी नजर नाहीशी झाली. "मी एफबीआय एजंट कटर. तिच्याशी मी अगोदर बोललो आहे."

"ती व्यायाम करते आहे." लान्सने सांगितलं.

ट्रुडीने त्याला घेऊन दिलेल्या एका वेगवान मोटरबोटने लान्स मेक्सिकोहून 'मारी-जुआना' हा अमली पदार्थ आणून तो मोबाइलमध्ये एका टोळीला विकत असे. अलीकडे एक्साईज अधिकाऱ्यांनी त्याविषयी चौकशी सुरू केली होती. त्यामुळे धंद्यावर परिणाम झाला होता. थोड्या संशयानेच लान्सने कटरला विचारलं, "तुझं काय काम आहे?"

एजंट कटर त्याच्याकडे लक्ष न देता सरळ पलीकडच्या गॅरेजकडे वळला, तेथून संगीताचे स्वर ऐकायला येत होते. लान्स त्याच्या मागोमाग आला. कोपऱ्यातल्या टीव्हीवर एका सुपरमॉडेलकडून दाखवल्या जाणाऱ्या व्यायामाचा एक अवघड प्रकार करून बघण्यात ट्रुडी मग्न होती. गिरक्या घेत, उड्या मारत एकीकडे कुठचं

तरी गाणं गुणगुणत होती. ती आकर्षक दिसत होती. व्यायामाचा पिवळा तंग पोशाख अंगावर होता. केसांची पोनीटेल बांधलेली, शरीर सडसडीत, चरबीचा लवलेशही नव्हता. दररोज दोन तास व्यायाम करत असल्यामुळे, पस्तीशीची असूनही कॉलेजमधल्या प्रत्येकाला 'स्वीट हार्ट' वाटावी अशी दिसत होती. कटर तिच्याकडे तासन्तास बघत उभा राहिला असता. तेवढ्यात...

लान्सने एक बटण दाबलं आणि समोर चाललेला कार्यक्रम बंद पडला. ट्रुडी गर्रकन वळली. एजंट कटरकडे पाहून तिने असा काही कटाक्ष टाकला की, चीजसुद्धा वितळलं असतं. "तुला काही प्रॉब्लेम आहे?" लान्सला तिने फटकारलं. तिला अर्थातच तिच्या कामात लुडबुड नको होती.

आपलं कार्ड दाखवत पुढे येत कटर म्हणाला, "मी एफबीआयचा खास अधिकारी एजंट कटर. काही वर्षांपूर्वी आपण एकदा भेटलो आहोत."

पिवळ्या रंगाच्याच टॉवेलने चेहरा पुसत तिने दम घेतला आणि स्वस्थ झाल्यावर आपल्या चमकदार दंतपंक्ती दाखवत तिनं विचारलं, "मी काय मदत करू?" लान्स तिच्या बाजूला येऊन उभा राहिला. दोघांच्या पोनीटेल एकसारख्या दिसत होत्या.

मोठं हास्य करत एजंट कटर म्हणाला, "तुमच्यासाठी एक मजेशीर आणि आश्चर्यजनक बातमी घेऊन आलो आहे."

"काय?"

"तुमचा नवरा मि. लॅनिगन आम्हाला सापडला आहे आणि तो जिवंत आहे."

"पॅट्रिक?"

"हो, तोच तो."

फणकाऱ्याने ती म्हणाली, "तू खोटं बोलतो आहेस."

"अजिबातच नाही. पोर्टोरिकोमध्ये तो आमच्या कस्टडीत आहे. एका आठवड्याच्या आसपास त्याला इकडे आणलं जाईल असं वाटतं. प्रेसला कळवण्यापूर्वी तुम्हाला ही शुभवार्ता द्यावी असं आपलं मला वाटलं."

थक्क होऊन, थरथर कापत ती तिथल्याच एका बाकावर मटकन बसली. तुकतुकीत दिसणारं मखमली शरीर एकाएकी निस्तेज पडू लागलं. लवचिक शरीर आक्रसून जायला लागलं. लान्स तिला सावरण्यासाठी पुढे झाला. "अरे देवा!" ती पुटपुटत राहिली.

कटरने त्याचं कार्ड त्यांच्याकडे फेकलं आणि निघताना म्हणाला, "काही मदत लागलीच तर कळवा मला." दोघं गप्प झाली होते.

ज्याने स्वत:चा बनावट मृत्यू घडवून आणला अशा माणसाकडून आपण फसवले गेलो आहोत याचा तिला राग आला असणार, तो जिवंत परत आला

म्हणून आनंद झाला असंही म्हणता येणार नव्हतं. इतक्या कटकटी होऊन शेवटी स्वस्थता नव्हतीच.

होती भीती ती पैसे गमवावे लागणार याची! इन्शुरन्स कंपनी स्वस्थ बसणार नव्हती. ते लगेच दावा लावतील.

एजंट कटर मोबाइलमध्ये होता. त्याच वेळी दुसरा एक अधिकारी बिलॉक्सीहून, न्यू ऑर्लिन्सला असलेल्या पॅट्रिकच्या आईच्या घरी तीच बातमी सांगण्यासाठी गेला होता. मिसेस लॅनिगन बातमी ऐकून भावनाविवश झाल्या. त्यांनी त्या अधिकाऱ्याला थांबण्याची विनंती केली, त्यांना जास्त माहिती विचारायची होती. तो तासभर थांबला, त्यांच्या शंकांचं निरसन केलं. तिच्या डोळ्यांत आनंदाश्रू आले. तो अधिकारी गेल्यावर उरलेला दिवस तिने तिच्या आप्तमित्रांना, तिचा एकुलता एक मुलगा अखेर जिवंत आहे, ही आनंदाची बातमी कळवण्यात घालवला.

सहा

जॅक स्टिफॅनोला वॉशिग्टंन डी.सी.मधल्या त्याच्याच ऑफिसमध्ये एफबीआयने अटक केली. अर्धा तास तुरुंगात डांबल्यानंतर, त्याला फेडरल कोर्टहाउसच्या एका छोट्या कोर्टरूममध्ये नेण्यात आलं. एका यू.एस. मॅजिस्ट्रेटने त्याची बंद खोलीत चौकशी केली. तो शहर सोडून कुठेही जाणार नाही या शपथपत्रावर त्याची सुटका केली जाणार होती; आणखी असं बजावण्यात आलं की, चोवीस तास त्याच्यावर एफबीआयची नजर राहील. तो कोर्टात असताना इकडे त्याच्या ऑफिसवर काही अधिकाऱ्यांच्या चमूने धाड टाकली आणि एकूण एक कागद ताब्यात घेऊन तिथल्या कर्मचाऱ्यांना घरी पाठवून दिलं.

मॅजिस्ट्रेटने स्टिफॅनोला सोडल्यावर, त्याला पेनसिल्व्हानिया अॅव्हेन्यूमधल्या हूवर बिल्डिंगमध्ये नेण्यात आलं. हॅमिल्टन जेन्स त्याची वाट बघत होता. जेन्सच्या ऑफिसमध्ये ते दोघेच होते. डेप्युटी डायरेक्टरने त्याच्या अटकेबद्दल तोंडदेखली दिलगिरी व्यक्त केली; पण त्याशिवाय त्याच्याकडे दुसरा पर्यायच नव्हता.

फेडरलला हवा असलेला फरारी तुम्ही परस्पर ताब्यात ठेऊ शकत नाही आणि त्याच्यावर तुमचे काही आरोप असल्याशिवाय त्याला बेहोश करून त्याच्यावर अत्याचार किंवा त्याचा मरेपर्यंत छळही करू शकत नाही. प्रश्न होता पैशांचा, ही अटक हा त्या पैशांपर्यंत पोहोचण्याचा एक मार्ग होता. पॅट्रिकने त्याविषयी त्याला काही सांगितलं नाही असं स्टिफॅनोच शपथेवर म्हणत होता.

त्याचं बोलणं चालू असताना, इकडे स्टिफॅनोच्या ऑफिसची दारं साखळ्या लावून बंद करण्यात आली होती. खिडक्यांच्या काचांवर कडवट सूचना चिकटवण्यात आल्या होत्या. त्याच्या घरचे फोन गुप्तपणे ऐकले जातील, अशी व्यवस्था करण्यात आली. हे सगळं होत असताना मिसेस स्टिफॅनो मात्र ब्रीज खेळण्यात रमली होती.

डेप्युटी डायरेक्टर जेन्सबरोबर झालेल्या अगदी त्रोटक व निष्फळ बैठकीनंतर त्याला सुप्रीम कोर्टजवळ सोडून देण्यात आलं. ऑफिसकडे फिरकण्याची बंदी

घातली गेल्यामुळे, त्याने एक टॅक्सी थांबवली आणि सहाव्या व एच रस्त्याच्या कोपऱ्यावर असलेल्या 'हे-ॲडम्स' हॉटेलकडे ती घेण्यास ड्रायव्हरला सांगितलं. टॅक्सीमध्ये निवांतपणे तो पेपर वाचत होता; पण मधूनच तो, त्याला अटक झाल्यावर त्याच्या जाकिटाच्या बटणपट्टीत त्याच्या हालचालींवर नियंत्रण ठेवणारे एक उपकरण बसवले होते, ते तो चाचपायचा. त्या उपकरणाचं 'ट्रेसिंग कोन' असं नावं होतं. त्या उपकरणाचं वैशिष्ट्य म्हणजे ते छोटं असलं, तरी त्यात माणसाच्या, सामानसुमानाच्या हालचाली, इतकंच नव्हे तर त्याच्या गाडीचीसुद्धा नोंद करण्याची क्षमता असलेला एक शक्तिशाली ट्रान्समीटर बसवलेला होता. जेन्सबरोबर तो बोलत असतानासुद्धा त्याचा त्या उपकरणाशी चाळा सुरू होता. तो 'कोन' शिवणीतून उखडून काढावा आणि टेबलावर फेकून द्यावा अशी जबरदस्त इच्छा त्याला होत होती.

मागोवा घेण्यात तो तरबेज होता. टॅक्सीमध्ये सीटखाली त्याने अंगातलं जाकीट कोंबलं आणि पटकन तो लफायत पार्कच्या पलीकडे असलेल्या हॉटेल 'हे-ॲडम्स'कडे गेला. तिथे 'रूम खाली नाही' असं त्याला सांगण्यात आलं, पण हॉटेल मॅनेजर हा त्याचा एके काळचा अशील होता. स्टिफॅनोनं त्याची चौकशी केल्यावर, काही वेळातच त्याला चौथ्या मजल्यावरचा स्वीट दाखवण्यात आला. तिथून 'व्हाइट हाउस'चं छान दर्शन होत होतं. आत गेल्यावर त्याने प्रथम बेड हात फिरवून तपासून घेतला. पायातले मोजे आणि चड्डी ठेवून अंगावरचे बाकी कपडे उतरवून ते बेडवर पसरले, त्यावरूनही त्याने हात फिरवला. जेवण मागवलं. नंतर बायकोला फोन केला, पण उत्तर मिळालं नाही.

नंतर त्याने त्याचा अशील बेनी ॲरिसिया याला फोन केला. नासॉमधल्या बँकेत जे नऊ कोटी डॉलर्स जमा झाल्याबरोबर काही वेळातच दुसरीकडे फिरवण्यात आले, ते बेनीचेच होते. त्यात ॲरिसियाचा हिस्सा सहा कोटींचा होता आणि बाकीचे तीन कोटी बिलॉक्सीमधल्या लॉ फर्मचे चक्रम भागीदार वकील बोगान, व्हिट्रॅनो इत्यादींचे होते. बेनीला पैसे मिळायच्या आधीच ते नाहीसे झाले होते.

बेनीसुद्धा व्हाइट हाउसजवळ असलेल्या हॉटेल बिलॉर्डमध्ये गुपचूप राहिला होता आणि स्टिफॅनोकडून काही कळण्याची वाट बघत होता.

एक तासानंतर ते दोघे जॉर्जटाउनमधल्या हॉटेल 'फोर सीझन्स'मध्ये भेटले. तिथेही एक स्वीट ॲरिसियाने आठवड्यासाठी बुक केला होता.

बेनी हा साठीचा असला, तरी दहा वर्षांनी तरुण वाटायचा. दररोज गोल्फ खेळल्यामुळे साउथ फ्लोरिडामधील ऐषारामी, श्रीमंत पेन्शनरांची कांती जशी तांबूस दिसते, तसाच त्याचा वर्ण होता. कॅनॉल परिसरात एका फ्लॅटमध्ये, त्याची मुलगी शोभेल अशा एका स्वीडिश बाईबरोबर तो राहत होता.

पैसे चोरीला गेले खरे, पण लॉ फर्मकडे, भागीदार व नोकरचाकर यांनी कोणी

अफरातफर किंवा चोरी केलीच तर त्याबद्दल नुकसान भरपाई देणारी इन्शुरन्स पॉलिसी होती. कारण पैशाचा अपहार होणं ही गोष्ट सर्व लॉ फर्म्समध्ये सर्वसामान्य अशी होती. 'मोनार्क सिएरा इन्शुरन्स' कंपनीची चाळीस लाखांची ती पॉलिसी होती. सूडाच्या भावनेतून बेनी ॲरिसियाने लॉ फर्मवर, त्याचे जेवढे येणे होते तेवढ्या सहा कोटी डॉलर्सचा दावा लावला.

लॉ फर्म दिवाळखोरीसाठी अर्ज करणार होती. त्यामुळे पैसा वसूल होण्याचा दुसरा मार्गही नव्हता म्हणून बेनी ॲरिसियाने इन्शुरन्स कंपनीने देऊ केलेल्या चाळीस लाखांवर सौदा केला. त्यातले अर्धे पैसे पॅट्रिकच्या शोधासाठी खर्च झालेच होते. बोका येथे घेतलेल्या घरावर पाच लाख आणि इतर असा-तसा केलेला खर्च धरता, शेवटी बेनीकडे दहा लाख उरले होते.

खिडकीपाशी उभा राहून तो कॉफी पीत होता.

"मला अटक करतील?" त्याने विचारलं.

"बहुधा नाही, पण मी जास्त चौकश्या केल्या नाहीत."

बेनीने हातातला कप टेबलावर ठेवला आणि स्टिफॅनोसमोर बसत विचारलं, "इन्शुरन्स कंपनीशी तुझं बोलणं झालं का?"

"अजून नाही, नंतर बोलेन. तुम्हा लोकांना धास्ती नाही." ट्रुडीला विम्याचे पैसे देऊन ज्यानी तिला पैसेवाली केली त्या 'नॉर्दन केस म्युच्युअल कंपनी'ने पॅट्रिकच्या शोधासाठी पाच लाख गुपचूप बाजूला ठेवून दिले होते; मोनार्क सिएराने दहा लाख ठेवले होते. अशा प्रकारे, ॲरिसिया व या दोन कंपन्या आणि स्टिफॅनो या सर्वांनी मिळून एकूण तीस लाख पॅट्रिकच्या शोधासाठी खर्च केले होते.

"त्या बाईविषयी काय बातमी?" ॲरिसियाने चौकशी केली.

"नाही, अजून काही नाही. रिओमधल्या आपल्या माणसांना तिच्या वडिलांचा पत्ता लागला आहे, पण ते बोलणार नाहीत. तिच्या लॉ फर्मच्या कामानिमित्त ती बाहेर गेली आहे, असंच म्हणणार ते."

ॲरिसियाने शांतपणे विचारलं, "पॅट्रिकने काय सांगितलं ते बोल."

"त्याचं बोलणं रेकॉर्ड केलेली टेप मी अजून पूर्णपणे ऐकली नाही. आज दुपारपर्यंत ती माझ्या ऑफिसला मिळणार होती, पण आता गुंता वाढला आहे. शिवाय ती लांबून, पॅराग्वेच्या जंगली प्रदेशातून पाठवली गेली आहे."

"ते माहीत आहे मला."

"गायच्या सांगण्याप्रमाणे त्या पॅट्रिकने पाच तासांच्या शॉक ट्रिटमेंटनंतर तोंड उघडलं. पैसे सुरक्षित असून ते बऱ्याच बँकांतून विखुरलेले आहेत आणि एकाही बँकेचं नाव त्याला माहीत नाही, असं तो म्हणतो. गायने तर यावर त्याचा जीव घेण्याइतपत छळ केला. गायने मग बरोबर अंदाज केला की, त्या पैशांची उलाढाल

दुसरंच कोणतरी करतंय; त्याने पॅट्रिकला आणखी झटके दिले तेव्हा त्या बाईचं नाव बाहेर आलं. गायच्या माणसांनी लगेच रिओशी संपर्क साधला आणि तिची ओळख पटली. ती अगोदरच पसार झाली होती.''

"मला ती टेप ऐकायची आहे.''

"ती भयानक आहे बेनी. त्याची कातडी भाजून निघत असताना त्याने मारलेल्या किंचाळ्या, दयेसाठी ओरडणं भीषण आहे.''

"म्हणून तर ते ऐकायचं आहे.'' बेनी हसत म्हणाला.

बेस हॉस्पिटलच्या एका विंगच्या टोकाला असलेल्या रूममध्ये त्यांनी पॅट्रिकला ठेवला होता. फक्त त्याचीच खोली बाहेरून बंद करण्यासारखी होती, खिडक्या बंद करण्यात आल्या होत्या. पडदे खाली पाडण्यात आले होते. कारण काहीही असो, खोलीकडे जाण्याच्या मार्गावर दोन मिलिटरी गार्ड्स पहाऱ्यावर होते.

पॅट्रिक कुठे जाणं शक्य नव्हतं. इलेक्ट्रिक शॉकमुळे त्याच्या छाती व पायांमधील स्नायूंना जखमा झालेल्या होत्या. छातीवर दोन, एक मांडीवर व एक पोटरीवर अशा चार ठिकाणच्या जखमांतून मांस दिसत होतं. सांधे, हाडं नाजूक झाली होती. याशिवाय आणखी चार ठिकाणी झालेल्या जखमा त्या मानाने कमी गंभीर होत्या.

कळा असह्य होत्या, त्यामुळे त्याच्यावर उपचार करणाऱ्या चारही डॉक्टर्सनी त्याला गुंगीत ठेवण्याचा निर्णय घेतला होता. त्याला तिथून हलवण्याची घाई नव्हती. तसा तो 'आपण यांना पाहिलंत का?' या प्रकारातला माणूस होता, पण नक्की तो कोणाला प्रथम हवा आहे हे ठरायला थोडे दिवस लागणार होतेच.

खोलीत अंधार होता. कुठलीतरी एक धून ऐकायला येत होती. स्वस्थता देणाऱ्या गुंगीचा अंमल त्याच्यावर होता. अशा वातावरणात कसलीही स्वप्न न बघता आणि आपल्या परत येण्याने काय वादळ उठलं आहे याची जाणीव नसलेला पॅट्रिक तासन्‌तास घोरत पडलेला होता.

ऑगस्ट १९९२, म्हणजे पैसे नाहीसे झाल्यानंतर पाच महिन्यांनी 'फेडरल ग्रॅन्ड ज्यूरी'ने पॅट्रिकवर पैसे चोरल्याचा आरोप ठेवला. त्यानेच ते लुबाडले याला भक्कम पुरावा होता; दुसऱ्या कोणावरतरी संशय घेण्यास यत्किंचितही आधार नव्हता. जे घडलं ते आंतरराष्ट्रीय स्तरावर घडल्यामुळे ते फेडरलच्या अधिकार क्षेत्रात येत होतं.

हॅरीसन कौंटी शेरीफ व स्थानिक जिल्हा सरकारी वकील या दोघांनी एकत्रितपणे खुनाचा शोध लावण्याची मोहीम उघडली होती, पण मधल्या काळात त्यापेक्षा अधिक तातडीच्या कामात त्यांनी लक्ष घातलं होतं. आता एकदम परत त्यांनी पूर्वीच्या बाबींमध्ये लक्ष घालण्यास सुरुवात केली.

संबंधित अधिकारी बिलॉक्सीमधल्या एजंट कटरच्या ऑफिसमध्ये काही गोष्टींचा उलगडा करण्यासाठी जमले. दुपारच्या प्रेस कॉन्फरन्सला उशीर झाला. बैठक तशी तणावपूर्ण झाली, कारण ज्यांचे कमी-अधिक महत्त्वाचे संबंध गुंतलेले होते ते सर्व बैठकीला उपस्थित होते. टेबलाच्या एका बाजूला एजंट कटर आणि एफबीआयचे इतर लोक होते. मिसिसिपी स्टेटच्या पश्चिमी जिल्ह्यांसाठी असलेला यू.एस.चा ॲटर्नी मॉरीस मास्ट हा मुद्दाम जॅक्सनहून, त्यांना मार्गदर्शन व सूचना देण्यासाठी आला होता. दुसऱ्या बाजूला हॅरिसन कौंटीचा शेरीफ रेमंड स्वीने आणि त्याचा उजवा हात असलेला ग्रिमशॉ होते, दोघेही एफबीआयचा तिरस्कार करत. त्यांच्या वतीने बोलणारा होता, हॅरिसन व आजूबाजूच्या कौंटींचा जिल्हा सरकारी वकील टी. एल. पॅरिश.

बैठक फेडरल विरुद्ध स्टेट अशी दिसत होती. दोन्ही पक्ष आपापला स्वाभिमान संभाळत पॅट्रिक नावाचं नाटक रंगवण्यासाठी सरसावले होते.

"देहान्ताची शिक्षा देणं हा निर्णायक मुद्दा आहे," जिल्हा सरकारी वकील पॅरिशने मत मांडलं.

"तसं असेल, तर फेडरल नियमांप्रमाणे तशी शिक्षा देऊ." थोड्याशा बुजरेपणाने यू.एस. ॲटर्नी मास्ट म्हणाला.

पॅरिशने नजर खाली केली आणि तो हसला. 'फेडरल डेथ पेनल्टी' – केंद्राचा देहान्त शासनाचा कायदा – या विधेयकाला कायदे मंडळाने नुकतीच मंजुरी दिली होती. ती देताना तो अमलात आणण्यासाठी त्यासंबंधी मोजक्याच मार्गदर्शक सूचना दिल्या होत्या. त्यामुळे अमेरिकन राष्ट्राध्यक्षांनी त्यावर सही केल्यावर तो एक चांगला कायदा म्हणून अस्तित्वात आला खरा, पण त्यात बऱ्याच त्रुटी राहिल्या.

यापेक्षा स्टेटकडे (मिसिसिपी) याविषयी भक्कम सैद्धान्तिक पार्श्वभूमी असलेली कायदा अंमलबजावणीची व्यवस्था होती. "आमची व्यवस्था सरस आहे," पॅरिश म्हणाला, "आणि ते सर्वांना माहीत आहे." पॅरिशने आत्तापर्यंत आठ जणांना फाशीच्या तख्ताशी पोहोचवलं होतं, तर मास्टला अजून एकसुद्धा खुनाच्या आरोपाखाली दोषी ठरवता आला नव्हता.

"तुरुंगाचा प्रश्न आहेच." पॅरिश पुढे म्हणाला, "आम्ही खुन्याला थेट पार्चमनला पाठवतो. गरमीने तापलेल्या खोलीत दिवसाचे तेवीस तास तो उकडून निघतो; दिवसांतून फक्त दोनदा अन्न दिलं जातं, तेही खराब. आठवड्यातून दोनदा आंघोळ करायला मिळते. बलात्कारी, गुंड वगैरेंचा इतर कैद्यांमध्ये भरणा जास्त. एकदा तुम्ही एखाद्याला तिथे पोहोचवलात की, ठरलेल्या दिवसांचा तो सोबती. फेडरल कोर्ट याउलट अशांचे फाजील लाड करून, तो कैदी जिवंत कसा ठेवता येईल यासाठी नाना प्रयत्न करतं.

मास्टने सावरून घेण्याचा प्रयत्न करत म्हटलं, "आम्ही याला काही गमतीचा खेळ समजत नाही."

"जाऊ दे रे, मॉरीस," पॅरिश त्याला समजावत म्हणाला, "हा प्रश्न वेळ काढण्यापुरता आहे. आपल्यापुढे दोन गूढ समस्या आहेत आणि लॅनिगन मरायच्या आत त्यांची उत्तरं मिळायला हवीत. महत्त्वाचं म्हणजे पैसे. ते कुठे आहेत? त्यानं काय केलं त्याचं? ते परत मिळवून त्याच्या मालकाला ते देता येतील का? दुसरी म्हणजे, शेवटी मूठमाती कोणाला दिली? माझी खातरी आहे, लॅनिगनच ते सांगेल, फक्त त्याच्यावर जबरदस्ती करायला हवी. त्याला पार्चमनची भीती दाखवायला हवी, मॉरीस. मी खात्रीने सांगतो, ते टाळण्यासाठी फेडरलनेच त्याच्यावर आरोप ठेवावेत अशी तो प्रार्थना करत असेल."

मास्टला ते पटत होतं. पण तो 'हो' म्हणू शकत नव्हता. ही केस व्यापक होती, त्यामुळे ती स्थानिक अधिकाऱ्यांच्या हाती सोपवता येत नव्हती.

त्याच वेळी प्रसारमाध्यमांचे प्रतिनिधी यायला लागले होते.

"त्या दोन गोष्टींशिवाय इतरही आरोप आहेत, तुला कल्पना आहे की, चोरी दुसऱ्या देशात घडली आहे." मॉरीस मास्ट म्हणाला.

"हो, पण त्या वेळी चोरीला बळी पडलेला तर या देशाचा आहे ना?"

"म्हणूनच ही साधीसुधी केस नाही."

"तुझं काय म्हणणं आहे?" पॅरिशने विचारलं.

"मला वाटतं आपण दोघांनी संयुक्तपणे हे काम करावं." मास्टने सुचवलं आणि दोघांतला दुजाभाव खूपसा कमी झाला. या केसमध्ये बरोबरीने काम करण्यासाठी खुद्द यू.एस. ॲटर्नींने पुढे व्हावं यापेक्षा उत्तम गोष्ट पॅरिशला अपेक्षित नव्हती.

'पार्चमन' हा एक कळीचा शब्द होता आणि त्या बैठकीला हजर असलेल्या सर्वांना ते माहीत होतं. तेव्हा लॅनिगनसारख्या वकिलाला पार्चमनमध्ये त्याच्यासाठी काय वाढून ठेवलेलं असेल याची कल्पना असायलाच हवी होती. दहा वर्षं तिथल्या नरकयातना भोगण्याची वेळ आल्यावर, तोंड उघडणारच होतं.

जिल्हा सरकारी वकील पॅरिश आणि यू.एस. ॲटर्नी मॉरीस मास्ट या दोघांनी अशी एक क्लिष्ट योजना आखली की, पुढील काळात दोघांवरही प्रकाशझोत राहिला असता. त्यामुळे एफबीआय त्यांची पैशांच्या शोधाची मोहीम चालू ठेवू शकणार होते व स्थानिक अधिकारी पॅट्रिकने केलेल्या खुनावर लक्ष केंद्रित करू शकणार होते. पॅरिश घाईघाईने ग्रॅन्ड ज्यूरीला पाचारण करेल, म्हणजे स्टेट व फेडरल यांची संयुक्त आघाडी लोकांसमोर आणली जाईल. खटला व त्यावर होणारी अपिलं यांसारख्या रेंगाळणाऱ्या गोष्टींमुळे त्या दोघांनाही प्रसिद्धी मिळेल. सध्या तरी मुख्य म्हणजे, एकाने दुसरा साथ देईल की नाही याविषयी भीती किंवा शंका न बाळगता, एकदिलाने करार करणं महत्त्वाचं होतं.

बिलॉक्सी कोर्टहाउसच्या आवारातील फेडरल बिल्डिंगमध्ये सुनावणी चालू

होती. रस्त्याच्या पलीकडे असलेले पत्रकार सरळ कोर्टहाउसमध्ये घुसले होते. ते दुसऱ्या मजल्यावर असलेल्या मुख्य कोर्टरूमकडे गेले. पत्रकार बरेच होते. त्यातले स्थानिक बेफाम झाले होते; बाकीचे जॅक्सन, न्यू ऑर्लिन्स, मोबाइल इथून आलेले होते. सगळ्यांनी लहान मुलांप्रमाणे एकच झुंबड उडवली होती. सुदैवाने ती कोर्टरूम रिकामी होती.

मास्ट व पॅरिश दोघे जण गंभीर चेहऱ्याने कोर्टरूममधल्या व्यासपीठाकडे गेले. व्यासपीठावर असंख्य मायक्रोफोन लावलेले होते. त्यांच्यापासून लोंबकळणाऱ्या वायर्स पसरलेल्या होत्या. एजंट कटर आणि त्याचे सहकारी त्या दोघांच्या मागे उभे होते. प्रकाशझोत टाकले गेले, कॅमेरे सरसावण्यात आले.

मास्ट घसा साफ करून बोलू लागला.

''बिलॉक्सीचा पॅट्रिक एस. लॅनिगन हा पकडला गेल्याचं जाहीर करण्यात आम्हाला आनंद होतो आहे. महत्त्वाचं म्हणजे तो जिवंत असून ठीक आहे. सध्या तो आमच्या ताब्यात आहे.''

आपल्या सांगण्याचा काय परिणाम होतो, त्या जमलेल्या पत्रकार-गिधाडांची उत्कंठा किती शिगेला पोहोचली आहे हे अजमावण्यासाठी तो थोडा वेळ थांबला.

नंतर त्याने, पॅट्रिकला कुठे तर ब्राझिलमध्ये पकडला; कधी तर दोन दिवसांपूर्वी; तो तोच आहे याची खातरी करून घेतली किंवा कसे इत्यादीचा तपशील थोडक्यात निवेदन केला; पण एफबीआय काय किंवा त्याचे स्वत:चे पॅट्रिकला शोधण्यात कितपत प्रयत्न होते याविषयी मात्र त्याने काहीच उल्लेख केला नाही.

नंतर तो पॅट्रिकला इकडे आणण्याविषयी, त्याच्यावर असलेले आरोप आणि फेडरल त्याच्यावर करणार असणारी त्वरित कारवाई यांविषयी भंपक माहिती देत बसला.

पॅरिशने मात्र त्याच्यासारखा दिखाऊपणा केला नाही. स्टेटचा जिल्हा सरकारी वकील म्हणून त्याने आश्वासकपणे सांगितलं की, त्याच्यावर ताबडतोब खुनाचा आरोप ठेवून, त्याशिवाय आणखी इतर काही योग्य वाटणाऱ्या गुन्ह्यांखाली आरोपपत्र दाखल केले जाईल.

प्रश्नांचा भडिमार चालू होता. पण मास्ट व पॅरिश यांनी प्रत्येक प्रश्नावर भाष्य न करता, सुमारे दीड तास वेळ काढला.

ठरलेल्या भेटीमध्ये लान्सलाही तिच्याबरोबर बसू द्यावं, असा तिने हट्ट धरला. त्याची आवश्यकता आहे, असं ती म्हणत होती. डेनिमच्या हाफ पॅन्टमध्ये तो आकर्षक दिसत होता, त्याचे उघडे पिळदार केसाळ पाय दिसत होते. तिच्या वकिलाला तिचा हट्ट पटला नव्हता, पण त्याला सर्व मानावं लागत होतं.

ट्रुडीने तंग, तोकडा स्कर्ट घातला होता, त्यावर फॅशनेबल लाल ब्लाउज होता.

पूर्ण मेकअप करून अंगावर हिऱ्या-मोत्यांची आभूषणं होती. आपले लांब सडक पाय एकमेकांत गुंतवून ती अशी बसली होती की, वकिलाची नजर प्रथम तिकडं जावी. लान्स तिच्या गुडघ्यांवरून हात फिरवत होता, तर ती त्याच्या हातांना थोपटत होती.

वकिलाने त्यांच्या त्या चाळ्यांकडे जसं दुर्लक्ष केलं, तसं तिच्या पायांकडेही.

फोनवर थोडक्यात कल्पना देऊन ती घटस्फोटाचा अर्ज देण्यासाठी आली होती, तिचं डोकं भडकलं होतं. पॅट्रिक तिच्या बाबतीत असं कसं करू शकतो? आणि त्याचं सर्वस्व असलेल्या मुलीच्या, ॲशली निकोलच्या बाबतीतही त्याने असं करावं? तिनं त्याच्यावर मनापासून प्रेम केलं होतं, एकमेकांच्या सहवासात ती कशी छान आयुष्य काढत होती; असं असूनही आता काय हे भलतंच घडत होतं!

"घटस्फोट घेणं काही कठीण नाही." तिच्या वकिलाने तिला पुन्हा पुन्हा सांगितलं. त्याचं नाव होतं जे. मुरे रिडल्टन, तो घटस्फोटतज्ज्ञ होता. त्याच्या अनेक अशिलांना त्याने यशस्वीरीत्या घटस्फोट मिळवून दिले होते. "परित्यक्तेची ही अगदी सरळ केस आहे." तो म्हणाला, "अलाबामा स्टेटच्या कायद्यानुसार तुला घटस्फोट मिळेल. त्याची सर्व संपत्ती व मुलीचा ताबा, सगळं मिळेल."

"लवकरात लवकर मला अर्ज करायचा आहे."

"उद्या सकाळी पहिलं ते काम करतो."

"किती दिवस लागतील?"

"नव्वद दिवस. विभक्त राहण्याचा कमीत कमी कालखंड."

एवढ्याने तिचं समाधान झालं नाही. चिडून ती म्हणाली, "जिच्यावर त्याने प्रेम केलं तिच्याबाबतीत एखादा माणूस असं कसं वागू शकतो, हेच मला कळत नाही. मी मूर्ख ठरले."

लान्सचा हात तिच्या ढोप्यावरून थोडा वर सरकला.

तिच्या वकिलाला माहीत होतं की, घटस्फोट ही काही तिची खरी काळजी नव्हती. खोटं दुःख दाखवण्याचा तिचा प्रयत्न चालला होता, पण ते जमत नव्हतं.

"लाइफ इन्शुरन्सचे तुला किती पैसे मिळाले?"

समोरची फाइल चाळत त्याने विचारले.

विम्याच्या पैशांचा झालेला उल्लेख ऐकून तिला धक्काच बसला. "त्याचा काय संबंध?" ती फणकारली.

"कारण ते लोक, दिलेले पैसे परत मिळवण्यासाठी तुझ्यावर दावा लावणार आहेत. पॅट्रिक काही मेला नाही, टुडी. तेव्हा मृत्यू नाही म्हणजे विम्याचे पैसेही नाहीत."

"तुम्ही गंमत करताय माझी."

"नाही."

"ते असं करू शकत नाहीत, खरंच!"

"नक्कीच करतील, खरंतर लगेच."

लान्सचा हात मागे आला आणि तो खुर्चीत सावरून बसला. ट्रुडीने तर 'आ' वासला, पाणावलेल्या डोळ्यांनी ती म्हणाली, "नाही, ते तसं करू शकत नाहीत."

वकिलाने समोरचं पेन, पॅड घेतलं. तो म्हणाला, "आपण किती पैसे खर्च झाले त्याची यादीच करू या."

रोल्सराइस गाडीसाठी तिने एक लाख तीस हजार डॉलर्स खर्च केले होते. लान्स 'पोर्शे' चालवतो म्हणून त्याच्यासाठी ती गाडी घेतली. सगळे पैसे रोख देऊन तारणाशिवाय त्यांनी लान्सच्या नावावर नऊ लाखांचं घर घेतलं. साठ हजाराला त्याच्या अमली पदार्थांच्या धंद्यासाठी बोट आणि स्वत:साठी एक लाखाची ज्वेलरी खरेदी केली होती. रकमा लिहिल्या जात होत्या, थोडा वेळ थांबून विचार करून एकेक रकमेची भर पडत होती. साडेदहा लाखाशी यादी थांबली. इन्शुरन्स कंपनीला पैसे परत करण्याच्या वेळी याच गोष्टी प्रथम निकालात काढल्या जातील, हे सांगण्याचं त्या वकिलाला धाडस झालं नाही.

एखाद्या डॉक्टरने दाढा बधीर न करता, दात काढावे इतक्या बेफिकीरपणे त्याने ट्रुडीला तिचा महिन्याचा खर्च विचारला. गेली चार वर्षं, तो दरमहा दहा हजार डॉलर्स असावा असा तिने हिशोब केला. ठिकठिकाणी जाण्यासाठी केलेल्या सफरींवर तिने अफाट खर्च केला होता. इतका पाण्यासारखा पैसा खर्च केला होता की, कोणत्याही विमा कंपनीला तो कधीच वसूल करता आला नसता. 'बेकार' किंवा 'निवृत्त' असंच म्हणवून घेणं तिला अधिक पसंत होतं. लान्सही त्याच्या अमली पदार्थांच्या धंद्याचा उल्लेख करत नसे. फ्लोरिडामधल्या एका बँकेत त्यांनी तीन लाख डॉलर्स दडवून ठेवले होते, हे त्यांच्या वकिलासमोर उघड करायला त्यांचं धाडस झालं नाही.

"तुम्हाला काय वाटतं, ते कधी खटला भरतील?" तिने विचारलं.

वकिलाने सांगितलं, "या आठवड्यातच."

वास्तविक ते थोडं लवकरच घडलं. कोर्टहाउसच्या दुसऱ्या मजल्यावर वार्ताहर परिषदेमध्ये पॅट्रिकच्या पुनरागमनाची, खरं म्हणजे पुनर्जन्माची बातमी सांगितली जात असतानाच, नॉर्दन केस म्युच्युअलचे ॲटर्नी खालच्या मजल्यावर असलेल्या कोर्ट-क्लार्कच्या ऑफिसमध्ये गुपचूप जाऊन, ट्रुडी लॅनिंगनविरुद्ध पंचवीस लाख, अधिक व्याज व वकिलाची फी, अशा रकमेचा दावा दाखल करत होते. त्यात, कोणत्याही मालमत्तेची हलवाहलव किंवा हस्तांतरण करण्यास तिला प्रतिबंध करण्याचा तात्पुरता मनाई हुकूम व्हावा, या अर्जाचाही अंतर्भाव होता. कारण ती आता विधवा राहिली नव्हती.

नंतर तो अर्ज घेऊन, ते तिथेच अशा प्रकारचं काम बघणाऱ्या जजकडे गेले. त्याच्याशी त्यांचं काही तास अगोदर बोलणं झालेलं होतं. परिस्थितीची निकड लक्षात घेऊन, जजने त्याच्याच ऑफिसमध्ये चौकशी पूर्ण करून, मनाई हुकूम काढला. पॅट्रिक लॅनिगनने केलेल्या पराक्रमाची त्याला कल्पना होतीच. तोसुद्धा कायदे क्षेत्रात वावरणाऱ्या मंडळींपैकीच प्रतिष्ठित असा होता. रोल्स राइस गाडी घेतल्यावर ट्रुडी त्याच्या बायकोशी घमेंडीने वागली होती.

ट्रुडी व लान्स एकमेकांना कुरवाळत त्यांच्या वकिलाशी बोलत होते. त्याच सुमारास मनाई हुकूम मोबाइलला रवाना होऊन, कौंटी क्लार्कने तो नोंदवूनही घेतला होता.

दोन तासानंतर ती दोघं घराच्या अंगणात ड्रिंक घेत मोबाइलच्या समुद्राकडे उदासीनपणे बघत बसली असताना, नॉर्दन केस म्युच्युअलने दाखल केलेल्या पंचवीस लाखांच्या दाव्याची एक कॉपी आणि मनाई हुकुमाची अधिकृत प्रत ट्रुडीला देण्यासाठी एक अंमलबजावणी कर्मचारी त्यांच्यासमोर उभा ठाकला. त्यात बिलॉक्सी कोर्टात हजर राहण्याविषयी समन्स होतं. ज्या गोष्टींवर प्रतिबंध घालण्यात आला होता त्या यादीत आणखी एक गोष्ट होती. जजच्या पूर्वपरवानगीशिवाय ट्रुडीने एकही चेक द्यायचा नव्हता.

सात

आपल्या पोटमाळ्यावरील त्या अंधाऱ्या ऑफिसमधून अॅटर्नी इथान रॅप्ले खाली आला. दाढी, आंघोळ उरकून लालभडक झालेल्या डोळ्यांमध्ये त्याने औषधाचे थेंब सोडले. कडक कॉफी घेतली. एकदा वापरलेला नेव्ही कलरचा ब्लेझर अंगावर चढवून तो बिलॉक्सीच्या जुन्या भागात असलेल्या फर्मच्या ऑफिसकडे निघाला. गेल्या सोळा दिवसांत तो ऑफिसकडे फिरकला नव्हता. त्याची कुणाला आठवण होत नव्हती आणि त्यालाही कुणाची फिकीर पडली नव्हती. त्यांना कुणाला त्याची कधी जरूर भासलीच, तर ते त्याला फॅक्स करत. तोही त्यांना फॅक्सनेच उत्तर पाठवत होता. फर्मला तारण्यासाठी मात्र खटल्याची टिपणं तयार करणं, सादर करण्यात येणारे अर्ज लिहिणं इत्यादी कामं तो करत होता. ज्या लोकांविषयी त्याला तिटकारा होता, त्यांच्यासाठीही तो संदर्भ शोधण्याची वगैरे कामं करायचा. कधी एखाद्या अशिलाला तो भेटत असे, तर कधी कंटाळवाण्या बैठकींना त्याच्या सहयोगी भागीदारांसह हजर राहत असे. खरं म्हणजे त्याला एकूण ऑफिसचाच कंटाळा आला होता. तिथले लोक, अगदी थोडीफार जी माहितीची होती त्यांचा, तिथल्या शेल्फवरील पुस्तकांचा, कागदपत्रांचा, फायलींचा, भिंतीवरल्या फोटोंचा, सेक्रेटरी इत्यादी सर्व गोष्टींचा; एकूण वातावरणाचाच त्याला उबग आला होता.

तरीही कोस्टमधल्या वाहनांच्या गर्दीतून सहज मार्ग काढत जात असताना, का कोण जाणे, तो स्वत:शीच हसला आणि त्याला ते जाणवलं. व्य मार्श रस्त्याने ऑफिसकडे घाईने जाताना, जुन्या ओळखीच्या एकाकडे पाहून त्याने मान हलवली. रिसेप्शनिस्टशी तो बोललासुद्धा. अर्थात त्याने तिला एकदा मदत केली होती, पण तिचं आडनावं मात्र त्याच्या लक्षात येत नव्हतं.

कॉन्फरन्सरूममधील गर्दी सरमिसळ होती. त्यात प्रामुख्याने वकील होते, एक-दोन जज आणि कोर्टहाउस संबंधित असलेले इतर जण. पाच वाजून गेले होते. सगळे आनंदी होते. सिगारच्या धुराने वातावरण भरून गेलं होतं.

खोलीच्या एका टोकाला असलेल्या टेबलावर ठेवलेली बाटली रॅप्लेनं पाहिली आणि व्हिट्रॅनोशी बोलत त्याने ग्लासात स्कॉच ओतली. खुशीत आहोत असं दाखवण्याचा त्याचा प्रयत्न होता. दुसऱ्या टोकाला असलेल्या इतर सॉफ्ट ड्रिंकच्या बाटल्यांकडे कोणाचंच लक्ष नव्हतं.

"आजची संध्याकाळ आपलीच असं वाटतंय," व्हिट्रॅनो म्हणाला. दोघे जण जमलेल्या गर्दीकडे बघत होते. त्यांच्या रंगात आलेल्या गप्पा ऐकत होते. "नुसतं कळलं आणि ऑफिसमध्ये गडबड सुरू झाली, लोक उड्या मारायला लागले."

कोस्टमधल्या कायद्याशी संबंधित असलेल्या वर्तुळात पॅट्रिकची बातमी क्षणात वाऱ्यासारखी पसरली. वकिलांमध्ये चर्चांना ऊत आला. बातम्या तिखटमीठ लावून पुन:पुन्हा सांगितल्या जाऊ लागल्या होत्या. कंड्या पिकवून त्यात नवीन भर पडत होती. तो आता म्हणे एकशे तीस पौंड भरेल एवढाच राहिलाय, त्याला पाच भाषा येतात; त्याला पैसे मिळाले आणि संपलेही; जवळजवळ दरिद्रीच झालाय का मोठ्या घरात राहतो? एकटाच राहतो? कुणी म्हणतो, दुसरी बायको केली, तीन पोरं आहेत. पैसे कुठे आहेत हे त्यांना माहीत आहे, पण कुणाला त्यांचा सुगावाच लागत नाहीये.

सगळ्या अफवा, गावगप्पा 'पैसा' या एकाच गोष्टीशी येऊन थांबत होत्या. कॉन्फरन्सरूममध्ये जमलेली मित्रमंडळी व इतर उत्सुक इकडच्या-तिकडच्या गप्पागोष्टी करत होते, पण पुन्हा त्या पॅट्रिकने लंपास केलेल्या पैशाकडे वळत. यात गुपित असं नव्हतंच, कारण लंपास केलेल्या नऊ कोटी डॉलर्समधला एक तृतीयांश हिस्सा लॉ फर्मचा होता ही गोष्ट लोकांना कळून वर्ष उलटली होती. ते परत मिळण्याची शक्यता अंधूक असूनही, मित्रमंडळी आणि चौकस लोकांना एखाद-दुसरं ड्रिंक घेण्यासाठी एकत्र आणायला ती गोष्ट पुरेशी होती. मग एखादी नवीन कहाणी, वावडी किंवा ताजी खबर हे अटळ होतं. अखेरीस 'जाऊ द्या, मला आशा आहे, पैसे मिळतील,' असं म्हटलं जायचं.

रॅप्ले आणखी एक डोस मारून लोकांत जाऊन मिसळला. बोगानने पाण्याचा घोट घेतला आणि एका जजशी गप्पा मारत बसला. व्हिट्रॅनो त्या गर्दीतल्यांच्या शंकाकुशंकांचं शक्य तितकं समाधान करत होता. काही मान्य करत, तर काही धुडकावून लावत होता. हॅबरॅक एका वयस्कर रिपोर्टरबरोबर एका कोपऱ्यात बोलत होता.

रात्र वाढू लागली तसा दारूचा ओघही वाढला. आशा-अपेक्षांना उभारी आली आणि त्याच त्याच चर्चांची आवर्तनं सुरू झाली.

कोस्ट टेलिव्हिजन केंद्रावरील संध्याकाळच्या बातम्यांमध्ये पॅट्रिक हाच मुख्य विषय होता. इतर काही थोडंसंच सांगितलं गेलं. मास्ट व पॅरिश मायक्रोफोनच्या जाळ्याकडे करड्या नजरेने बघत होते. त्यांना जसं काही, त्यांच्या मनाविरुद्ध,

ओढूनताणून आणलं गेलं होतं. लॉ ऑफिस प्रवेशद्वाराचा अगदी जवळून घेतलेला फोटो दाखवण्यात आला. आत कोण होतं यावर भाष्य केलं गेलं नाही. थेट पॅट्रिकच्या दफनभूमीवरून, संगतवार घडलेल्या घटनांचा वृत्तान्त अधूनमधून सांगितला जात असताना 'दफन झालेल्या त्या गरीब बिचाऱ्या आत्म्याचं काय झालं असेल' याविषयीच्या उदासवाण्या कल्पना वर्णन केल्या जात होत्या. चार वर्षांपूर्वी झालेला अपघात, तो कुठे झाला होता ते ठिकाण आणि पॅट्रिक लॅनिगनच्या शेव्ही ब्लेझरचं जळून झालेलं कडबोळं या दृश्यांसहित दाखवला गेला. त्याची बायको, शेरीफ आणि एफबीआय यांच्या कोणाच्याही प्रतिक्रिया नव्हत्या, भागीदारांच्याही नव्हत्या. वार्ताहारांनी मात्र बेफाम तर्कवितर्क सुरू केले होते.

बातमी न्यू ऑर्लिन्स, मोबाइल, जॅक्सन आणि मेम्फिसमध्येही प्रदर्शित करण्यात आली. सीएनएनने ती संध्याकाळी उचलली आणि सुमारे तासभर साऱ्या देशभर प्रसारित करून नंतर ती बाहेर पाठवली. बातमी होतीच तशी टाळता न येणारी, ठोस!

स्विसमध्ये सकाळचे सात वाजले होते. इव्हाने तिच्या हॉटेलरूममध्ये ती बातमी पाहिली. मध्यरात्री ती टीव्ही चालू ठेवूनच झोपी गेली होती. रात्रभर ती मध्येच उठे, कारण पॅट्रिकबद्दलच्या शक्य तितक्या उशिरातल्या उशिराच्या बातमीची ती वाट बघत होती. अखेरीस ती झोपली. तशी ती दमलीही होती आणि धास्तावलेलीही होती. घरी परत जावं असं वाटत होतं, पण ते शक्य नव्हतं.

पॅट्रिक जिवंत होता तर. तो कधी पकडला गेलाच, तरी ते त्याला कधीही जीवे मारणार नाहीत याची ग्वाही त्याने शंभरदा तिला दिली होती. तिने प्रथमच त्याच्यावर विश्वास ठेवला होता. त्याने काय काय सांगितलं असेल त्यांना? हाच प्रश्न होता. त्याला किती छळलं असेल? किती माहिती काढून घेतली असेल? हळू आवाजात तिने प्रार्थना म्हटली. देवाचे आभार मानले की, पॅट्रिक जिवंत आहे. करायच्या गोष्टी तिने परत पाहून घेतल्या.

गणवेशातले दोन पहारेकरी निर्विकार नजरेने बघत होते. लूईस या पोर्टोरिकोच्या जुन्या नोकराच्या मदतीने कसाबसा पॅट्रिक अनवाणी पायाने हॉलमध्ये आला. अंगावर पांढरी लष्करी अर्धी चड्डी होती. त्याला झालेल्या जखमांना हवा लागण्याची आवश्यकता होती म्हणून त्यांच्यावर कोणतंही बँडेज नव्हतं. त्या उघड्या होत्या, पण त्यांच्यावर मलम होतं. पोटऱ्या, मांड्या दुखऱ्या व नाजूक झाल्या होत्या. प्रत्येक पावलागणीक घोटे व गुडघे थरथरत होते.

जड झालेलं डोकं हलकं करावंसं वाटलं. उघड्या झालेल्या, भाजलेल्या जखमा दुखत होत्या, कळा येत होत्या, पण ते त्याला हवं होतं; निदान त्यामुळे तरी मेंदू तरतरीत राहायला मदत होत होती. गेल्या तीन दिवसांत कोणतं दरिद्री रसायन त्यांनी टोचून रक्तात भिनवलं होतं, देव जाणे.

छळवणूक भयानक होती. डोळ्यांसमोर अस्पष्टता होती, पण आता ती निवळत होती. दिलेल्या औषधांचा प्रभाव नाहीसा होऊन, त्यांचं निःसारण झाल्याने तो भानावर आला होता. त्या वेळी मारलेल्या यातनामय किंकाळ्या त्याच्या त्यालाच ऐकू येत होत्या.

रिकाम्या कॅन्टीनच्या खिडकीच्या चौकटीला टेकून तो उभा राहिला. त्याच्या नोकराने त्याला थंड पेय आणून दिलं. सैनिकांच्या बरॅक्सच्या रांगांच्या पलीकडे मैलभर अंतरावर समुद्र होता. म्हणजे एक प्रकारच्या लष्करी तळावर तो होता.

'पैसे आहेत', हो त्याने तसं कबूल केलं होतं. त्याला आठवलं की, शॉक देणं जेव्हा थोडा वेळ थांबवलं होतं त्या वेळी ते बाहेर पडलं होतं. नंतर त्याची शुद्ध हरपली होती. बऱ्याच वेळानंतर त्याला जागा करण्यासाठी त्याच्या तोंडावर गार पाण्याचे फवारे मारण्यात आले होते. तेव्हा कसं छान थंड वाटत होतं, पण त्यांनी पाणी पिऊ दिलं नव्हतं. उलट त्यांचं सुया भोसकणं चालूच होतं.

बँकांची नावं सांगण्यासाठी त्याचा जीव पणाला लागला होता. बहामामधल्या 'युनायटेड बँक ऑफ वेल्स'मधून पैसे हडप केल्याच्या क्षणापासून पुढे, कोणालाच त्यांचा थांगपत्ता लागू नये, म्हणून त्याने ते माल्टातल्या एका बँकेत, मग पनामाला, असे फिरवत ठेवले असं त्यानं सांगितलं होतं. त्याच वेळी एकीकडून शरीरातून उष्ण प्रवाह जात होता, पण त्यांनी त्याला पकडला तेव्हा ते नेमके कुठे होते, हे त्याला माहीत नव्हतं. आजही ते आहेत, व्याजासकट आहेत असं त्याने सांगितल्याचं त्याला स्पष्ट आठवत होतं. आणखी काय कर्म सांगणार! ज्या अर्थी मी ते पळवले तेव्हा ते माझ्याकडे असणारच आणि त्यांना ते कळून आलं होतं. चार वर्षांत इतके नऊ कोटी मी उडवणं शक्य नव्हतं हे त्यांना ठाऊक होतं. शरीर भाजून निघत होतं, मांसाचं पाणी होत होतं, पण पैसे नक्की कुठे होते हे सांगता येत नव्हतं.

नोकराने त्याला सोडा आणून दिल्यावर त्याने 'ऑब्रिगदो' असं पोर्तुगीजमध्ये त्याचे आभार मानले. आता इथे पोर्तुगीज कशाला?

पैसे कुठून कसे फिरत राहिले हे सांगून झाल्यावर परत सगळीकडे अंधार झाला. 'स्टॉप' असं कोणीतरी कोपऱ्यातून ओरडलं, तो कोण होता? त्याला पॅट्रिकने कधी पाहिला नव्हता. त्यांना वाटलं त्यांनी त्याला शॉक देऊन मारला.

किती वेळ तो बेशुद्ध होता हे त्याला कळलं नाही. मध्येच केव्हातरी त्याला जाग आली तेव्हा अंधारी आल्यासारखं वाटलं. घामाने डबडबलेलं शरीर, दिलेली औषधं आणि मारलेल्या भयानक किंचाळ्या या सर्वांच्या थकव्याने त्याला अंधारी आली होती, का त्याचे डोळे बांधलेले होते? त्याला आत्ता आठवलं की, त्याचे डोळे बांधलेलेच असावेत, कारण छळवणुकीचा अधिक अघोरी नवीन उपाय त्यांना करायचा असणार. कदाचित एखाद-दुसरा अवयव, हातपाय तोडायचे होते. नाहीतरी

तो उघडानागडाच पडलेला होता.

पुन्हा एकदा हातामध्ये एक शॉट टोचण्यात आला. हृदय एकदम थडथडलं, कातडी उडायला लागली. याचा अर्थ त्याचा सखा परत खेळण्यासाठी आला होता. त्याने 'पैसे कुणाकडे आहेत', असं विचारलंही होतं.

हे सगळे अत्याचार आठवत, पॅट्रिक सोड्याचे घुटके घेत राहिला. नोकर जवळच घुटमळत होता, त्याच्याकडे बघून हसत होता. प्रत्येक पेशंटकडे पाहून नेहमीच तो तसं करायचा. पॅट्रिकला एकाएकी उमासा आला, तसं त्यानं थोडंच खाल्लं होतं. त्याला सुन्न वाटू लागलं. भोवळ आल्यासारखं झालं, पण तरीही निर्धाराने तो उभाच राहिला, म्हणजे रक्ताभिसरण चालू राहून, तरतरी येईल. दूर क्षितिजावर दिसणाऱ्या एका मच्छिमारी बोटीकडे तो एकटक बघत राहिला.

पैसे कुणाकडे होते त्यांची नावं वदवून घेण्यासाठी त्यांनी बरेच चटके दिले. त्याच्या नकारांबरोबर तो किंचाळत राहिला. मग त्यांनी त्याच्या गुप्तभागालाही इलेक्ट्रोड लावले. आलेल्या कळा मरणान्त होत्या. पुन्हा सगळीकडे अंधार झाला.

पॅट्रिकला काहीच आठवत नव्हतं. छळवाद कधी संपला, त्याची परिसीमा कधी झाली, नाही त्याला आठवणं शक्यच नव्हतं. शरीराची आग-आग होत होती. तो खरं म्हणजे मरायचाच. त्याने तिचं नाव उच्चारलं, पण ते अगदी सहजपणे स्वत:च हाक मारावी असं. कुठे होती ती?

त्याने सोडा घेतला नाही. तो नोकराजवळ गेला.

स्टिफॅनोनं पहाटे एक वाजेपर्यंत वाट पाहिली आणि तो नेहमीच्या अंधारी रस्त्याने निघाला. चौकात उभ्या असलेल्या व्हॅनमध्ये बसलेल्या दोन जासूदांना त्याने खूण केली. त्यांनी वळण घेऊन आपल्यामागे येण्यासाठी त्याने आपल्या गाडीचा वेग कमी केला. ऑर्लिंग्टन मेमोरियल ब्रिज येईपर्यंत त्याच्यामागे दोन गाड्या होत्या.

मोकळ्या रस्त्यावरून हा गाड्यांचा ताफा जॉर्जटाउनला पोहोचला. कुठे जायचं ते ठरलेलं असल्यामुळे स्टिफॅनो पुढे होता. के स्ट्रीटवरून अचानक उजवीकडे वळून तो बिस्कॉन्सिनकडे निघाला आणि नंतर परत गाडी एम स्ट्रीटवर वळवली. अवैधपणे त्याने गाडी पार्क केली आणि घाईघाईने तो हॉलिडे-इनकडे, अर्धा रस्ता चालत गेला.

लिफ्टने तो तिसऱ्या मजल्यावर गेला. एका मोठ्या दालनात गाय त्याची वाट बघत होता. स्टेट्समध्ये परत आल्यावर, गेल्या काही महिन्यांत प्रथमच त्याला तीन दिवस थोडी झोप मिळाली होती. स्टिफॅनोला त्याचं काही वाटलं नसतं.

टेबलावर बॅटरीवर चालणाऱ्या रेकॉर्डप्लेअरजवळ लेबल लावलेल्या सहा टेप्स व्यवस्थित ठेवलेल्या होत्या.

त्याच्या दालनाच्या दोन्ही बाजूंकडे बोट दाखवत गाय म्हणाला, ''दोन्ही बाजूच्या खोल्या रिकाम्या आहेत तेव्हा तू मोठ्या आवाजात ऐकू शकतोस.''

''तिरस्करणीय असल्या तरी चालतील, ऐकतो.'' टेप्सकडे बघत स्टिफॅनो म्हणाला.

''अगदी विकृत आहेत. मी पुन्हा असलं काही करणार नाही.''

''जा आता तू.''

''ठीक आहे, जरूर लागली तर ती इथंच हॉलच्या पलीकडे आहे.'' गाय निघून गेला. स्टिफॅनोनं कॉल करताच, लगेच बेनी ॲरिसिया हजर झाला. त्यांनी ब्लॅक कॉफी मागवली आणि पॅराग्वेच्या जंगलात पॅट्रिकने मारलेल्या भयानक किंकाळ्या ऐकत त्यांनी उरलेली रात्र घालवली.

बेनीचे ते तीन तास मजेत गेले.

आठ

वर्तमानपत्राच्या दृष्टीने, तो दिवस पॅट्रिकचा होता असं म्हणणंसुद्धा कमीच ठरलं असतं. कोस्टच्या दैनिकाच्या पहिल्या पानावर इतर काहीच नव्हतं, फक्त पॅट्रिक! मोठ्या ठळक अक्षरात पेपरचा मथळा होता, 'मृत लॅनिगन जिवंत परत!'

पहिल्या पानावर एकूण चार कहाण्या होत्या, त्या आतल्या पानांवर 'पुढे चालू' होत्या आणि कमीत कमी सहा फोटो होते. न्यू ऑर्लिन्स या त्याच्या मूळ गावी, तसंच जॅक्सन व मोबाइल या ठिकाणीही तो पहिल्या पानावर झळकला होता. मेम्फिस, बर्मिंगहॅम, बॅटनरो आणि अटलांटा इथल्या पेपरमध्ये वृत्त थोडं असलं तरी पॅट्रिकचे जुने फोटो पहिल्या पानावर होतेच.

सकाळभर ग्रेटना या न्यू ऑर्लिन्सच्या उपनगरातल्या त्याच्या आईच्या घरासमोर टीव्हीच्या दोन व्हॅन बारीक लक्ष ठेवून ठाण मांडून होत्या. तिच्यापाशी सांगण्यासारखं काहीच नव्हतं. पण दोन विशाल दणकट महिला खाली रस्त्यावर घराच्या मुख्य दरवाजापासून येरझाऱ्या घालत तिला संरक्षण देत, त्या 'गिधाडां'वर लक्ष ठेवून होत्या.

पॉइंट क्लिअरमधील टुडीच्या घरासमोर प्रेसचे लोक जमलेले होतेच, पण हातात शॉटगन घेऊन एका झाडाखाली बसलेल्या लान्सने त्यांना लांब ठेवलं होतं. काळा टीशर्ट, काळे बूट आणि पॅन्ट घातलेला तो, प्रामाणिकपणाने काम करणाऱ्या भाडोत्री लोकांपैकी वाटत होता. प्रेसचे लोक लांबूनच त्याला ठरावीक साच्याचे प्रश्न ओरडून विचारत होते. तो नुसताच गुरगुरत होता. टुडी आतमध्ये सहा वर्षांच्या ॲशली निकोलला घेऊन लपून बसली होती. तिला शाळेमध्ये पाठवण्यात आलं नव्हतं.

नंतर त्यांनी मध्यवस्तीतल्या लॉ ऑफिसकडे मोर्चा नेला आणि तिथे ते रस्त्याच्या बाजूला वाट बघत थांबले. दोन गलेलठ्ठ गार्डनी त्यांना गेटवरच अडवलं.

मग ते शेरीफच्या, एजंट कटरच्या ऑफिसशी घुटमळत राहिले. जिथे जिथे

म्हणून त्यांना वास येईल अशा ठिकाणीही ते हिंडत राहिले. त्यांच्यातल्या एकाला एकदम कुठूनतरी कुणकुण लागली म्हणून ते सर्किट कोर्ट-क्लार्कच्या ऑफिसशी गोळा झाले. ते अगदी वेळेवर पोहोचले, कारण त्या वेळी राखाडी रंगाचा भारी सूट घातलेला व्हिट्रॅनो, तिथल्या क्लार्कला त्याची लॉ फर्म व पॅट्रिक यांच्या विरुद्ध दाखल करण्यात येत असलेल्या दाव्याची कागदपत्रं सादर करत होता. लॉ फर्मला त्यांचे हडप केलेले पैसे हवे होते. साधी गोष्ट होती, पण व्हिट्रॅनो पत्रकार लोकांना त्याविषयी त्यांची जितकं ऐकण्याची इच्छा होती तितकं सांगणार होता.

ती सकाळच असल्या खटल्यांची होती. टुडीच्या वकिलाने सकाळीच हादरा देणारी गोष्ट जाहीर केली की, दहा वाजता तो मोबाइलमधल्या क्लार्कच्या ऑफिसमध्ये घटस्फोटाचा अर्ज दाखल करणार होता. असल्या कामात तो वाकबगार होता. आजपर्यंत असले घटस्फोटाचे हजारो अर्ज त्याने दाखल केले असतील, पण टीव्हीच्या बातमीदारांसमोर हे काम तो प्रथमच करत होता. त्यांनी बराच वेळ पाठलाग केल्यामुळे त्याने बातमीदारांशी बोलण्याचं मान्य केलं होतं. घटस्फोटाचं कारण होतं 'पत्नीचा त्याग करणे'. प्रत्यक्ष अर्जाच्या तपशिलात मात्र नाना प्रकारचे घाणेरडे आरोप करण्यात आले होते. क्लार्कच्या ऑफिसबाहेर हॉलमध्ये मग त्याने छायाचित्रकारांना फोटो घेऊ दिले.

पंचवीस लाख डॉलर्स परत करण्याविषयी नॉर्दन केस म्युच्युअल या विमा कंपनीने टुडी लॅनिगनवर काल लावलेल्या कोर्ट केसची बातमी लगेच पसरली. तपशिलासाठी केसच्या फायलीची उलथापालथ करण्यात आली, संबंधित वकिलांशी संपर्क साधण्यात आला. एखाद-दुसरा शब्द इकडचा तिकडे झाल्याचे सोडल्यास वार्ताहरांना बातमी समजली की, कोर्टाच्या परवानगीशिवाय टुडी किराणा मालाच्या खरेदीसाठीसुद्धा चेक देऊ शकत नव्हती.

मोनार्क सिएरा इन्शुरन्स कंपनीला त्यांचे चाळीस लाख परत हवे होते; त्यावरील व्याज, वकिलांची फी इत्यादी खर्च अर्थातच वेगळा. बिलॉक्सीमधल्या त्यांच्या वकिलांनी लॉ फर्मविरुद्ध पॉलिसीच्या पैशांसाठी दावा तर केला होताच, पॅट्रिकविरुद्धही त्यांनी फसवणुकीच्या गुन्ह्याखाली आणखी एक फिर्याद दाखल केली होती. पत्रकारांना याचा सुगावा लागणं क्रमप्राप्त होतंच. फिर्याद दाखल होताक्षणी त्यांच्या हातात दाव्याच्या प्रती होत्या.

बेनी ॲरिसियाला पॅट्रिककडून नऊ कोटी परत हवे होते यात नवल नव्हतेच. त्याचा नवीन वकील हा एक बेगडी, दिखाऊ माणूस होता. प्रसारमाध्यमांशी वागण्याची त्याची निराळी पद्धत होती. फिर्याद दाखल करण्यापूर्वीच त्याने सकाळी दहा वाजता त्याच्या कॉन्फरन्सरूममध्ये, प्रत्येक पत्रकाराला दाव्याच्या महत्त्वाच्या मुद्द्यांवर चर्चा करण्यासाठी आमंत्रित केलं होतं आणि नंतर तो त्याच्या एकूण लवाजम्यासह फिर्याद दाखल

करण्यासाठी गेला. पावलागणिक त्याची बडबड सुरू होती.

पॅट्रिक पकडला जाणं, या एका घटनेनं इतक्या खटल्यांचं काम निर्माण केलं की, अलीकडच्या काळात एकाच घटनेशी संबंधित एवढे खटले एकाच वेळी भरले गेले नव्हते.

हॅरिसन कोर्टहाउसमध्ये गडबड सुरू होती. ग्रॅन्ड ज्यूरीचे सतरा सभासद, दुसऱ्या मजल्यावरील एका लक्षात न येणाऱ्या खोलीत गुपचुपपणे जमा झाले होते. जिल्हा सरकारी वकील टी. एल. पॅरिशकडून आदल्या रात्रीच त्यांना बोलावणं गेलं होतं. या बैठकीचं कारण त्यांना माहीत होतं. एका मोठ्या लांब टेबलाशी प्रत्येकाने आपापली ठरावीक जागा घेतली. त्यांनी कॉफी घेतली. उद्‌भवलेल्या खळबळीमध्ये आपला सहभाग आहे याचं त्यांना कौतुक तर होतंच; पण त्याचबरोबर पुढे काय घडतंय, याविषयी ते अधीर झाले होते.

पॅरिशने सर्वांचं स्वागत केलं आणि अशी आणीबाणीची बैठक बोलावल्याबद्दल दिलगिरीही व्यक्त केली. त्यानंतर शेरीफ स्वीने, त्याचा तपासप्रमुख टेड ग्रिमशॉ व एफबीआय स्पेशल एजंट जोशुआ कटर यांचंही स्वागत केलं आणि म्हणाला, ''अचानक समोर आलेली एक नवीन खुनाची केस आपल्याला हाताळावी लागणार आहे असं दिसतं.'' हातातली पेपरची घडी उलगडत तो पुढे म्हणाला, ''माझी खातरी आहे की, ही बातमी तुम्ही वाचली असणार.'' प्रत्येकाने होकारार्थी मान हालवली.

हातात नोटपॅड घेऊन भिंतीलगत फेऱ्या मारत त्याने सविस्तर वाचून दाखवलं ते असं : पॅट्रिकची कुळकथा, बेनी ॲरिसियाचं प्रतिनिधित्व करणारी लॉ फर्म; आता जरी ते बोगस प्रकरण होतं हे माहिती झालं असलं तरी पॅट्रिकचा मृत्यू, दफन इत्यादीचे तपशील त्याने सर्वांसमोर ठेवले. सकाळच्या पेपरात आलेल्या बातम्या सगळ्यांनी वाचल्या होत्याच.

अपघाताच्या ठिकाणी असलेली पॅट्रिकची जळून खाक झालेली 'ब्लेझर' गाडी व दुसऱ्या दिवशी सकाळी त्याच ठिकाणचे, पण गाडी नसतानाचे घेतलेलेले फोटो; तसेच गाडीला लागलेल्या आगीने होरपळून निघालेल्या खुरट्या झुडपाचे, गवताचे, मातीचे, एका झाड्याच्या बुंध्याचे इत्यादी सर्व फोटो त्याने जमलेल्या मंडळींमध्ये फिरवले. नंतर त्याने जळालेल्या 'ब्लेझर' गाडीत सापडलेल्या एका माणसाचे अवशेष दाखवणारा एक आठ बाय दहा या आकाराचा कलर फोटो सर्वांपुढे ठेवला. तुम्ही तो बारकाईने बघा अशी सूचना देत तो म्हणाला, ''यावरून आम्हा सर्वांना वाटलं की, तो पॅट्रिक लॅनिगन होता. आता कळलं की, ते कसं चुकीचं होतं.''

त्या कलर फोटोमध्ये दिसणाऱ्या राखेच्या ढिगाऱ्यात माणसाचे काही अवशेष असतील असं दर्शवणारं काहीच नव्हतं, बाहेर डोकावणाऱ्या एका पांढऱ्याफटक

हाडाव्यतिरिक्त! ते हाड कमरेच्या हाडांपैकी एक होतं असं पॅट्रिकने नंतर स्पष्ट केलं होतं. पॅरिशने असाही खुलासा केला की, ''माणसाच्या कमरेची हाडं.'' नाहीतर ग्रॅन्ड ज्यूरी सभासदांचा गोंधळ उडायचा की, पॅट्रिकने मोठं डुक्कर किंवा दुसरा कोणता प्राणी मारला होता की काय.

ग्रॅन्ड ज्यूरीने ते सहजपणे स्वीकारलं, कारण त्या फोटोमध्ये तसं किळसवाणं, विकृत असं काही नव्हतं. तो, ती किंवा जो कोणी असेल त्याचा गाडीच्या पुढच्या सीटवर जीव गेला होता, कारण सीट इतर गोष्टींप्रमाणे सांगाड्यासकट जळून खाक झालं होतं.

''आग गॅसोलिनने लागलेली होती.'' पॅरिश स्पष्ट करत सांगत होता, ''आमच्या माहितीप्रमाणे पॅट्रिकने त्या ठिकाणाच्या अलीकडे आठ मैलावर, गाडीची टाकी वीस गॅलन गॅसोलिनने फुल केली होती, त्यामुळे एकदम भडका उडाला. आगीचा डोंब नेहमीपेक्षाही फार दाहक होता, असं आमच्या पाहणी करणाऱ्याचं मत आहे.''

''त्या जळलेल्या गाडीत रिकाम्या गॅलनचे काही अवशेष, तुकडे वगैरे आढळले का तुम्हाला?'' एका ज्युअररने विचारलं.

''नाही. अशा प्रकारच्या आगीत प्लॅस्टिकचे डबे खास करून वापरले जातात. दुधाला वापरतात तसे अनेक जग आणि उष्णतेने वितळून गोळा न होणारे डबे, हे जाळपोळ करणारे जास्त पसंत करतात. ते जळून खाक होत असल्याने त्यांचा मागमूसही राहत नाही. आमचा नेहमीचा अनुभव आहे हा. मोटारींना लागणाऱ्या आगीत असं क्वचित आढळतं.''

''जळलेल्या मृतदेहांची अवस्था अशी इतकी वाईट असते?'' दुसऱ्या एकाने विचारलं.

पॅरिशने लगेच उत्तर दिलं, ''नाही. वास्तविक नसते आणि खरं म्हणजे इतकं पूर्ण जळलेलं प्रेत मी पाहिलेलं नाही. अधिक तपासासाठी आम्ही अशी प्रेतं उकरूनही काढतो; पण या बाबतीत, तुम्हाला माहीत आहे, हे जाळण्यात आलं होतं.''

''ते कोणाचं होतं याविषयी काही कल्पना?'' डॉक-वर्कर रोनी बर्किसनं विचारलं.

''आम्हाला एक जण वाटतो आहे, पण तो केवळ तर्क आहे.''

आणखी इकडचे-तिकडचे काही प्रश्न विचारण्यात आले, पण त्यात महत्त्वाचं असं काही नव्हतं. भेटलोच आहोत तर, जी पेपरमध्ये आली नव्हती अशी काही माहिती मिळावी अशा प्रकारच्या त्या चौकश्या होत्या. ग्रॅन्ड ज्यूरींनी एकमताने पॅट्रिकवर खुनाचा आरोप ठेवला व तो खून त्याने 'चोरी'सारखा आणखी एक गुन्हा करताना केला असं मत मांडलं. त्याला पार्चमन येथील तुरुंगात ठेवून, विषारी

इंजेक्शनने मृत्युदंड देणे हीच शिक्षा योग्य होती.

चोवीस तासांपेक्षा कमी वेळात पॅट्रिकने त्याला स्वत:ला 'खुनी' असं दोषी ठरवून घेतलं. बायकोचा घटस्फोटासाठी अर्ज, ॲरिसियाने लावलेला नऊ कोटी अधिक दंडात्मक नुकसान भरपाईसाठीचा दावा, त्याच्या पूर्वीच्या लॉ फर्ममधल्या सहकाऱ्यांनी दंडासह तीन कोटींची गुदरलेली फिर्याद, मोनार्क सिएरा इन्शुरन्स कंपनीने चाळीस लाख परत मिळवण्यासाठी अधिक एक कोटी दंडासहित लावलेली केस इत्यादी सर्व ओढवून घेतलं.

त्याने हे सर्व टीव्हीवर पाहिलं; सीएनएनच्या सौजन्याने.

फिर्यादी पक्षाचा वकील टी. एल. पॅरिश आणि यू.एस. ॲटर्नी मॉरीस मास्ट यांनी पुन्हा एकदा माइकसमोर येऊन संयुक्तपणे जाहीर केलं की, फेडरल एजन्सीचा या गुन्ह्यांशी प्रत्यक्ष संबंध नाही, पण हॅरीसन कौटींच्या सज्जन लोकांच्यावतीने काम करणाऱ्या ग्रॅन्ड ज्यूरीने तत्परतेने निर्णय घेऊन पॅट्रिक लॅनिगनविरुद्ध आरोप निश्चित केले आहेत. ज्यांची उत्तरं त्यांच्याकडे नव्हती, त्या प्रश्नांना त्यांनी बगल दिली आणि टाळता येण्याजोगे प्रश्न त्यांनी टाळलेच. मात्र आणखी जे काही आरोप पॅट्रिकवर ठेवण्यात येणार होते त्याविषयी सूतोवाच केलं.

टीव्हीचे लोक निघून गेल्यावर ते दोघे, पॅट्रिकचा मृत्यू होण्यापूर्वीपासूनचा असलेला त्याचा एक घनिष्ठ मित्र आणि हॅरीसन कौटींच्या फिरत्या न्यायालयाच्या तीन जजेसपैकी एक जज कार्ल हस्की असे निवांतपणे भेटले.

कोर्टासमोर उभे राहणारे खटले या तीन जजेसमध्ये, वास्तविक कसेही विभागले जायला हवेत. पण त्या खटल्यांपैकी एखादी विशिष्ट केस आपल्यासमोर यावी किंवा न यावी, यासाठी खटले नोंदवून घेणाऱ्या क्लार्कला कसं पटवायचं हे कार्ल हस्की आणि इतर दोन जजेसना चांगलं माहीत होतं. सध्यातरी जज हस्कीला पॅट्रिकची केस हवी होती.

किचनमध्ये एकट्यानेच टोमॅटो सँडविच खात बसलेल्या लान्सला घराच्या मागच्या अंगणात पोहोण्याच्या तलावापाशी काहीतरी हालचाल दिसली. त्याने त्याची शॉटगन घेतली आणि हळूच घराबाहेर येऊन तो तिथल्या झुडपांपाशी आला, तेव्हा तलावाच्या शेजारी असलेल्या खोलीशी एक लठ्ठ फोटोग्राफर गळ्यात तीन कॅमेरे लटकवून बसलेला पाहिला. लान्स चवड्यांवर अनवाणी चालत खोलीला वळसा घालून त्या बसलेल्या माणसापासून दोन फूटांवर थांबला. हातात शॉटगन तयार होती. मग थोडं पुढे वाकून त्याने त्या माणसाच्या डोक्याजवळ, शॉटगनची नळी वर करून धरली आणि चाप ओढला.

तो फोटोग्राफर धक्क्याने उडाला आणि किंचाळत तोंडावर आपटला. लान्सने त्याला लाथा घातल्या आणि तो घरंगळत जात असताना त्याला त्याच्यावर हल्ला करणाऱ्याचं ओझरतं दर्शन झालं.

लान्सने त्याचे कॅमेरे हिसकावून घेतले, त्याचे तुकडे करून ते तलावात फेकून दिले. टुडी एव्हाना अंगणात आली होती. घाबरून ती बघत होती. लान्स तिच्याकडे बघून, 'पोलिसांना बोलाव' असं ओरडला.

नऊ

एका टोकदार उपकरणाने त्याच्या छातीवरील जखम तपासत डॉक्टर म्हणाला, ''आता निर्जीव झालेली कातडी मी काढून टाकतो. दुखू नये म्हणून तू वेदनाशामक औषध घ्यावंस असं मला वाटतं.''

''नको.'' पॅट्रिक म्हणाला. तो त्याच्या बेडवर उघडानागडा होऊन बसलेला होता. दोन नर्स, पोर्टोरिकोहून त्याच्याबरोबर असलेला त्याचा नोकर लूईस, त्याच्याभोवती गोळा झाले होते.

''खूप दुखणार आहे, पॅट्रिक.'' डॉक्टरनं बजावलं.

''यापेक्षाही भयंकर अवस्थेतून मी गेलोय. बरं, तुम्ही कुठे खुपसणार आहात?'' आपला डावा हात वर करत पॅट्रिकने विचारलं. त्याला पकडण्यात आल्यावर, त्या भयंकर दिव्यातून जाताना, त्या ब्राझिलीयन डॉक्टरने निर्दयपणे खुपसलेल्या सुयांच्या, आता काळ्या पडलेल्या व्रणांनी त्याचा तो हात भरलेला होता. तसं पाहिलं, तर त्याच्या शरीरभर अशा चट्ट्यांची, ओरखड्यांची नक्षी तयार झाली होती. ''आता आणखी तसली औषधं टोचून घ्यायची नाहीत.''

''ओके, तुझी मर्जी.''

पॅट्रिक आडवा झाला आणि बेडच्या दोन्ही बाजू त्याने घट्ट धरून ठेवल्या. नर्स आणि लूईसने घोटे पकडून ठेवले. डॉक्टरने त्याच्या छातीवरच्या गंभीर जखमांवरच्या खपल्या काढण्यास सुरुवात केली. शस्त्रक्रियेत वापरल्या जाणाऱ्या वस्तऱ्याने त्या सोडवून घेत, कापून मोकळ्या केल्या.

पॅट्रिक मध्येच मिटलेले डोळे आकसून घेत होता.

''वेदनानाशक औषध घ्यायचं का?'' डॉक्टरने विचारलं.

''नको.'' पॅट्रिकने नकार दिला.

वस्तरा फिरत होता, निर्जीव झालेली कातडी-खपल्या निघत होत्या.

''जखमा भरून निघत आहेत. मला वाटतं, त्या ठिकाणी नवीन कातडी बसवून

घेण्याची तुला जरूर नाही.''

पुन्हा कचरत तो म्हणाला, ''चांगलं आहे की.''

एकूण नऊ भाजलेल्या जखमांपैकी, चार अतिगंभीर होत्या. त्यापैकी दोन छातीवर, डाव्या मांडीवर एक आणि एक उजव्या पोटरीवर. मनगटं, कोपरं व घोटे या ठिकाणी आवळून बांधलेल्या दोऱ्यांमुळे खरचटलेल्या जागांवरच्या खपल्यांवर मलम लावण्यात आलं होतं. वेदना थांबण्यासाठी डॉक्टरने औषध देऊ का म्हणून पुन्हा विचारलं, पॅट्रिकने नकार दिला.

अर्ध्या तासात डॉक्टरने त्याचं काम संपवलं. 'थोडा वेळ तसाच उघडा स्वस्थ पडून राहा', असं त्यांनी त्याला बजावलं, बॅन्डेज करायचं नव्हतंच. खपल्या, निर्जीव कातडी काढल्याठिकाणी त्यांनी जंतुनाशक व गारवा देणारं मलम लावलं.

डॉक्टर, नर्स निघून गेले. ते दिसेनासे होईपर्यंत लूईस घुटमळत राहिला. नंतर त्याने दार लावून घेतलं, पडदे ओढले आणि त्याच्या पांढऱ्या जाकिटाच्या आतल्या खिशातून पटकन लपवता येईल असा फ्लॅशचा कोडॅक कॅमेरा बाहेर काढला.

आपल्या पायगतीकडे खूण करत पॅट्रिक म्हणाला, ''तिथून सुरुवात कर. माझ्या चेहऱ्यासह पूर्ण शरीर येऊ दे.'' लूईसने भिंतीपर्यंत मागे जात, कॅमेरा आपल्या डोळ्यांपर्यंत नेऊन पाहिजे तसा अँगल घेऊन फ्लॅश उडवला.

''आता तिकडून घे.''

लूईसने त्याला सांगितल्याप्रमाणे फोटो घेतले. सुरुवातीला असलं काम करायला तो नाखूश होता. त्याच्या बॉसला हे पटेल की नाही असं त्याला वाटलं. पॅराग्वेच्या सरहद्द भागात राहिल्यामुळे पॅट्रिकने पोर्तुगीज भाषाच आत्मसात केली असं नव्हतं, तर तो स्पॅनिशही शिकला होता. लूईसचं सगळं बोलणं त्याला समजत असे; पंचाईत होत होती लूईसची की पॅट्रिकला कसं जाणून घ्यायचं.

फोटोग्राफर म्हणून दिलेल्या सेवेचा मोबदला पाचशे डॉलर्स घेण्याची तयारी अखेरीस लूईसने मान्य केली; पैशाचा तसा प्रश्न होताच. त्याने तीन कॅमेरे विकत घेतले. सुमारे शंभर फोटो घेऊन त्या रात्रीच ते पूर्ण करायचे आणि त्यांचं पुढे काय करायचं याची सूचना मिळेपर्यंत ते हॉस्पिटलपासून दूर कुठेतरी लपवून ठेवायचे ही योजना त्याने मान्य केली होती.

पॅट्रिकजवळ त्या वेळी पाचशे डॉलर्स नव्हते. त्याने लूईसला समजावलं की, त्याच्या कानावर काहीही आलं असलं, तरी तो एक सच्चा माणूस असून घरी जाताच तो पैसे पाठवून देतो.

लूईसही काही तसा खरा फोटोग्राफर नव्हता; कॅमेरा कसा हाताळायचा, फोटो कसे घ्यायचे, हे त्याला धड माहीतही नव्हतं. प्रत्येक शॉट घेताना ते पॅट्रिकनेच त्याला शिकवलं. छाती व मांडीवरच्या भाजलेल्या मोठ्या गंभीर जखमांचे तसेच

शरीरावरच्या इतर भागांवरचे अगदी जवळून, वेगवेगळ्या कोनातून फोटो घेण्यात आले. कोणी येऊन त्यांच्या नजरेला पडण्यापूर्वी त्यांनी हा कार्यक्रम घाईने उरकला. जेवणाची वेळ झाली होती. नर्स एकमेकींशी बडबड करत, हातामध्ये पेशंटचे चार्ट घेऊन, राउंड घ्यायला येणार होत्या.

लूईसने जेवणाच्या सुट्टीत कॅमेऱ्यातले रोल एका स्टुडिओमध्ये दिले.

रिओमध्ये ओस्मरने इव्हाच्या लॉ फर्मच्या ऑफिसमधील कमी पगारावर असणाऱ्या एका दुय्यम सेक्रेटरीला, ऑफिसमध्ये सध्याच्या घडामोडींविषयी काय बोललं जातं हे सांगण्यासाठी एक हजार डॉलर्स दिले. तशा काही फार चर्चा होत नव्हत्या. फर्मच्या पार्टनरमधलं आपापसातलं वातावरण शांत होतं, पण बाहेरून येणाऱ्या फोनच्या नोंदीवरून असं समजलं की, झुरिचमधल्या एका नंबरवरून फर्मला दोन कॉल्स आले होते. तो एका हॉटेलचा नंबर होता याची वॉशिंग्टनहून गायने ओस्मरला खातरी करून दिली होती. यापेक्षा जास्त काही कळलं नाही. स्विस लोक तसे सावध असतात.

तिचं नाहीसं होणं या गोष्टीबद्दल तिच्या फर्मच्या भागीदारांना धीर धरवत नव्हता. आतापर्यंत तिच्याविषयी शांतपणे चालणाऱ्या कुजबुजी केवळ कुजबुजी न राहता, आता पुढे काय करायचं यावर दररोज काथ्याकूट होऊ लागला. पहिल्या दिवशी तिचा फोन आला, पुन्हा एकदा आला आणि नंतर तिचा आवाज बंद झाला. ज्याला भेटण्यासाठी म्हणून ती गेली त्या अज्ञात पक्षकाराबद्दल खातरजमा करून घेणंही मुश्कील झालं होतं. मध्यंतरीच्या काळात तिचे म्हणून जे इतर अशील होते ते विचारून, चौकश्या करून थकले होते. शेवटी त्यांनी दम भरण्यास सुरुवात केली. त्यांना दिलेल्या तारखा, मुदती इत्यादी सर्व तिने चुकवलं होतं.

अखेरीस फर्ममधून तिला सध्यापुरतं काढून टाकून, ती आल्यावर पुढचं पुढे बघू असं ठरवण्यात आलं होतं.

ओस्मर आणि त्याचे साथीदार इव्हाच्या वडिलांच्या इतके लपूनछपून मागावर राहिले की, त्यांची बिचाऱ्यांची झोप उडाली. इपानेमामधलं त्यांचं अपार्टमेंट त्यांनी हेरून ठेवलं, ट्रॅफिकमध्ये ते त्यांच्या मागे-मागे राहू लागले, फुटपाथवरच्या गर्दीवरसुद्धा त्यांची नजर फिरू लागली. त्यांना ते पळवून नेणार, त्यांचा थोडाबहुत छळ करून त्यांच्याकडून इव्हाचा ठावठिकाणा वदवून घेणार अशी त्यांना भीती वाटायला लागली होती. तसे ते सावध होते, स्वत:ला त्यांनी कधी एकटं राहू दिलं नव्हतं.

जेव्हा तिसऱ्यांदा तिच्या बेडरूममध्ये त्याने खेप मारली, तेव्हा लान्सला ती आतून बंद नसलेली आढळली. खास आयर्लन्डहून मागावलेली व्हॅलिअमची गोळी व तिची

पाण्याची बाटली घेऊन तो आवाज न करता खोलीत शिरला. तसलं स्फटिकाप्रमाणे चकाकणारं आणि चार डॉलर्सला एक बाटली, असं महागडं पाणीच तिला आवडायचं. बेडवर तिच्याशेजारी बसून एक शब्दही न बोलता त्याने तिच्यासमोर गोळी धरली. तासाभरातली ती दुसरी गोळी होती. पाण्याच्या घोटाबरोबर तिने ती घेतली.

तासापूर्वीच त्या लठ्ठ फोटोग्राफरला घेऊन पोलिसांची गाडी गेली होती. दोन पोलीस प्रश्न विचारत वीसएक मिनिटं तिथे थांबले होते. खासगी प्रॉपर्टी असल्यामुळे तिथे कोणताही गुन्हा नोंदवण्यास फारसे उत्सुक नव्हते. वार्ताहरांना लांब ठेवण्यात आले होते. अर्थात, ते ज्या पब्लिकेशनचे होते ते नॉर्थकडचे एक टुकार मॅगझिन होते. पोलीस सहानुभूतीने वागणारे दिसत होते. लान्सने ज्या प्रकारे परिस्थिती हाताळली ते त्यांना योग्य वाटले होते. पोलिसांनी काही आरोप ठेवलेच, तर संपर्क करण्यासाठी लान्सने ट्रुडीच्या वकिलाचं नाव सांगितलं आणि कोर्टात हजर राहण्याची वेळ आली, तर मग मीही आरोप ठेवीन असं त्याने पोलिसांना ठणकावलं.

पोलीस गेल्यावर ट्रुडी बिथरली. तिने सोफ्यावरच्या उशा फायरप्लेसमध्ये फेकल्या. मुलाला घेतलेली नॅनी धावली. जवळपास लान्स एकटाच राहिल्याने ती त्याच्यावर घसरली आणि तिने त्याला शिव्याच घातल्या. ट्रुडीचं माथं भडकण्यासारखंच घडत होतं– पहिलं म्हणजे पॅट्रिकची बातमी, इन्शुरन्स कंपनीने केलेली फिर्याद, पैसे खर्च करण्यावर कोर्टाने घातलेले निर्बंध, बाहेर घिरट्या घालणारे वार्ताहर आणि आता लान्सने फोटोग्राफरला केलेली मारहाण हे सर्व अतिच होत होतं.

नंतर ती शांत झाली. ती नॉर्मल झाल्यामुळे त्याने सुस्कारा सोडला. तिला जवळ घ्यावं, तिचे पाय थोपटावे, काहीतरी गोड बोलावं असं त्याला वाटलं; पण ती अशी बिथरलेली असली की, तिच्यावर असल्या लाडीगोडीचा परिणाम होत नसे. त्यात कुठे थोडं इकडेतिकडे झालं तर पुन्हा बिनसायचं. ट्रुडी तिची ती होऊनच शांत झालेली बरी.

बेडवरच रेलून, डोळे मिटून कपाळावर उलटा हात ठेवून ती पडून राहिली. खिडक्यांवरचे पडदे घट्ट ओढून घेतलेले होते. दिवे लावलेले नव्हते, जे होते ते मंद होते, त्यामुळे घराच्या उर्वरित भागात जसा अंधार होता तसा खोलीतही होता. बाहेर रस्त्यावर निदान शंभर जण घुटमळत होते. कुणी त्या घराचे, सभोवतालचे फोटो घेत होते, तर कुणी शूटिंग करत होते. पॅट्रिकबद्दलच्या नाठाळ कथा प्रसिद्ध करताना त्यांचा उपयोग होणार होता.

दुपारच्या स्थानिक बातमीपत्रात तिचं घर दाखवलं गेलं होतं हे तिने पाहिलं होतं. एकीकडे त्या पार्श्वभूमीवर एक वैतागलेली बाई आपले मोठे दात दाखवत, 'पॅट्रिक असा आहे नि तसा आहे,' असं तावातावाने सांगत होती. त्याच्या बायकोने सकाळीच घटस्फोटासाठी अर्ज दिलाय, हेही तिने सांगून टाकलं होतं.

पॅट्रिकची बायको! हा विचारच मुळी डोकं बधीर करणारा, दांभिक होता. गेली

साडेचार वर्षं ती त्याची बायको नव्हतीच. त्याला एकदा मूठमाती देऊन झाल्यावर ती त्याला विसरण्याचाच प्रयत्न करत होती. ती वाट बघत होती, फक्त पैशांची! ते मिळतील तोपर्यंत तिच्या त्याच्याबद्दलच्या स्मृती अंधूक झाल्या असतील.

जेव्हा त्या दोघी जणीच होत्या, तेव्हा ती तिच्या मुलीला– ॲशली निकोलला तिच्या डॅडींविषयी सांगण्यासाठी जवळ घेऊन बसली. तिने सांगितले की, तुझे डॅडी यापुढे तुझ्या अवतीभोवती दिसणार नाहीत, कारण चिरंतन सुखासाठी, अधिक आनंदी राहण्यासाठी ते स्वर्गवासी झाले आहेत. हे सांगण्याचा तो एकच क्षण क्लेशदायक होता. ती पोर क्षणभर बुचकळ्यात पडली, पण नंतर तिच्या वयाच्या मुलीला शोभेल असं तिने ते पटकन मनातून काढून टाकलं. ट्रुडीने यानंतर मात्र तिच्यासमोर पॅट्रिकचा उल्लेख कुणाला करू दिला नाही. तिला तिचे वडील धड आठवतच नसतील, तर तिच्या भल्यासाठी, त्यांची मुद्दाम आठवण का करून द्यायची असं स्पष्टीकरण ट्रुडी देत असे.

तो प्रसंग सोडला तर वैधव्याचं ओझं पत्करून ती तशी लवकर पूर्वपदावर आली. ती न्यू ऑर्लिन्समध्ये शॉपिंग करत असे, चांगल्या आरोग्यासाठी योग्य असे खाद्यपदार्थ कॅलिफोर्नियाहून मागवत असे; महागडे तंग पोशाख घालून ती दोन-दोन तास घाम गळेपर्यंत व्यायाम करत असे. तसेच चेहऱ्याच्या निगराणीसाठी ती महागडी प्रसाधने वापरत असे. मुलीच्या देखभालीसाठी 'नॅनी' ठेवल्यामुळे ती व लान्स भटकंती करण्यासाठी मोकळे होते. त्यांना कॅरिबियन बेटे आवडू लागली होती, विशेषत: सेन्ट बार्ट्सच्या समुद्र किनाऱ्यावर उघडंनागडं हिंडायला मिळे.

ख्रिसमस न्यू यॉर्कमध्ये, जानेवारी व्हेलमध्ये, तर मे पॅरिस व व्हिएन्नामध्येच घालवायचा, अशी ती दोघं मस्त मजेत फिरत होती. त्यांच्या या भुर्रकन उडून जाणाऱ्या भटकंतीमध्ये असेच मौजमजा करणारे श्रीमंत लोक त्यांना भेटायचे आणि मग त्यांच्याप्रमाणे आपल्याकडेही एखादं खासगी जेट असावं, असं त्यांना तीव्रतेने वाटू लागलं. काही दहा एक लाखात, एक छोटंसं वापरात असलेलं 'लिअर' घेता येणं शक्य होतं, पण सध्या तरी तो विचार करणं शक्य नव्हतं.

खरं म्हणजे ही कल्पना लान्सची, त्याच्या डोक्यात याविषयी चक्र फिरत होती. त्याचा धंदा होता आणि त्या संदर्भात तो असा गंभीरपणे विचार करू लागला की, तिला चिंता वाटायची. त्याच्या अमली पदार्थांच्या धंद्याविषयी तिला कल्पना होती. मेक्सिकोहून तो गांजा, हशीश असे अमली पदार्थ आणायचा; पण त्यात धोका कमी होता. पैसा तर त्यांना हवाच होता, तो कमवण्यासाठी मग तो कधीमधी बाहेर राहिलेला तिला चालत असे.

पॅट्रिकचा मात्र तिने कधी द्वेष केला नाही, मेला होता तरी नाहीच नाही. चीड आली ती या गोष्टीची की, तो मेलाच नव्हता आणि पुन्हा अवतरला तो गुंतागुंत

वाढवण्यासाठी. तिला तो प्रथम भेटला न्यू ऑर्लिन्सच्या एका पार्टीत. त्या वेळी ती लान्सला नाकं मुरडत होती आणि दुसऱ्या कोणत्यातरी पैसेवाल्या, उमद्या नवऱ्याच्या शोधात होती. वय होतं सत्तावीस. पहिल्या लग्नाची वाट लागून किंवा लावून, चार वर्षं झाली होती. कुठेतरी सोय लावणं भाग होतं. पॅट्रिक तेव्हा होता तेहतीस वर्षांचा अविवाहित आणि संसारी होण्याच्या विचारात. बिलॉक्सीमधील एका लॉ फर्ममध्ये नुकताच लागलेला होता. ती बिलॉक्सीलाच होती. चार महिने अविरत प्रेमचाळे केल्यावर जमैकाला जाऊन त्यांनी लग्न केलं. तीन आठवडे हनिमून साजरा केल्यावर, पॅट्रिक कामानिमित्त बाहेरगावी गेला असताना, लान्स एक दिवस चोरटेपणाने त्यांच्या नवीन घरात गेला आणि ती रात्र त्याने तिथेच घालवली.

पैसे गमावणं तिला परवडणारं नव्हतं, हे नक्की. तिच्या वकिलाने फक्त कायद्यात अशी काही पळवाट शोधून काढायला हवी होती की, ज्यायोगे मिळालेले पैसे ती तिच्याकडेच ठेवू शकली असती. अर्थात, त्याच कामासाठी त्याला फी दिली जात होती. राहतं घर, फर्निचर, गाडी, कपडे, लान्ससाठी घेतलेली बोट इत्यादी किमती चिजा इन्शुरन्स कंपनी परत घेऊ शकत नव्हती. ते योग्यही नव्हतं, कारण पॅट्रिक मेल्यावर तिने त्याला मूठमाती दिली होती. गेली चार वर्षं ती विधवा म्हणून राहिली होती याचा कोणीतरी थोडाफार विचार करायलाच हवा.

आता तो जिवंत परत आला यात तिचा दोष नव्हता.

''खरं म्हणजे आपण त्यालाच संपवायला हवा.'' बेड आणि खिडकी यांमध्ये असलेल्या मऊ गादीच्या खुर्चीवर बसून, एका टिपॉयवर तंगड्या लांब करत लान्स म्हणाला.

ती स्वस्थ होती, तिने कसलीही हालचाल केली नाही. क्षणभर विचार करून ती म्हणाली, ''मूर्खासारखं बोलू नकोस.'' तो खरोखरच मूर्खासारखी बडबड करत होता, म्हणूनच ती तसं म्हणाली.

''तुला कळतंय ना की, त्याशिवाय आपल्याकडे पर्यायच नाही,'' लान्स समर्थन करत म्हणाला.

''अगोदरच आपण मोठ्या लफड्यात आहोत,'' डोळे मिटून ती शांतपणे पडून राहिली होती. लान्सनेच विषय काढला म्हणून तिला खरा आनंद झाला होता. पॅट्रिक घरी परततोय, हे तिला कळल्या क्षणापासून तिच्या डोक्यात हा विचार सुरू झाला होता. याविषयी नाना कल्पनाचित्रं तिनं रंगवली होती आणि प्रत्येकाची परिणती एकाच अटळ निर्णयात होत होती. पॅट्रिक मरायलाच हवा, मिळालेले पैसे सोडायचे नाहीत. नाहीतरी ते इन्शुरन्सचेच होते.

त्याला मारणं हा आचरटपणा ठरला असता. ती त्याला मारू शकत नव्हती. लान्सला मात्र त्यात विशेष असं काही नव्हतं, त्याची संगतच असे गुप्तपणे धंदे

करणाऱ्या मित्रांची होती.

"तुला पैसे आपल्याकडेच ठेवायचेत, हो ना?"

"त्याविषयी मी आत्तातरी विचार करू शकत नाही, लान्स. नंतर बघू." असं ती म्हणाली तरी कदाचित तसं लवकर ठरेलही. पण तसा घायकुतेपणा ती दाखवू शकत नव्हती; लान्सला आणखी चेव आला असता. त्याचा कुशलपणे ती उपयोग करून घेणार होती. आजपर्यंत ती तेच करत आली होती. त्याला कपटकारस्थानात असा काही गुंतवून ठेवायचा की, त्यातून सुटका करून घेण्याचा विचार तो करेपर्यंत खूप उशीर झालेला असेल.

"हे बघ, आपण जास्त वेळ घालवू नये. इन्शुरन्स कंपनी अगोदरच आपला गळा धरून आहे."

"लान्स, पुरे आता."

"आपल्याला दुसरा मार्गच नाही आहे. घर, पैसा सगळं मिळालंय आपल्याला आणि ते सांभाळून ठेवायचं तर त्याला मारायलाच हवं."

बराच वेळ ती तरीही स्वस्थ राहिली, पण तो जे बोलत होता ते मात्र तिला आवडलं. तो अर्ध्या अकलेचा आणि दुर्गुणी असला, तरी त्याच्यावरच तिचं प्रेम होतं. पॅट्रिकची 'तशी काळजी' घेण्याइतपत तो नक्कीच दुष्ट होता, पण तसं करताना पकडला न जाण्याइतका चतुर होता का?

ताब्यात मिळालेला पॅट्रिक ही त्यांना मिळालेली एक बहुमोल बक्षिशी होती. त्याच्याशी बोलण्यासाठी बिलॉक्सीमधल्या फेडरल ऑफिसमधून एजंट कटरने पाठवलेला अधिकारी होता, ब्रेन्ट मायर्स. पॅट्रिकसमोर आपला बॅच धरत त्यानं त्याची ओळख करून दिली. त्याची फारशी दखल न घेता, थोडा लांब पडलेला रिमोट घेत पॅट्रिक, "ठीक आहे." एवढंच बोलला आणि त्याने अंगावरच्या तोकड्या चड्डीवर चादर ओढून घेतली.

एजंट मायर्स तरीसुद्धा मनोमन सभ्यपणा दाखवत म्हणाला, "मी बिलॉक्सी ऑफिसहून आलोय."

मख्ख चेहऱ्याने पॅट्रिकने विचारलं, "कुठं असतं ते?"

"असं? ठीक आहे. मला वाटलं, आपण भेटून एकमेकांना जाणून घ्यावं. पुढचे काही महिने आपण एकत्र असणार आहोत."

"त्याबद्दल तितकी खातरी बाळगू नकोस."

"तू वकील केला आहेस?"

"अजून नाही."

"तसा तुझा विचार आहे?"

“त्या गोष्टीशी तुझा काडीमात्र संबंध नाही.”

पॅट्रिक लॅनिगनसारख्या अनुभवी व मुरब्बी वकिलाला उत्तर देण्याइतका तोडीस तोड एजंट मायर्स खचितच नव्हता. पॅट्रिकच्या बेडच्या पायगतीबाजूच्या कठड्यावर हात ठेवून, रोखलेल्या नजरेने पॅट्रिकला जरब बसवण्याचा प्रयत्न करत मायर्स म्हणाला,

“डॉक्टर म्हणतात, दोन दिवसांत तुला इथून हलवण्याइतका तू ठीक होशील.”

“तर मग मी आत्तासुद्धा तयार आहे.”

“बिलॉक्सीमध्ये काही मंडळी तुझी वाट बघत आहेत.”

टीव्हीकडे बघत, मान हालवत पॅट्रिक म्हणाला, “आलंय माझ्या लक्षात.”

“काही प्रश्नांची उत्तरं तुला द्यावीशी वाटत आहेत का?”

असल्या भोचक बोलण्यावर त्याला आलेला तिरस्कार, पॅट्रिकने नाकपुड्या फेंदारून व्यक्त केला.

दाराच्या दिशेने जात मायर्स म्हणाला, “मला वाटलं नव्हतं, असा असशील. जाऊ दे. नाहीतरी, मीच तुला घरापर्यंत सोबत करणार आहे.” हातातलं कार्ड चादरीवर फेकत तो पुढे म्हणाला, “बोलण्याची इच्छा झालीच तर त्यावर माझ्या हॉटेलचा नंबर आहे.”

“फोनजवळ बसण्याची तसदी घेऊ नकोस.” पॅट्रिक उत्तरला.

दहा

लॉ कॉलेजमधल्या आपल्या एका जुन्या मित्राच्या, उघडकीस येत असलेल्या एकापेक्षा एक सुरस गोष्टींचा वृत्तान्त, सॅन्डी मॅक्डरमॉट अगदी स्वारस्याने वाचत होता. तो आणि पॅट्रिक, दोघांनी तुलाने येथे तीन वर्षं एकत्र अभ्यास, पार्ट्या करण्यात काढली होती. बारची वकिलीची सनद-परीक्षा झाल्यावर दोघेही एकाच न्यायाधीशाच्या कारकुनाचं काम करत होते. सेन्ट चार्ल्स रस्त्यावरच्या त्यांच्या ठरावीक पबमध्ये, वकिली पेशात आपण कशी मुसंडी मारायची यावर दोघं तासन्तास चर्चा करत असायचे. सत्याचीच कास धरणाऱ्या वकिलांची एक जबरदस्त लॉ फर्म सुरू करून पैसे तर कमवायचेच, पण त्याबरोबर गरीब लोकांसाठी– ज्यांना पैसे देणं शक्य नाही अशांसाठी– महिन्यातले दहा तास राखून ठेवायचे, असे बेतही त्यांनी आखले होते.

पण प्रत्येकाचं आयुष्य मध्ये आलं; सॅन्डीने साहाय्यक केंद्रीय सरकारी वकील म्हणून नोकरी धरली, का तर पगार चांगला होता. त्याचं लग्नही नुकतंच झालं होतं. पॅट्रिकने न्यू ऑर्लिन्सच्या मध्यवर्ती भागात असलेल्या एका, दोनशे वकील काम करत असलेल्या लॉ फर्ममध्ये काम करायला सुरुवात केली. आठवड्याचे ऐंशी तास काम करत राहिल्याने लग्नाने त्याला चकवा दिला.

वयाच्या तिशीपर्यंत त्यांच्या आदर्श लॉ फर्म सुरू करण्याविषयीच्या कल्पना टिकल्या. जेव्हा शक्य होई तेव्हा ते दुपारच्या जेवणासाठी थोडा वेळ भेटत असत, पण दिवस-वर्षं सरू लागली तसं त्याचं ते भेटणं, फोन करणंही कमी झालं. पुढे तर पॅट्रिक अधिक संथ जीवन जगण्यासाठी बिलॉक्सीला निघून गेला आणि वर्षातून फार तर एकदा ते फोनवर बोलत असत.

खऱ्याचं खोटं आणि खोट्याचं खरं करणं या वकिली पेशातल्या खेळात सॅन्डीला अचानक एक मोठी संधी मिळाली. त्याच्या आते-मामे भावंडांपैकी एकाचा मित्र गल्फ देशात तेलाच्या विहिरीवर काम करता असताना, अपघात होऊन

लुळापांगळा झाला. सॅन्डीने दहा हजार डॉलर्स उसने घेतले, नोकरी सोडून स्वत:ची प्रॅक्टिस सुरू केली आणि त्या तेल विहिरीच्या मालकांवर – 'इक्सॉन' कंपनीवर तीस लाखांचा खटला भरला. केस जिंकली, त्यापैकी दहा लाख त्याने फी घेतली. वकिलीचा स्वतंत्र व्यवसाय सुरू केला. पॅट्रिकशिवाय त्यानं तीन वकिलांना घेऊन छोटी लॉ फर्म सुरू केली. किनारपट्टीवर आखाती देशात होणारे अपघात, मृत्यू अशा केसेस लढणं ही त्याची खासियत झाली.

पॅट्रिक मेल्याचं समजल्यावर, सॅन्डीने त्याची डायरी तपासली. बरोबर नऊ महिन्यांपूर्वी त्याचं या त्याच्या मित्राशी बोलणं झालं होतं. त्याला वाईट वाटलं, पण तसा तो वास्तववादी होता. झालं ते झालं. कॉलेजमधल्या इतरांप्रमाणेच त्या दोघांनी अखेरीस आपापल्या स्वतंत्र वाटा शोधल्या होत्याच.

अंत्यसंस्काराचे विधी चालू असताना तो ट्रुडीशेजारी बसून होता. नंतर त्याने शवपेटीला, दफनासाठी नेली जात असताना खांदाही दिला होता.

सहा आठवड्यानंतर पैसे नाहीसे झाल्याचं सगळीकडे झालं आणि पॅट्रिकविषयी कुजबुज सुरू झाली. सॅन्डीला त्या गोष्टींचं हसू आलं, त्याने मनातल्या मनात पॅट्रिकला शुभेच्छा दिल्या. गेल्या चार वर्षांत कितीतरी वेळा त्याच्या मनात येत होतं की, पॅट्रिक तू फरार होऊन पळतो आहेस, तेच ठीक आहे.

मॅगझिन चौकाजवळ, साधारण वीस-पंचवीस इमारतींच्या अंतरावर, पॉयड्रास स्ट्रीटवर सॅन्डीचं ऑफिस होतं. ऑफिस असलेली ती एकोणिसाव्या शतकातली सुंदर इमारत त्यानं एका दाव्याच्या तडजोडीतून विकत घेतली होती. इमारतीचा दुसरा व तिसरा मजला त्याने भाडेतत्त्वावर दिला होता आणि तळमजल्यावर दोन भागीदार, तीन मदतनीस व सहा सेक्रेटरी यांच्यासह ऑफिस थाटलं होतं.

एक दिवस तो कामामध्ये व्यग्र असताना, त्याची सेक्रेटरी आत आली आणि गंभीर चेहऱ्याने म्हणाली, "बाहेर कुणीतरी एक बाई आली आहे, तिला तुम्हाला भेटायचं आहे."

टेबलाच्या काचेखाली दैनंदिन, साप्ताहिक आणि मासिक अशा क्रमाने लावलेल्या तीनही वेळापत्रकांकडे नजर टाकत सॅन्डीने विचारलं,

"भेट पूर्वनियोजित आहे का?"

"नाही; पण महत्त्वाचं काम आहे, भेट घेतल्याशिवाय जाणार नाही असं म्हणते. पॅट्रिक लॅनिगनविषयी बोलायचं आहे तिला."

सॅन्डी कुतूहलानं तिच्याकडे बघत राहिला. सेक्रेटरी म्हणाली,

"तीही एक वकील आहे असं सांगते."

"कुठची आहे ती?"

"ब्राझिल."

"ब्राझिल?"

"हो."

"तुला वाटतं ती ब्राझिलीयन आहे?"

"हो, वाटते खरी."

"पाठव तिला आत." असं म्हणत सॅन्डीने दारातच तिला गाठली आणि मनापासून तिचं स्वागत केलं. इव्हाने तिची ओळख फक्त ली अशीच करून दिली; आद्याक्षरं, आडनाव यांविषयी ती काहीच बोलली नाही.

"तुमचं आडनाव मला कळलं नाही."

"मी ते वापरत नाही, अजूनपर्यंत तरी वापरलं नाही. जाऊ दे."

ब्राझिलीयन पद्धत असेल, सॅन्डीला वाटलं. प्रसिद्ध फुटबॉल खेळाडू पेलेसारखं. तोही पहिलंच नाव वापरतो.

कोपऱ्यातल्या खुर्चीकडे तो तिला घेऊन गेला आणि त्याने कॉफी मागवली. ती नको म्हणाली. ओझरत्या नजरेने त्याने तिच्या पायांकडे बघितलं. पोशाख साधा होता, त्यात दिखाऊपणा नव्हता. कॉफी टेबलापाशी तो तिच्यासमोर बसला आणि तिच्याकडे बघत राहिला होता. तिचे डोळे फिकट तपकिरी पण सुंदर होते, थकलेले वाटले. केस काळेभोर, लांब, खांद्यापर्यंत खाली आलेले होते.

पॅट्रिकची पारख नेहमीच चांगली दिसत होती. टुडी त्याला अनुरूप नव्हती, पण तिच्याकडे बघणाऱ्याला थबकवणारी निश्चित होती.

"मी पॅट्रिकतर्फे आले होते."

"त्यानं पाठवलं तुला?"

"हो." सावकाश, मृदू आवाजात ती बोलत होती. बोलण्यात अमेरिकन ढब होती.

"तुझं शिक्षण इथे स्टेट्समध्ये झालं?"

"हो. कायद्याची पदवी मी जॉर्जटाउनमधून घेतली." तिच्या बोलण्यात अमेरिकन इंग्लिश ढब होती ती त्यामुळेच, हे लक्षात येत होतं.

"आणि वकिली कुठे करतेस?"

"रिओमधल्या एका फर्ममध्ये. आंतरराष्ट्रीय व्यापारासंबंधीची कामं मी बघते."

अजूनही ती मोकळेपणाने बोलत नव्हती. ती अगदी मोजकं का बोलत होती, हे सॅन्डीला कळेना. दिसायला सुंदर असणाऱ्या, तसंच बुद्धिमान व आकर्षक पायांच्या या दूरवरून आलेल्या व्यक्तीनं, आपल्या ऑफिसच्या उत्साही वातावरणात दिलखुलास व्हायला हवं, असं सॅन्डीला वाटत होतं. न्यू ऑर्लिन्स आहे हे.

"पॅट्रिक तुला तिथंच भेटला?"

"हो. रिओमध्ये."

"तू बोललीस त्याच्याशी.....?"

"नाही, त्याला पकडल्यापासून नाही." तिला त्याच्याविषयी काळजी वाटत होती असं तिला सांगावसं वाटत असावं, पण ते पेशाला शोभून दिसलं नसतं. अधिक काही ती बोलणारच नव्हती; त्यातून तिच्या व पॅट्रिकच्या संबंधाबद्दल तर नाहीच नाही. सॅन्डी मॅक्डरमॉट विश्वास ठेवण्याजोगा असला तरी त्याच्याशी एकदम सगळंच मोकळं बोलून टाकण्यापेक्षा, थोडी-थोडी माहिती ती त्याला देणार होती.

दोघंही वेगळ्या दिशांना बघत बसले आणि त्यांच्या बोलण्यात खंड पडला आणि सॅन्डीच्या लक्षात आलं की, या प्रकरणात बऱ्याच गोष्टी अशा आहेत की, त्याविषयी त्याला कधीच कळणार नव्हतं. पण प्रश्न तर होतेच की! त्याने पैसे कसे हडप केले? ब्राझिलला कसा गेला? हे सगळं करत असता हिला त्याने कशी गाठली? आणि सगळ्यात मोठा प्रश्न म्हणजे पैसे कुठे आहेत?

"मी काय करावं असं तुला वाटतं?" त्यानं बोलणं सुरू करत विचारलं.

"पॅट्रिकसाठी तुम्ही काम करावं."

"मी तयार आहे."

"गुप्तता महत्त्वाची."

"ती नेहमीच असते."

"ही गोष्ट वेगळी आहे."

वेगळी तर आहेच. नऊ कोटी डॉलर्सच्या किमतीइतकी वेगळी.

"तू आणि पॅट्रिक जे काही मला सांगाल ते पूर्णत: गुप्त ठेवलं जाईल याची मी खातरी देतो." सॅन्डीने इतकं विश्वासपूर्वक सांगितल्यावर, तिच्याही चेहऱ्यावर किंचित हसू उमटलं.

"तुमच्या अशिलाचं गुपित उघड करायला तुमच्यावर दबावही आणला जाईल."

"मला नाही त्याची धास्ती, मी घेईन त्याची काळजी."

"तुम्हाला धमक्या दिल्या जातील."

"यापूर्वीही त्या दिल्या गेले आहेत."

"तुमचा पाठलाग होऊ शकतो."

"कोणाकडून?"

"काही नतद्रष्ट लोकांकडून."

"पण कोण?"

"पॅट्रिकच्या मागे लागणारे."

"मला वाटतं, त्यांनीच पकडलाय त्याला."

"हो, पण पैसे नाही मिळाले."

"असं," म्हणजे पैसे गायबच होते, पण त्यात नवल नव्हतं. सॅन्डीच काय

पण इतर सगळ्यांनाच ठाऊक होतं की, चार वर्षांत पॅट्रिक इतक्या घबाडाची विल्हेवाट लावू शकत नव्हता. प्रश्न होता, त्यापैकी उरलेत किती?

लगेच सरळ उत्तर मिळण्याची अपेक्षा नव्हतीच, पण खडा टाकून बघावा म्हणून सॅन्डीने विचारलं, ''पैसे आहेत तरी कुठे?''

''तुम्ही ते विचारू नये.''

''मी सहज विचारलं.''

ली फक्त हसली आणि पटकन पुढे म्हणाली, ''आपण इतर मुद्द्यांवर बोलू या. तुमची फी-चार्जेस किती?''

''मला कशासाठी नेमलं जात आहे?''

''पॅट्रिकचे वकील म्हणून.''

''त्याने केलेल्या पापांपैकी नेमक्या कोणत्या पापांसाठी? वर्तमानपत्रांतून जे छापून आलं आहे, त्यावरून त्याची बाजू सावरायला वकिलांची फौज उभी करायला लागेल.''

''एक लाख डॉलर्स?''

''सुरुवात करण्यासाठी ठीक आहेत. मी दिवाणी आणि फौजदारी अशी दोन्ही कामं बघायची का?''

''प्रत्येक काम.''

''फक्त मीच?''

''हो. त्याला दुसरा कोणताच वकील नको आहे.''

''मी तर भारावून गेलो आहे.'' सॅन्डी हे मनापासून बोलला. कारण ज्यांना फाशीचीच शिक्षा होईल अशांचेच खटले लढवण्याचा अनुभव असलेले नामांकित वकील कोस्टमधील लहानसहान भांडणतंटे सोडवणारे किंवा ज्यांच्याकडे विविध साधनं उपलब्ध होऊ शकतात असे लॉ फर्ममध्ये काम करणारे वकील आणि गेल्या आठ वर्षांत सॅन्डीपेक्षा अधिक जवळचे झालेले पॅट्रिकचे वकीलमित्र अशांपैकी डझनावारी वकील तो उभे करू शकला असता, पण त्याने सॅन्डीवर भरवसा दाखवला.

''म्हणजे मला तुम्ही नेमलंत तर! पॅट्रिक माझा तसा जुना मित्र आहे.''

''मला माहीत आहे.''

तिला कितपत माहिती होती हा प्रश्नच होता. ती वकीलच नव्हे, तर आणखी कोणी होती का?

''तुम्ही मला काही सूचना दिलीत, तर आजच मी तारेने पैसे मागवते.'' ती म्हणाली.

''ठीक आहे. वकालतनामा मी आज तयार करतो.''

''पॅट्रिकला आणखी काही इतर गोष्टींची चिंता वाटते. त्यापैकी एक म्हणजे प्रसिद्धी; त्याची अपेक्षा आहे की, तुम्ही पत्रकारांशी बोलू नये, एक शब्दसुद्धा नाही. त्यानं मान्य केल्याशिवाय पत्रकार परिषद इत्यादी घ्यायच्या नाहीत. अगदी 'नो कॉमेंट्स' एवढंसुद्धा उच्चारायचं नाही.''

''काही हरकत नाही.''

''आणि हे सगळं संपल्यावर यावर पुस्तक वगैरे लिहायचं नाही.''

या बोलण्यावर सॅन्डीला हसू आलं. ''माझ्या मनात तसा विचारही येणार नाही.'' सॅन्डी म्हणाला.

''करारपत्रात त्याला हे सर्व हवं आहे.''

सॅन्डीही थोडा गंभीर झाला, त्याने समोरच्या नोटपॅडवर लिहून घेतलं आणि ''आणखी काही?'' असं विचारलं.

''तुमच्या ऑफिसभोवती व घराभोवती तारेची जाळी लावून घ्या आणि स्वत:च्या संरक्षणासाठी एक टेहळणी करणारा रक्षक नेमा. पॅट्रिक या सगळ्याचा खर्च देण्यास तयार आहे. दुसरं म्हणजे पुन्हा आपण इथे न भेटणं बरं. काही लोकं माझ्या शोधात आहेत. कारण माझ्यामुळे पैशांचा पत्ता लागेल, असं त्यांना वाटतं. आपण दुसरीकडे कुठेतरी भेटत जाऊ.''

सॅन्डी यावर काहीच भाष्य करू शकत नव्हता. त्याची मदत करण्याची, तिला संरक्षण देण्याची इच्छा होती. ती परत कुठे जाऊन दडून राहणार होती याविषयी तो विचारणार होता; पण ली पक्की दिसत होती, काय बोलावं किंवा बोलू नये यावर तिचा ताबा होता.

तिनं घड्याळाकडे पाहिलं आणि म्हणाली, ''तीन तासांनी मायामीकडे जाणारी फ्लाइट आहे. माझ्याकडे फर्स्ट क्लासची दोन तिकिटं आहेत. आपण विमानात बोलू.''

''तिथून मला कुठे जायचं आहे?''

''तुम्ही पुढे सनजुआनला जाल, पॅट्रिकला भेटण्यासाठी. मी तशी व्यवस्था केली आहे.''

''आणि तू?''

''मी दुसऱ्या दिशेने जाणार.''

सॅन्डीने परत कॉफी मागवली आणि ते तारेने येणाऱ्या संदेशाची वाट बघत बसले. त्याच्या सेक्रेटरीने पुढच्या तीन दिवसांच्या सर्व अपॉइन्टमेंट्स आणि कोर्टात उपस्थित राहण्याच्या तारखा रद्द केल्या. त्याची बायको सामानाची बॅग घेऊन

ऑफिसला आली.

त्याचा मदतनीस त्यांना घेऊन विमानतळाकडे निघाला. वाटेत कुठेतरी सॅन्डीच्या लक्षात आलं की, लीकडे काहीच सामान नाही आहे. खांद्याला लटकवलेली चामड्याची एक आकर्षक बॅग फक्त दिसत होती.

"तू राहतेस कुठे?" विमानतळावरच्या रेस्टॉरन्टमध्ये कोला घेता घेता त्याने विचारलं.

त्याच्याकडे सरळ न बघता, खिडकीतून बाहेर नजर टाकत ती म्हणाली, "अशीच कुठेतरी."

"तुझ्याशी संपर्क कसा ठेवायचा?"

"आपण ते नंतर ठरवू."

फर्स्ट क्लासमध्ये तिसऱ्या रांगेत ते एकमेकांच्या शेजारी बसले होते. विमानाने टेक-ऑफ घेऊन वीस मिनिटं झाली होती, ती काहीच बोलत नव्हती. ती एक फॅशन मॅगझिन चाळत राहिली आणि तो कागदपत्रांचा गठ्ठा वाचण्याचा प्रयत्न करत होता. त्याला खरं म्हणजे खूप बोलायचं होतं, वाचन केव्हाही करता आलं असतं. मनात वारंवार येणाऱ्या प्रश्नांचा निकाल लावायचा होता. प्रश्नच असे होते की, कुणालाही ते विचारावेसे वाटले असते. पण स्त्री-पुरुष हा लिंगभेद न ठेवता, दाट परिचयाच्याही पार पलीकडे असलेली एक अभेद्य भिंत त्यांच्यामध्ये होती. प्रश्नांची उत्तरं तिच्याकडे होती आणि जाणूनबुजून ती तिला द्यायची नव्हती. तिचा हा थंडपणा सहन करण्याचा तो प्रयत्न करत होता.

मध्येच खारवलेले दाणे, बिस्किटं देण्यात आली. सौजन्य म्हणून देण्यात येणारी शॅम्पेन त्यांनी घेतली नाही. विमानप्रवासातल्या सेवा चालू होत्या. शेवटी त्याने हळूच, सावधगिरीने विचारलं, "पॅट्रिकला तू कधीपासून ओळखतेस?"

"तुम्ही का विचारत आहात?"

"सॉरी, पण असं आहे की, गेल्या चार वर्षांत पॅट्रिकच्या बाबतीत जे काही घडलं त्यापैकी काहीतरी तू सांगू शकत असशीलच की नाही? मी त्याचा एक जुना मित्र आहे आणि आता तर त्याचा वकीलही. तेव्हा मी जाणून घेण्याची उत्सुकता दाखवली, तर त्यात गैर मानू नकोस."

"ते तुम्हाला त्यालाच विचारावं लागेल." आवाजात थोडा गोडवा आणत ती परत मॅगझिन चाळू लागली. त्यानं तिचे खारे दाणे संपवले.

काय बोलायचं याची तिने मनात तालीम करून ठेवली होती. मायामी विमानतळावर उतरण्यासाठी विमान खाली येऊ लागेपर्यंत तिने वाट पाहिली आणि मग ती एकदम भराभर बोलायला लागली.

"आता काही दिवस मी तुम्हाला भेटणार नाही. काही लोकं माझ्या पाळतीवर

असल्यामुळे, मला भटकत राहणं भाग आहे. पॅट्रिक तुम्हाला सूचना कळवत राहील, आणि सध्यातरी आम्ही दोघं तुमच्यामार्फत संपर्कात राहू. वेगळं काही घडत नाही ना यावर लक्ष ठेवा. जसं, अनोळखी फोन, तुमच्यामागे एखादी गाडी, तुमच्या ऑफिसभोवती घुटमळणारी माणसं. कारण एकदा का तुम्ही त्याचे वकील आहात हे माहीत झालं की, तुम्ही माझ्यामागे असलेल्या लोकांचं लक्ष वेधून घेणार आहात.''

''कोण आहेत ते?''

''पॅट्रिक सांगेल.''

''पैसे तुझ्याकडेच आहेत, हो ना?''

''याचं उत्तर मी देऊ शकत नाही.''

सॅन्डी विचार करत होता, विमानाच्या पंख्याखाली ढग जमा होत असलेले तो बघत होता. पॅट्रिक काही मूर्ख नव्हता. विदेशी बँकांमध्ये त्याने ते दडवून ठेवले असणार आणि त्यावर बारा टक्के दराने व्याज मिळवलं असणार. तेव्हा पैशांची वाढ निश्चित झाली असणार.

विमानतळावर विमान उतरेपर्यंत त्यांच्यात पुन्हा बोलणं झालं नाही. त्यांना घाई होती, सॅन्डीला सनजुआनला जाणारं विमान पकडायचं होतं. सॅन्डीला जोरदार शेकहॅन्ड करत ती म्हणाली, ''पॅट्रिकला सांगा मी खुशाल आहे.''

''तू कुठे आहेस, असं मला तो विचारेल.''

''युरोप.''

घाईगडबडीत असलेल्या इतर प्रवाशांच्या गर्दीत ती दिसेनाशी झालीसुद्धा. तिच्याकडे बघत असता, त्याला आपल्या मित्राचा हेवा वाटला. दिमाखदार, मोहक अशी बाई त्याला भेटली होती. पैसा काम करत होता.

सनजुआनला जाणाऱ्या विमानाची वेळ झाली होती. त्या घोषणेने तो भानावर आला. पुढची दहा वर्षं आपल्याला कधी फासावर लटकवतात याची वाट बघत असणाऱ्यांच्या रांगेत असण्याची शक्यता असलेल्या आपल्या मित्राच्या बाबतीत असा हेवा वाटण्याजोगा विचार आपण कसा करतो, त्याने हडप केलेले पैसे हुडकून काढण्याच्या प्रयत्नात असलेले शेकडो वकील आणि इतर त्याचे लचके तोडत असताना, आपण असा विचार करणं योग्य नाही असं मनाशी ठरवून, मान झटकून तो उठला.

हेवा! नाही, पॅट्रिकचे वकीलपत्र घेतलं आहे, त्या कामाचा व्याप किती असेल असा विचार करत, तो विमानात पुन्हा फर्स्ट क्लासमध्ये आपल्या सीटवर जाऊन बसला.

इव्हा टॅक्सीने, कालची रात्र जिथे काढली होती, त्याच साउथ बीचवरील नव्या धर्तीच्या हॉटेलवर परतली. बिलॉक्सीमध्ये काय घडतं हे पाहूनच ती त्या हॉटेलवर पुढचे काही दिवस राहणार होती. 'एकाच ठिकाणी चार दिवसांपेक्षा अधिक काळ

न राहता, फिरत राहा,' असं पॅट्रिकनेच तिला बजावलं होतं. ली पिरेझ या नावाने ती वावरत होती. तिचं गोल्ड क्रेडिट कार्ड त्या नावावर होतं, पत्ता होता साओपावलोमधला.

पोशाख बदलून ती लगेच बीचवर गेली. माध्यान्हीची वेळ असल्यामुळे बीचवर गर्दी होती. तिला तेच हवं होतं. रिओमध्ये असतानासुद्धा ती ज्या बीचवर जायची तिथेही गर्दी असायचीच. फरक एवढाच की, त्या गर्दीत तिचे मित्रमैत्रिणी असायचे. इथे ती नावाने अपरिचित, बिकिनी घालून सूर्यस्नान करणारी एक दुसरीच कोणीतरी सुंदरी होती. घरी परत जावं असं तिला वाटायला लागलं.

अकरा

पॅट्रिकला भेटणं सॅन्डीला तसं त्रासाचंच झालं. नेव्हलबेस हॉस्पिटलच्या आवाराच्या बाह्य तटबंदीमधून, सुरक्षा पार करून आत जाण्यासच त्याला तासभर झगडावं लागलं. तो येणार होता, याची मुळातच कोणाला कल्पना नव्हती. त्याच्या या नवीन अशिलाने काही गोष्टी कठीण करून ठेवल्या होत्या. तेव्हा तिथल्या लोकांशी हुज्जत घालताना, 'तुमच्यावरच खटला भरतो, माझ्या हक्कांवरच गदा आणता आहात,' किंवा 'सिनेटरसारख्या उच्च पदस्थांच्याच कानावर घालतो,' अशी दमदाटी करून वकील लोकांचा नेहमीचा खाक्या दाखवणं त्याला भाग पडलं. अगदी हॉस्पिटलच्या ऑफिसपर्यंत त्यानं प्रकरण नेऊन त्यांना मध्ये घातलं, तेही अंधारातच होते. एका नर्सने पॅट्रिकला कळवलं.

त्याची खोली अंधारीच होती. एका कोपऱ्यात लटकणाऱ्या टीव्हीवर ब्राझिलमध्ये खेळली जात असलेली फुटबॉल मॅच चालू असल्यामुळे जो काही निळसर प्रकाश पडला होता, तेवढाच प्रकाश खोलीत होता. दोघा जुन्या मित्रांनी फक्त हलकेच हस्तांदोलन केलं. सहा वर्षांत त्यांनी एकमेकांना पाहिलं नव्हतं. पॅट्रिकने आपल्या अंगावरच्या जखमा दिसू नयेत, म्हणून हनुवटीपर्यंत चादर ओढून घेतली. दोघे गप्प होते. असं वाटलं की, त्यांच्यातल्या बोलण्यापेक्षा टीव्हीवरची मॅच महत्त्वाची होती.

ही पुनर्भेट अधिक सुखावह व्हावी, यासाठी सॅन्डीने हा थंडपणा सामंजस्याने घेण्याचं ठरवलं. त्याच्याकडे रोखून बघण्याचं टाळून तो पॅट्रिकचा चेहरा न्याहाळत बसला. शस्त्रक्रिया करून घेऊन तयार केलेली चौरस हनुवटी आणि टोकदार नाक असलेला चेहरा, आता बारीक आणि एकदम उदास दिसला. डोळे होते तसेच होते, नाहीतर तो दुसराच कोणीतरी वाटला असता. आवाज तोच, शंकाच नको.

"आल्याबद्दल धन्यवाद!" पॅट्रिक म्हणाला. विचार करून आणि कष्ट करून बोलावं लागावं, अशा प्रकारे प्रत्येक शब्द अतिसौम्य आवाजात बोलला गेला.

"नक्कीच. का येणार नाही, मला पर्यायच नव्हता. तुझी मैत्रीण फार आग्रही होती."

पॅट्रिकने डोळे मिटून घेतले, जीभ चावली. ती याच्याकडे गेली होती म्हणजे खुशाल असणार. मनोमन त्याने देवाचे आभार मानले.

''तुला किती पैसे दिलेत तिने?''

''एक लाख.''

''गुड.'' एवढंच बोलून पॅट्रिक पुन्हा गप्प झाला. बराच वेळ पुन्हा शांतता. सॅन्डीच्या लक्षात आलं की, त्यांचं संभाषण असंच मध्ये मध्ये खूप थांबत होणार आहे.

''ती छानच आहे, सुंदर आहे. इतकी हुशार आणि चतुर आहे की, धोरणीपणाने जे काही करायचं असेल तेवढंच करेल. स्वत:वर जबरदस्त ताबा आहे. तुला काळजीच नको.''

''चांगलं आहे ना?''

''तू तिला शेवटचा असा कधी भेटलास?''

''दोन-चार आठवडे झाले असतील. मी वेळेचं भानच गमावून बसलो आहे.''

''ती तुझी बायको, मैत्रीण, प्रेयसी का...?''

''वकील.''

''वकील?''

''हो वकील.''

हे ऐकून सॅन्डीला मोठी गंमत वाटली. पॅट्रिकने एवढं बोलून पुन्हा डोळे मिटले. तो गप्प झाला, अंगावरच्या चादरी खालची हालचाल बंद झाली. खोलीतल्या एकुलत्या एका खुर्चीत सॅन्डी त्याच्या मित्रासाठी बसून राहिला. वेळ सरकत होती. पॅट्रिक एका दुष्ट जगात परतत होता, लांडगे त्याचे लचके तोडायला वाट बघत होतेच. त्यापेक्षा तो जर आढ्याकडे बघत पडून राहणार असेल, तर सॅन्डीला त्यात समाधान होतं. बोलण्यासाठी त्यांना खूप वेळ मिळणार होता, विषयांना तोटा नव्हताच.

तो जिवंत होता यापेक्षा कोणत्याच गोष्टीचं सोयरसुतक नव्हतं. सॅन्डी आठवणीत रमून गेला. पॅट्रिकची अंत्ययात्रा निघाली होती, दफनाची तयारी चालू होती. वातावरण ढगाळलेलं होतं. फादर अखेरची प्रार्थना करत होता, ट्रुडी हुंदके देत होती आणि शवपेटी हळूहळू खाली उतरवली जात होती. पण, पुरण्याच्या खड्ड्यापासून फार लांब नसलेल्या एका झाडावर बसून खुद्द पॅट्रिक हे सर्व बघत होता, ही तीनच दिवसांपूर्वी कळलेली गोष्ट विचारात घेता तो प्रकारच हास्यास्पद होता, हे आता कळत आहे.

काहीही करून, लोकांच्या नजरेस न पडता, त्याने सर्वांनाच गंडवलं आणि पैसे हडप केले. सर्वसामान्यपणे चाळिशीच्या सुमारास काही जण कोलमडतात. आयुष्याच्या या मधल्या काळात होणाऱ्या प्रापंचिक प्रश्नांमुळे कटकटी होऊन कुणी घटस्फोट घेऊन दुसरी बायको करतं, तर कुणी पुन्हा सडाफटिंग राहतं. या अगोदरचा पॅट्रिक

असा नव्हता. स्वत:लाच मारून त्याने असल्या कटकटीत आनंद मानला, नऊ कोटी डॉलर्सचं अपहरण केलं आणि परागंदा झाला.

कारमधल्या या खऱ्या जिवंत मृतदेहाने तर या सर्व घटनांमधली गंमत एकदम नाहीशी केली. सॅन्डीला बोलायचं होतं. तो म्हणाला, "पॅट्रिक, घराकडे परतशील तेव्हा तिथे स्वागतसमिती वाट बघते आहे."

"त्या कमिटीचा चेअरमन कोण आहे?"

"ते सांगणं कठीण आहे. दोन दिवसांपूर्वी ट्रुडीने घटस्फोटासाठी अर्ज दिला आहे, पण तुझ्या अनेक प्रश्नांतला तो एक नगण्य प्रश्न आहे."

"तू म्हणतोस ते बरोबर आहे. मला वाटतं की, तिला अर्धे पैसे हवे आहेत."

"तिला तशा पुष्कळ गोष्टी हव्या आहेत. ग्रॅन्ड ज्यूरीने तुझ्यावर फाशीचीच शिक्षा योग्य असा खुनाचा आरोप ठेवलाय. फेडरलने– केंद्राने नव्हे, तर राज्याने."

"टीव्हीवरील बातम्या मी पाहिल्या आहेत."

"चांगलं आहे. म्हणजे तुझ्यावरील सर्व खटल्यांची तुला कल्पना आहे तर."

"हो ना. सीएनएन. पुरेशी मेहनत घेऊन मला अद्ययावत माहिती पुरवतंय की."

"त्यांची काही चूक नाही. सारी कथा भन्नाटच आहे."

"ठीक आहे."

"तुला हे सर्व मला कधी सांगावंसं वाटेल?"

पॅट्रिकने त्याच्या बाजूला तोंड फिरवलं आणि सॅन्डीच्या मागे असलेल्या भिंतीकडे बघू लागला. तिला दिलेल्या पांढऱ्याशुभ्र रंगाशिवाय तिथे काहीच नव्हते, पण त्याकडेही तो नजर लावून होता असंही नव्हतं.

"त्यांनी मला खूप छळलं, सॅन्डी." अगदी खालच्या तुटक-तुटक आवाजात तो बोलला.

"कोणी?"

"मी तोंड उघडेपर्यंत त्यांनी माझ्या अंगाला वायर्स चिकटवल्या आणि त्यातून करन्ट सोडला."

सॅन्डी उठून त्याच्या बेडपाशी गेला आणि त्याने विचारलं, "तू त्यांना काय सांगितलंस?"

"माहीत नाही. सगळं काही आठवत नाही. ते औषधं टोचत होते." असं म्हणून त्याने सॅन्डीला, हातावर पडलेले हिरवे-निळे व्रण बघता यावेत यासाठी डावा हात वर केला. सॅन्डीने टेबल लॅम्प लावला. "बापरे!"

"पैशांसंबंधी ते विचारत राहिले." पॅट्रिक सांगू लागला, "मला तर अंधारी येत होती. मी भानावर आलो, त्यांनी पुन्हा शॉक दिले. सॅन्डी, मला वाटतं, मी तिच्याविषयी बोललो."

"ती तुझी वकील?"

"हो. तिने तुला काय नाव सांगितलं?"

"ली."

"ठीक आहे. म्हणजे तिचं नाव ली आहे तर! मी त्यांना ली विषयीच सांगितलं बहुतेक. कशाला? हो, मी तेच बोललो."

"कोणाकडे, पॅट्रिक?"

त्याने डोळे मिटले, चेहरा वेडावाकडा केला. त्याच्या पायातून कळ येत होती. स्नायू कमकुवत झाल्यामुळे पेटके येऊ लागले होते. कूस बदलून तो परत पाठीवर पडून राहिला. अंगावरची चादर कमरेपर्यंत खाली घेत आणि छातीवरच्या दोन भाजलेल्या जखमा दाखवत तो म्हणाला, "हे बघ सॅन्डी, हा पुरावा."

सॅन्डीने थोडं पुढे होऊन वाकत ते लाल चट्टे पाहिले. त्या चट्ट्यांच्या आजुबाजूचे केस भादरलेले होते. "कोणी केलं हे?"

"मला ठाऊक नाही. काही जणांचा ग्रुप होता. खोलीत तेच होते."

"कुठे?"

पॅट्रिकला त्याच्या मित्राची कीव आली. केवळ छळाविषयीच नाही, तर काय घडलं, कसं घडलं हे जाणून घ्यायला तो उत्सुक होता. सॅन्डीच नव्हे, तर इतर साऱ्या दुनियेलाच त्या तपशिलांत कमालीचं औत्सुक्य होतं. ती कथाच खरोखर अद्भुत होती; पण त्यासंबंधी आपण किती मोकळेपणाने सांगू शकतो याचा त्यालाच प्रश्न होता. झालेला कार अपघात आणि त्यात जळून खाक झालेला जॉन डो याची कोणालाच कल्पना नव्हती. त्याला कसं पकडण्यात आलं, त्याचा छळ कशा प्रकारे करण्यात आला हे मात्र तो त्याच्या वकिलाला, मित्रांना सांगू शकत होता.

त्याने पुन्हा चाळवाचाळव केली, मानेपर्यंत चादर ओढून घेतली. गेले दोन दिवस औषधमुक्त होते. येणाऱ्या कळा सहन करत, औषधं, इंजेक्शनं टाळण्याचा तो आटोकाट प्रयत्न करत होता. "ती खुर्ची ओढ आणि इथंच जवळ बस. दिवा घालवून टाक, मला प्रकाश सहन होत नाही." त्याने सांगितल्याप्रमाणे सॅन्डीने आज्ञा पाळली. शक्य तितक्या जवळ खुर्ची घेऊन तो बसला. "हे बघ सॅन्डी, त्यांनी काय केलं ते." असं म्हणत, त्याने पोन्टा पोरापासून सुरुवात केली. तो जॉगिंगला नेहमीप्रमाणे कसा गेला, टायर पंक्चर झाल्यासारखी एक छोटी गाडी त्या ठिकाणी कशी उभी होती, आणि त्यांनी त्याला कसा धरला इथपर्यंत सर्व कहाणी त्यानं त्याला ऐकवली.

ॲशली निकोल तिच्या वडिलांचं दफन झालं त्या वेळी फक्त दोन वर्षांची होती. पॅट्रिक आठवायला ती फारच छोटी होती. लान्सलाच ती घरात बघत आली होती; आईबरोबर तोच असे. कधी कधी तो तिला शाळेत घेऊन जात असे. कधी

ते तिघे जण एकत्र जेवायलाही बसत.

अंत्यविधी आटोपल्यावर टुडीने आत्तापर्यंत पॅट्रिकबरोबर काढलेले फोटो आणि पॅट्रिकबरोबर घालवलेल्या आयुष्याची साक्ष देणाऱ्या सर्व चीजवस्तू दडवून टाकल्या. पॅट्रिकच्या नावाचा साधा उल्लेखही ॲशली निकोलच्या कानावर कधी पडला नाही.

पण त्यांच्या घरासमोरील रस्त्यावर सतत तीन दिवस ठाण मांडून बसलेले वार्ताहर पाहून, साहजिकच त्या छोटीने प्रश्न विचारायला सुरुवात केली. तिची आईही चमत्कारिक वागत होती. घरातला तणावच इतका होता की, त्या एका सहा वर्षांच्या मुलीलासुद्धा तो जाणवला. लान्स वकिलाबरोबर बाहेर जाण्यास निघेपर्यंत टुडीने वाट पाहिली आणि मग नंतर ती तिच्या मुलीशी गप्पागोष्टी करण्यासाठी तिला बेडवर घेऊन बसली.

आपलं पूर्वी एकदा लग्न झालेलं होतं, येथूनच तिने सुरुवात केली. तसं तिचं दोनदा लग्न झालेलं होतं, पण ॲशलीला ती चांगली मोठी होईपर्यंत पहिल्या नवऱ्याविषयी काही बोलू नये, असं तिला वाटलं. सध्यातरी विषय होता दुसऱ्या नवऱ्याचा.

''पॅट्रिकने व मी चार वर्षांपूर्वी लग्न केलं, पण त्यानंतर त्याने एक वाईट गोष्ट केली.'' मुलीला ती सांगत होती.

डोळे मोठे करून ॲशली निकोलने विचारलं, ''काय?''

टुडीला अपेक्षित होतं त्यापेक्षा जास्त उत्सुकतेने तिने प्रश्न केला होता.

''त्याने एका माणसाला मारलं आणि असं दाखवलं की, गाडीला मोठा अपघात होऊन तिला आग लागली. ती पॅट्रिकचीच गाडी होती. त्या जळलेल्या गाडीत पोलिसांना एक मृतदेह सापडला. आग विझल्यावर त्यांना वाटलं की, तो पॅट्रिकच होता. प्रत्येकालाच, आम्हालासुद्धा तसंच वाटलं की, पॅट्रिक गेला, कारमध्ये जळून मेला. मला फार दु:ख झालं. तो माझा नवरा होता, माझं प्रेम होतं त्याच्यावर. तो एकाएकी असा निघून गेला. आम्ही त्याला मूठमाती दिली. आता चार वर्षांनी, दुसऱ्या देशात तो लपून बसलेला असताना, त्याला पकडलं. तो पळाला होता, लपून बसलेला होता.''

''का?''

''कारण त्याने त्याच्या मित्रांचे खूप पैसे चोरले आणि तो अतिशय वाईट मनुष्य असल्यामुळे, त्याला ते सगळे पैसे स्वत:करताच हवे होते.''

''म्हणजे त्याने एका माणसाला ठार मारलं आणि पैसे चोरले.''

''एकदम बरोबर, हनी. पॅट्रिक हा चांगला मनुष्य नाहीये.''

''मला वाईट वाटतं मम्मी, तू त्याच्याशी लग्न केलं होतंस.''

''आता हे बघ, तू एक गोष्ट ध्यानात ठेव. आम्ही लग्न केलं तेव्हा तुझा जन्म झाला होता.''

एवढं बोलून ट्रुडी थांबली आणि आपल्या बोलण्याचा अर्थ तिला कळलाय का, हे त्या चिमुकलीच्या डोळ्यांत पाहून शोधू लागली. अर्थात तिला कसलाच अर्थबोध झाला नव्हता. तिने ॲशली निकोलचा हात पकडत म्हटलं, ''पॅट्रिक तुझा बाप आहे.''

तरीही अर्थशून्य नजरेने ती आईकडे बघत राहिली. तिच्या डोक्यात वेगळीच चक्रं फिरू लागली. ती म्हणाली, ''पण मलाच तो नको माझा...''

''सॉरी हनी, तू मोठी झाल्यावर मी तुला सांगणार होतेच, पण आता काय पॅट्रिक परत येईलच, तेव्हा तुला हे माहीत असणं महत्त्वाचं आहे.''

''लान्सबद्दल काय? तो माझा बाप नाही ना?''

'नाही. तो आणि मी एकत्र असतो एवढंच.''

लान्सकडे तिने बाप म्हणून पाहावं, असं ट्रुडीने कधी होऊ दिलं नव्हतं. अर्थात, लान्सनेही तिच्याशी बापाच्या भूमिकेत वावरण्यात स्वारस्य दाखवलं नव्हतं. थोडक्यात, ट्रुडी नवरा असूनही नसलेली बाई होती, तर ॲशली निकोलला बाबा म्हणून हाक मारण्यासाठी बाप नव्हता. आजूबाजूचं जग त्यांना असंच ओळखत होतं.

लान्स व तिचे नातेसंबंध काय, याविषयी शंका उपस्थित होऊ नयेत म्हणून विषय पुढे चालू ठेवत ती सांगत राहिली, ''लान्स व मी अगदी जवळचे मित्र आहोत. तो तुझा खरा बाप नाही आहे ही गोष्ट वेगळी, पण त्याचं तुझ्यावर प्रेम आहे. पॅट्रिक तुझा बाप असेलही, पण तू त्याची काळजी करावी असं मला वाटत नाही.''

''मला भेटण्याची त्याची इच्छा आहे का?''

''मला माहीत नाही, पण त्याला तुझ्यापासून दूर ठेवण्याचा मात्र मी नेहमीच प्रयत्न करत राहीन. तो एकदम वाईट मनुष्य आहे. तो तुला सोडून गेला, त्या वेळी तू फक्त दोन वर्षांची होतीस. त्यानं मला सोडलं, मित्रांचे ढीगभर पैसे चोरले आणि पळाला. त्या वेळीही त्याला काही वाटलं नाही आणि आताही नाही. त्याला जर पकडला नसता, तर तो आलाच नसता. आपण त्याला परत पाहूच शकलो नसतो. तेव्हा तू त्याची, तो काय करेल याची काळजी करू नकोस.''

ॲशली निकोल रांगत बेडच्या दुसऱ्या टोकाशी गेली आणि आईला मिठी मारून बसली. ट्रुडीने तिला थोपटलं, म्हणाली, ''सगळं ठीक होईल बघ, नक्की. मला हे सगळं सांगायला आवडत नाही, पण बाहेर रस्त्यावर घिरट्या घालत असलेले ते वार्ताहर आणि टीव्हीवर दाखवल्या जाणाऱ्या बातम्या यामुळे मला असं वाटलं की, तुला सांगितलेलं चांगलं.''

''बाहेर ते लोकं का जमलेत?'' आईचा हात घट्ट पकडत तिने विचारलं.

''मला ठाऊक नाही, पण जातील आता ते.''

''त्यांना काय हवंय?''

“त्यांना तुझे, माझे फोटो घ्यायचे आहेत आणि पेपरमध्ये ते पॅट्रिकविषयी जे काही छापतील, त्यासोबत त्यांना ते फोटो छापायचे आहेत.”

“म्हणजे पॅट्रिकमुळे ते आलेत?”

“येस हनी.”

आईकडे वळून तिच्या डोळ्यांत बघत ती म्हणाली, “मला राग येतो पॅट्रिकचा.”

ट्रुडीने कौतुकाने 'किती खट्याळ आहेस' या अर्थाने, तिचं डोकं घुसळलं आणि तिला घट्ट आवळत ती हसली.

बिलॉक्सी उपसागरावर पुढे आलेल्या एका छोट्या द्वीपकल्पामध्ये, पॉइंटकॅडेट येथे मच्छिमार समाजात लान्सचा जन्म झाला. बाहेरून येणाऱ्या लोकांसाठी ते ठिकाण कामधंदा मिळवून देणारं होतं. जमात ठेंगू होती. पॉइंट येथे रस्त्यावरच त्याचं बालपण जाऊन तो मोठा झाला. साहजिकच, आजही त्याचे पुष्कळसे मित्र तिकडे होते. कॅप हा त्यांच्यापैकीच एक. एकदा मारीजुआना हा अमली पदार्थ असलेली व्हॅन घेऊन जात असताना, काही खबऱ्यांनी ती रोखली. मग त्यांनी कॅनाबिसच्या दाट शेतात, आपल्या शॉटगनसह, गाढ झोपलेल्या लान्सला उठवलं. कॅप आणि लान्सचा वकील एकच होता. दोघांनाही शिक्षा होऊन, वयाच्या एकोणिसाव्या वर्षी दोघं तुरुंगात गेले.

कॅप पब चालवत असे. भरमसाठ व्याजाने ऊसतोड कामगारांना कर्जाऊ पैसे देत असे. पुन्हा काहीतरी करायला हवं, यासाठी महिन्यातून एकदा लान्स त्याला पबच्या मागे ड्रिंकसाठी भेटत असे. ट्रुडी श्रीमंत झाली आणि ते मोबाइलला गेले. मात्र तेव्हापासून कॅपला तो कमी भेटू लागला होता.

त्याचा मित्र अडचणीत होता. कॅपने पेपरमध्ये सर्व वाचलं होतं. खरं म्हणजे लांब चेहरा करून, सहानुभूतीची अपेक्षा धरून येणाऱ्या लान्सची तो वाट बघत होता.

बिअर घेता घेता, कॅसिनोमध्ये कोणाला किती पैसे मिळाले, झटपट पैसा मिळवण्याचा मार्ग कोणता, हल्ली कोणाच्या मागे ड्रग एन्फोर्समेन्ट ॲडमिनिस्ट्रेशन लागलेत इत्यादी इकडच्या-तिकडच्या रिकामटेकड्या गप्पा ज्या, हे असले कोस्टमधले भुरटे, पैसे कमवण्याची स्वप्न बघत नेहमीच मारत असतात, त्या झाल्या.

कॅप ट्रुडीचा दु:स्वास करायचा. पहिल्यांदा तो लान्सची, ट्रुडी जिथे जाईल तिथे तिच्या मागे मागे जातो, म्हणून चेष्टा करायचा. आजही त्याने 'ती छिनाल कशी आहे?' अशा शब्दांतच विचारले.

“ठीक आहे, पण त्याला पकडल्यापासून ती चिंतेत आहे.”

“काळजीत असणारच. लाइफ इन्शुरन्सचे किती मिळाले?”

“वीस एक लाख.”

“पेपरमध्ये आलंय, पंचवीस लाख. मला खातरी आहे, ती भिकारडी कुत्री ज्या प्रकारे पैसे उधळते आहे, त्यावरून आता जास्त काही उरले नसणार.”

“तसे पैसे सुरक्षित आहेत.”

“टांग, पैसे सुरक्षित आहेत. इन्शुरन्स कंपनीने तिच्यावर खटला भरलाय असं पेपर म्हणतो.”

“आम्ही वकील दिलाय ना.”

“ते ठीक आहे, पण त्यामुळे तू निर्धास्त होऊन इथे आला नाहीस. खरं सांग, तू आला आहेस तुला मदत हवी आहे म्हणून. तिला ज्या गोष्टीची आज गरज आहे, ती गोष्ट वकील देऊ शकणार नाहीत.”

लान्स हसला. बिअरचा घोट घेत त्याने सिगारेट पेटवली.

टुडीच्या आसपास असताना, तो असलं काही करू शकत नसे.

“झेके कुठाय?” त्याने विचारलं.

“मला वाटलंच होतं, तू हे विचारणार म्हणून.” कॅप चिडून म्हणाला, “तिला मिळालेल्या पैशांची तिला आता चिंता लागली आहे, त्यामुळे ती अडचणीत आहे. तेव्हा झेकेची चौकशी करण्यासाठी तिनं तुला पाठवलं आहे. तो नसला तर, दुसऱ्या कुणालातरी मस्का लावून, त्याच्याकडून मूर्खासारखं तू काहीतरी करून घेणार. तो पकडला जाणार, त्याच्याबरोबर तू. दोघंही खड्ड्यात. मग तुझा तिला विसर पडणार. लान्स, तू बधिर गाढव आहेस, कळलं?”

“मला कळतंय, पण झेके आहे कुठे?”

“तुरुंगात.”

“कुठे?”

“टेक्सास. फेडरल पोलिसांनी त्याला बेकायदा बंदुका बाळगल्याबद्दल पकडलंय. तू बेअकलीपणाने काही करू नकोस. ते तुमच्या माणसाला– पॅट्रिकला परत आणतील तेव्हापासून त्याच्याभोवती पोलिसांचा गराडा असेल. त्याला असा दूर कुठेतरी बंद करून ठेवतील की, त्याची आईसुद्धा जवळ फिरकू शकणार नाही. लान्स, यात मोठा पैसा गुंतलेला आहे, तेव्हा ते पैसे त्याने कुठे दडवून ठेवलेत, हे तो सांगेपर्यंत, त्याला पक्क्या बंदोबस्तात ठेवणं भाग आहे. तुम्ही त्याला मारण्याचा प्रयत्न कराल, त्याआधी अर्धा डझन पोलिसांना संपवावं लागेल आणि मग तुम्ही मराल.”

“अगदी पद्धतशीरपणे केलं तर तसं होणारही नाही.”

“मला वाटतं, ते कसं करायचं ते तुला माहीत आहे. का पूर्वी कधी केलं नाहीस, म्हणून करणार? इतका हुशार कधी झालास?”

"या कामाला योग्य अशी माणसं मी शोधू शकतो.''

"आणि किती पैसे देणार?''

"जेवढे लागतील तेवढे.''

"पन्नास हजार आहेत?''

"हो.''

कॅपने एक दीर्घ श्वास घेतला, पबच्या आवतीभोवती नजर फिरवली. टेबलावर कोपरं टेकून झुकत तो म्हणाला, "लान्स, तुझी ही योजना चांगली नाही, असं मला सांगावंसं वाटतं. कारण तू कधीच हुशार नव्हतास. तू चांगला दिसतोस असं पोरींना वाटतं, म्हणून त्यांना तू आवडतोस; पण बुद्धी तुझा प्रांत नाही.''

"थँक्स.''

"प्रत्येकाला तो मनुष्य जिवंत हवा आहे. विचार कर. अगदी प्रत्येकाला म्हणजे फेडरलला, वकिलांना, स्टेट पोलिसांना, ज्यांचे पैसे चोरले गेलेत त्यांना तर तो हवाच आहे. अपवाद ती पिसू, जिनं तिच्या घरात तुला थारा दिला आहे, तिचा. तिला तो मरायला हवा आहे. तू अगदी ठरवलंस, त्याला मारलंस तरी पोलीस सरळ तिच्याकडे जातील. तू खड्ड्यात जाणार असल्यामुळे, ती नामानिराळी. त्याकरताच तिला तुझ्यासारखी पिलावळ हवीये. तो मारला जाईल. झालं. तिला पैशांशी मतलब, ते घेऊन ती मोकळी. तू परत पार्चमनमधल्या तुरुंगात. कारण तसं तुझं पोलीस रेकॉर्डही आहे. जन्मभर राहा तिथेच. ती तुला चार ओळीसुद्धा लिहिणार नाही. लक्षात घे.''

"पन्नासमध्ये आपण काम करू या?''

"आपण?''

"हां, तू व मी.''

"मी फक्त तुला एक नाव सुचवतो. माझा याच्याशी काहीही संबंध नाही. काम झालं नाही तरी मला घेणं-देणं नाही.''

"कोण आहे तो?''

"न्यू ऑर्लिन्सचा. कधीमधी इकडे घिरट्या घालतो.''

"त्याला कॉल करशील?''

"करतो, पण तेवढंच. आणि लक्षात ठेव, तू या लफड्यात पडू नकोस. मी असं अजूनही बजावतो.''

बारा

मायामीहून इव्हा न्यू यॉर्कला गेली, तिथून कॉनकॉर्ड पकडून तिने लगेच पॅरिस गाठलं. कॉनकॉर्डने जाणं खर्चिक होतं, पण आता ती स्वत:ला श्रीमंत समजू लागली होती. प्रवास चालूच होता. पॅरिसहून नाईस आणि पुढे आडमार्गाने कारने ती एक्स-एन-प्रोव्हेन्सला आली. एक वर्षापूर्वी तिने पॅट्रिकसह याच मार्गाने प्रवास केला होता. ब्राझिलला आल्यापासून फक्त याच वेळी तो बाहेर पडला होता. प्रत्येक वेळी सीमा पार करताना, त्याच्याजवळ अगदी नवीन तंतोतंत बनावट पासपोर्ट असूनही त्याला धास्ती वाटत होतीच.

ब्राझिलीयन्सना फ्रेंच लोकांच्या सर्व गोष्टी आवडतात; नुसत्याच आवडतात असं नाही, तर त्यांची भाषा, संस्कृती यांचाही ते अभ्यास करतात. शहराच्या एका टोकाशी असणाऱ्या 'व्हिला गॅलिक्सी' या अप्रतिम हॉटेलमध्ये एक स्वीट घेऊन रस्त्यांवरून नुसती भटकंती करणं, खाणं-पिणं, खरेदी, कधी एक्स व एव्हिनॉन या गावांतून फेरफटका यामध्ये त्यांनी एक आठवडा घालवला होता. नवीन लग्न झालेल्या जोडप्याप्रमाणे हॉटेलरूममध्ये फक्त लोळण्यातही त्यांनी वेळ घालवला होता. एकदा तर दारू जास्त झाल्यामुळे, 'आपला हनीमून चाललाय' असं पॅट्रिक बडबडला होता.

आजही तिने त्याच हॉटेलात एक छोटी रूम घेतली. एक डुलकी घेऊन तिने चहा घेतला. जीन्स घालून ती एक्स शहराच्या 'कूर मिराबो' या मध्यवर्ती भागात फेरफटका मारण्यासाठी बाहेर पडली. रस्त्याच्या कडेला असलेल्या एका कॅफेमध्ये रेड वाइनचे घुटके घेत ती रस्त्यावर येरझाऱ्या घालणाऱ्या कॉलेज मुला-मुलींकडे बघत राहिली. हातात हात घालून, मजेने आणि निष्काळजीने फिरणाऱ्या त्या तरुण प्रेमिकांचा तिला हेवा वाटला. पॅट्रिक व ती अशीच हसत-खेळत, एकमेकांच्या कानाशी लागत फिरत असत; जसंकाही त्याच्यामागे कोणाच्या सावल्या नसून तो निर्धास्त होता.

एक्समधला फक्त तेवढाच आठवडा, पूर्वी कधी नव्हे तो, कोणताच अडथळा उपस्थित न होता त्यांनी निवांत काढला आणि तिलाही प्रथमच कळलं की, तो किती

कमी झोपतो. तिला ज्या-ज्या वेळी जाग येत असे, त्या प्रत्येक वेळी तो जागाच असे. तिला धोका आहे, अशा शंकित नजरेने एकटक तिच्याकडे शांतपणे तो बघत बसलेला असे. शेजारी टेबललॅम्प लावलेला असे. ती झोपी जात असे त्या वेळी खोलीमध्ये अंधार असायचा, पण जेव्हा तिला जाग येत असे तेव्हा खोलीमधले लाइट लावलेले आढळायचे. तिला झोप लागेपर्यंत तो दिवे मालवून तिला कुरवाळत, रगडत असायचा; मग अर्धा तास तो झोपी जायचा आणि नंतर लगेच दिवे लावायचा. पहाटेपूर्वीच उठून त्याचं पेपर वाचन झालेलं असायचं. ती संथपणे उठून आळसावलेल्या चालीने जेव्हा त्याच्याकडे येत असे, त्या वेळी तो एखाद्या रहस्यकथेची प्रकरणं चाळत असायचा.

एकदा तिने त्याला विचारलं होतं की, किती उशीरापर्यंत तो झोपू शकतो? "दोन तासांपेक्षा अधिक कधीच नाही." त्याने उत्तर दिलं होतं. विशेष म्हणजे, त्याला कधी डुलकी येत नसे, ना कधी तो रात्री लवकर झोपायला जाई.

तो कधी स्वत:जवळ शस्त्र बाळगत नसे, कोपऱ्यावर उगाच इकडेतिकडे डोकावत उभा राहत नसे की परक्याकडे अनाठायी संशयाने बघत नसे. फरारी आयुष्यावर बोलण्याचा प्रश्नच नव्हता. अत्यंत कमी झोपेची सवय सोडल्यास तो सर्वसामान्यांप्रमाणेच होता, म्हणूनच त्याच्याविषयी विचार करताना ती नेहमीच एक गोष्ट विसरायची की, प्रत्यक्षात तो 'जगाला हवी असलेली व्यक्ती' होती.

त्याच्या पूर्वायुष्याबद्दल बोलणं त्याला पसंत नसे, पण काही वेळा ते टाळणं शक्य नसे. तो फरार झाला होता म्हणून ते एकत्र आले होते, त्यानं स्वत:चं अस्तित्व दाखवून दिलं होतं. न्यू ऑर्लिन्समधलं त्याचं बालपण हा त्याचा आवडता विषय होता आणि ज्या वर्तमान आयुष्यापासून तो दूर जाऊ पाहत होता, त्याविषयी बोलण्यास तो नाखूश असे. बायकोचा उल्लेख तर तो कधीच करत नसे. इव्हा ते जाणून होती की, त्या बाईचा त्याला जास्त तिटकारा आहे. त्याचं लग्न म्हणजे एक दु:खद घटना होती. ते संबंध जसे अधिकाधिक बिघडत गेले, तसा ते मोडण्याचा त्याचा निर्धार बळकट होत गेला.

ॲशली निकोलबद्दल बोलण्याचा तो प्रयत्न करत असे, पण त्या मुलीच्या नुसत्या विचारानेच त्याला रडू येई. तोंडातून शब्द फुटत नसत. फार त्रास व्हायचा त्याला त्याचा.

भूतकाळच जर पाठ सोडण्यास तयार नव्हता, तर भविष्याबद्दल काय ठरवणार? त्याच्यामागे भूतकाळाच्या सावल्या असायच्या, त्यामुळे भूतकाळाचा निकाल लागेपर्यंत तो भविष्याचा विचार करण्यास तयार नसे.

त्याच्यामागे असलेल्या सावल्या त्याला जागं ठेवत होत्या, हे तिला कळत होतं. सावल्या तो पाहू शकत नव्हता, पण त्यांचं अस्तित्व त्याला जाणवत होतं.

दोन वर्षांपूर्वी तिच्याच ऑफिसमध्ये त्यांची भेट झाली होती. त्या वेळी तो एक कॅनेडियन उद्योगपती असून सध्या ब्राझिलमध्ये आल्याचं त्याने सांगितलं होतं. आयात आणि कर या गोष्टींसंबंधी त्याला एका सल्लागार-वकिलाची गरज होती. आपण खरोखरच एक उद्योगपती आहोत, अशी छाप पाडण्यासाठी तो कडक इस्त्रीचा शर्ट आणि त्यावर भारी लिनन सूट चढवून तिच्यासमोर आला होता. नम्र व खेळकर वृत्तीही त्याने प्रदर्शित केली होती. त्याला पोर्तुगीज भाषा चांगली येत होती, पण तिच्या इंग्रजीइतकी नव्हती. तिच्याशी बोलताना तिच्या भाषेत त्याला बोलायचं होतं, पण तिने त्याच्या भाषेचा आग्रह धरला होता. धंद्याविषयी बोलण्यासाठी आयोजित केलेलं जेवण तीन तास चाललं होतं. भाषांची अदलाबदल चालू होती. नंतर त्यांच्या लक्षात आलं की, ती दोघंच नसून तिथे इतर लोकही आहेत. रात्रीचं जेवणही खूप वेळ चाललं आणि त्यानंतर ते दोघं इपानेमा बीचवर अनवाणी पायानं हिंडत राहिले.

तिचा नवरा म्हातारा होता, चिलीमध्ये झालेल्या विमान अपघातात तो मृत्युमुखी पडला होता. मूलबाळ नव्हतंच. पॅट्रिक किंवा डॅनिलो अशी त्याने पहिल्या भेटीत ओळख करून दिली होती. आपण पहिल्या बायकोपासून सुखाने घटस्फोट घेणार असून, त्याची बायको टोरोंटोमधल्या त्यांच्या घरी अजूनही राहते अशी बतावणी केली होती.

पहिल्या दोन महिन्यांत इव्हा व डॅनिलो यांचं प्रेमप्रकरण, त्यातला रोमान्स वाढला आणि मग ती आठवड्यातून वारंवार भेटत राहिली. अखेरीस त्याने सत्य काय होतं ते इत्थंभूत सांगून टाकलं. असं झालं की, एकदा तिच्याच अपार्टमेंटमध्ये रात्री उशिरापर्यंत जेवण घेत, फ्रेंच वाइनबरोबर डॅनिलो त्याच्या भूतकाळाला सामोरा गेला आणि त्याने मन मोकळं केलं. उजाडेपर्यंत तो न थांबता बोलत राहिला आणि उद्योगपतीच्या भूमिकेतून बाहेर पडून सरळ सरळ घाबरलेल्या फरारी अवस्थेपर्यंत येऊन थांबला. कावराबावरा, चिंताग्रस्त, पण एक धनाढ्य अशी त्याची खरी ओळख होती.

मन मोकळं केल्याची भावना इतकी तीव्र होती की, त्याला रडू कोसळलं. त्याने मग स्वत:ला सावरलं. त्याला उमजलं की, ते ब्राझिल होतं. इथले पुरुष, निदान सुंदर बायकांसमोर तरी सहसा रडत नसत.

त्याच्या मोकळेपणावर, खुल्या मनावर ती खूश झाली. त्याला मिठी मारून तिनं त्याचं चुंबन घेतलं. तिलाही रडू आलं. त्याला दडवून ठेवण्यासाठी काहीही करण्याचं तिने त्याला वचन दिलं. त्याच्या आयुष्यातलं काळिमा आणणारं, एक जीवघेणं रहस्य त्यानं तिच्यासमोर उघडं केलं आणि त्याला त्यापासून सदैव संरक्षण देण्याची तिने हमी घेतली.

पुढच्या काही आठवड्यांच्या काळात, त्याने चोरलेले पैसे कुठे होते ते सांगून ते जगभर वारंवार कसे फिरवत ठेवायचे, याचे धडे दिले. दोघांनी मिळून मग कुठे-कुठे कर वाचवणारी आश्रयस्थानं आहेत, सुरक्षित गुंतवणूक कशी, कुठे करायची याचा अभ्यास केला.

तिची भेट होईपर्यंत तो दोन वर्षं ब्राझिलमध्येच होता. तो प्रथम साओपावलोला राहत होता, नंतर रेसिफ, मिनाज गिरेज व इतर काही अशा सतरा ठिकाणी फिरत राहिला. दोन महिने अमेझॉन येथे कामावर होता. जाड मच्छरदाणीत उघड्यावर एका तरंगत्या बार्जवर तो झोपत असे. आवतीभोवती इतके किडे-कीटक जमा झालेले असायचे की, त्याला चंद्रसुद्धा दिसत नसे. माटो ग्रासो व माटो ग्रासो दु सुल या राज्यांमधल्या ग्रेट ब्रिटनएवढ्या आकारमानाच्या पॅन्टानल या मोठ्या व विस्तीर्ण जतन केलेल्या क्षेत्रात, काही श्रीमंत अर्जेन्टिनी लोकांनी मारलेल्या वन्य प्राण्यांच्या शिकारी तो साफ करत असे. त्यामुळे तिचा देश, तिच्यापेक्षा जास्त त्याने पालथा घातला होता. तिनं ऐकलीही नव्हती अशा ठिकाणी तो राहिला होता. या सगळ्या ठिकाणांतून पोन्टा पोरा हे ठिकाणं त्याने कायम वास्तव्यासाठी काळजीपूर्वकरीत्या निवडलं होतं. लपूनछपून राहण्यासाठी तशी असंख्य ठिकाणं असलेल्या त्या भूमीत, पोन्टा पोरा हे लहानसं शहर योग्य होतं; आणि एकीकडे असल्यामुळे सुरक्षित होतं, असा विचार डॅनिलोने पक्का केला होता. शिवाय ते पॅराग्वेच्या सरहद्दीवर असल्यामुळे पुढील डावपेचांसाठी– वेळ आलीच तर पळून जाण्यासाठी उपयुक्त होतं.

तिनं या बाबतीत चर्चा केली नाही. त्याने तिच्या सान्निध्यात रिओमध्ये राहावं एवढीच तिची अपेक्षा होती. फरारी आयुष्य कसं असतं याची तिला कल्पनाच नव्हती, तेव्हा नाखुशीने त्याचा निर्णय तिने मान्य केला. कधीतरी का होईना, एक दिवस आपण एकत्र येऊच, असा दिलासा तो तिला देत होता. क्युरिटिबा भागातल्या अपार्टमेंटमध्ये ती दोघं हनिमूनसाठी कधीकाळी थोडावेळ भेटायची. थोड्या दिवसांपेक्षा जास्त काळ एकत्र राहणं होत नसे. तिची इच्छा आणखी राहण्याची असायची, पण तसं काही ठरवण्यात तोच उत्सुक नसायचा.

दिवस जात होते, महिने उलगडत गेले आणि डॅनिलोला– ती त्याला पॅट्रिक म्हणून कधीच संबोधित नसे– प्रकर्षाने वाटू लागलं की तो पकडला जाणार. भूतकाळ विसरण्यासाठी, त्याचे परिणाम टाळण्यासाठी त्याने पावलागणिक घेतलेली खबरदारी बघता, ती हे मानायला तयार नव्हती; पण त्याला वाटणारी चिंता वाढू लागली, त्याची झोप कमी झाली. या परिस्थितीत काय किंवा त्याप्रसंगी काय, तिनं काय करावं यावर तो जास्त बोलू लागला होता. पैशांसंबंधी बोलण्याचं त्याने सोडून दिलं होतं. काहीतरी वाईट घडणार आहे, ही जाणीव त्याला त्रास देऊ लागली.

काही दिवस ती एक्समध्ये थांबणार होती, सीएनएनवर प्रसिद्ध होणाऱ्या आंतरराष्ट्रीय बातम्यांवर लक्ष ठेवणार होती. शक्यता अशी होती की, ते आता पॅट्रिकला त्याच्या कौंटीला घेऊन जेलमध्ये टाकतील, आणि त्याच्याविरुद्ध सर्व प्रकारचे हिडीस आरोप दाखल करतील. त्याला जेरबंद करणार हे तो जाणून होता आणि या सगळ्याला तोंड देत स्वस्थ राहणार होता. ती त्याची वाट पाहणार होती.

बहुधा, झुरिचला परत जाऊन तिथली आपली कामं मार्गी लावावीत असं ती म्हणत होती, पण त्यानंतर काय करावं हे ठरत नव्हतं. घरी जाण्याचा प्रश्नच नव्हता. त्याचं दडपण तिच्यावर जास्त होतं. विमानतळावरच्या सार्वजनिक फोनवरून तीनदा ती तिच्या वडिलांशी बोलली होती. ती ठीक होती, पण घरी येऊ शकत नव्हती, अशी त्यांची तिने समजूत घातली होती.

अजून काही आठवडे तरी त्याला प्रत्यक्ष पाहण्यापूर्वी, ती व पॅट्रिक सॅन्डीमार्फतच संपर्क साधणार होती.

तीव्र कळ आली म्हणून त्याला जाग आली; पहाटेचे दोन वाजले होते, त्यानं पहिल्यांदाच वेदनाशामक गोळी मागवली. पायातून इलेक्ट्रिक करंट जात असून, त्याचा झटका बसावा असं त्याला झालं. त्याला पकडणारे ते निर्दयी, त्याला कठोर आवाजात विचारत होते, "बोल पॅट्रिक, पैसे कुठे आहेत?" त्यांना गंमत वाटत होती. पुन्हा ते एका सुरात तेच विचारत होते, "पैसे कुठे आहेत?"

रात्रपाळीवर असलेल्या एका सुस्त नोकराने फक्त गोळी आणली, पाणी आणायचं तो विसरला. त्याने ग्लासही मागितला आणि गोळी तोंडात टाकून, कॅनमधल्या शिल्लक असलेल्या, कोमट झालेल्या सोड्याच्या घुटक्याबरोबर ती घशाखाली उतरवली.

दहा मिनिटं झाली, काहीच झालं नाही. त्याचं शरीर घामाने डबडबलं. अंगावरच्या, बेडवरच्या चादरी ओल्या झाल्या. खारट घामाने अंगावरील भाजलेल्या चट्ट्यांची आग होत होती. आणखी दहा मिनिटं गेली, त्याने टीव्ही सुरू केला.

ज्यांनी त्याला बांधून जखडून ठेवून चटके दिले होते ते अजून तिथेच होते, पैशांची चौकशी करत होते; त्या क्षणाला तो कुठे होता हे त्यांना माहीत होतं. अंधार पडला, रात्र झाली की हीच स्वप्नं. दिवसा त्याला सुरक्षित वाटायचं. अर्धा तास झाला. त्याने नर्स जिथं असायच्या त्या बूथला फोन केला, कुणीच उचलला नाही.

मग मात्र तो गुंगीत गेला.

सहा वाजता तो जागा झाला, डॉक्टर आले होते. आज त्यांच्या चेहऱ्यावर स्मितहास्य नव्हतं. लगेच त्यांनी कामाला सुरुवात केली, भराभर जखमा तपासल्या आणि एकदम म्हणाले, "इथून निघण्याइतका बरा झाला आहेस. तू जिथे जाणार आहेस, तिथले चांगले डॉक्टर्स तुझी वाट बघत आहेत." त्यांनी हेल्थ-चार्टवर काहीतरी खरडलं आणि आणखी एक शब्दही न बोलता ते निघून गेले.

दहा मिनिटांनी एजंट ब्रेन्ट मायर्स धीमी पावलं टाकत खोलीत आला. प्रत्येक वेळी दाखवलाच पाहिजे अशा प्रकारे आपला बॅज पुढे करत, तो खोडसाळ हसत म्हणाला, "गुड मॉर्निंग!"

पॅट्रिक त्याच्याकडे न बघताच उत्तरला, "तुला दारावर टकटक करता येत

नाही का?''

"नक्कीच. आय ॲम सॉरी, पॅट्रिक. हे बघ मी आत्ताच तुझ्या डॉक्टरांशी बोललो. एक चांगली बातमी आहे. गृहस्था, तू आता घरी जाणार आहेस. उद्या तुला ते सोडतील. तुला घरी परत आणण्यासाठी माझ्याकडे तशी ऑर्डर आहे. आपण उद्या सकाळी निघू. तुझ्या सरकारने खास बिलॉक्सीला जाण्यासाठी, विमान देऊ केलंय. आहे ना, आनंदाची बातमी? मी तुझ्यासोबत असणारच आहे.''

"तू आता निघशील का?''

"निघालोच. उद्या सकाळी भेटूच.''

"नीघ आता.''

झटकन तो खोलीच्या बाहेर पडला आणि त्याने दार लावून घेतलं. लगेच हातात कॉफी, ज्यूस आणि आंब्याच्या फोडी असलेला ट्रे घेऊन लूईस आत आला. पॅट्रिकच्या बेडखाली तो सरकवून, 'आणखी काही हवं आहे का' असं त्यानं विचारलं. हळू आवाजात त्याचे आभार मानत पॅट्रिक 'नको' म्हणाला.

तासाभराने सॅन्डी आला तो विचार करतच की, गेल्या चार वर्षांत काय घडलं ते उकरून काढण्यात आणि त्याला पडलेल्या असंख्य प्रश्नांची उत्तरं शोधण्यात अख्खा दिवस जाणार. टीव्ही बंद झाला, खिडक्यांवरील पडदे सरकवले गेले, खोलीत लख्ख प्रकाश पडला आणि दिवसाची सुरुवात झाली.

"तू ताबडतोब घरी निघावंस असं मला वाटतं,'' पॅट्रिक म्हणाला, "आणि बरोबर हे घेऊन जा.'' एक पुडकं त्याने सॅन्डीला दिलं. ते घेऊन तो सावकाशपणे त्याच्या मित्राचे नग्नावस्थेतले फोटो चाळत खुर्चीत बसला.

"केव्हा घेतले गेले हे?'' सॅन्डीने विचारलं.

"काल.'' सॅन्डीने त्याच्या नोटपॅडवर नोंद केली.

"कोणी?''

"लूईस, माझ्या नोकराने.''

"या सर्व जखमा कोणी केल्या तुला?''

"कोणाच्या ताब्यात आहे मी, सॅन्डी?''

"एफबीआय.''

"तर मग त्यांनीच केलं असणार. माझ्या देशाच्या सरकारने माझा शोध घेतला, मला पकडलं, छळ केला आणि आता माझं गाठोडं परत पाठवत आहेत. सॅन्डी, सरकार म्हणजे एफबीआय, न्याय खातं आणि स्थानिक डिस्ट्रिक्ट ॲटर्नी इत्यादी आणि बाकीचे माझं स्वागत करणारे– हे सर्व आले त्यात. त्यांनी बघ काय केलंय ते.''

"त्यांच्यावर खटलाच भरायला हवा!'' सॅन्डी म्हणाला.

"काही लाखांचा, तोसुद्धा ताबडतोब. माझी योजना अशी आहे : मी लष्करी

विमानाने उद्या सकाळी बिलॉक्सीला निघालो आहे. तिथं माझं स्वागत कसं होईल याची तुला कल्पना असेलच. आपण याचा फायदा घ्यायला हवा."

"याचा फायदा म्हणजे?"

"तेच तर. आपण आज संध्याकाळपर्यंत खटला दाखल करू, म्हणजे उद्याच्या पेपरमध्ये सर्वकाही येईल. त्याकरिता त्यांना थोडंफार कळेल असं करू. या फोटोंपैकी दोन फोटोंच्या मागे मी खुणा करून ठेवलेले जे आहेत, ते दोन त्यांना दाखवू." सॅन्डीने हातातले सर्व फोटो पुन्हा चाळले आणि ते दोन फोटो बाजूला काढले. त्यातला एक पॅट्रिकच्या छातीवर असलेल्या भाजलेल्या जखमेचा, जवळून घेतलेला, की ज्यात त्याचा चेहरा दिसत होता असा आणि दुसरा पॅट्रिकच्या डाव्या मांडीवर झालेल्या गंभीर जखमेचा होता.

"हेच मी प्रेसला द्यावेत असं तुला वाटतं?" सॅन्डीने विचारलं.

"फक्त कोस्टच्या पेपरला. मला त्या पेपरचीच धास्ती आहे. हॅरिसन कौंटीमधले ऐंशी टक्के लोक तो वाचतात, आणि तिथलेच लोक ज्यूरी म्हणून येतील अशी माझी खातरी आहे."

सॅन्डी गालातल्या गालात हसून, लक्षात आल्यासारखं म्हणाला, "तू काल रात्री धड झोपला नाहीस, हो ना?"

"गेल्या चार वर्षांत मला झोप नाही."

"ही योजना तर डोकेबाजपणाची आहे."

"तसं नाही, पण डावपेच लढवताना आपल्याला ज्या संधी मिळतात त्याचा आपण फायदा घेण्यापैकी ही एक आहे आणि ती घेऊन माझ्या मढ्याभोवती घिरट्या घालणाऱ्या तरसांवर उलटवायची. अशा प्रकारे दणका द्यायचा की, आपल्याविषयी असणाऱ्या वाईट भावनांची तीव्रता कमी करायची. सॅन्डी, विचार कर, हे एफबीआयवाले एका संशयिताचे कसे हाल करतात, तेसुद्धा एका अमेरिकन नागरिकाचे, ते कळू दे."

"अप्रतिम कल्पना, एकदम सुपीक! आपण फक्त एफबीआय विरुद्धच खटला दाखल करायचा?"

"हो. अगदी साधा सरळ. असा की, मी विरुद्ध एफबीआय म्हणजे सरकार. ब्राझिलच्या जंगलात माझी चौकशी करताना आणि माझा क्रूरपणे छळ करताना त्यांनी केलेल्या कायमस्वरूपी शारीरिक व मानसिक जखमा हा आरोप करायचा."

"मला तर मोठं रोमांचकारी वाटतंय हे."

"एकदा ते प्रेसला कळू दे, मग आणखी रंगतदार होईल."

"दावा कितीचा लावायचा?"

"कितीचाही, मला पर्वा नाही. एक कोटी प्रत्यक्ष झालेल्या नुकसान भरपाईसाठी आणि दहा कोटी दंडात्मक."

सॅन्डीने भराभर ते लिहून घेतलं, नोटपॅडचं पान उलटून तो थांबला. पॅट्रिकचा चेहरा न्याहाळला आणि म्हणाला, "हे एफबीआयने केलं नव्हतं, खरं ना?"

"नाही. त्यांनी नाही केलं. माझ्यामागे बरेच दिवस लागलेल्या त्या भावनाशून्य बेपर्वा ठगांनी केलं. मला फक्त एफबीआयच्या ताब्यात देण्यात आलं. अजूनही ते ठग इकडेतिकडे घुटमळत असणार."

"एफबीआयला ठाऊक आहेत ते?"

"हो."

खोलीमध्ये एकदम सन्नाटा पसरला. सॅन्डी पुढचं ऐकण्यासाठी वाट बघत राहिला. पॅट्रिक ओठ मिटून गप्प होता. दूरवर हॉलमध्ये नर्सेसचं बडबडणं फक्त ऐकायला येत होतं.

पॅट्रिकने कूस बदलली. तीन दिवस तो पाठीवर झोपून होता. "तुला आता घरी निघायलाच हवं सॅन्डी. आपल्याला बोलण्यासाठी नंतर खूप वेळ आहे. मला कळतंय, तुला खूप विचारायचंय. पण मला थोडा वेळ दे."

"ठीक आहे, मित्रा."

"शक्य होईल तितका बोभाटा करत खटला दाखल कर. खरे आरोपी समोर आणण्यासाठी आपण त्यात दुरुस्ती करू शकतो."

"काहीच अडचण नाही. खोट्या आरोपींवर खटला भरण्याची ही माझी पहिलीच वेळ नाही."

"शेवटी डावपेच आहेत हे. थोडी सहानुभूती दाखवून नुकसान होणार नाही."

सॅन्डीने नोटपॅड व ते फोटो त्याच्या ब्रीफकेसमध्ये ठेवले.

"सावध राहा," पॅट्रिक म्हणाला, "माझा वकील म्हणून तुला ओळखायला लागल्यावर, तुझ्याकडे सैतानी लोकांच्या नजरा वळतील."

"प्रेसवाले?"

"हो, पण मला वाटतं फक्त तेच नाही. मी बरेच पैसे हडप केलेत सॅन्डी आणि ते शोधून काढण्यासाठी ते लोक काहीही करतील, कोणत्याही थराला जातील."

"त्यापैकी किती पैसे उरले आहेत?"

"सर्वच. त्यात भर पडतेच आहे."

"तुला वाचवण्यासाठी तेवढे लागतीलच, मित्रा."

"त्यासाठीसुद्धा माझ्याकडे एक प्लॅन आहे."

"नक्कीच असणार. चल, आता आपली भेट बिलॉक्सीमध्ये."

तेरा

आतल्या गोटातल्या गुप्त बातम्या फोडणारे आणि इतर मार्गाने माहिती गोळा करणारे खबरे यांचं एक प्रचंड जाळं असतं, त्यातून बाहेर आलेली बातमी अशी होती की, कोर्ट-क्लार्क ऑफिस बंद करण्यापूर्वी, त्या दिवशी उशिरापर्यंत आणखी एक लॉ सूट खटला दाखल होणार होता. ही यंत्रणा या अगोदर एका धक्कादायक बातमीने सतर्क झाली होतीच, ती म्हणजे दस्तुरखुद्द पॅट्रिक उद्यापर्यंत परतत होता.

सॅन्डीने वार्ताहरांना कोर्टहाउसच्या दर्शनी हॉलमध्ये, तो खटला दाखल करेपर्यंत थांबायला सांगितलं होतं. नंतर त्याने त्या खटला-अर्जाच्या प्रती, पुढे पुढे घोंघावणाऱ्या सुमारे डझनभर रक्तपिपासूंना पासून वाटल्या. दोन छोटे शूटिंगवाले आणि एक रेडिओ स्टेशनवाला पण हजर होते.

प्रथम असा समज झाला की, आपली छबी पेपरमध्ये दिसावी म्हणून उतावीळ झालेल्या कोण्या एका वकिलाने, अशीच कोणतीतरी केस दाखल केली आहे. सॅन्डीने तो पॅट्रिकचा वकील म्हणून आला आहे, असं घोषित करताच सारं वातावरणच नाट्यमयरीत्या बदललं. गर्दी वाढली, घोळके जमा झाले. त्यात ऑफिस-क्लार्क्स, वकील, इतकंच काय, पण एक रखवालदारसुद्धा ऐकायला उभा राहिला. सॅन्डीने शांतपणे सर्वांना सांगितलं की, गैरवागणूक, शिवीगाळ आणि शारीरिक छळ केल्याबद्दल त्याचा अशील एफबीआयविरुद्ध खटला दाखल करत आहे.

सॅन्डीने दाखल केलेल्या आरोपांविषयी माहिती देण्यासाठी पुरेसा वेळ घेतला आणि मग प्रश्नांच्या भडिमाराला शांतपणे, विचारपूर्वक, कॅमेऱ्यांकडे सरळ नजर देत उत्तरं दिली. शेवट करण्यापूर्वी त्यानं हातचं राखून ठेवलं. प्रश्न विचारणाऱ्यांची सुरुवातीची गडबड शांत झाल्यावर त्याने ब्रीफकेस उघडून बारा बाय सोळा इंच आकाराचे मोठे केलेले, फोम बोर्डवर लावलेले दोन रंगीत फोटो बाहेर काढले. ''पॅट्रिकला त्यांनी काय केलं ते बघा.'' सॅन्डीने ते फोटो दाखवत म्हटलं. फोटोग्राफर त्या फोटोंचे अगदी जवळून फोटो घेण्यास झटकन पुढे झाले, इतर गोंधळ

करण्याच्या बेतात होते.

"त्यांनी त्याला खेचत नेलं, त्याच्या अंगाभोवती वायर्स गुंडाळल्या. तो त्यांनी विचारलेल्या प्रश्नांची उत्तरं देत नव्हता, देऊ शकत नव्हता म्हणून त्यांनी त्यातून इलेक्ट्रिक करंट सोडला. इतका की, त्याचं मांस भाजून निघालं. सभ्य स्त्री-पुरुषहो, बघा, तुमचं आमचं सरकार आपल्याच नागरिकाचा कसा छळ करतं ते. हे सरकारी ठग स्वत:ला एफबीआय अधिकारी म्हणवतात."

सॅन्डीने त्याचं काम फत्ते केलं होतं. अनुभवी वयस्कर वार्ताहरांना तर धक्काच बसला होता.

बिलॉक्सी पेपरने हे खळबळजनक प्रास्ताविक सहा वाजता प्रसिद्ध केलं. रेडिओवरील प्रसारण अर्धअधिक सॅन्डी व ते फोटो यानंच व्यापलं होतं. 'पॅट्रिकचं उद्या परत येणं' याचा दुसरा भाग होता.

सीएनएनने संध्याकाळपासून, दर अर्ध्या तासाने वृत्त द्यायला सुरुवात केली होती. हीरो होता सॅन्डी नावाचा वकील. त्याने केलेल्या आरोपांचे प्रसारण तर रसभरीत होतं.

अलेक्झांड्रियाजवळ असलेल्या एका झकपक कंट्रीक्लबच्या हिरवळीवर हॅमिल्टन जेन्स इतरांसमवेत ड्रिंक्स घेत आरामात बसला होता. अचानक त्यांची नजर कोपऱ्यात असलेल्या टीव्हीवरील एका बातमीकडे गेली. गोल्फ खेळत असतानाच त्याने स्वत:ला बजावलं होतं की, ब्यूरोच्या कामाबद्दल, तिथल्या अगणित कटकटींविषयी विचार करायचा नाही.

पण अशा डोकेदुखींनी त्याची पाठ सोडली नाही. बातमी होती : एफबीआयवर पॅट्रिक लॅनिगनने खटला दाखल केला आहे. तो जागेवरून उठला आणि बारजवळ जाऊन स्वत:च्या सेल फोनवरून काही नंबर फिरवले.

पेनसिल्व्हानिया अव्हेन्यूमधील हूवर बिल्डिंगच्या अगदी अंतर्गत भागात, हॉलला लागून असलेल्या बिनाखिडक्यांच्या खोल्यांमध्ये, टीव्हीवर दाखवल्या जाणाऱ्या जगभरातल्या बातम्यांवर तिथले तंत्रज्ञ नजर ठेवून असत. दुसऱ्या अशाच प्रकारच्या खोल्यांमध्ये रेडिओवर प्रसारित होणाऱ्या बातम्यांची नोंद ठेवली जात असे. आणखी एका ठिकाणी वर्तमानपत्रं व मॅगझिनमधल्या बातम्या वाचल्या जात असत. एफबीआय ब्युरो ऑफिसमध्ये या नित्यकर्माला 'संग्रहण' म्हटलं जायचं.

जेन्सने या विभागाच्या सुपरवायझरला फोन लावला आणि क्षणार्धात त्याला पूर्ण हकिकत समजली. तो लगेच क्लबमधून निघाला आणि त्यानं हूवर बिल्डिंगमधल्या तिसऱ्या मजल्यावर असलेलं त्याचं ऑफिस गाठलं. त्याने ॲटर्नी जनरलला फोन लावला, तोही अर्थातच याला शोधण्याचा प्रयत्न करत होता. सतत चावणारा हरामी

होता तो. जेन्सला तो बोलूनच देत नव्हता, जेन्स फक्त ऐकत होता. ॲटर्नी जनरलला तो फक्त एवढीच खातरी देऊ शकला की, पॅट्रिक लॅनिगनला झालेल्या छळाशी एफबीआयचा काडीमात्र संबंध नसून, आरोप केल्याप्रमाणे त्यांनी तसं काहीएक केलेलं नव्हतं.

"आरोप केल्याप्रमाणे?" ॲटर्नीने उलट विचारलं, "जसंकाही मी त्या जखमा पाहिल्याच नाहीत? काय सांगतोस, अख्ख्या जगानं त्या बघितल्या!"

"त्या आम्ही केलेल्याच नाहीत सर," निक्षून खरं सांगत असल्यासारखं जेन्स पुन्हा तेच बोलला.

"मग कुणी? तुला माहीत आहे कुणी केलं ते?" ॲटर्नीनं फटकारलं.

"येस सर."

"ठीक आहे. उद्या सकाळी नऊ वाजता माझ्या टेबलवर तीन पानी रिपोर्ट हवा."

"मिळेल तुम्हाला तो."

दुसऱ्या बाजूला फोन आपटल्याचा आवाज आला. जेन्स शिव्या घालत आपल्या टेबलापाशी गेला व वैतागून एक सणसणीत लाथ हाणली. त्याने एक फोन लावला आणि...

दोन एफबीआय अधिकारी मिस्टर ॲन्ड मिसेस जॅक स्टिफॅनोच्या दारासमोर अंधारात उभे ठाकले.

जॅक रात्रभर टीव्हीवरचे रिपोर्ट बघत बसला होता. एफबीआयकडून होणाऱ्या प्रतिक्रियेचं त्याला आश्चर्य वाटत नव्हतं. टीव्हीवरची कथा उलगडली जात असताना, एकीकडे तो त्याच्या वकिलाशी सेल फोनवर बातचीत करत होता. त्याच्याच लोकांनी केलेल्या दुष्कृत्यांचा दोष एफबीआयच्या माथी मारला जात होता. चाललं होतं ते गमतीशीर, करमणूक करणार होतं, पण पॅट्रिक लॅनिगन व त्याचा वकील यांनी खेळलेली ही चाल अक्कलहुशारीची होती.

"गुड इव्हिनिंग!" दाराशी येऊन नम्रपणे त्यानं विचारलं, "मला वाटतं आपण डोनट्स विकायला आलात?"

"एफबीआय." खिशाशी चाळा करत एक जण म्हणाला.

"असू दे, असू दे. तुमची ओळख पटलीय मला. गेल्या वेळी मी जेव्हा तुम्हाला पाहिलं, तेव्हा तुम्ही एका कोपऱ्यावर गाडी उभी करून गाडीच्या स्टिअरींग व्हीलखाली डोकं लपवून, एक भडक मॅगझिन चाळत होतात. तुम्ही कॉलेजमध्ये असताना तुम्हाला कल्पना नसेल की, आपण अशा काहीतरी थरारक गोष्टी करू.

"मि. जेन्सने तुला बोलावलंय." दुसरा म्हणाला.

"का?"

"माहीत नाही. तुला आमच्याबरोबरच त्याच्या ऑफिसला घेऊन यायला सांगितलंय."

"म्हणजे हॅमिल्टन इतक्या उशिरापर्यंत काम करत बसलाय तर?"

"हो. तुम्ही आमच्याबरोबर येताय ना?"

"म्हणजे मला परत अटक करताय?"

"नाही, तसंच काही नाही."

"मग तुम्ही दुसरं काय करताय? माझेसुद्धा बरेच वकील आहेत. अन्यायाने केलेली अटक किंवा डांबणं या कारणाखाली तुम्ही स्वत:वर खटला ओढवून घ्याल." थोड्या अनुत्साहाने त्यांनी एकमेकांकडे पाहिलं.

जेन्सला भेटायला स्टिफॅनो घाबरत नव्हता किंवा अशा बाबतीत त्याला कुणाचीच भीती वाटत नव्हती. जेन्स कशासाठीही जबाबदार धरो, त्याला सामोरं जाण्याची त्याची तयारी होती.

आपल्यावर अजून काही गुन्हेगारी आरोप बाकी आहेत तेव्हा आत्ता थोडं सबुरीनं घेतलं तर ते उपयोगी पडेल अशी त्याने स्वत:ची समजूत घातली आणि...

"पाच मिनिटं थांबा." असं म्हणत तो आत गेला.

स्टिफॅनो जेन्सच्या ऑफिसमध्ये शिरला, त्या वेळी तो त्याच्या टेबलापाशी एक मोठा रिपोर्ट हातात घेऊन त्याची पानं चाळत होता. जवळजवळ मध्यरात्र झाली होती. एका खुर्चीकडे निर्देश करत जेन्स अनपेक्षितपणे म्हणाला, "बस."

"गुड इव्हिनिंग हॅमिल्टन." स्टिफॅनो हसत म्हणाला.

हातातले कागद टेबलावर टाकत जेन्सने विचारलं, "तुम्ही त्या गृहस्थाला असं केलंत तरी काय?"

"मला नक्की माहीत नाही, पण त्या ब्राझिलीयन्सपैकी एखादा थोडा अतिरेकीपणाने वागला असावा. जगेल तो."

"कोणी केलं ते?"

"ही चौकशी चालली असेल, तर माझ्या वकिलाला मी इथे बोलावून घेऊ का, हॅमिल्टन?"

"मी काय सांगू? आमचा डायरेक्टर तिकडे अॅटर्नी जनरलशी फोनवर चर्चा करतोय. त्याला हा प्रकार सहन झालेला नाही आहे; दर वीस-पंचवीस मिनिटांनी ते माझी सालटी काढत आहेत. हे चांगलं नाही, गंभीर बाब आहे जॅक. आमच्यावर होत असलेले आरोप किळसवाणे आहेत. सारा देश ते फोटो बघून आश्चर्याने तोंडात बोटं घालतो आहे की, आम्ही एका अमेरिकन नागरिकाला का छळलं."

"मला मनापासून वाईट वाटतंय."

"मी ते सांगू शकतो. मग कोणी केलं हे?"

"तिथल्या स्थानिक माणसाचं कृत्य आहे हे. तो तिकडे आहे अशी खबर

मिळाल्यावर, आम्ही एक ब्राझिलीयन गँग भाडोत्री घेतली होती. मला त्यांची नावंसुद्धा माहीत नाहीत.

"खबर कुठून मिळाली होती?"

"तुला ऐकायला आवडेल?"

"हो." असं म्हणत जेन्सने टायची गाठ सैल केली, टेबलाच्या काठावर बसत त्याने स्टिफॅनोकडे नजर ठेवली. चेहऱ्यावर कसलंही काळजीचं चिन्ह नसलेला स्टिफॅनोही त्याच्याकडे सरळ बघत होता. एफबीआयने त्याच्यावर काहीही जरी ढकललं तरी तो सौदेबाजी करून मार्ग काढू शकत होता. त्याच्याकडेही हुशार वकील होते.

"तुझ्यासाठी एक प्रस्ताव आहे, डायरेक्टरनेच सुचवला आहे." जेन्स म्हणाला.

"पटकन सांग, मी ऐकायला उत्सुक आहे."

"उद्याच बेनी ॲरिसियाला अटक करण्याची आम्ही तयारी केली आहे. त्यातून एक नवीन प्लॅन तयार होईल. प्रेसला बातमी द्यायची की, ज्याचे नऊ कोटी गेले त्याने पॅट्रिकला शोधण्यासाठी तुला सुपारी दिली होती. तू त्याला पकडून त्याला छळलंस, पण पैसे मिळाले नाहीतच."

स्टिफॅनोने ते लक्ष देऊन ऐकलं. पण त्याला अर्थबोध झाला नाही.

"मग आम्ही लगेच त्या दोन चीफ एक्झिक्युटिव्ह अधिकाऱ्यांना म्हणजे मोनार्क सिएरा इन्शुरन्सचा ॲटरसन व नॉर्दन केस म्युच्युअलचा जिल यांना अटक करू. आमच्या माहितीप्रमाणे ते दोघे, तुमचा जो ग्रुप आहे ना, त्याचे मेंबर आहेत. त्यांच्या त्या भपकेदार ऑफिसवर धाड टाकून त्यांना बेड्या घालून काळ्या पोलीस व्हॅनमध्ये टाकू. याचं शूटिंग चालू असेलच. प्रसारमाध्यमांना भरपूर माहिती देऊ, लक्षात घे. तुझ्या ब्राझिलमधल्या पॅट्रिक शोधमोहिमेसाठी यांनीच ॲरिसियाला आर्थिक मदत केली होती, हे सगळं व्यवस्थित प्रसारित होतंय याची काळजी घेऊ. स्टिफॅनो तुझी सगळी कुळं तुरुंगात जातील."

स्टिफॅनोला एकच विचारावंसं वाटलं की, त्यांच्या ग्रुपमधल्या त्या मेंबर्सना एफबीआयने नेमकं कसं हुडकून काढलं. पण नंतर त्याने विचार केला की, ज्यांनी सगळं गमावल्यात जमा होतं त्यांना एकटं पाडलं गेलं आहे.

"तुझा धंदा अशानं ठार बसेल, स्टिफॅनो." जेन्सने खोटी सहानुभूती दाखवली.

"मग तुला हवंय काय?"

"आता कसं. असं ठरवू की, तू आम्हाला सर्व सांगायचंस म्हणजे तुम्ही त्याला कसा पकडलात, त्यानं तुम्हाला काय-काय माहिती दिली, हे सगळं इत्थंभूत सांगायचं. आमच्याकडे विचारण्यासारखे तसे खूप प्रश्न आहेत, पण मग आम्ही तुझ्यावरचे सगळे आरोप मागे घेऊ आणि तुझ्या त्या कुळांनाही मोकळं करू. किती सोपं आहे."

"ही म्हणजे शुद्ध पिळवणूक आहे."

"करेक्ट. आमचा अहवाल तयार आहे. तुझी अडचण अशी आहे की, तुझ्या त्या कुळांची आम्ही बेइज्जती करू शकतो आणि तुला तुझ्या धंद्यातून उठवू शकतो."

"झालं सगळं, एवढंच?"

"नाही, सध्या नशीब आमच्या बाजूचं आहे. तू जेलमध्ये जाऊ शकतोस."

या संदर्भात अगदी मिसेस स्टिफॅनोचा विचार केला नाही, तरी हा प्रस्ताव मान्य करायला बरीच कारणं होती. वास्तविक, एफबीआयची नजर सतत त्यांच्या घरावर होती ही गोष्ट सर्वांमुखी झाल्यामुळे तिला त्यात नामुश्की वाटत होती. तिचे फोन चोरून ऐकले जायचे. तिला हे लक्षात येण्याचं कारण म्हणजे तिचा नवरा मागच्या अंगणात जाऊन फोन करत असे. ती या गोष्टींनी मेटाकुटीला येऊन मनाने कोलमडायला आली होती. आपण सभ्य माणसं आहोत, असं ती त्याला बजावत असे.

आपण काय कर्म केली हे मीच जास्त जाणू शकतो, असं अप्रत्यक्षपणे सुचवून एफबीआयला आपल्याला हव्या असलेल्या तोडग्यापर्यंत आणायचं हीच स्टिफॅनोची इच्छा होती. तो आता त्याच्यावरचे आरोप रद्द करून घेऊ शकत होता, त्याच्या अशिलांना वाचवू शकत होता. सर्वांत महत्त्वाचं म्हणजे, प्रस्ताव मान्य करून एफबीआयला सहकार्य केल्यास, पैशांचा शोध घेण्यास त्यांच्याकडे असलेल्या विविध साधनसामग्रीची जंत्री त्याला उपलब्ध होणार होती.

"मला माझ्या वकिलांशी बोलायला हवं."

"उद्या संध्याकाळी पाचवाजेपर्यंत तुला वेळ आहे."

एखाद्या बॉक्सरने नव्याने जिंकलेला आपला बेल्ट सगळीकडे आवतीभोवती मिरवून दाखवावा, त्याचप्रमाणे सीएनएनच्या उशिरात उशिराच्या प्रसारणामध्ये, त्याच्या भयानक जखमांचे सॅन्डीने फडकवलेले रंगीत फोटो पॅट्रिकने बघितले. एव्हाना, दिवसभरातल्या घटनांचा आढावा घेण्याचा तासाभराचा कार्यक्रम अर्धाअधिक झाला होता. वॉशिंग्टनमधल्या हूवर बिल्डिंगच्या (एफबीआयचं मुख्यालय) बाहेर ठाण मांडून बसलेल्या एका वार्ताहराचं म्हणणं होतं की, यावर एफबीआयची अधिकृत प्रतिक्रिया आलेली नव्हती.

हे प्रसारण चालू असताना, लूईस योगायोगाने खोलीतच होता. त्याने ते पाहिल्यावर, तो थक्क झाला. त्याने टीव्हीवरची नजर पॅट्रिककडे वळवली, तर तो बेडवर बसून स्वत:शीच 'कशी मजा आली' या अर्थी हसत होता. त्याच्या लगेच हा प्रकार लक्षात आला.

"माझे फोटो?" त्याने इंग्रजी ढबीमध्येच विचारलं.

"हो." खळकन हसण्याच्या तयारीत असलेल्या पॅट्रिकने उत्तर दिलं.

"मी घेतलेत ते." लूईसही थोडी छाती फुगवून म्हणाला.

एक अमेरिकन वकील स्वतःच खोटाखोटा मरतो, स्वतःचं दफन झालेलं बघतो, मग त्याच्या कंपनीचे नऊ कोटी डॉलर्स हडप करतो आणि चार वर्षांनंतर, ब्राझिलमध्ये आरामात राहत असताना, पकडला जातो. ही कथा पश्चिमेकडील जगात, एक चांगली हलकीफुलकी वाचनीय गोष्ट म्हणून गणली गेली. एक्समध्ये रस्त्याच्या कडेला असलेल्या आपल्या 'लेझ द गार काँ' या आवडत्या रेस्टॉरन्टमध्ये कॉफी घेता घेता इव्हाने तो अलीकडचा प्रसंग एका अमेरिकन पेपरमध्ये वाचला. पाऊस पडत होता. त्याच्या तुषारांमुळे एक प्रकारचं विरळ धुकं निर्माण झालं होतं आणि त्यामुळे तिच्यापासून फार लांब नसलेली खुर्च्या-टेबलं भिजली.

पेपरमध्ये आलेला वृत्तान्त पहिल्या भागामध्ये कुठेतरी दडलेला होता. भाजलेल्या जखमांचं वर्णन गंभीर असं असलं तरी त्यांचे फोटो नव्हते. तिचं काळीज थरारलं. डोळ्यांतले अश्रू दिसू नयेत, म्हणून तिने गॉगल घातला.

एखाद्या प्राण्याला जखमी व जखडलेल्या अवस्थेत न्यावा, तसा तो घरी परतत होता. हा प्रवास अटळ होता, हे त्याला कधीच कळून चुकलं होतं. ती निघणार होती. अज्ञात राहून ती त्याची कामं करणार होती. दोघांच्या रक्षणासाठी प्रार्थना करणार होती, परमेश्वराची करुणा भाकणार होती आणि पॅट्रिकसारखंच 'त्यांच्या भविष्याचं काय होऊन बसलं' याचा रात्री तिच्या खोलीत येरझाऱ्या घालत विचार करत राहणार होती.

चौदा

घरी परत जात असताना, अंगावरील जखमा प्रवासामध्ये कपड्यांनी घासल्या जाऊन त्या चिघळू नयेत म्हणून, त्याने सर्जन लोक घालतात तसा निळसर रंगाचा ढगळा पोशाख केला होता. शिवाय फ्लाइट कुठेही न थांबणारी असली तरी प्रवास दोन तासांपेक्षा जास्त वेळाचा होता. तेव्हा शक्य तितकं मोकळं, आरामशीर राहणं आवश्यक होतं. डॉक्टरांनी त्याचे मेडिकल रिपोर्ट्स असलेली फाइल आणि जरूर भासल्यास वेदनानाशक गोळ्यांची लहान बाटली बरोबर दिली होती. पॅट्रिकने आभार मानले आणि लूईस व नर्स यांना गुडबाय करून त्यांचा निरोप घेतला.

खोलीच्या बाहेर एजंट मायर्स, चार तगड्या मिलिटरी पोलिसांसह वाट बघत उभा होता. पॅट्रिकला तो म्हणाला, "आपण असं करू, तू जर शहाण्यासारखा वागणार असशील तर आत्ता हातापायामध्ये बेड्या नकोत. आपण उतरल्यानंतर मात्र त्या अडकवल्याशिवाय माझ्याकडे पर्याय नाही."

"थँक्स!" असं म्हणत तो अगदी सावकाश हॉलमधून निघाला. पायाच्या चवड्यापासून ते कुल्ल्यापर्यंत पाय दुखत होते आणि इतके दिवस चालण्याची सवय मोडल्यामुळे गुडघे कमजोर झाले होते. तरी तो खांदे मागे घेऊन व मान ताठ ठेवून, नर्सेसना त्यांच्या जवळून जाताना, निरोप देत होता. लिफ्ट बेसमेन्टमध्ये गेली. तिथे आणखी दोन सशस्त्र मिलिटरी पोलिसांसह एक निळी व्हॅन उभी होती. ते दोघे बाजूला उभ्या असलेल्या इतर गाड्यांकडे त्रासिक नजरेने बघत होते. बगलेत घातलेल्या एका मजबूत हाताने उचलून पॅट्रिकला व्हॅनच्या मध्यभागी ठेवण्यात आलं. एका मिलिटरी पोलिसाने पॅट्रिकला कामचलाऊ गॉगल देत म्हटलं, "बाहेर भगभगीत उजेड आहे, तुला हा लागेलच."

व्हॅन मिलिटरी बेसच्या परिसरातूनच, ठिकठिकाणी असलेली तपासणी नाकी पार करत, ताशी तीस मैल वेगसुद्धा न घेता जात होती. कुणीच बोलत नव्हतं. दाट झाडीतून, व्हॅनच्या खिडक्यांना असलेल्या धूसर काचांतून पॅट्रिक मागे पडणाऱ्या

बराकी, ऑफिसेस बघत होता. विमानं उभी असलेल्या ठिकाणी ते आले. आपण किती दिवस इथे होतो, याचा तो विचार करत होता. चार का तीन, पण बहुतेक तीनच. औषधांमुळे त्याच्या स्मृती अंधूक झाल्या होत्या. गाडीतल्या एअरकन्डिशनमुळे आतलं वातावरण थंड होतं. स्वत:च्या मालकीची एकच गोष्ट त्या क्षणी त्याच्याकडे होती, त्याच्या मेडिकल रिपोर्ट्सची फाइल. ती त्याने घट्ट पकडून ठेवली होती.

पोन्टा पोराविषयी त्याच्या मनात विचार आला. ते त्याचं सध्यातरी घर होतं, आपण ते विसरू असं कसं होईल? आपल्या घराचं त्यांनी काय केलं असेल? मोलकरीण साफसफाई करत असेल? पण बहुधा नसेलच आणि आपली आवडती छोटी 'रेड बीटल'? तो तेथील मोजक्याच लोकांना ओळखत होता. ते आपल्याविषयी काय बोलत असतील? बहुत करून नसतीलही.

आणि आता काय फरक पडणार आहे? पोन्टा पोरामध्ये आपल्याविषयी काही का चर्चा चालू असेना, बिलॉक्सीमध्ये आपली आठवण लोकं काढत असणारच की! या पृथ्वीतलावर कीर्ती मिळवलेला एक बिलॉक्सीयन परत येतो आहे. हातापायात बेड्या अडकवलेला आणि कोर्टासमोर हजर होण्याचा ज्याच्यावर समन्स आहे, अशाचं स्वागत कसं करायचं? ज्याने हे असले धंदे केलेत त्या आपल्यातल्याच एकाची, कोस्टला समांतर असलेल्या हायवे-९० वरून धिंड काढायची का? त्यानं तिथल्या लोकांना जगाच्या नकाशावर आणलं, त्यांच्या शहराची प्रसिद्धी झाली. नऊ कोटी डॉलर्स असणारे महाभाग त्यांच्यापैकी किती निघतील?

स्वत:च्या मूर्खपणाबद्दल त्याचं त्याला हसू आलं. त्याने आजपर्यंत विविध प्रसंगी सिटी ऑफ बिलॉक्सी, हॅरिसन कौंटी, हवाईदलाचा किसलर असे स्थानिक जेल पाहिले होते, पण अशा स्थानिक तुरुंगात रवानगी होण्याइतका तो नशीबवान नव्हता. त्याला स्वतंत्र कोठडीत ठेवतील का माथेफिरू, चोर-लुटारू यांच्याबरोबर राहावं लागेल? असा विचार करत असतानाच त्याला एक शक्कल सुचली. त्याने जवळची फाइल उघडली आणि त्याला घरी सोडताना डॉक्टरांनी त्याच्या प्रकृती-संबंधातले लिहिलेले रिपोर्ट्स चाळले. त्यांनी अगदी ठळकपणे लिहिलं होतं – पेशंटला कमीतकमी आठवडाभर तरी हॉस्पिटलमध्ये ठेवावे. परमेश्वराची कृपा म्हणायची! आपल्याला अगोदरच कसं हे सुचलं नाही? औषधांचा परिणाम! आयुष्यभरात घेतली नसतील इतकी गुंगी आणणारी औषधं त्याला एका आठवड्यात देण्यात आली होती. त्याची स्मरणशक्ती आणि तल्लख बुद्धी कमी पडायला ती औषधच कारणीभूत होती.

तो शेरा असलेल्या रिपोर्ट्सची एक कॉपी सॅन्डीला मिळायलाच हवी, म्हणजे तो एका खासगी खोलीची व्यवस्था करून ठेऊ शकेल. आवतीभोवती सेवेला नर्स असू शकतील, अशी सोय असलेला तुरुंग त्याच्या नजरेसमोर आला. पहाऱ्यावर

मग एक नाही, दहा का पोलीस असेनात, पर्वा नाही. इतर गुन्हेगारांपासून वेगळा ठेवा म्हणजे झालं.

बाजूला बसलेल्या मिलिटरी पोलिसाच्या अंगावरून ड्रायव्हरच्या दिशेने बघत पॅट्रिक म्हणाला, ''मला एक फोन करायचा आहे.'' कोणीच त्याला प्रत्युत्तर दिलं नाही.

कार्गोजेटच्या हँगरसमोर येऊन त्यांची व्हॅन थांबली. पोलीस बाहेर थांबले आणि पॅट्रिक व एजंट मायर्स एका छोट्याशा ऑफिसमध्ये शिरले. तिथे केवळ फोनच काय, पण जवळ असलेल्या कागदपत्रांसंबंधी गुन्हेगाराला त्याच्या वकिलाला फॅक्ससुद्धा करण्याचा घटनात्मक हक्क आहे की नाही, या मुद्द्यावर त्या दोघांची बाचाबाची झाली. पॅट्रिकनं ब्रेन्ट मायर्सला, 'तुझ्यावर सगळ्या प्रकारचे गलिच्छ आरोप ठेवून खटला भरेन' असं अगदी शांतपणे धमकावलं आणि तो शेरा असलेला डॉक्टरांचा रिपोर्ट न्यू ऑर्लिन्समधल्या सॅन्डी मॅक्डरमॉटच्या लॉ ऑफिसमध्ये फॅक्स केला गेला.

पुरुषांच्या प्रसाधनगृहात बराच वेळ घालवून पॅट्रिक मिलिटरी लवाजम्यासह हवाईदलाच्या कार्गोजेटमध्ये सावकाश पावलं टाकून चढला.

दुपार होण्याआधी वीसएक मिनीटं ते किसलर हवाईदलाच्या बेसवर उतरले. त्याचं स्वागत करायला कुणीच नव्हतं. हे पाहून पॅट्रिकला आश्चर्य तर वाटलंच, पण वाईटही वाटलं. फोटोग्राफर नव्हते, रिपोर्टर नव्हते. त्याला जरूर होती, त्या वेळी मदतीचा हात पुढे करायला त्याचे जुने मित्रसुद्धा नव्हते.

वरिष्ठांच्या हुकुमावरून विमानतळ परिसरात काही काळ नाकेबंदी करण्यात आली होती. पत्रकारांना मात्र मज्जाव नव्हता. प्रवेशद्वारापासून सुमारे दीड मैल अंतरावर काही लोक जमले होते. त्यांच्यापैकी बऱ्याच जणांनी, त्यांच्या डोक्यावरून विमान जाताना त्याचे फक्त फोटो घेतले. तसे ते हिरमुसलेच झाले होते.

मुद्दाम निवडलेल्या निळसर ढगळ पोशाखातली, विमानातून खाली धावपट्टीवर कसंबसं पाऊल ठेवणारी, हातापायात बेड्या असल्यामुळे एक-एक पाऊल लंगड्या कुत्र्याप्रमाणे घासत ओढत टाकणारी आपली छबी प्रेसवाल्यांनी पाहावी अशी पॅट्रिकची इच्छा होती. कारण त्यांच्या आसपास असणाऱ्या लोकांमध्ये, न जाणो, संभाव्य ज्यूरी होणारे असलेच तर त्यांच्यावर आपल्या या अवताराचा परिणाम होण्याची शक्यता होती.

अपेक्षेप्रमाणे कोस्टच्या सकाळच्या पेपरमध्ये एफबीआयविरुद्ध पॅट्रिकने भरलेल्या खटल्याची कथा पहिल्याच पानावर मुख्य बातमी म्हणून काही रंगीत फोटोंसहित प्रसिद्ध झाली होती. तसं पाहिलं तर या प्रसंगी अगदी क्षूद्र, हलकटातल्या हलकट माणसांपैकी एखाद दुसराही पॅट्रिकविषयी जराही सहानुभूती दाखवू शकला नव्हता. याउलट, सरकार म्हणजे सरकारी वकील, गुन्हा अन्वेषण अधिकारी इत्यादींना मात्र

दणका बसला होता. वास्तविक कायद्याची अंमलबजावणी करणाऱ्या या लोकांना असला दिवस मोठ्या अभिमानाचा वाटायला हवा होता, कारण एक निष्णात चोर, वकील असूनही पकडून आणला जात होता. त्याऐवजी एफबीआयचं स्थानिक ऑफिस फोन बंद ठेवून, पत्रकार लोक येऊ नयेत म्हणून दारं लावून बसलं होतं. फक्त एजंट कटर हा एकटाच हळूच पुढे झाला. पॅट्रिक परत आल्यानंतर, त्याची दखल घेणं ही त्याची जबाबदारी होती.

शेरीफ स्वीने व त्या लष्करी तळावरचे हवाईदलाचे दोन अधिकारी आणि सॅन्डी यांच्यासह एजंट कटर वाट बघत होता.

''हॅलो पॅट्रिक, स्वगृही तुझे स्वागत असो.'' स्वीने म्हणाला. मनगटाशी बेड्या अडकवलेले हात शेकहॅन्डसाठी पुढे करण्याचा प्रयत्न करत पॅट्रिकनंही हसत, ''हॅलो रेमंड!'' असा प्रतिसाद दिला. स्थानिक पोलीस व वकील या दोघांमधला दुवा म्हणून स्वीने परिचित होताच. पॅट्रिक त्या शहरात प्रथम आला, त्याच्या अगोदर नऊ वर्षांपासून स्वीने हा हॅरिसन कौंटीचा मुख्य उपप्रमुख होता.

एजंट कटर स्वत:ची ओळख करून देण्यासाठी पुढे झाला. पॅट्रिकने एफबीआय हे शब्द ऐकले मात्र, त्याने मान वळवून सॅन्डीकडे बघितलं. पोर्टोरिको विमानतळावर त्याला घेऊन येणारी निळी व्हॅन जशी होती, अगदी हुबेहूब तशीच व्हॅन तयार होती. पॅट्रिक मागच्या सीटवर त्याच्या वकिलाशेजारी बसला.

''आपण कुठे चाललो आहोत?'' पॅट्रिकने हळूच विचारलं. ''आजारपणाच्या कारणाखाली, सैनिकी तळावरील हॉस्पिटलमध्ये.'' सॅन्डीनेही तितकंच हळू आवाजात सांगितलं.

''फारच छान काम केलंस तू.''

व्हॅन गोगलगायीच्या गतीने निघाली. चेक पॉइंटमधून ती जात असताना, तिथल्या गार्डने तो वाचत असलेल्या क्रीडावृत्तावरून क्षणभर नजर वर उचलली आणि ती दुतर्फा अधिकाऱ्यांची घरं असलेल्या रस्त्याकडे वळवली.

फरारी जीवनात स्वप्नं तर खूप होती; रात्री झोपेत पडणारी खरी स्वप्नं, तर काही मन जागृत असताना दिसणारी पण विरून जाणारी. पुष्कळशी भीतिदायकच. मोठ्या व स्पष्ट होत जाणाऱ्या सावल्या पाहणं हे भयानक असतं. काही भूतकाळाचा स्पर्श नसलेली, सुखी भविष्याचे गुलाबी रंग दाखवणारी, पण तीच मोजकी व दुर्लभ असतात. पॅट्रिक शहाणा झाला होता, फरारी जीवन सतत भूतकाळात वावरणारं असतं आणि त्याला अंत नसतो.

दुसरी काही स्वप्नं होती, ती घरी परतणं ही एक सुखान्तिका असल्याविषयी कुतूहल, हुरहुर वाढवणारी. कशी तर, आपलं स्वागत करायला भेटायला कोण असेल? तिकडचं, गल्फमधलं हवापाणी, वातावरण होतं तसंच असेल? तो परत

येईल, कसा येईल? आपल्याला जशी भेटायला येणारी मित्रमंडळी असतील तसे टाळणारेही असतील? कारण आपल्याला त्यांना भेटण्याची इच्छा असली तरी त्यांना असेलच याची खातरी कशी देणार? आपण आता अस्पृश्य कुष्ठरोगी तर नसू? का उत्सवमूर्ती ठरू? बहुधा दोन्हीही नसणार.

या सर्व धावपळीच्या अखेरीस सुखाचा एक तरी क्षण असणार हे निश्चित. डोंगराएवढे भयानक प्रश्न समोर होते, पण सध्यातरी तो भूतकाळ विसरू शकत होता. वास्तव असं होतं की, पॅट्रिक कधीच त्याचं नवीन आयुष्य निवांत, काळजीमुक्त होऊन ते सुखासमाधानाने घालवू शकला नव्हता. त्याच्यापाशी असलेला एवढा पैसासुद्धा त्याची भीती कमी करू शकणार नव्हता. आजचा दिवस अटळ होता. कारण त्याने मारलेला डल्लाच कल्पनातीत होता. तो जर खूपच कमीचा असता, तर ते पैसे ज्यांचे होते ते कदाचित इतके मागे लागले नसते.

गाडी पुढे जात असताना, बारीकसारीक गोष्टी तो न्याहाळत होता. लोकांच्या घरासमोरील 'ड्राइव्ह-वेज' हे पक्के सिमेंटच्या ठोकळ्यांचे होते, ब्राझिलमध्ये ही गोष्ट फारच क्वचित आढळायची, विशेषत: पोन्टा पोरात. इथली मुले खेळताना स्निकर्स वापरत, तर ब्राझिलमधली पोरं अनवाणीच असत. त्यांचे तळपाय रबरी सोलसारखे राठ झालेले असत. त्याला रूआ तिरादेन्तेस रस्त्याची आठवण झाली, तिथली पोरं असंच खेळायची.

"ठीक आहेस ना?" सॅन्डीने विचारलं. त्यानं मानेनंच होकार दिला. डोळ्यांवरचा गॉगल तसाच होता. सॅन्डीने ब्रीफकेसमधून कोस्टचा पेपर काढला. पेपरचा मथळा ठळक होता, 'अन्यायी वागणूक आणि शारीरिक छळ केल्यामुळे लॅनिगनचा एफबीआयवर खटला.' त्या दोन फोटोंनी पेपरचं पहिलं अर्धं पान व्यापलं होतं. पॅट्रिकने ते बघून कौतुक केलं, तो म्हणाला, "मी नंतर वाचतो."

एजंट कटर पॅट्रिकच्या समोर बसला होता, त्याला त्याच्या कैद्याचा चाललेला श्वासोच्छ्वास कळत होता. संभाषणाचा प्रश्नच नव्हता, पॅट्रिकला तेच हवं होतं. व्हॅन हॉस्पिटलच्या पार्किंगमध्ये येऊन इमर्जन्सी प्रवेशद्वाराशी थांबली. फक्त सेवेकऱ्यांसाठीच राखीव असलेल्या दाराने त्यांनी पॅट्रिकला आत घेतला, नर्सेस त्यांच्या या नवीन पेशंटची प्राथमिक तपासणी करायला तयार होत्याच. प्रयोगशाळेचे दोन तंत्रज्ञ, जे त्यांच्यापुढे होते, त्यापैकी एकाने आगाऊपणाने म्हटलं, "पॅट्रिक, स्वगृही तुझे स्वागत असो." तो जरा जादाच होता.

काटेकोर नियम, तांत्रिक बाबी, कागदपत्रे इत्यादी सर्व प्राथमिक गोष्टींना इथे आजतरी फाटा होता. इन्शुरन्स, कोण किंवा कशासाठी हॉस्पिटलमध्ये पैसे भरणार होतं हे असले प्रश्न विचारले गेले नाहीत. हॉलच्या शेवटी असलेल्या, तिसऱ्या मजल्यावरील एका खोलीत त्याला थेट नेण्यात आलं. एजंट कटर आणि शेरीफ यांनी नेहमीच्या

ठरावीक सूचना दिल्या. फोनचा मर्यादित व आवश्यक तेवढाच उपयोग करणं, पहाऱ्यावर दोन गार्ड्स असणं, जेवण खोलीतच दिलं जाणं यांपेक्षा कैद्याच्या बाबतीत आणखी काय सांगणार ते? बाकीचे निघून गेले. सॅन्डी थांबला होता.

बेडवर बसून लोंबकाळणारे पाय हलवत पॅट्रिक म्हणाला, ''मला आईला भेटायचंय.''

''ती निघालीच आहे, एक वाजेपर्यंत येईलही.''

''थँक्स.''

''तुझी बायको आणि मुलीचं काय?''

''ॲशली निकोलला मी भेटेन, पण लगेच नाही. तिला मी आठवतही नसेन. तिला आता वाटत असेल मी एक कुप्रसिद्ध वाईट व्यक्ती आहे. ट्रुडीला मात्र मी भेटणार नाही, त्याची कारणं तर उघड आहेत.''

दारावर मोठ्याने टकटक झाली. हातामध्ये कागदपत्रांचं भेडोळं घेऊन शेरीफ स्वीने परत आला होता.

''सॉरी पॅट्रिक, तुला त्रास देतोय. पण कसं आहे की, शेवटी हे काम आहे, तेव्हा ते संपवलेलं बरं.''

जे काही असेल त्याला सामोरं जाण्याची तयारी करत पॅट्रिक म्हणाला, ''ठीक आहे, शेरीफ.''

''पहिल्या प्रथम, हॅरिसन कौंटीच्या ग्रॅन्ड ज्यूरीने तुझ्यावर ठेवलेल्या खुनाच्या गंभीर आरोपाची ही कागदपत्रं तुला सादर करतो. ते काम मला करणंच भाग आहे.''

पॅट्रिकने ती घेतली आणि ती न बघताच सॅन्डीकडे दिली.

''दुसरं म्हणजे, ट्रुडी लॅनिगनने तुझ्याविरुद्ध घटस्फोटासाठी मोबाइलमध्ये केलेला हा अर्ज व त्यासंबंधी कोर्टात हजर राहण्याविषयीची ही कोर्ट ऑर्डर.''

''कमालच आहे.'' ते कागद घेत पॅट्रिक म्हणाला,

''घटस्फोटाची कारणं काय?''

''नाही, मी ते वाचलेलं नाही. मि. बेन्जामिन ॲरिसियाने दाखल केलेली ही फिर्याद आणि त्याचा समन्स.''

गमतीनं विचारावं अशा सुरात पॅट्रिकने विचारलं, ''कोण?'' पण शेरीफने त्याकडे दुर्लक्ष केलं.

''तुझ्या पूर्वीच्या लॉ फर्मने दाखल केलेल्या आणखी एका तक्रारीचे आणि समन्सचे हे कागदपत्रं.''

पॅट्रिकने ते घेत विचारलं, ''किती रकमेचा त्यांचा दावा आहे?''

''मी वाचलेलं नाही,'' शेरीफ म्हणाला, ''ही मोनार्क सिएरा इन्शुरन्सने केलेली फिर्याद.''

"असं, असं. मला माहिती आहेत ते लोक.'' पॅट्रिकने तीही घेतली आणि सॅन्डीकडे दिली. त्या सर्व कागदपत्रांचा गठ्ठा सॅन्डीच्या हातात मावेनासा झाला. शेरीफचे हात आता रिकामे झाले होते.

"सॉरी पॅट्रिक!'' शेरीफ स्वीनेनं दिलगिरी दाखवली.

"संपलं?''

"सध्यापुरतं तरी. आणखी कोणी काही फिर्यादी दाखल केल्या आहेत का, याची मी कोर्ट-क्लार्कच्या ऑफिसमध्ये जाऊन चौकशी करणार आहेच.''

"असल्याच तर लवकर पाठव, सॅन्डीचा कामाचा झपाटा फार आहे.''

बेड्यांची आडकाठी नसल्यामुळे पॅट्रिकचे हात मोकळे होते. दोघांनी शेकहॅन्ड केला. शेरीफ निघून गेला.

गुडघ्यांमध्ये थोडं वाकत, कुल्ल्यांवर हात ठेवत पॅट्रिक थोडा पुढे झाला व मग सरळ होत म्हणाला, 'रेमंड चांगला गृहस्थ आहे, आवडतो मला; पण सॅन्डी, आपल्याला फार लांबचा पल्ला गाठायचा आहे. माझी तर हाडं खिळखिळी झाली आहेत.''

"छान झालं की. आपण दाखल केलेल्या खटल्याला या सर्वांची मदतच होणार आहे.'' कागदपत्र चाळत सॅन्डी म्हणाला, "ट्रुडी मात्र तुझ्यावर साफ वैतागलेली दिसते आहे. तिला तिच्या आयुष्यात तू नकोसाच झाला आहेस.''

"मी खूप प्रयत्न केला. बरं तिने कारणं कोणती दिली आहेत?''

"अव्हेरणे, परित्याग आणि क्रूरपणे केलेला मानसिक छळ.''

"गरीब बिचारी!''

"ही केस पुढे चालवण्याचा तुझा विचार आहे?''

"तिला काय हवंय यावर अवलंबून आहे.''

सॅन्डीने दुसरं एक पान उलगडत म्हटलं, "मी फक्त पानं चाळतोय, पण असं दिसतंय की, तिला घटस्फोट हवा आहे. तोही तू पित्याचे सर्व हक्क सोडून मुलीचा पूर्ण ताबा देऊन; त्यांत तिला भेटण्याचे सर्व कायदेशीर हक्कही सोडून देऊन. शिवाय तू नाहीसा होण्याच्या वेळी– यालाच ती तुझं परागंदा होणं असं म्हणते– तुम्हा दोघांच्या संयुक्तपणे नावावर असलेली, वैयक्तिक अशी सर्व स्थावर इत्यादी मालमत्ता यावरील तुझा हक्क तू सोडणं व परागंदा झाल्यावर तू जी मालमत्ता, संपत्ती मिळवली असशील, त्यातला न्यायी व प्रमाणित हिस्सा तिला मिळणं हेही आहे.''

"आश्चर्य आहे! कमालच झाली.''

"आणि हे सर्व तिला कसंही करून लगेच आत्ता हवंय.''

"मी तिला घटस्फोट देईन, अगदी आनंदाने, पण तिला जसा तो अगदी सहज हवा आहे तसा देणार नाही.''

"तुझ्या मनात काय आहे?"

"त्यावर आपण नंतर बोलू. मी आता थकलो आहे."

"कधीतरी बोलणं भाग आहेच. तुला हे कळतंय की नाही की, आपल्याला यापेक्षा खूप गोष्टींवर चर्चा करायला हवी."

"नंतर, मला आता विश्रांती घ्यायलाच हवी. आई येईलच एवढ्यात."

"ठीक आहे. मी निघाल्यानंतर न्यू ऑर्लिन्समधल्या रहदारीला तोंड देत, गाडी पार्क करून चालत माझ्या ऑफिसला पोहोचेपर्यंत दोन तास लागतील. मी तुला परत नक्की केव्हा भेटू?"

"आय ॲम सॉरी सॅन्डी. मी थकलोय. उद्या सकाळी भेटलो, तर चालेल? मीही ताजातवाना झालेला असेन, दिवसभर काम करू."

सॅन्डीला हायसं वाटलं. त्याने ब्रीफकेसमध्ये कागद टाकले. म्हणाला, "नक्की. उद्या सकाळी दहा वाजता येतो, दोस्त."

"थँक्स सॅन्डी."

सॅन्डी गेला आणि पॅट्रिक जेमतेम सात-आठ मिनिटे आरामशीरपणे आडवा झाला नाही तोच हॉस्पिटलच्या नाना प्रकारच्या सेवा पुरवणाऱ्या सेवकांनी त्याच्या खोलीत गर्दी केली. सर्व बायकाच होत्या. "हाय, मी रोझ, इथली हेड नर्स. आम्ही आता तुला तपासणार आहोत. तुझा शर्ट काढू या का?" अर्थात ही विनंती नव्हती, नर्स रोझने तो काढायला सुरुवातही केली होती. दुसऱ्या दोघी जणी रोझसारख्याच गुटगुटीत होत्या. बेडच्या दोन्ही बाजूला एक-एक उभी राहिली आणि त्या पॅट्रिकचे कपडे उतरवायला लागल्या. त्यात त्यांना गंमत वाटत होती. आणखी एक हातात थर्मामीटर आणि एखाद्याला बघून धडकी भरेल अशा साधनांचा बॉक्स घेऊन तयार होती. बेडच्या टोकाला कोणी एक तंत्रज्ञ उभा राहून बघत होता. नारिंगी पोशाखातला नोकर दारात घुटमळत होता.

एका कंपूने हल्ला केल्यासारखे ते आले होते आणि पंधरा मिनिटं त्यांनी त्यांना नेमून दिलेली पॅट्रिकच्या शुश्रूषेची कामं उरकली. पॅट्रिकने डोळे मिटून निमूटपणे सर्व सेवा करून घेतली. जितक्या झपाट्याने ते आले होते तसे निघूनही गेले.

पॅट्रिक आणि त्याची आई यांची भेट आनंदाश्रूत न्हाऊन निघाली. त्यानं जे काय केलं त्याविषयी त्याने आईची एकदाच माफी मागितली. आईनेही मोठ्या ममतेने ते माफ केलं, कारण फक्त आईच तसं करू शकते. तो इकडे परत आल्याचं कळल्यानंतर चार दिवसात स्वाभाविकपणे निर्माण झालेला तिरस्कार, कटुता त्याला बघताच सर्व नाहीसं झालं.

जॉयसी लॅनिगन अडुसष्ट वर्षांची होती. उच्च रक्तदाबाचा होणारा त्रास सोडल्यास,

तिची प्रकृती तशी ठणठणीत होती. वीस वर्षांपूर्वी, तारुण्यातच तिच्या नवऱ्याने– पॅट्रिकच्या बापाने तिला सोडलं होतं. पण त्यानंतर लगेच हृदयविकाराच्या झटक्याने त्याचे निधन झाले. टेक्सासमध्ये झालेल्या त्याच्या अंत्यविधीसाठी पॅट्रिक किंवा त्याची आई हजर नव्हते. त्याची दुसरी बायको त्या वेळी गरोदर होती. झालेला मुलगा, पॅट्रिकचा सावत्र भाऊ, सतरा वर्षांचा असताना त्याने अमली पदार्थांचा शोध घेणाऱ्या दोन पोलिसांना ठार केलं होतं. आता तो टेक्सासमधील हन्ट्स व्हिले इथे फाशीच्या तख्तावर चढण्यासाठी वाट बघत होता. लॅनिगन कुटुंबातील या अभद्र घाणेरड्या चिरगुटाची न्यू ऑर्लिन्स व बिलॉक्सीमधल्या कोणालाच यत्किंचितही माहिती नव्हती. चार वर्षांपूर्वीची बायको ट्रुडी, तसंच अलीकडची मैत्रीण इव्हा यांनाही पॅट्रिकने सांगितलं नव्हतं. आणि का सांगावं?

किती क्रूर दैवगती होती. पॅट्रिकच्या बापाची दोन्ही पोरं खुनाच्या आरोपाखाली होती. एक तर शिक्षेलाच पात्र ठरला होता आणि दुसरा त्या मार्गावर होता.

बाप सोडून गेला आणि नंतर मेला त्या वेळी पॅट्रिक कॉलेजमध्ये होता. एक मध्यवयीन परित्यक्ता अशा त्याच्या आईने परिस्थितीशी जुळवून घेतलं आणि स्वत:मध्ये कसलीही उद्योगशीलता, कसब आणि कामाचा अनुभव नसताना तिने परिस्थितीला तोंड दिलं. घटस्फोटातून मिळालेल्या पैशावर प्रापंचिक जबाबदाऱ्या, नोकरीसाठी कसलीही धडपड करायला न लागता तिनं पार पाडल्या. कधीमधी स्थानिक प्राथमिक शाळेत ती बदली शिक्षक म्हणून काम करायची, पण घरी राहून बागेत काम करणं, कधीतरी संगीतिका ऐकणं किंवा शेजारच्या जुन्या मैत्रिणींसोबत चहापाणी करत वेळ घालवणं इत्यादी तिला अधिक पसंत होतं.

पॅट्रिकला त्याची आई बहुधा नेहमीच उदास दिसायची, विशेषकरून त्याच्या बापाने तिला सोडल्यानंतर ती जास्त खिन्न झाली होती. पण पॅट्रिकला त्या घटनेचं कधीच काही वाटलं नाही. बापाच्या नात्याने तो कधीच वागला नव्हता, नवरा म्हणूनही नाही. पॅट्रिक मात्र आईला तिनं घराबाहेर पडावं, नोकरी करावी यासाठी प्रोत्साहन देत असे. जगण्याला काहीतरी हेतू असावा आणि मग आनंदाने जगावं. तिनं मात्र तिचं आयुष्य प्राप्त परिस्थितीशी जुळवून घेण्यात घालवण्याचं ठरवलं होतं.

वाट्याला आलेलं दु:ख तिने आनंदाने सहन केलं. पुढे तर, पॅट्रिक वकिलीमध्ये गर्क राहू लागला, त्यामुळे आईचा सहवास कमी होत गेला. नंतर तो बिलॉक्सीला गेला. एका बाईबरोबर लग्न केलं. तिला ते आवडलं नाही आणि मग एकेक घडतच गेलं.

आईच्या भेटीत त्याने नातेवाइकांची विचारपूस केली. पण त्यांच्याशी त्याचा संबंध, तो मध्यंतरी मेला होता, त्या अगोदरपासूनच तुटला होता. गेल्या चार वर्षांत त्यांची आठवणसुद्धा त्याला झाली नव्हती. चौकशी करायची म्हणून त्याने ती केली होती. तशी त्या दोघांची भेट चांगली झाली.

नातेवाइकांपैकी कुणालाही भेटण्याची त्याची इच्छा नव्हती. ते मात्र त्याला भेटण्यासाठी उत्सुक होते. याआधी त्यांना तसं कधी वाटलं नव्हतं. आता त्यांना त्याची काळजी वाटत होती. सगळंच चमत्कारिक होतं.

दोन तास ते गप्पांत रंगून गेले होते, वेळ कसा गेला कळलंच नाही. त्याच्या घटलेल्या वजनाबद्दल ती 'फारच रोडावला आहेस' असं म्हणाली. लटक्या रागाने तिनं त्याचं नवीन नाक ओढलं. प्रेमळ आईसारखीच ती वागली. काही वेळाने ती न्यू ऑर्लिन्सला परत गेली. तुझी विचारपूस करत राहीन असं त्यानं आश्वासन दिलं.

असं तो नेहमीच म्हणत आलाय, तिच्या मनात आलं. प्रत्यक्षात मात्र तो तसं कधीच वागला नव्हता.

पंधरा

'हे-ॲडम्स' या हॉटेलमधल्या स्वीटमधून नित्याचे व्यवहार करणाऱ्या स्टिफॅनोने, अगोदरच पिसाळलेल्या त्या बड्या धेंडांना फोनवरून पिचक्या देण्यात सकाळ घालवली. बेनी ॲरिसियाला पटवून देणं तसं सोपं होतं की, त्याला अटक होण्याची शक्यता असून त्याचे फोटो, हाताचे ठसे इत्यादी घेतले जातील; एफबीआय त्याला इतरही काही त्रास देऊ शकते. मोनार्क सिएरा इन्शुरन्सचा पॉल ॲटरसन व नॉर्दन केस म्युच्युअलचा फ्रँक जिल या दोघांची गोष्ट वेगळी होती. दोघेही खास अहंकारी वृत्तीचे गोरे, सीईओ होते. भरपूर पगार, कोणतीही तापदायक बाब त्यांच्यापर्यंत जाऊ न देता परस्पर त्या गोष्टी हाताळणारा चतुर नोकर वर्ग त्यांच्या हाताखाली होता. त्यामुळे अटक होणं, खटला भरला जाणं असल्या गोष्टींची भीती ही सामान्य व पापभीरू लोकांना!

एफबीआयने केलेली कृती तशी योग्यच ठरली. डेप्युटी डायरेक्टर जेन्स हॅमिल्टनने त्याचे दोन अधिकारी त्या दोन्ही सीईओंच्या मुख्यालयाकडे रवाना केले. एक पालो अल्टोच्या मोनार्क सिएराकडे, तर दुसरा सेन्ट पॉलमध्ये असलेल्या नॉर्दन केसकडे. पॅट्रिक लॅनिगनचा शोध कसा घेतला गेला, त्याला कुणी पकडला, याविषयी दोन्ही सीईओंना धारेवर धरा आणि पूर्ण माहिती घ्या, अशी त्या अधिकाऱ्यांना सक्त ताकीद होती.

जेवणाची वेळ झाली, पण तत्पूर्वीच त्या दोन्ही सीईओंनी माघार घेतली. स्टिफॅनोला त्यांनी त्याच्या शिकारी कुत्र्यांना परत बोलावून घेण्यास सांगितलं, कारण शोध तर संपला होता आणि एफबीआयबरोबर जुळवून घे; काहीही कर, पण कृपा करून त्यांना आमच्या ऑफिसकडे फिरकू देऊ नकोस. आम्हाला ते अवघड झालंय, असं ते म्हणाले.

अशा प्रकारे स्टिफॅनोची चांडाळचौकडी फुटली. गेली चार वर्षं त्याने त्यांना एकत्रित ठेवलं होतं आणि दहा लाख डॉलर्सची कमाई केली होती. त्याच्या

अशिलाचे त्याने पंचवीस लाख खर्च केले होते, ते वेगळेच. मोहीम फत्ते केली असं तो म्हणू शकत होता. लॅनिगनला त्यांनी पकडून दिला होता. नऊ कोटी मात्र मिळाले नव्हते, पण ते कुठेतरी असणारच. एवढे पैसे उडवले गेले नव्हते, केव्हा ना केव्हा तरी ते मिळण्याची शक्यता होतीच.

स्वत:चे फोन करणं किंवा स्टिफॅनोचं त्याच्या फोनवर चाललेलं बोलणं ऐकणं, पेपर वाचणं, यात बेनी ॲरिसियाने स्टिफॅनोबरोबर हॉटेल स्वीटमध्ये सकाळ घालवली. एक वाजता त्याने त्याच्या बिलॉक्सीमधल्या वकिलाला फोन केला. पॅट्रिक लॅनिगन 'कोणताही गाजावाजा न होता परतला होता' ही बातमी तेव्हा त्याला कळली. किसलर येथे हवाईदलाचं कार्गो विमान उतरत असतानाच्या वेळी घेतलेल्या फोटोसह, स्थानिक टीव्हीने ती बातमी, त्यांना जितकी ती मिळवता आली तितकी दुपारी प्रसिद्ध केली. तिथल्या शेरीफने त्या बातमीला दुजोरा दिला.

पॅट्रिकच्या छळाच्या वेळी घेतली गेलेली टेपरेकॉर्डिंग्ज त्याने तीनदा ऐकली. त्यातले त्याला आवडलेले भाग, थांबत-थांबत पुन्हा पुन्हा ऐकले. दोन दिवसांपूर्वी असाच फ्लोरिडाला जात असताना त्याने ती इअरफोन लावून ड्रिंक्स घेत विमानात ऐकली होती. इलेक्ट्रिक शॉक दिले जात असताना पॅट्रिकने दयेची याचना करत, पॅट्रिकने मारलेल्या रक्त गोठवणाऱ्या किंचाळ्या ऐकताना, तो हर्षभरित झाला होता. पण आता ते हसू मावळलं होतं, कारण पॅट्रिकने त्याच्याकडची सर्व माहिती नक्कीच त्यांना सांगितली असणार. अर्थात त्याने काही होणार नव्हतं. एक दिवस आपण पकडले जाणार याची त्याला खातरी होती म्हणून त्याने ते पैसे अतिधूर्तपणाने त्या बाईकडे दिले व तिने ते सगळ्यांपासून दडवून ठेवले. पॅट्रिकलासुद्धा त्यासंबंधी माहिती नाही. हुशार, खरोखरच हुशार आहे तो, प्रश्नच नाही.

जेवणाच्या वेळी रूमबॉयने आणून दिलेलं सूप घेत त्यानं स्टिफॅनोला विचारलं, "त्या पोरीला शोधण्यासाठी काय करावं?" हा प्रश्न तसा हजार वेळा विचारून झाला होता.

"काय करावं, का किती लागतील?"

"काही सांगू शकत नाही. ती कुठे आहे ते आपल्याला माहीत नाही, माहिती आहे ते फक्त ती कुठची आहे ते. पण जमू शकेल. बिलॉक्सीच्या आसपास ती आढळण्याचा संभव आहे, तिचा माणूस आहे ना तिथे."

"मग किती?"

"मला वाटतं, एक लाख तरी लागतील. यशाची खातरी देता येणार नाही. पैसे उभे करून बघ, गेले तर नाद सोडून देऊ."

"आपण अजूनही शोध चालू ठेवलाय हे फेड्सना कळलं तर?"

"नाही, त्यांना कळणार नाही."

बेनी सूपामधले टोमॅटो, नूडल्स ढवळत विचार करत बसला. एक कोटी नव्वद लाख अगोदर घातले आहेतच, आता शेवटचा प्रयत्न म्हणून आणखी एक लाख खर्च केले नाहीत तर तो वेडेपणाच ठरेल. अडचणी येतीलच, पण मिळणारं फळ तर मोठं असेल. गेली चार वर्षं तो हाच खेळ खेळत आला होता.

"समजा तुला ती सापडली तर?"

"आपण तिला बोलती करू." स्टिफॅनोनं असं म्हणताच, पॅट्रिकचा जसा शारीरिक छळ केला तसा एका स्त्रीचा करता येईल का, असा कटू विचार मनात येऊन, त्यांनी एकमेकांकडे नाराजीनंच बघितलं.

"नाहीतर त्याच्या वकिलालाच धरलं तर?" ॲरिसियानं तोच अखेरचा उपाय होता अशा प्रकारे विचारलं, "त्याच्या ऑफिसमध्ये छुपे ध्वनिग्राहक बसवून त्याचे फोन आपण चोरून ऐकू शकतो ना? त्याच्या अशिलाशी तो पैशांविषयी बोलणारच."

"तसं करू शकतो, पण तुझा खरंच तसं काही करण्याचा विचार आहे?"

"खरंच म्हणजे? माझे नऊ कोटी अडकलेत, जॅक. त्यातले एक तृतीयांश तर त्या रक्तपिपासू वकिलांचे आहेत. माझा विचार पक्का आहे."

"ते अंगाशीही येऊ शकतं. तो वकील काही बावळट नाही आणि त्याचा अशीलही सावधगिरी घेणारा आहे."

"असू दे रे जॅक. तू एकदम सरस आहेस. तसा तूही त्यांना भारी आहेस की."

"आपण प्राथमिक तयारी करू. त्याच्या हालचालींवर पाळत ठेवू. त्याचे काय बेत आहेत ते बघू. घाई काय आहे. त्याचा अशील सध्यातरी हिंडण्याफिरण्याच्या परिस्थितीत नाही. दुसरं असं की, फेड्‌सच्या कटकटींतून बाहेर कसं पडायचं या विवंचनेत सध्या मी आहे. माझं ऑफिस पुन्हा सुरू करण्यासाठी, फोन चोरून ऐकले न जाण्यासाठी मला काहीतरी उलाढाली करायला हव्यात." ॲरिसियानं त्याच्या बोलण्याकडे दुर्लक्ष करत पुन्हा विचारलं, "मला खर्च किती येईल ते सांग."

"सध्या काहीच सांगू शकत नाही, आपण त्यावर नंतर बोलू. तू जेवण आटप, तिकडे वकील आपली वाट बघत असतील."

स्टिफॅनो प्रथम बाहेर पडला आणि पायीच निघाला. हॉटेलपासून थोड्या अंतरावर आडरस्त्यावर अवैधपणे उभ्या केलेल्या गाड्यांमधल्या दोन एजंट्‌सना सहजपणे हात उंचावत, सावकाश, धीमेपणाने चालत तो त्याच्या वकिलाच्या ऑफिसकडे गेला. त्यानंतर दहा मिनिटांनी बेनीने टॅक्सी पकडली.

कॉन्फरन्सरूममध्ये वकील मंडळी, त्यांचे मदतनीस यांच्यामध्ये दुपारभर बोलणी चालू होती. स्टिफॅनो व फेड्‌स यांच्या वकिलांमध्ये तिथे जे काय ठरलं, ते फॅक्सवरून फेडरल ऑफिसला कळवण्यात आलं. दोघांनाही– एफबीआय व स्टिफॅनो यांना जे काही अपेक्षित होतं, ते मान्य झालं होतं. ते असं की, स्टिफॅनोवरचे

गुन्हेगारी आरोप एफबीआयने मागे घेतले होते, त्याच्या अशिलांवरचेही आरोप पुढे रेटले जाणार नव्हते आणि याबदल्यात एफबीआयने स्टिफॅनोकडून लेखी स्वरूपात वचन घेतलं की, पॅट्रिक लॅनिगनचा शोध व त्याची धरपकड यांविषयीची सर्व हकिकत त्याने द्यावी.

त्याला जे माहीत होतं ते सांगण्याचं त्यानं खरोखरीच ठरवलं होतं. शोध संपल्यानंतर त्यात लपवण्यासारखं काही नव्हतं. त्याची जेव्हा चौकशी करण्यात आली त्या वेळी कळलं काय, तर त्या ब्राझिलीयन लेडी वकिलाचं नाव. पैसे तिच्याकडे होते. तीसुद्धा आता फरार होती. तिचा पाठलाग करून शोधण्याची एफबीआयकडे फुरसत किती होती आणि त्यांची खरंच तशी इच्छा होती का याविषयी त्याच्या मनात शंका होती. तसं पाहिलं तर त्यांना तशी जरूरच काय होती? पैसे त्यांचे नव्हतेच.

वरपांगी त्याने तसं दाखवलं नाही, तरी त्याची सर्व धडपड होती ती एफबीआयचं लफडं त्याला नको होतं या साठी. मिसेस स्टिफॅनोची धुसफुस, कुरकुर सतत चालू होती. घरात तणाव निर्माण झाला होता. त्याचं ऑफिसही लवकर परत सुरू करणं भाग होतं, नाहीतर त्याचा धंदा बसला असता.

एफबीआयला जे काय हवं होतं, ते सगळं तो सांगून टाकणार होता. उरलेले पैसे तो बेनीकडून घेणार होता आणि त्या बाईचा शोध घेणार होता. नशिबाने कदाचित ती मिळेलही. शिवाय लॅनिगनच्या वकिलावर लक्ष ठेवण्यासाठी त्याचे जासूद न्यू ऑर्लिन्सला पाठवणार होता. या लहानसहान गोष्टींची एफबीआयला माहिती असण्याची गरज नव्हती.

बिलॉक्सीमधल्या फेडरल बिल्डिंगमध्ये एक चौरस इंचभरसुद्धा जागा रिकामी नव्हती. त्यामुळे एजंट कटरने शेरीफ स्वीनेला कौंटी जेलमध्ये थोड्याफार जागेची व्यवस्था करायला सांगितलं. स्वीनेने नाखुशीनेच तसं करण्याचं मान्य केलं, पण एफबीआयचा त्याच्या कचेरीशी वाढत जाणारा संपर्क त्याला अस्वस्थ करत होता. त्याने एक स्टोअररूम साफ करून घेतली. एक टेबल आणि चार-दोन खुर्च्या त्या खोलीत ठेवून ती 'लॅनिगनची खोली' असं तिचं बारसं करण्यात आलं.

या अगोदर त्या खोलीमध्ये मुद्दाम ठेवण्यासारखं असं काही नव्हतंच. पॅट्रिक मेला त्या वेळी त्याच्याकडून खून झाल्याची कुणाला शंकासुद्धा आली नव्हती, म्हणून निदान पहिले सहा आठवडे काही वस्तुनिष्ठ पुराव्यासारख्या गोष्टी गोळा करून ठेवण्याचे प्रयत्न झाले नव्हते. पैसे नाहीसे झाले आणि संशय बळावला. पण तोपर्यंत शोध घेण्याचे प्रयत्न थंडावले होते.

एजंट कटर आणि हॅरिसन कौंटीचा शोध पथकाचा प्रमुख टेड ग्रिमशॉ यांनी

त्यांच्याकडे असलेला जो काही थोडाफार पुरावा होता तो काळजीपूर्वक तपासून त्याची नोंद करून ठेवली. जळलेल्या 'शेव्ही ब्लेझर'चे, टेड ग्रिमशॉनेच घेतलेले जे मोठ्या आकाराचे रंगीत दहा फोटो होते, ते त्यांनी एका भिंतीवर टांगून ठेवले होते.

लागलेली आग इतकी प्रखर का होती हे त्यांच्या लक्षात आलं. पॅट्रिकने गाडीमध्ये गॅसोलिनने भरलेले प्लॅस्टिकचे डबे ठेवले होते हे नक्की. त्यामुळे आग लागल्याबरोबर गाडीमधल्या सीटचे ॲल्युमिनिअमचे सांगाडे वितळले, खिडक्या जळून खाक झाल्या, डॅशबोर्डचे तुकडे झाले आणि गाडीत ज्या कोणाचं शरीर होतं त्याचे हाडांचे अवशेषही राहिले नाहीत. आगीत जळून भस्म झालेल्या मृतदेहाचे–राखेचे घेतले गेलेले सहा फोटो होते, त्यातल्या एकामध्ये कमरेजवळच्या हाडाचा एक अर्धवट जळलेला तुकडा डोकवत होता. हायवेवरून घसरल्यानंतर 'ब्लेझर' गाडी बऱ्याच कोलांट्या घेत एका दरीत पडली. तिच्या उजव्या बाजूने ती पेटली होती.

शेरीफ स्वीनेने तो मोडकातोडका, जळलेला सांगाडा महिनाभर होता तिथेच ठेवला आणि नंतर भंगारात विकून टाकला. आपण तसं करायला नको होतं असं मग त्याला वाटू लागलं. गाडीच्या भोवतालचे, आगीची झळ लागलेली झाडंझुडपं यांचे सुमारे अर्धा डझन फोटो घेण्यात आले होते. गाडीला लागलेली आग भयंकर होती. ती विझवायला एक तास झगडावं लागलं होतं.

अंत्यसंस्कार म्हणजे आपलं मृत शरीर दफन करण्याऐवजी त्याचं दहन करावं अशी पॅट्रिकने व्यक्त केलेली इच्छा अतिशय योजनाबद्ध होती. ट्रुडीच्या म्हणण्याप्रमाणे, (तसं तिने एक महिन्यानंतर जे लेखी लिहून दिलं होतं, ते फेडरलकडे होतं.) एक दिवस पॅट्रिक एकाएकी अचानक म्हणाला होता की, तो मेल्यानंतर त्याच्या मृतदेहाचं दहन करून ती राख कौंटीमधल्या लोक्स ग्रोव्ह या अतिचांगल्या अशा स्मशानभूमीत पुरावी. हा निर्णय तो फरार होण्यापूर्वी अकरा महिने अगोदर घेतला गेला होता. त्याच्या मृत्युपत्रातला हा उल्लेख त्याने बदलून त्यात असं म्हटलं होतं की, ते अधिकार ट्रुडीला होते; पण यदाकदाचित तीही त्याच्याबरोबर मेली तर कार्ल हस्कीने ती क्रिया करावी. मृत्युपत्रात त्याने अंत्यसंस्कार कसे करावेत यासंबंधी सविस्तर सूचनाही दिल्या होत्या.

पॅट्रिकने आपण असं का करतो याबद्दल एक सबब पुढे केली होती. त्याच्या एका अशिलाने अशी तजवीज करून न ठेवल्यामुळे, तो मेल्यावर त्याचं दफन करण्यासाठी त्याच्या कुटुंबाला भलताच त्रास पडला होता आणि त्या झगड्यात तो ओढला गेला होता. त्याने ट्रुडीलाही तिच्या दफनाची जागा बघून ठेवायला सांगून ठेवलं होतं. तिने ती त्याच्या जागेशेजारीच निवडलीही होती, पण त्या दोघांनाही कल्पना होती की, तो जर अगोदर मेला तर ती लगेच जागा बदलेल.

दहनक्रिया करणाऱ्याने ग्रिमशॉला नंतर सांगितलं होतं की, देहाचं ज्वलन

नव्वद टक्के 'ब्लेझर'मध्येच झालं होतं. जे काही शिल्लक होतं ते पुन्हा दोन हजार डिग्री तपमानात तासभर जाळल्यानंतर त्या राखेचं वजन फक्त चार औंस भरलं होतं. ते आत्तापर्यंत त्याने गोळा केलेल्या राखेच्या मानानं कमीत कमी होतं. ते मृत शरीर पुरुषाचं होतं का बाईचं, गोऱ्याचं का काळ्याचं, तरुण का म्हातारं, इतकंच काय, ते जिवंत माणसाचं का अगोदरच मेलेल्याचं होतं याविषयी मात्र तो काहीच सांगू शकला नव्हता. खरं म्हणजे त्याने तसा प्रयत्नच केला नव्हता.

फेडरलकडे मृत शरीर नव्हतं, शवविच्छेदनाचा रिपोर्ट नव्हता. जाळला गेलेला कोणीतरी तो जॉन डो कोण याची कल्पना नव्हती. आग लावून सगळा पुरावाच नाहीसा करणं हा अगदी उत्तम मार्ग होता आणि पॅट्रिकने कशाचाही मागमूस न ठेवण्याचं काम अप्रतिमपणे केलं होतं.

उत्तरेकडे ग्रीने कौंटीमधल्या डी सोटो नॅशनल फॉरेस्टजवळ असलेल्या लीफ या छोट्या शहरालगत शिकाऱ्यांची एक केबिन होती, तिथे त्याने वीकएंड घालवला. तो आणि त्याचा लॉ स्कूलमधला जॅक्सनचा एक मित्र यांनी ती दोन वर्षांपूर्वी विकत घेतली होती. पडीक असल्यामुळे तिच्यात जरुरीपुरत्या सुधारणा करून घेण्याचा त्यांचा विचार होता. पानझडीच्या ऋतूमध्ये आणि हिवाळ्यात ते हरणाची शिकार करत, तर स्प्रिंगच्या दिवसात टर्की मारत. वैवाहिक जीवन सरळ सुखावह नसल्यामुळे तो बहुतेक वीकएंड्स केबिनमध्येच घालवत असे. केबिनही तसं दीड एक तासाच्या अंतरावर होतं, एकाकी असल्यामुळे वातावरणही शांत होतं. काम तिथंच होतं असं तो म्हणायचाही. त्याच्या मित्राने सुरुवातीला हे अनुभवलं, त्यातली मजा घेतली आणि मग तो आपली केबिन आहे हे जणू विसरूनच गेला.

वीकएंडला तो नसतो हे आपल्याला आवडत नाही, असं ट्रुडी वरकरणी दाखवत असे; पण लान्स मात्र पॅट्रिक कधी घराबाहेर पडतो याची वाट बघत घुटमळत असे.

९ फेब्रुवारी १९९२च्या रविवारी रात्री तो केबिनवरून निघत असल्याचा पॅट्रिकने तिला फोन केला. एका किचकट व गुंतागुंतीच्या अपिलाचं ब्रीफ त्यानं संपवलं होतं. त्यामुळे तो कंटाळला होता. लान्स मग तासभर रेंगाळला आणि काळोखात पसार झाला.

हायवे १५ वर स्टोन व हॅरिसन कौंटीच्या मध्यावर असलेल्या व्हेरॉट्स कंट्री स्टोअर्समधून पॅट्रिकने बारा गॅलन पेट्रोल घेतलं, त्याचं चौदा डॉलर्स व एकवीस सेन्ट्स झालेलं बिल त्याने क्रेडिट कार्डद्वारे चुकतं केलं. नेहमीच त्याचं जाणं-येणं असल्यामुळे, ओळखीच्या झालेल्या मिसेस व्हेरॉल्सशी त्यानं गप्पागोष्टी केल्या.

त्या वयस्कर लेडीला, याच मार्गाने ये-जा करणारे पॅट्रिकसारखे इतर बरेच शिकारी, विशेष करून जे जंगलामध्ये त्यांनी केलेल्या पराक्रमाच्या बढाया मारायचे ते तर तिला चांगलेच माहीत होते. ते बराच वेळ तिथे काढायचे. काही दिवसांनी, तिनंच पॅट्रिकविषयी सांगितलं की, एकदा तो वीकएंडच्या सुटीभर खूप काम केल्यानं थकल्याचं सांगत होता, पण तरीही तो चांगल्या मन:स्थितीत होता. त्या वेळी तिला ते पटलं नव्हतं आणि एक तासानंतर पोलिसांच्या गाड्यांचा, आगीचे बंब जात असल्याचा आवाज तिने ऐकला होता.

तिथून सुमारे आठ मैलावर पॅट्रिकची 'ब्लेझर' गाडी हायवेपासून खाली दरीत ऐंशी यार्डावर, आगीच्या ज्वाळांनी पूर्णपणे वेढली गेलेली होती. एका ट्रक ड्रायव्हरने ती आग प्रथम पाहिली. तो थांबला. आगीपासून साधारणपणे पन्नास फुटापर्यंत; पण आगीची झळ लागण्यापूर्वी तिथे जाण्याचा त्याने प्रयत्न केला. लगेच त्याने मदतीसाठी संदेश पाठवला आणि मग असाहाय्यपणे एका झाडाच्या बुंध्यावर बसून आगीकडे बघत राहिला. गाडी उजव्या अंगावर कलंडून असल्यामुळे तिचं हूड दिसत नव्हतं, त्यामुळे आत कोणी होतं का हे कळत नव्हतं. अर्थात ते कळूनही काही उपयोग नव्हताच, कोणालाही वाचवणं सर्वस्वी अशक्यप्राय होतं.

कौंटीचा एखादा अधिकारी येईपर्यंत आगीचा डोंब इतका भयानक होता की, जळत्या गाडीचा सांगाडासुद्धा दिसत नव्हता. आजूबाजूचं गवत, लहान झाडंझुडपंही पेटायला लागली होती. एक छोटा आगीचा बंब आला होता, पण त्याच्या पाण्याचा फवारा कमी होता. वर रस्त्यावर वाहतूक ठप्प झाली होती. जमलेली गर्दी मुकाटपणे तो प्रकार बघत, खाली लागलेल्या आगीचं कडाडणं ऐकत होती. गाडीचा चालक दिसत नव्हता, बहुधा तो किंवा ती इतर वस्तूंबरोबर जळून खाक होत असावीत.

नंतर दोन मोठे बंब आले आणि एकदाची ती आग विझली. शेरीफ स्वीने सगळं शांत होईपर्यंत काही तास थांबला होता. मध्यरात्रीचा सुमार झाला असावा. जळक्या ढिगाऱ्यात त्याला काळं पडलेलं एक ढेकूळ दिसलं, तो मानवी शरीराचा भाग असावा असं त्याला वाटलं. कॉरोनर तिथंच होता. कमरेच्या भागातलं ते हाड होतं हे कळल्यावर तर्क करण्याचं कारण नव्हतं. ग्रिमशॉने फोटो घेतले. अवशेष थंड होईपर्यंत सर्व जण वाट बघत राहिले. मग त्यांनी तो तुकडा उचलून एका खोक्यात ठेवला. राखेच्या ढिगाऱ्यातून वर दिसत असलेली गाडीची नंबर प्लेट फ्लॅशलाइटच्या झोतात हुडकण्यात आली आणि पहाटे साडेतीन वाजता ट्रुडीला ती विधवा झाल्याचं कळवण्यात आलं. अर्थात ते वैधव्य साडेचार वर्षंच टिकलं, ही गोष्ट वेगळी.

रातोरात लगेच जळक्या गाडीचा सांगाडा हलवायचा नाही असं शेरीफने ठरवलं होतं. त्या परिसराची बारकाईने पाहणी करण्यासाठी तो त्याच्या पाच साहाय्यकांना घेऊन पहाटे परत आला. हायवेवर त्यांना नव्वद फुटापर्यंत घासत गेलेल्या टायरच्या खुणा

आढळल्या आणि त्यांनी तर्क केला की, कदाचित एखादं हरणासारखं जनावर बिचाऱ्या पॅट्रिकच्या गाडीसमोर आडवं आलं असावं आणि त्याचं गाडीवरचं नियंत्रण सुटलं असावं. आग सगळीकडे फैलावली असल्याने, खरं काय घडलं असेल याबाबतची शक्यता दाखवणाऱ्या गोष्टींची वाट लागली होती. आश्चर्य म्हणजे गाडीपासून एकशे एकवीस फुटावर एक बूट सापडला. 'नाइके एअर मॅक्स' या ब्रॅन्डचा तो बूट थोडासा वापरलेला होता, त्याचा साइझ होता १०. ट्रुडीला दाखवल्यावर तिने तो लगेच पॅट्रिकचाच होता हे ओळखलं आणि ती ओक्साबोक्शी रडली.

शेरीफने अंदाज केला की, गाडी घरंगळत जाऊन, अनेक पलट्या खाऊन दरीत कोसळली; तेव्हा साहजिकच आतल्या माणसाने आतल्या आत गटांगळ्या खाल्ल्या असणारच आणि त्याच वेळी तो बूट पायातून निघून, गाडी पलटी घेत असताना बाहेर फेकला गेला असणार. तसं काहीही घडणं शक्य होतं.

एका ट्रकवरून ब्लेझरला हलवण्यात आलं. दुपारनंतर पॅट्रिकचे जे काही अवशेष शिल्लक होते, त्यांचं दहन करण्यात आलं. दुसऱ्या दिवशी श्रद्धांजली आणि इतर संस्कार होते. त्यापैकी एक म्हणजे, त्याच्या प्रत्यक्ष दफन भूमीजवळ होणारे धार्मिक विधी, जे त्याने दुर्बिणीतून पाहिले.

एजंट कटर आणि ग्रिमशॉ हे दोघे टेबलावर ठेवलेल्या त्या एकमेव बुटाचं निरीक्षण करत होते. त्याच्याशेजारी ट्रुडी, मिसेस व्हेरॉल्स, कॉरोनर, दफन करणारा आणि ग्रिमशॉ व शेरीफ या साक्षीदारांनी दिलेली निवेदनं पडलेली होती. त्या सर्वांमध्ये त्यांच्याकडून जे अपेक्षित होतं तेच होतं. मात्र पैसे हडप झाल्यानंतर एक महिन्याने एक धक्कादायक साक्ष पुढे आली. व्हेरॉल्सशेजारी राहणाऱ्या एका तरुण बाईने शपथपूर्वक लिहून दिलं की, जिथे गाडीला आग लागली, नेमक्या त्याच ठिकाणी रस्त्याच्या बाजूला तिने ती '१९९१ लाल शेव्ही ब्लेझर' गाडी उभी केलेली पाहिली होती. एकदा शनिवारी रात्री आणि पुन्हा चोवीस तासांनी; आग लागण्याच्या सुमारास. तिचे हे लेखी निवेदन, ग्रिमशॉने ती राहत असलेल्या हॅरिसन कौंटीच्या एका गावातल्या घरी, पॅट्रिकचे अंत्यविधी झाल्यानंतर सात आठवड्यांनंतर घेतलं होतं. तोपर्यंत पैसे लंपास होऊन, पॅट्रिकचा मृत्यू संशयाच्या कफनात ठेवला गेला होता.

सोळा

डॉ. हयानी हा तरुण पाकिस्तानी नागरिक होता, तो स्वभावाने दयाळू व काळजी घेणारा होता. त्याचं इंग्रजी सफाईदार होतं. पॅट्रिकबरोबर बसून त्याला पाहिजे तितका वेळ गप्पागोष्टी करण्यात तो आनंद मानत असे. पॅट्रिकच्या जखमा भरून येत होत्या.

पण पेशंट आतून अस्वस्थ होता. एक तासभर ते गप्पा मारत होते, तेव्हा पॅट्रिक सांगत होता, ''केलेला छळ असा काही होता की, मी त्याचं यथार्थ वर्णन कधीच करू शकणार नाही.'' डॉक्टर हयानी यानेच संभाषणाचा ओघ या विषयावर आणला होता. एफबीआयविरुद्ध केस दाखल झाल्यानंतर, ते सारं वर्तमानपत्रातून सगळीकडे झालं होतंच, पण वैद्यकीय दृष्टिकोनांतून त्या गोष्टीचा विचार करता गंभीररीत्या जखमी झालेल्या पेशंटला तपासणं व त्याच्यावर उपचार करायला मिळणं ही संधी अपूर्व असते. शिवाय उठलेल्या वादळाच्या केंद्रबिंदूच्या निकट असण्याचं अनुभवायला मिळणं, यात कोणत्याही तरुण डॉक्टरला आनंद वाटणारच.

'वाईट झालं' या अर्थाने हयानीने मान हलवली आणि 'बोलत राहा' असं त्याने पॅट्रिकला नजरेने सुचवलं.

पॅट्रिकलाही आज तेच हवं होतं. ''झोप अशक्य झाली आहे.'' तो बोलत होता, ''जास्तीत जास्त एक तास. मला आवाज ऐकू येऊ लागतात, माझी कातडी भाजली जात असतानाचा दर्प येऊ लागतो; मी घामाने डबडबून उठतो. यात सुधारणा होत नाहीये. मी इथे, माझ्या गावी सुरक्षित आहे. तरीही मला वाटतं, ते इकडेतिकडे कुठेतरी आहेत, माझ्या मागावर आहेत. माझी झोप उडते, नाही मला झोपायचंच नाही, डॉक्टर.''

''मी तुला गोळ्या देतो.''

''नको, नको आत्ता नकोच. गोळ्या, रसायनं खूप घेऊन झाली आहेत.''

''तुझं रक्त चांगलं दिसतंय. त्यात थोडाफार त्यांचा अंश राहिलेला दिसतो

आहे, पण तितका लक्षणीय नाही.''

"तरीपण पुन्हा औषधं नकोत, आत्ता तर नकोच.''

"तुला झोपेची आवश्यकता आहे, पॅट्रिक.''

"मला कळतंय, पण मला झोपायचं नाही. माझा पुन्हा छळ करतील.''

डॉक्टर हयानीने पॅट्रिकच्या हेल्थ-चार्टवर काहीतरी लिहिलं. पुढे काय बोलावं, या विचारात गढून गेल्यामुळे बराच वेळ दोघंही गप्प होते. या माणसात दुसऱ्याला ठार मारण्याची धमक असेल, यावर डॉक्टर हयानीला विश्वास ठेवणं कठीण जात होतं. खिडकीच्या फटीतून येणारी उन्हाची तिरीप, एवढाच काय तो खोलीत उजेड होता. अगदी खालच्या आवाजात पॅट्रिकने विचारलं, "काही गोष्टींबद्दल मी तुमच्याशी प्रामाणिकपणाने बोलू का?''

"बेशक.''

"मला या ठिकाणी शक्य असेल तितकं जास्त काळ राहायचंय, कारण थोड्या दिवसात मला हॅरिसन कौंटी जेलमध्ये हलवण्याची त्यांची गडबड सुरू होईल. तिथल्या लहानशा कोठडीत, दोन-तीन गुंडांसमवेत मला ते एका बंकवरती ठेवतील आणि मग तशा परिस्थितीत मी जिवंत राहणार नाही.''

"पण तुला इथून हलवण्याचं काय कारण?''

"हा एक प्रकारचा दबाव आहे डॉक्टर. त्यांना माझ्याकडून जी माहिती हवी आहे, ती मी सांगेपर्यंत माझ्यावर सतत ते दबाव ठेवणार. चोऱ्यामाऱ्या करणारे, बलात्कारी, गुंड यांच्याबरोबर मला ते त्या भिकार जेलमध्ये ठेवतील आणि नाहीतरी उर्वरित आयुष्य मला जेलमध्येच काढावं लागणार आहे, तेव्हा त्यांना जी काही माहिती हवी आहे ती मी सांगायला सुरुवात करावी, असा एक इशारा ते देतील. पार्चमन तुरुंग म्हणजे तर जगातलं सर्वांत घाणेरडं ठिकाण. तुम्ही कधी पाहिलंय ते, डॉक्टर?''

"नाही.''

"मी बघितलंय. माझा एक अशील होता तिथं. अक्षरश: नरक आहे. अर्थात कौंटी जेल त्यापेक्षा बरा आहे असं नाही, पण मला तुम्ही इथंच ठेवू शकता. डॉक, तुम्हाला एवढंच करावं लागेल की, तुमच्या देखरेखीखाली मला इथं ठेवण्याची गरज आहे असं जजला सांगायला लागेल. मी इथंच बरा आहे डॉक्टर, प्लीज.''

"जरूर पॅट्रिक.'' असं म्हणत त्याने हेल्थ-चार्टवर आणखी एक नोंद केली. पुन्हा दोघांचं संभाषण थांबलं. पॅट्रिकने डोळे मिटून, धाप लागल्याप्रमाणे तो श्वासोच्छ्वास करू लागला. जेल, तुरुंग यांच्या नुसत्या विचाराने तो भलताच अस्वस्थ झाला.

"तुझी मानसिक स्थिती तपासायला हवी अशी मी शिफारस करीन.'' असं

डॉक्टर हयानीने म्हटल्यावर, पॅट्रिकने आपला खालचा ओठ दाबून फुटणारं हसू दाबण्याचा प्रयत्न केला; पण अशा बतावणीविषयी एक सावधगिरी म्हणून त्याने विचारलं, "का?"

"कारण मला उत्सुकता आहे. तुझी काही हरकत?"

"नाही. तपासणी केव्हा करणार?"

"कदाचित दोन दिवसांत."

"मी इतक्या लगेच त्याला तयार होईन, असं नाही मला वाटत."

"घाई नाहीच आहे."

"तेच जास्त चांगलं. इथे कोणत्याच बाबतीत आपण घाई करता कामा नये, डॉक."

"असं म्हणतोस, ठीक आहे, मग कदाचित पुढच्या आठवड्यात."

"सांगता येत नाही. किंवा त्यानंतरच्या आठवड्यात."

त्या मुलाची आई नेल्डिन क्रौच ही हॅटिसबर्गच्या परिसरात असलेल्या ट्रेलर पार्कमध्ये सध्या राहत होती. त्या अगोदर, म्हणजे तिचा मुलगा फरार झाला त्या वेळी, ती त्याच्याबरोबर लीफपासून तीस मैलांवर असलेल्या ल्यूसडेल, या लहानशा शहराबाहेरच्या ट्रेलर पार्कमध्ये होती. तिच्या आठवणीप्रमाणे तिचा मुलगा रविवार, दिनांक ९ फेब्रुवारी १९९२पासून नाहीसा झाला होता, नेमक्या त्याच दिवशी पॅट्रिक लॅनिगन हायवे पंधरावर मेला होता. पण शेरीफ स्वीनेच्या रेकॉर्डप्रमाणे, नेल्डिन प्रेवीट (लग्नानंतरचं नाव) हिने तिचा मुलगा बेपत्ता झाल्याचे त्याच्या ऑफिसला १३ फेब्रुवारीला प्रथम कळवले होते. तसं ती आजूबाजूच्या इतर शेरीफना व एफबीआय, सीआयएलाही कळवत राहिली होती. ती अस्वस्थ, जवळजवळ वेडीपिशीच झाली होती.

मुलाचं नाव पेप्पर स्कारबरो. स्कारबरो हे तिच्या पहिल्या नवऱ्याचं नाव, पेप्परचा लौकिक अर्थाने बाप; कारण त्याचा खरा बाप कोण हे तिला कधीच ठरवता आलं नव्हतं. त्याच्या पहिल्या नावावरून पेप्पर नक्की कुठून उगवला हे कुणालाच सांगता येणं शक्य नव्हतं. हॉस्पिटलमध्ये असताना तिने त्याचं नाव ला व्हिले असं ठेवलं होतं, ते त्याला आवडत नसे. मोठा झाल्यावर त्यानंच पेप्पर हे नाव घेतलं आणि तेच आपलं कायदेशीर नाव आहे असं तो ठणकावून सांगत असे; ला व्हिले सोडून काहीही.

पेप्पर स्कारबरो नाहीसा झाला त्या वेळी तो होता सतरा वर्षांचा. तिसऱ्या प्रयत्नात पाचवी इयत्ता पास केल्यावर त्याने शाळेला रामराम ठोकला आणि ल्यूसेडेल इथल्या एका पंपावर तो पेट्रोल भरण्याचं काम करू लागला. बरंच तोतरं बोलणारा हा विचित्र पोरगा, वयात आल्यावर त्याला बाहेरच्या भटकंतीची आवड

लागली. एकट्यानंच बाहेर कुठेतरी मुक्काम करावा, शिकार करावी हे चांगलं, असं त्यानं डोक्यात घेतलं.

त्याला मित्र असे कमीच होते, कोणाच्यात तो मिसळत नसे. त्याच्या या एकलकोंड्या वागण्याने त्याची आई त्याला फैलावर घेई. तिला आणखी दोन लहान पोरं होती, पण पुरुष-मित्र मात्र भरपूर होते. त्या मुलांसह ती एका ओंगळ ट्रेलर-हाउसमध्ये राहायची. पेप्पर बाहेरच जंगलात कुठेतरी तंबूत झोपायचा. पैसे साठवून त्याने एक शॉटगन आणि जंगलातल्या मुक्कामासाठी लागणारी इतर साधनसामग्री विकत घेतली होती. डी सोटो नॅशनल फॉरेस्टमध्येच मग तो बहुतेक सारा वेळ घालवू लागला. आईपासून वीसएक मिनिटांच्या अंतरावर जरी तो असला, तरी मनाने तो हजारो मैल दूर गेला होता.

पेप्पर आणि पॅट्रिक हे एकमेकांना कधी भेटले हे ठामपणे कुणीच सांगू शकलं नसतं. योगायोगाने, पॅट्रिकची केबिन जंगलाच्या ज्या परिसरात होती, त्याच भागात पेप्पर शिकारीला यायचा. दोघेही गोरे, साधारणपणे एकाच उंचीचे, पॅट्रिक मात्र जाड होता. कुतूहल वाढवणारी गोष्ट अशी घडली होती की, फेब्रुवारी १९९२च्या अखेरीस पेप्परची शॉटगन, घडी करून ठेवलेला तंबू आणि बिछाना या चीजवस्तू पॅट्रिकच्या केबिनमध्ये सापडल्या होत्या.

साधारणपणे, दोघंही एकाच भागातून एकाच सुमारास बेपत्ता झाले होते. त्यांच्या सहपलायनानंतरच्या काळात शेरीफ स्वीने आणि एजंट कटर यांनी खातरी करून घेतली होती की, ९ फेब्रुवारीच्या सुमारास मिसिसिपी स्टेटमध्ये इतर कोणतीही दुसरी व्यक्ती हरवलेली, बेपत्ता झालेली नव्हती. जे कोणी लापता झालेले होते, ते अडीच महिन्यांपेक्षा जास्त काळ तसे राहिले नव्हते. त्यात बहुतकरून वैतागलेली, बिघडलेली तरुण पोरंच होती. ती फेब्रुवारी १९९२च्या सुमारास नाहीशी झालेली होती आणि वसंत ऋतूच्या अखेरीस त्यांचा पत्ता लागलेला होता. मार्चमध्ये कॉरन्थमधील एक गृहिणी मात्र घाईघाईने केलेलं लग्न मोडून पळाली होती, तिचा पत्ता लागायचा होता.

वॉशिंग्टनमधल्या एफबीआयच्या ऑफिसमधल्या संगणकावरून एजंट कटरला पक्की माहिती मिळाली ती अशी की, सात तासांच्या अंतरावर असलेल्या अलाबामामधील दोथान येथील एक ट्रक ड्रायव्हर ही पॅट्रिकच्या आगीच्या अगदी थोड्या वेळाअगोदर नाहीशी झालेली अशी एकमेव व्यक्ती होती. तो शनिवारी ८ फेब्रुवारीला दुःखिकष्टी संसार सोडून, लोकांच्या उधाऱ्या ठेवून निघून गेला होता. तीन महिने या प्रकरणाचा अभ्यास केल्यावर एजंट कटरची खातरी पटली की, त्या ट्रक ड्रायव्हरच्या प्रकरणाचा पॅट्रिकशी काहीही संबंध नाही.

पेप्पर आणि पॅट्रिक यांचं एकाच दिवशी नाहीसं होणं याचा एकमेकांशी संबंध

होता हे दाखवण्यास तारीख, वेळ हा एक मजबूत पुरावा ठरत होता. समजा कोणत्याही कारणाने ब्लेझरमध्ये पॅट्रिक जळून गेला नसेल, पण मग पेप्पर तरी असणारच, याची शेरीफ स्वीने व एजंट कटर या दोघांची खातरी झाली होती. हा पुरावा कोर्टामध्ये सादर करताना अर्थातच, तर्क किंवा अंदाज असा मानला गेला असता. पॅट्रिक मग एखाद्या वाहनाला विनंती करून किंवा दुसऱ्या कोणाची मदत घेऊन पसार होण्याची शक्यता होती.

त्यांच्याकडे इतर आठ व्यक्तींची एक लिस्ट होती. त्यात साधारणपणे मिसिसिपीच्या दिशेने निघालेल्या मोबाइलच्या एका वयस्कर गृहस्थाचं जसं नाव होतं त्याचप्रमाणे, आपलं आयुष्य नव्याने सुरू करण्यासाठी, ती अटलांटाला निघाली आहे असं तिच्या मित्रांना सांगणाऱ्या ह्यूस्टनमधील एका तरुण वेश्येचंही होतं. ते सर्व आठ जण फेब्रुवारी १९९२ पूर्वीपासून महिनेच्या महिने गायब होते, असं घोषित करण्यात आलं होतं. एजंट कटर व शेरीफ स्वीने यांनी ती लिस्ट आता उपयोगाची नाही असं अखेरीस ठरवून टाकलं होतं. पेप्पर हीच फक्त संभाव्य व्यक्ती बाकी उरत होती; पण ते मात्र त्यांना सिद्ध करता येत नव्हतं.

नेल्डिन पत्रकारांशी बोलायला उत्सुक होती. ज्या गबाळ्या वकिलाने तिला तिचा अलीकडचा घटस्फोट तीनशे डॉलर्समध्ये मिळवून दिला होता, त्या वकिलाकडे पॅट्रिक पकडला गेल्यानंतर दोन दिवसांनी ती गेली. तिने प्रसारमाध्यमांकडे संपर्क साधण्यासाठी त्याची मदत मागितली. तो लगेच तयार झाला आणि ते काम 'पैसे न घेता करून देतो' असंही वर म्हणाला. इतर उल्लू वकील आपल्या पक्षकाराला घेऊन प्रसिद्धीसाठी अशी कामं करतात. त्याप्रमाणे तिच्या वकिलानेही बिलॉक्सीमधून उत्तरेकडे नव्वद मैलावर असलेल्या हॅटिसबर्गमधल्या आपल्या ऑफिसमध्ये त्याने प्रेस कॉन्फरन्स घेतली.

अश्रू ढाळणाऱ्या त्याच्या अशिलाला– नेल्डिनला– प्रसारमाध्यमांसमोर हजर करून त्याने बिलॉक्सीचा शेरीफ व एफबीआययांच्याविषयी काहीबाही अर्वाच्य गोष्टी, पेप्परला शोधून काढण्यासाठी त्यांनी केलेले लंगडे प्रयत्न हे सर्व कथन केलं. या मंडळींनी गेली चार वर्ष त्या दुःखीकष्टी आईला संभ्रमात ठेवणं ही लाजिरवाणी गोष्ट होती. त्याने पंधरा मिनिटं शेरीफ व एफबीआय यांच्याविषयी अशी आरडाओरड केली आणि आपली प्रसिद्धी करून घेतली. पॅट्रिक लॅनिगननेच पेप्परला मारलं, त्याचं प्रेत जाळून पुरावा नष्ट केला आणि स्वतःच जळून मेलो असं दाखवून नऊ कोटी डॉलर्स घेऊन त्याला पळून जाता आलं, तेव्हा त्याच्यावर कायदेशीर कारवाई करायला हवी असे तो बडबडत होता. कोणत्याही एका विशिष्ट गोष्टीच्या तपशिलात न जाता त्याची ही सर्व बडबड मोघम होती.

जे ऐकलं त्याचा गांभीर्याने विचार न करता, प्रेसवाल्यांनी ते तसंच बातमी

म्हणून वापरलं. ओठांवरती, चेहऱ्यावरती नुकतीच फुटत असलेली कोवळी लव, अव्यवस्थित केस अशा स्वरूपात दिसत असलेल्या तरुण पेप्परचे काही फोटो त्यांना देण्यात आले होते. प्रत्यक्षात जो मारला गेला होता त्याला हे नाव देऊन, पॅट्रिकने मारलेला मुलगा तो हाच, असं दाखवण्यात आलं.

पेपरमधली ही बातमी चांगलीच गाजली. त्यात त्याचा उल्लेख 'संशयित बळी' असा केलेला होता, पण बातम्या सांगितल्या जात असताना 'संशयित' हा शब्द मात्र कटाक्षाने पुटपुटल्यासारखा उच्चारला जात होता. पॅट्रिकने त्याच्या अंधारलेल्या खोलीत बसून त्या बातम्या ऐकल्या.

तो स्वत: नाहीसा झाल्यावर थोड्याच दिवसात त्याला कळलं होतं की, पेप्पर त्या आगीत जळून मेला असावा असं बोललं जात होतं. याआधी एक महिन्यापूर्वी, जानेवारी १९९२ मध्ये एकदा संध्याकाळी त्याने व पेप्परने हरीण मारून ते भाजून खाल्लं होतं. गप्पांच्या ओघात त्याला कळलं आणि आश्चर्यही वाटलं की, त्या मुलाला घरी राहण्यापेक्षा जंगलात राहणं जास्त पसंत होतं. आपल्या घरासंबंधी तसा तो कमीच बोलायचा. याचं कारण त्यानं कधीच सांगितलं नाही. जंगलात तंबू उभारून, एकट्याने राहण्याची हिंमत असामान्यच म्हणायला हवी. पावसापाण्याच्या वेळी किंवा हवामान खराब असेल त्या वेळी केबिनच्या पोर्चचा आसरा घेण्यास पॅट्रिकने त्याला मुभा दिली होती, पण तसा उपयोग त्याने कधी केल्याचं दिसलं नाही.

त्या जंगलात ते खूपदा भेटत असत. मैलभर अंतरावरून, झाडांनी वेढलेल्या एका डोंगरमाथ्यावरून पेप्परला पॅट्रिकची केबिन दिसायची. पॅट्रिकची गाडी आलेली पाहिली की, तो जवळपास कुठेतरी लपून बसायचा. पॅट्रिक शिकारीसाठी किंवा सहज भटकण्यासाठी म्हणून बाहेर पडला की, तो त्याच्या मागावर राहायचा. मग पॅट्रिक वैतागून शिव्या घालेपर्यंत त्याच्या अंगावर ओक झाडाची फळं नाहीतर छोटे दगड तो अधूनमधून मारत राहायचा. दोघे जण मग गप्पा मारत बसायचे. गप्पा मोठ्या रंगायच्या असं कधी होत नसे, कारण पेप्पर तितक्या उत्साहाने बोलत नसे. पण रोजच्या एकलकोंड्या आयुष्यात तेवढाच विरंगुळा अशा भावनेनं तो खूश झालेला मात्र दिसायचा. पॅट्रिक त्याला चॉकलेट्स, स्नॅक्स देत असे. पॅट्रिकनेच त्या मुलाचा जीव घेतला, या लोकांच्या त्यावेळच्या किंवा आत्ताच्या समजुतीचं त्याला विशेष काही वाटलं नाही.

डॉ. हयानी अगदी कुतूहलाने संध्याकाळच्या बातम्या बघत होता. त्याच्या सुविख्यात पेशंटविषयी प्रसिद्ध झालेल्या बातम्या त्याने वाचल्या होत्या आणि त्याच्या नवविवाहितेशी त्यासंबंधी तो अगदी बारीकसारीक तपशिलासह बोललाही

होता. बेडवर बसून दोघंही लेट न्यूज बघत होते.

ते दोघं लाइट घालवून झोपण्याच्या तयारीत असताना फोन वाजला. तो पॅट्रिकचा होता, अवेळी फोन केल्याबद्दल तो वारंवार दिलगिरी व्यक्त करत होता. बोलावं की नाही अशी एकीकडे त्याच्या मनात भीती होती, पण त्याच वेळी कुणाबरोबर तरी बोलून टाकावं, अशी जबरदस्त घालमेलही त्याला स्वस्थ बसू देत नव्हती. पंचाईत झाली होती. तांत्रिकदृष्ट्या तो फक्त पेशंट नव्हता, तर एक कैदी होता. त्याच्या फोन करण्यावर मर्यादा होत्या. दिवसातून फक्त दोनदा, वकील व डॉक्टर यांनाच फोन करण्याची त्याला परवानगी होती. 'थोडा वेळ आहे का', असं त्यानं डॉक्टरला अखेरीस विचारलंच.

पुन्हा एकदा इतक्या उशिरा अवेळी फोन केल्याबद्दल माफी मागितली. त्याला फोन करणंच भाग होतं, कारण झोप उडाली होती. टीव्हीवरच्या बातम्या पाहून तो पार बेचैन झाला होता. विशेषतः, पॅट्रिकनेच त्या मुलाला मारलं असावं असं सूचित करणाऱ्या बातमीने तर तो फारच अस्वस्थ झाला होता. डॉक्टरने ती बातमी पाहिली असेल का?

हो नक्कीच. तो अंगाची जुडी करून, खोलीतले दिवे मालवून बेडवर बसला होता. चक्क तो घाबरला होता. त्याला तसा घाबरलेला पाहायला नशिबाने डेप्युटी नव्हता, तो हॉलमध्ये होता. सगळीकडे शांतता असूनही त्याला चित्रविचित्र आवाज ऐकू येत होते आणि ते हॉलमधून येत नसून त्याच्या खोलीतून येत होते. हा सगळा औषधांचा परिणाम असावा का?

"तू ज्या भयानक दिव्यातून गेलास त्याचा शरीरावर आणि मनावर झालेला आघात, त्यामुळे झालेले श्रम, आलेला थकवा अशा आणखी कितीतरी गोष्टी कारणीभूत असतील, पॅट्रिक.'' डॉक्टर त्याला सांगत होता.

तासभर ते बोलत होते.

सतरा

गेले तीन दिवस त्याने केस धुतले नव्हते; त्याला चेहरा तसाच तेलकट ठेवायचा होता. पोशाखाबद्दल बोलायचं तर हॉस्पिटलमधला तलम गाऊन बदलून त्यानं सर्जन लोक घालतात तसा ढगळ, चुरगळलेला निळसर झगा घातला होता. डॉक्टर हयानीने त्याला दुसरा नवीन पोशाख देऊ केला होता; पण नाही, त्याला तोच चोळामोळा झालेला ढगळ पोशाखच हवा होता. उजव्या पायावर त्याने पांढराशुभ्र पायमोजा चढवला, पण डाव्या पायावर मात्र त्याने मोजा घातला नाही. त्या पायावर घोट्याशी भाजलेली जखम होती आणि ती लोकांनी पाहावी अशी त्याची इच्छा होती; फक्त रबरी स्लिपर पायात होती.

ज्याला बघण्यासाठी दुनिया आतूर झाली होती, त्याचं आज दर्शन घडवलं जाणार होतं.

सॅन्डी ठीक दहा वाजता आला. येताना त्याने कामचलाऊ गॉगलची जोडी आणली होती. त्याच्या अशिलानंच तसं सांगितलं होतं; काळी न्यू ऑर्लिन्स सेन्ट्स कॅपही तो घेऊन आला होता. "थँक्स!" असं म्हणत पॅट्रिकने बाथरूममधल्या आरशासमोर उभं राहून गॉगल घातला, कॅप सारखी केली.

डॉक्टर हयानीही तेवढ्यात आला, पॅट्रिकने त्याची सॅन्डीशी ओळख करून दिल्यावर एकाएकी तो बेचैन झाला. बेडच्या काठावर बसून तो केसांतून बोटं फिरवत स्वस्थपणे श्वास घेत राहिला. खाली जमिनीकडे नजर लावत तो पुटपुटला, "असं काही घडेल असं कधीच वाटलं नव्हतं." डॉक्टर व वकील सॅन्डी यांनी एकमेकांकडे बघितलं. बोलण्यासारखं काही नव्हतंच.

डॉक्टर हयानीने स्ट्राँग गुंगीचं औषध मागवलं. पॅट्रिकने त्या दोन्ही गोळ्या घेतल्या आणि म्हणाला, "हे सर्व सुरू असताना मी बहुतेक झोपणार."

"मी आहे ना बोलायला, तू निवांत राहा." सॅन्डी म्हणाला.

"तो आता निवांत होईलच." डॉक्टर हयानी म्हणाला.

दारावर टकटक झाली; एखादी दंगल शमवण्यासाठी फौजफाटा घेऊन जावं त्या थाटात आपला भरपूर लवाजमा घेऊन शेरीफ स्वीने हजर झाला. नेहमीचं औपचारिक बोलणं झालं, पॅट्रिकने सेन्ट्स कॅप घातली, गडद काळ्या काचांचा गॉगल डोळ्यांवर चढवला आणि बेड्या घालून घेण्यासाठी हात पुढे केले.

डेप्युटीच्या हातातील घोट्याला घालण्याच्या साखळ्यांकडे निर्देश करत सॅन्डीने विचारलं, "काय आहे हे?"

"पायात घालण्याच्या बेड्या." शेरीफ उत्तरला.

"त्याची जरूर आहे असं मला वाटतं नाही." करड्या आवाजात सॅन्डी म्हणाला, "त्याला भाजलेल्या जखमा आहेत त्या जागेवर."

"हो आहेतच," डॉक्टर मध्ये पडून बोलला आणि त्याने पॅट्रिकच्या डाव्या घोट्याकडे बोट दाखवत पुढे होत म्हटलं, "बघा."

शेरीफ थोडा वेळ गप्प झाला आणि तेच त्याला भोवलं. मग सॅन्डीने त्याला सुनावलं, "काय हे शेरीफ, अहो तो काय पळून जाणार आहे? एक तर तो जखमी आहे, त्याच्या हातात बेड्या आहेत; शिवाय त्याच्याभोवती हे सर्व जण आहेत. तो करून-करून काय करणार, बेड्या तोडून पळणार का आहे? आणि तुम्ही काय स्वस्थ बसणार आहात?"

"तुम्हाला पटत नसेल, तर मी थेट जजशीच बोलतो." डॉक्टर हयानीलाही राग आला होता.

"पण त्याला इथं आणलं, ते पायात बेड्या घालूनच."

"ते एफबीआयवाल्यांनी, रेमंड." पॅट्रिक म्हणाला, "आणि त्या पायातल्या बेड्या होत्या, घोट्यांना बांधायच्या नव्हत्या. अर्थातच, त्यांनीसुद्धा मरणाच्या कळा येत होत्याच."

शेवटी त्या साखळ्या न घालता पॅट्रिकला हॉलकडे नेण्यात आलं. त्याला बघताच तपकिरी गणवेशधारी गप्प उभे राहिले. ते त्याच्याभोवती गोळा झाले, तो सर्व जथा मग लिफ्टशी गेला. सॅन्डी त्याचं कोपर पकडून त्याच्या डावीकडे उभा राहिला.

लिफ्ट तशी लहान होती, सगळ्यांना घेऊन जाण्याइतकी पुरेशी नव्हती. त्यामुळे जे बाहेर राहिले ते जिन्याने खाली गेले आणि लॉबीमध्ये जमा झाले. तिथं त्या फौजेची फेररचना केली गेली. रिसेप्शन कक्षातून ते बाहेर गेले. त्या उबदार वातावरणात, स्वच्छ केलेल्या चकचकीत गाड्यांचा ताफा, नेहमीप्रमाणे तयार होताच. मागच्या व पुढच्या बंपरवर हॅरिसन कौंटीचं चिन्ह असलेल्या एका नव्या कोऱ्या 'सबर्बन' काळ्या व्हॅनमध्ये पॅट्रिकला सुरक्षा गार्डसह बसवण्यात आलं. त्या गाडीच्या मागोमाग पांढऱ्या रंगाची सबर्बन, सशस्त्र गार्ड्सना घेऊन निघाली. तिच्या

मागे तशाच स्वच्छ केलेल्या तीन गस्त घालणाऱ्या गाड्या होत्या. त्या सर्वांच्या पुढे, ताफ्यात नुकत्याच समाविष्ट केलेल्या आणखी दोन गाड्या होत्या. हा काफिला लष्करी तपासणी नाक्यांना पार करून नागरी वस्तीत आला.

गडद रंगाच्या गॉगल्समधून पॅट्रिक आजूबाजूचा प्रदेश बघत होता. खरंतर तो सर्व भाग त्याला नवीन नव्हता; या रस्त्यावरून यापूर्वी तो लाखो वेळा फिरला होता. तिथली वस्ती त्याच्या परिचयाची होती. हायवे ९०वर ते आल्यावर त्याला खाडीचा आखाती प्रदेश दिसला, तिथलं तांबूस गढूळ पाणी पूर्वीसारखं तसंच शांत होतं. हायवे आणि आखाती पाणी यामध्ये वाळूचा अरुंद पट्टा होता. हायवेच्या दुसऱ्या अंगाला पूर्वीचीच हॉटेल्स व निवासी इमारती होत्या.

तो फरारी असतानाच्या काळात त्या किनारी प्रदेशात नव्यानेच उदयास आलेल्या जुगारी कॅसिनो अड्ड्यांमुळे तो भाग आता सुधारला होता. तो फरार होण्याच्या सुमारास कॅसिनो येणार अशी वदंता होती, पण आज लासवेगासमध्ये उभ्या राहिलेल्या झगमगीत कॅसिनोच्या झगमगाटाच्या जवळूनच तो जात होता. सकाळी साडेनऊपासूनच तिथले पार्किंग भरून जात असे.

त्याच्या उजव्या बाजूस बसलेल्या शेरीफला त्याने विचारलं, ''किती कॅसिनो आहेत?''

''आज तरी तेरा आहेत. आणखी काही येण्याच्या मार्गावर आहेत.''

''खरं नाही वाटत.''

डॉक्टर हयानीने दिलेल्या गुंगीच्या गोळ्या फारच परिणामकारक होत्या. पॅट्रिकची हालचाल मंदावली होती, श्वास जड झाला होता. क्षणभर त्याला ग्लानी आल्यासारखं वाटलं, पण ते मेन स्ट्रीटवर आले आणि पुन्हा तो उत्सुकतेने पाहू लागला. अंतर थोडं राहिलं होतं. काही क्षणातच त्याचा भूतकाळ घोंगावत त्याच्या समोर येणार होता. दुतर्फा वेगवेगळी दुकानं असलेल्या त्याच्या पूर्वीच्या दररोजच्या रस्त्याच्या मध्यावर, सिटी हॉलच्या डाव्या बाजूला असलेल्या आणि एके काळी बोगान, रॅटले, व्हिट्रॅनो, हॅवरॅक व लॅनिगन या कायदेतज्ज्ञांच्या ज्या लॉ फर्मचा तो एका हिश्शापुरता मालक होता त्या फर्मच्या भव्य, नजरेत भरणाऱ्या 'व्य मार्श' या शुभ्र इमारतीचं त्याला क्षणभर ओझरतं दर्शन घडणार होतं.

इमारत होती तशीच दिमाखात उभी होती, पण त्यामध्ये असणारी ती लॉ फर्म मात्र खिळखिळी झाली होती.

त्याच्या या जुन्या ऑफिसपासून आणखी थोडं पुढे गेलं की, हॅरीसन कौंटी कोर्टहाउसची हॉवर्ड स्ट्रीटपाशी साधी दुमजली इमारत होती. तिच्या दर्शनी भागात हिरवळ होती. ती इकडेतिकडे वेळ काढणाऱ्या लोकांनी भरून गेली होती, रस्त्यावर त्यामुळे गाड्यांची रांग लागली होती. फुटपाथवरून लोक घाईघाईने कोर्टहाउसकडेच

निघाले आहेत असं दिसत होतं. पॅट्रिकला घेऊन येणारा ताफा येताच, पुढे गेलेल्या गाड्याडी थांबल्या.

कोर्टहाउससमोर असलेल्या लोकांची एकच गडबड उडाली. दिसेल त्या मोकळ्या मार्गाने, अगदी मागच्या बाजूनेही ते सैरावैरा पळत आत घुसण्याचा प्रयत्न करू लागले. पण पोलिसांनी तो मार्ग बंद करून त्यांना अडवलं. पॅट्रिक हे सर्व बघत होता. त्याला ही मागील दाराने होणारी ये-जा नवीन नव्हती. आजपर्यंत त्याने असे कितीतरी खुनी, कोर्टात मागील दाराने, गर्दी टाळण्यासाठी आणले-नेल्याचं अनुभवलं होतं. कोर्टहाउसच्या प्रवेशद्वाराशी गाड्यांचा ताफा थांबला, डझनभर अधिकारी त्या-त्या गाड्यांतून बाहेर पडले आणि त्या काळ्या 'सबर्बन'ला त्यांनी वेढा घातला. व्हॅनची दारं हलकेच उघडली गेली, पॅट्रिक बाहेर आला. त्या तपकिरी गणवेशधारी शिपायांमध्ये, निळसर ढगळ झगा उठून दिसत होता.

रिपोर्टर्स, फोटोग्राफर्स, शूटिंग करणाऱ्यांचा जथा पोलिसांनी लावलेल्या सुरक्षा कठड्यांजवळ घुसमटत जमा झाला. मागे असलेले पुढे येण्यासाठी धडपडत होते. आपल्यावरच सगळ्यांच्या नजरा असणार याची पॅट्रिकला कल्पना होती, म्हणून त्यानं त्याचं डोकं खाली झुकवलं आणि तो अधिकाऱ्यांच्या आड झाला. ते त्याला घाईने कोर्टहाउसच्या मागील दरवाजाकडे घेऊन जात असताना, वाटेल त्या प्रश्नांचे फवारे त्याच्या डोक्यावरून जात होते,

''पॅट्रिक, घरी परतल्यावर कसं वाटलं?''

''पैसे कुठे आहेत, पॅट्रिक?''

''गाडीत कुणाला पेटवलंस?''

कधीकधी घाईगडबडीने जजची सही घेण्यासाठी म्हणून, मागच्या दाराशी असलेल्या त्या जिन्याने पॅट्रिक जा-ये करत असे. त्यामुळे तिथलं सगळंच वातावरण त्याला सुपरिचित वाटलं. जिन्याच्या पायऱ्या मात्र गेल्या चार वर्षांत रंगवल्या नव्हत्या. त्याला कोर्टरूमकडे नेलं जात असताना, मधल्या हॉलच्या मार्गावर उभा असलेला कर्मचारी वर्ग त्याच्याकडे कुतूहलाने बघत होता. प्रथम त्याला ज्यूरीरूममध्ये बसवण्यात आलं.

सॅन्डीने तो ठीक असल्याची खातरी करून घेतली. शेरीफ स्वीनेने त्याच्या सहकाऱ्यांना तिथून जायला सांगितलं, पॅट्रिकला परत कुठे हलवायला सांगितलं जातंय या हुकुमाची ते हॉलमध्ये वाट बघत बसले.

''कॉफी घेणार?'' सॅन्डीने विचारलं.

''घेतो, पण काळी.''

''तू ठीक आहेस ना, पॅट्रिक?'' शेरीफनेही चौकशी केली. पॅट्रिक थरथरत्या आवाजात बोलत होता, त्याचे हातपाय कापत होते आणि ते त्याला थांबवता येत

नव्हतं. खांदे पडले होते. सॅन्डीने मागवलेल्या कॉफीकडे दुर्लक्ष करत, दोन्ही हात बेड्यांमध्ये अडकलेले असूनही त्याने डोळ्यांवरील गॉगल सारखा केला आणि डोक्यावरची कॅप आणखी खाली खेचली.

दारावर टकटक झाली. एका सुंदर मुलीने आत डोकवून सांगितलं, ''जज हस्कीना पॅट्रिकला भेटायचं आहे.'' तिचा आवाज पॅट्रिकच्या चांगलाच ओळखीचा होता. त्याने झटकन मान वर करून म्हटलं, ''हॅलो बेलिंडा.''

''हॅलो पॅट्रिक.''

कोर्ट-क्लार्कच्या ऑफिसमध्ये ती सेक्रेटरी होती. वकील मंडळी तिच्याभोवती गोंडा घोळत असत. ती होतीच तशी गोड, बोलणंही लाघवी होतं. पॅट्रिकला पूर्वीचे दिवस आठवले; खरंच चार वर्ष सरली?

शेरीफने विचारलं, ''कुठे?''

''इथेच. येतीलच ते आता.''

''जज हस्कीला भेटण्याची तुझी इच्छा आहे का?''

सॅन्डीने पॅट्रिकला विचारलं, कारण ते काही बंधनकारक नव्हतं; त्याने एरव्ही ते तसं वागणं वावगं दिसणार होतं.

पॅट्रिकला जज हस्कीला भेटण्याची इच्छा होतीच.

त्याने लगेच होकार दिला. बेलिंडा निघून गेली.

''मी बाहेर थांबतो, मला सिगारेटची तल्लफ आली आहेच.'' शेरीफ स्वीनेही निघाला.

रूममध्ये पॅट्रिक व त्याचा वकील दोघे जणच राहिले. पॅट्रिक एकदम उत्साही होऊन म्हणाला, ''एक-दोन गोष्टी मला विचारायच्या म्हणतो. ली पिरेझकडून काही निरोप?'' सॅन्डीने त्यावर ''नाही.'' असं उत्तर दिलं.

''ती तुझ्याशी लवकरच संपर्क साधेल, तू जरा तयारीतच राहा. तिच्यासाठी एक मोठं पत्र मी लिहिलंय ते तिला दे.''

''ठीक आहे.''

''दुसरं असं की, आपलं संभाषण चोरून ऐकण्याची 'बगिंग' ही यंत्रणा निकामी करण्याचं एक 'डी-एक्स १३०' नावाचं उपकरण निघालं आहे. ते इलेक्ट्रॉनिक्समधल्या एका 'लोकीम' या कोरीयन कंपनीचं उत्पादन आहे. त्याची किंमत सहाशे डॉलर्सच्या आसपास आहे आणि ते डिक्टाफोनच्या आकाराइतकं आहे. तसं तू एक घे. आपण ज्या ज्या वेळी भेटत जाऊ, त्या वेळी ते जवळ ठेवत जा. आपल्यात कोणतेही संभाषण होण्यापूर्वी आपण आपली खोली व फोन यांमधून आपलं संभाषण कोणी चोरून ऐकत नाही ना, ते तपासू. तसंच, न्यू ऑर्लिन्समध्ये सर्वेक्षण करण्यात प्रसिद्ध असलेली एक कंपनी आहे, तिच्याशी करार करून त्यांच्याकडून आठवड्यांतून दोनदा तुझं ऑफिस तू तपासून घे. ते जरा महागडं काम आहे, पण पैसे मी देईन.

तुला काही शंका आहेत?''

"नाहीत.''

दारावर परत टकटक झाली, त्याबरोबर पॅट्रिक पुन्हा मान खाली घालून, खांदे पाडून बसला. जज कार्ल हस्की एकटाच साध्या वेशात आला. अंगावर झगा नव्हता, चष्मा अर्ध्या नाकावर खाली आला होता. पांढरे झालेले केस, डोळ्यांभोवती पडलेल्या सुरकुत्या यांमुळे तो अठ्ठेचाळीस वर्षांच्या मानाने प्रौढ दिसत होता. त्याची हीच अपेक्षा होती.

पॅट्रिकने मान वर केली, त्याच्या चेहेऱ्यावर त्याला झालेला आनंद दिसत होता. शेकहॅन्डसाठी हात पुढे करत जज हस्की म्हणाला, "तुला बघून आनंद वाटला बघ, पॅट्रिक.'' शेकहॅन्ड करताना पॅट्रिकच्या हातातील बेड्यांच्या खणखण आवाज होत होता. हस्कीला खरं म्हणजे पॅट्रिकला कडकडून भेटायचंच होतं, पण त्या वेळी तरी कायद्याच्या मर्यादेनं फक्त शेकहॅन्डवरच समाधान मानणं भाग होतं.

"कार्ल, तू कसा आहेस?'' पॅट्रिकनं बसल्याबसल्याच विचारलं.

"मी मस्त आहे, तुझं काय?''

"माझेही दिवस चांगले होते; या अवस्थेतही तुला भेटून बरं वाटलं.''

"मला तर कल्पनाच करवत नाही...''

"मी अगदी वेगळा दिसतो आहे म्हणून असेल, हो ना?''

"खरं आहे. रस्त्यात भेटला असतास, तर मला नाही वाटत मी तुला ओळखला असता.''

यावर पॅट्रिक फक्त हसला.

पॅट्रिकशी आमची अजूनही दोस्ती आहे, असं त्याच्यासारखे उघड बोलणारे इतरही काही जण होते. पण हस्कीला वाटत होतं की, त्याचीच दिशाभूल झाली आहे. आपला सवंगडी मेला नाही आहे हे समजल्यावर त्याला बरंच हलकं वाटलं. त्याच्यावर असलेल्या खुनाच्या आरोपामुळे हस्की फार काळजीत होता. घटस्फोट आणि इतर दिवाणी दावे यांना तसं विशेष महत्त्व नव्हतं. त्याचं कसंही बघता येईल, पण खुनाच्या गंभीर आरोपाचं काय करावं?

दोघांच्या मैत्रीपूर्ण संबंधांमुळे हस्की पॅट्रिकच्या खटल्याचं कामकाज चालवणार नव्हता. काही प्राथमिक बाबींचं कामकाज चालवून, महत्त्वाच्या निर्णयाप्रत येण्याच्या स्थितीच्या खूप अगोदर आपण बाजूला व्हायचं असं त्यानं ठरवलं होतं. कारण एका पूर्वीच्या हकिकतीची त्याला पार्श्वभूमी होती.

"'मी दोषी नाही' असा पवित्रा तू घेशील, असं मी धरून चालतो.'' जज हस्की म्हणाला.

"अगदी बरोबर.''

"तर मग, प्रथम कोर्टासमोर तू हजर होणं, ही नेहमीची गोष्ट झाली. खुनाचा गंभीर आरोप आहे, तेव्हा तुला जामीन देणं मी नाकारेन."

"मी समजू शकतो, कार्ल."

"हे सगळं व्हायला दहा मिनिटंच लागतील."

"यापूर्वीही मी इथं आलो आहे; फरक एवढाच की, आज भूमिका बदलली आहे."

बारा वर्षं न्यायाधीश म्हणून काम करत असताना, हस्कीला दर वेळेला नवल वाटायचं की, ज्यांनी खुनासारखी भयंकर क्रूर असे गुन्हे केले होते, त्यांच्याविषयी बहुधा नेहमीच आपण खूप सहानुभूती दाखवली; त्यांच्याकडे आपण मानवतेच्या दृष्टिकोनातून पाहत आलो. का, तर अपराधीपणाची भावना. त्यामुळे होणाऱ्या मानसिक यातना या त्यांना जिवंतपणी जाळत असत. ज्या शेकडो लोकांना तुरुंगाची वाट दाखवली त्यांना एखादी संधी दिली असती, तर कोर्टातून बाहेर पडल्यावर त्यांनी परत तशी दुष्कृत्ये केली नसती. त्यांना मनोमन मदतीचा हात द्यावासा वाटत होता, त्यांना क्षमा करायची होती.

आणि इथं तर पॅट्रिक होता. त्याच्यातला न्यायाधीश त्या क्षणाला रडकुंडीला आला. त्याचा जुना मित्र अंगावर पट्ट्या, विदूषकी पोशाख, डोळ्यांवर गॉगल्स, चेहेऱ्यात बदल केलेला, अंग चोरून खजील झालेला आणि सांगता येणार नाही इतक्या भेदरलेल्या अवस्थेत समोर होता. यापेक्षा, त्याला घरी नेऊन चांगलं खायला प्यायला घालावं, विश्रांती घ्यायला लावावी आणि मग त्याला त्याचं आयुष्य पुन्हा मार्गी लावायला मदत करावी हे त्याला आवडलं असतं.

हस्की गुडघे टेकून त्याच्या शेजारी बसला, म्हणाला, "पॅट्रिक ही केस मी चालवू शकत नाही, कारणं अगदी उघड आहेत. आज मी प्राथमिक कामकाज बघेन, तू सुरक्षित आहेस याची खातरी करून घेईन. मी अजूनही तुझा मित्रच आहे. केव्हाही आढेवेढे न घेता मला हाक मार."

हस्कीनं त्याच्या गुडघ्यावर थोपटलं, ते दुखऱ्या भागाची काळजी घेऊनच.

आपला ओठ दाबत पॅट्रिक, "थँक्स कार्ल!" एवढंच बोलला. डोळ्यांवर गॉगल्स असल्यामुळे कार्लला पॅट्रिककडे दृष्टिक्षेप टाकता आला नाही. तो उठला, दाराकडे जाता जाता सॅन्डीला म्हणाला, "काउन्सेलर, आज फक्त नेहमीचंच ठरावीक कामकाज."

"बाहेर बरेच लोक जमलेत का?" पॅट्रिकने विचारलं.

"शत्रू व मित्र दोघेही; सगळे आलेत पॅट्रिक." जज हस्की रूमच्या बाहेर पडला.

उच्छादी, नाठाळ गुन्हेगारांची वस्ती आणि खळबळजनक खून ही कोस्टची पहिल्यापासूनच ख्याती होती. त्यामुळे कोर्टरूम सतत या भानगडीच्या लोकांनी

गजबजलेली असणं ही काही नवीन गोष्ट नव्हती. तरीसुद्धा कोर्टासमोर नुसत्या 'पहिल्याच हजेरी'ला इतकी अलोट गर्दी झालेली कुणाच्याच आठवणीत नव्हतं.

पत्रकार सर्वांच्या अगोदर आलेले होते आणि त्यांनी मोक्याच्या जागा पटकावल्या होत्या. कोर्टामध्ये कॅमेऱ्यांवर बंदी घालण्याचा चांगला पायंडा पाडणारी जी काही इतर राज्ये होती, त्यापैकी मिसिसिपी हे एक होतं. वार्ताहरांना त्यामुळे कोर्टात बैठक मारावीच लागे, जे काही समोर चाललेलं असेल आणि कानावर पडेल ते नंतर त्यांच्या शब्दांत मांडावं लागे. त्या अर्थाने, त्यांना 'खरे वार्ताहर' असंच वागावं लागे आणि असं हे अवघड काम करणारे त्यांच्यापैकी बरेच जण अपुऱ्या क्षमतेचे होते.

नित्यनियमित हजर राहणारे कर्मचारी, कोर्टहाउसमधल्या सेक्रेटरीज, वकीलमंडळींचे कंटाळलेले मदतनीस, निवृत्त पोलीस, दिवसभर घुटमळणारे वकील, फुकटची कॉफी पिणारे, कोणी कंड्या कुजबुजणारे; जमीनजुमल्याच्या खरेदी-विक्रीचे करारपत्र चाळण्यात वेळ घालवणारे किंवा एखाद्या हुकूमनाम्यावर जजच्या सहीसाठी ताटकळणारे, आणि कोणत्या ना कोणत्या कारणाने यांच्या ऑफिसपासून दूर राहणारे, अशी जी मंडळी होती त्या सर्वांना कोर्टात चालणारे मोठे महत्त्वाचे खटले आकर्षित करीतच. पण पॅट्रिकने त्यांनाच काय, आणखी इतरांनासुद्धा खेचून आणलं होतं.

विशेषकरून, पॅट्रिकचं नुसतं ओझरतं दर्शन घेण्यासाठी पुष्कळसे वकील हजर होते. चार दिवसांपूर्वीपासूनच त्याच्याविषयीच्या कथांनीच पेपर भरलेले होते, पण त्याचा अलीकडचा फोटो मात्र कुणीच पाहिला नव्हता. कोर्टासमोर त्याच्या हजर होण्याबद्दलच्या वावड्यांना ऊत आला होता आणि त्याच्या झालेल्या छळाविषयीच्या बातम्यांनी उत्सुकता शिगेला पोहोचली होती.

चार्ल्स बोगान व डग व्हिट्रॅनो हे दोघं जणं त्या भरगच्च गर्दीत, शक्य होईल तितके पुढच्या भागात मध्यभागी बसले होते. खरं म्हणजे वार्ताहरांनीच त्यांना कोर्टहाउसकडे पिटाळलं होतं. प्रतिवादीची जी एक ठरलेली जागा असे, त्या टेबलाच्या अगदी समोरच्या रांगेत त्यांना बसायचं होतं म्हणजे पॅट्रिकच्या नजरेला नजर भिडवून त्याला घाबरवता आलं असतं. जमलं तर हलक्या आवाजात शिव्या घालता आल्या असत्या; सर्वसामान्य लोकांच्या देखत त्याच्याविषयी गरळ ओकता आली असती. पण त्यांना जागा मिळाली ती पाच रांगांमागे; तरी जो क्षण कधी उगवणारच नाही असं वाटत होतं, त्यापेक्षा निदान तो अनुभवायला मिळत होता. त्याची ते थंडपणे वाट बघत बसले.

तिसरा भागीदार जिमी हॅवरॅक मागच्या भिंतीला टेकून एका अधिकाऱ्याशी गप्पा मारत उभा होता. त्याच्या परिचयाचे जे लोक त्याच्याकडे रोखून बघत होते, त्यांच्याकडे त्यानं लक्ष दिले नाही. त्यापैकी काही इतर वकील होते आणि पैसे

गहाळ झाल्यानं फर्मला बसलेला फटका पाहून त्यांना मनातून आनंद झाला होता. कारण तसं झालं नसतं, तर कोणत्याही एका लॉ फर्मला एका झटक्यात एवढी फी मिळणं, हा त्या राज्यात एक इतिहास घडला असता. म्हणतात ना, शेवटी मत्सर ही एक स्वाभाविक प्रवृत्ती आहे. जिमी हॅवरॅकला त्यांचीच नाही, तर कोर्टरूममधल्या प्रत्येकाविषयी मनस्वी चीड होती. या गिधाडांचा थवा मेलेल्या जनावराच्या मढ्याची वाट बघत होता.

हॅवरॅक हा एका सामान्य कोळ्याचा मुलगा होता. अंगाने मजबूत तसाच रांगडा; पण बाररूम पुरतंच त्याचं गुरगुरणं असायचं, त्यापलीकडे नाही. बंदिस्त खोलीत पॅट्रिकबरोबर त्याला पाच मिनिटं पुरेशी होती, पैसे हजर झाले असते.

इथान रॅटले हा चौथा पार्टनर, नेहमीप्रमाणे त्याच्या घरीच होता. पोटमाळ्यावरच्या त्याच्या ऑफिसमध्ये उद्या कोर्टात सादर करायच्या एका रटाळ प्रस्तावाचा मसुदा लिहीत बसला होता.

पॅट्रिकला चिअर-अप करण्यासाठी त्याचे जुने दोस्तही आले होते. छोटसं शहर; पण वकील मात्र उदंड, या भाऊगर्दीत अडकून पडलेले, त्यांच्या पेशाला कंटाळलेले असे पुष्कळसे असतात. साधारणपणे सर्वांनाच यांतून सुटका करून घ्यावी असं वाटत असतं. पण ते उघडपणे तसं बोलून दाखवत नाहीत. कारण या पेशात अपेक्षा खूप असतात, पैसा मिळवण्याची स्वप्न पडत असतात. पॅट्रिकने निदान त्या स्वप्नपूर्तीसाठी हिंमत तरी दाखवली होती.

उशीर झाल्यामुळे लान्स एका कोपऱ्यात ढकलला गेला होता. वार्ताहरांच्या मागे-मागे घुटमळत, तिथली सुरक्षा व्यवस्था कशी आहे याचा अंदाज घेत होता. आज तरी ती त्याला कडक दिसली; पण बरेच दिवस चालणाऱ्या या खटल्यात, दररोज पोलीस थोडेच इतके तत्पर राहणार होते? विचार करण्यासारखी गोष्ट होती.

जमलेल्या लोकांत अगदी परिचयाचे तर होतेच, शिवाय एरव्ही जाता-येता दिसणारे नुसत्या तोंडओळखीचे जे होते, ते आपण त्याचे परममित्र आहोत असं सांगत होते. काहींना तर तो कधी भेटलाही नव्हता. तेसुद्धा 'पॅट्रिक असा आहे, पॅट्रिक तसा आहे,' अशा फुकाच्या गप्पा मारत होते. तीच गोष्ट ट्रुडीच्या बाबतीत घडत होती. कोणी उपटसुंभ एकदम तिचे सौहार्दे बनले होते आणि तिला एवढं मोठं दुःख देणारा व ॲशली निकोलसारख्या गोड मुलीला विसरणारा जो कोण, त्याला शिव्या घालण्यासाठी, तिच्याभोवती गोळा झाले होते.

बहुतेक जण पेपर, पुस्तकं चाळून कंटाळले होते आणि इकडे उगाच आलो, असं दाखवत होते. न्यायाधीशांच्या भोवती असणारे कर्मचारी व बेलीफ यांच्यामध्ये हालचाल झाली आणि कोर्टरूमध्ये एकदम शांतता पसरली. डोळ्यांसमोरचे पेपर्स

खाली झाले.

ज्यूरीरूमच्या बाजूला असलेलं दार उघडलं गेलं आणि तपकिरी गणवेशधारी आत आले. शेरीफ स्वीने पॅट्रिकचं कोपर धरून येत होता, त्याच्या मागोमाग दोन अधिकारी होते, सॅन्डी सर्वांच्या मागे होता.

पॅट्रिक हाच तर! कित्येकांच्या माना ताणून लांब झाल्या, प्रत्येक जण समोरच्याचं मध्ये येणारं डोकं टाळून बघू लागला. कोर्टरूमचे कलाकार कामाला लागले.

पॅट्रिक सावकाश त्याच्या जागेपाशी गेला. मान खाली असली तरी गॉगलमधून त्याने जमलेल्या लोकांवरून नजर फिरवली. मागच्या भिंतीपाशी उभ्या असलेल्या हॅवरॅकचं त्याला ओझरतं दर्शन झालं. रागाने फुललेला त्याचा चेहेरा बरंचकाही सांगून गेला. त्याच्या बसण्याच्या जागेसमोरच धर्मगुरू फादर फिलिप्स बसला होता. तो आता वयस्कर झाला होता, पण त्याचा मनमिळाऊपणा कायम होता.

पॅट्रिक खांदे पाडून, तोंड खाली करून नम्रपणे बसला होता, मिजास नव्हती. सगळ्यांच्या नजरा त्याच्याकडेच रोखलेल्या होत्या हे त्याला कळत होतं. सॅन्डी त्याच्या खांद्यावर हात ठेवून, उगाच काहीतरी कुजबुजत होता.

दार परत उघडलं गेलं, जिल्हा सरकारी वकील टी. एल. पॅरिश आत आला आणि पॅट्रिकच्या शेजारीच असलेल्या त्याच्या टेबलापाशी गेला. पॅरिश हा पुस्तकी तंत्राप्रमाणे वागणारा व किंचित अहंकारी होता. आहे त्यापेक्षा मोठ्या पदाची त्याला अपेक्षा नव्हती. तो कोणत्याही खटल्याचं कामकाज तांत्रिक प्रणालीनुसार करत असे, त्यांत अतिरंजितता व विखारीपणाचा अंश नसे. आरोपींना दोषी ठरवण्यात पॅरिश राज्यामध्ये दोन नंबरवर होता. शेरीफच्या शेजारी, त्याच्या ठरावीक जागेवर तो जाऊन बसला. त्याच्यामागे एफबीआयचे एजंट जोशुआ कटर, ब्रेन्ट मायर्स आणि आणखी दोघे जण बसले होते. त्यांची नावं पॅट्रिकला माहीत नव्हती.

प्रत्यक्ष सुनावणीला कमीत कमी सहा महिने अवकाश असला, तरी रंगमंच तयार होता. बेलीफने पुकारा करून, सर्वांना शांत राहण्यास सांगितलं. जज हस्की स्थानापन्न झाला. त्याने घोषित केलं, "मिसिसिपी राज्य विरुद्ध पॅट्रिक एस. लॅनिगन, केस नं ९६/११४०. प्रतिवादी हजर आहे?"

"येस युवर ऑनर." सॅन्डीने आपल्या खुर्चीतून अर्धवट उठत उत्तर दिलं.

"तुम्ही उभे राहाल का, मि. लॅनिगन?"

पॅट्रिक हातात बेड्या असलेल्या अवस्थेत, खुर्ची मागे सारून ओणवा होत हळूहळू उभा राहिला. ते नाटक नव्हतं. गुंगीच्या औषधाने त्याची गात्रं शिथिल केली होती, मेंदूसुद्धा धड काम करत नव्हता.

त्याचं शरीर थोडसं ताठरलं.

"मिस्टर लॅनिगन, हॅरिसन कौंटीच्या ग्रॅन्ड ज्यूरीने तुझ्याविरुद्ध सादर केलेल्या

आरोपपत्राची प्रत माझ्यासमोर आहे. त्यात त्यांनी तू कोण्या एका जॉन डोव्हचा, एका मनुष्यप्राण्याचा खून केला आहेस, असा गंभीर आरोप केला आहे. ते आरोपपत्र तू वाचलं आहेस?''

शक्य झाला तितका आवाज कणखर करत पॅट्रिकने ''येस सर.'' असं उत्तर दिलं.

''तू त्यासंबंधी तुझ्या वकिलांशी चर्चा केली आहेस का?''

''येस सर.''

''मग तुमचं म्हणणं काय आहे?''

''गुन्हा नाकबूल.''

''ठीक आहे. तुमचं म्हणणं नोंद करून घेतो. तू आता बसलास तरी चालेल.'' असं बोलून जज हस्कीने त्याच्यासमोरचे काही कागदपत्रं चाळले आणि त्याने पुढे एक ऑर्डर वाचून दाखवली.

''कोर्ट स्वत:हून या खटल्यासंबंधीची माहिती प्रसारित करण्यावर मनाई हुकूम काढत असून तो बचावपक्ष, वकील, पोलीस व तपास अधिकारी; कोणतेही आणि सर्व साक्षीदार व कोर्ट कर्मचारी या सर्वांवर आत्तापासून बंधनकारक असून, हा खटला संपेपर्यंत लागू राहणार आहे. या हुकुमाची एक प्रत सर्व संबंधितांना देण्यात येत आहे. या हुकुमाचं उल्लंघन केल्यास तो कोर्टाचा अवमान झाल्याचं गृहीत धरण्यात येऊन, उल्लंघन करणाऱ्यांवर मी अत्यंत कठोर कारवाई करेन. माझ्या परवानगीशिवाय कोणीही वार्ताहरांशी, पत्रकारांशी याविषयी एक शब्दसुद्धा बोलू नये. उभय वकिलांना या संदर्भात काही शंका आहेत का?'' जज हस्कीची ही केवळ घोषणाबाजी नव्हती, तर त्यात त्याच्या हुकुमाचं उल्लंघन करणाऱ्यांविरुद्ध खरोखरच प्रत्यक्ष कृती करण्याच्या त्याच्या इराद्याबद्दल जराही शंका दिसत नव्हती, हे त्याच्या आवाजातली जरब सांगत होती. वकिलांचं काहीच म्हणणं नव्हतं.

''ठीक आहे. या खटल्यासंबंधी तपासकार्य, अर्ज-प्रस्ताव, प्राथमिक सुनावणी आणि प्रत्यक्ष खटला चालू राहणं या गोष्टींचं वेळापत्रक मी तयार केलं आहे, ते क्लार्कच्या ऑफिसमध्ये उपलब्ध आहे. आणखी काही?''

जिल्हा सरकारी वकील टी. एल. पॅरिशने कोर्टाला विनंती केली, ''युवर ऑनर, एक छोटीशी गोष्ट आहे की, प्रतिवादीला– बचाव करणाऱ्या व्यक्तीला शक्य तितक्या लवकर आमच्या ताब्यात द्यावं. आपणास कल्पना आहे की, तो सध्या हॉस्पिटलमध्ये आहे आणि आम्ही...''

''मिस्टर पॅरिश, मी आत्ताच त्याच्या डॉक्टरांशी बोललो. सध्या त्यांच्या देखरेखीखाली औषधोपचार चालू आहेत. तेव्हा ते जेव्हा त्याला दुसऱ्या ठिकाणी हलवण्यास परवानगी देतील, त्या वेळी त्याची रवानगी हॅरिसन कौंटी जेलमध्ये करण्यात येईल, याची मी खातरी देतो.''

"थँक्यू युवर ऑनर."

"आणखी काही नसेल, तर आजचं कामकाज इथंच तहकूब करू." असं घोषित करून जज हस्की घाईघाईने कोर्टरूममधून बाहेर पडला आणि मागच्या जिन्याने तो खाली उभ्या असलेल्या काळ्या 'सबर्बन' मध्ये जाऊन बसला. कॅमेरेवाले तयार होतेच.

पॅट्रिक त्याला हॉस्पिटलमध्ये परत नेत असताना झोपून गेला.

अठरा

पॅट्रिकचे अपहरण आणि त्याला केलेली मारहाण, त्याचा छळ फक्त हेच गुन्हे स्टिफॅनोने केले असं म्हटलं, तरी त्याला दोषी ठरवणं कठीण होतं. एकतर ते घडलं दक्षिण अमेरिकेत म्हणजे 'युनायटेड स्टेट्स'च्या अधिकारक्षेत्राबाहेर; प्रत्यक्ष छळ दुसऱ्यांनीच केला, ज्यांच्यामध्ये ब्राझिलीयन होते. स्टिफॅनोच्या वकिलाला त्यामुळे खातरी होती की, खटल्याला तोंड देण्याची वेळ आली तरी त्यांची बाजू सरस होती.

पण त्यामध्ये दुसरे अशीलसुद्धा गुंतलेले होते आणि त्यांची काळजी घेणं महत्त्वाचं होतं. स्टिफॅनोच्या वकिलाला पूर्ण कल्पना होती की, प्रत्यक्ष खटला न भरता, एफबीआयवाले नुसता त्रास देण्यात हुशार आहेत. त्याने सल्ला दिला होता की, स्टिफॅनोनं एक समझोता करावा ज्यायोगे त्यानं त्याच्याजवळ असलेली माहिती, एफबीआयकडून त्याला व त्याच्या अशिलांना त्रास दिला जाणार नाही या आश्वासनाच्या मोबदल्यात, निर्धास्त ओकून टाकावी. इतर दुसरे कोणतेच गुन्हे त्यानं केले नसल्यामुळे असं करण्यात धोका कसला?

स्टिफॅनोचं लेखी निवेदन घेतलं जात असताना आपण त्याच्यासोबत असायलाच हवं, असा त्या वकिलाचा आग्रह होता. एफबीआयबरोबरच्या मीटिंग्ज कित्येक दिवस, तासून्तास चालणार होत्या तरीही, प्रत्येक वेळी हजर राहण्याची त्या वकिलाची इच्छा होती. डेप्युटी डायरेक्टर जेन्सला अशा प्रकारची बैठक हूवर बिल्डिंगमध्येच त्याच्या माणसांनी घ्यावी असं वाटत होतं. त्याप्रमाणे त्यांची पहिली बैठक घेतली गेली. कॉफी व स्नॅक्स देण्यात आले. स्टिफॅनो व त्याचा वकील ज्या टेबलाशी बसले होते त्याच दिशेने चित्रीकरण करणारे कॅमेरे लावण्यात आले होते.

चौकशी करणाऱ्या अधिकाऱ्यांपैकी प्रत्येकाला लॅनिगनची फाइल पाठ होती, त्यांच्यापैकी एक अन्डर हिल नावाचा अधिकारी होता. त्याने सुरुवात केली,

"तुमचं नाव काय ते सांगाल काय?"

"जोनाथन एडमंड स्टिफॅनो, उर्फ जॅक."

"आणि तुमच्या कंपनीचं?"

"एडमंड असोसिएट्स."

"आणि तुमच्या कंपनीचा व्यवसाय?"

"तशा बऱ्याच गोष्टी करतो. संरक्षणाविषयी सल्ला, एखाद्यावर पाळत ठेवणे, त्याची माहिती काढणे, तिची खातरजमा करणे व बेपत्ता व्यक्तीचा शोध घेणे इत्यादी."

"कंपनीचा मालक कोण?"

"मीच. सर्व माझ्याच मालकीचं आहे."

"नोकरवर्ग किती आहे?"

"ते अनिश्चित असतं. आज म्हणाल तर अकरा पूर्णवेळ कर्मचारी, तीसएक अर्धवेळ काम करणारे किंवा स्वतंत्रपणे काम करणारे म्हणजेच कायमस्वरूपी नसणारे."

"पॅट्रिकला शोधून काढण्यासाठी तुझ्याशी करार करण्यात आला होता का?"

"हो."

"केव्हा?"

स्टिफॅनोकडे इत्थंभूत नोंदी केलेली फाइल होती, पण ती पाहण्याची त्याला गरज नव्हती; त्याने लगेच तारीख सांगितली, "२८ मार्च १९९२.'

"तुला कोणी करारावर घेतला?"

"बेनी ॲरिसिया, त्याचेच पैसे चोरीला गेले."

"तू किती फी घेतलीस?"

"नेमणुकीचे सुरुवातीचे दोन लाख."

"आजपर्यंत त्याने किती दिलेत?"

"एक लाख नव्वद हजार."

"बेनी ॲरिसियाने तुझ्यावर कामगिरी सोपवल्यावर तू काय केलंस?"

"पुष्कळ गोष्टी. प्रथम मी लगेच बहामामधल्या नॉसा येथील ज्या बँकेतून चोरी झाली होती तिथे गेलो. ती युनायटेड बँक ऑफ वेल्सची शाखा होती. माझा अशील मि. ॲरिसिया आणि त्याची लॉ फर्म यांनी येणारे पैसे जमा होण्यासाठी नवीन खातं उघडलं होतं आणि आता आम्हाला कल्पना आली की, कोणीतरी एक त्या खात्यात पैसे जमा होण्याची वाट बघत होता."

"मि. ॲरिसिया हा अमेरिकन नागरिक आहे?"

"हो."

"मग त्याने परदेशात का खातं उघडलं?"

"एकूण रक्कम होती नऊ कोटी डॉलर्स, त्यातले सहा कोटी त्याचे आणि तीन

कोटी लॉ फर्मच्या वकिलांचे. त्या कोणाचीच एवढे पैसे बिलॉक्सीमधल्या बँकेत दिसावेत अशी इच्छा नव्हती. मि. ॲरिसिया त्या वेळी तिथे राहत होता. इतके पैसे स्थानिक लोकांच्या नजरेत येऊ नयेत म्हणून सर्वांनीच तसं मान्य केलं.

"आयआरएसला टाळण्याचा मि. ॲरिसियाचा उद्देश होता का?"

"ते मला माहीत नाही, तुम्ही त्याला विचारा. ते माझं काम नाही."

"युनायटेड बँक ऑफ वेल्समध्ये तू कोणाशी बोललास?"

स्टिफॅनोच्या वकिलाने नापसंतीदर्शक फुरफुर केली, पण तो काही बोलला नाही.

"ग्रॅहॅम डनलॉप, ब्रिटिश होता तो. बँकेचा व्हाइस प्रेसिडेन्ट किंवा तत्सम अधिकारी असावा."

"त्यानं काय सांगितलं तुला?"

"एफबीआयला जे काही सांगितलं तेच. पैसे गायब झाले."

"कुठून आले होते ते?"

"येथूनच, वॉशिंग्टनहून. २६ मार्च १९९२च्या सकाळी साडेनऊ वाजता, डी. सी. नॅशनल बँकेकडून पैसे पाठवण्यात आले होते. वायर ट्रान्सफरने पाठवल्यामुळे एक तासात ते नॉसाला पोहोचले आणि पंधरा मिनिटांत युनायटेड बँकेत जमा झाले. त्या बँकेत ते फक्त नऊ मिनिटं राहिले आणि नंतर ते माल्टामधल्या बँकेकडे रवाना करण्यात आले. तिथून पुढे ते पनामाला तारेनेच पाठवण्यात आले."

"बँकेच्या खात्यांमधून ते कसे काय काढले गेले?" या प्रश्नाने स्टिफॅनोचा वकील चिडून म्हणाला, "हा वेळखाऊपणा आहे. गेल्या चार वर्षांपासून तुम्हाला ही गोष्ट माहीत होती. तुम्ही तर माझ्या अशिलापेक्षा जास्त त्या बँकेचा वेळ घेतला होतात." एजंट अन्डरहिलवर त्याचा काही परिणाम झाला नाही. "आम्ही विचारणारच. आम्हाला जे कळलंय, त्याची खातरजमा आम्ही करून घेत आहोत. स्टिफॅनो, खात्यातून पैसे कसे काय काढले गेले?" त्याने पुन्हा विचारलं.

"माझा अशील आणि त्याचे इतर वकील लॉ फर्मचे पार्टनर्स यांच्या नकळत कोण्या एकाने म्हणजे आम्ही समजतो, मि. लॅनिगन याने त्या नवीन उघडलेल्या खात्याशी संपर्क साधला आणि पैसे येणारच या अपेक्षेने, ते आल्यावर माल्टाला कसे पाठवायचे, यासंबंधीच्या सूचना बँकेला देऊन ठेवल्या होत्या. माझ्या अशिलाच्या त्या पूर्वीच्या लॉ फर्मच्या वकिलांकडून त्याने त्या बोगस सूचना तयार करून घेतल्या होत्या आणि पैसे जमा होताक्षणीच नऊ मिनिटांत त्याने ते दुसरीकडे फिरवले. हे घडण्यापूर्वीच तो मेला होता असं मानल्यामुळे, त्या पैशांवर दुसऱ्या कोणाची नजर असेल अशी कुणालाच शंका येण्याचं कारण नव्हतं. मुळात, एका व्यवहाराच्या तडजोडीपोटी नऊ कोटी डॉलर्स मिळणार होते, ही गोष्टच अत्यंत गुप्त ठेवण्यात

आली होती; आणि माझा अशील, त्याच्या फर्मचे वकील व केंद्रीय न्यायखात्याचे काही मोजके लोक, यांच्याव्यतिरिक्त कुणालाच ते पैसे नक्की केव्हा आणि कुठे पाठवले जाणार होते हे माहीत नव्हतं.''

''माझ्या माहितीप्रमाणे पैसे प्रत्यक्ष जमा होण्याच्या क्षणी कोणीतरी बँकेत हजर होतं.''

''हो ना. आमची खातरी आहे की, तो पॅट्रिक लॅनिगनच होता. पैसे आले त्या सकाळी 'तो फर्मचा एक पार्टनर डग व्हिट्रॅनो' आहे असं भासवून, ग्रॅहॅम डनलॉपला भेटला. ओळख पटवण्यासाठी त्याच्याकडे पासपोर्ट, ड्रायव्हिंग लायसन्स इत्यादी सर्व व्यवस्थित कागदपत्रं होती. अंगावर रुबाबदार ड्रेस होता, वॉशिंग्टनहून पैसे कसे येणार आहेत याची त्याला इत्थंभूत माहिती होती. शिवाय फर्मतर्फे, खात्यात जमा झालेले पैसे स्वीकारून ते माल्टा येथील बँकेत वायरने पाठवून द्यावेत, या स्वरूपाची भागीदारांनी संमत केलेली आणि 'नोटरी'चा शिक्का असलेली ठरावाची कॉपी त्याच्याकडे होती.''

''मला खातरी आहे.'' स्टिफॅनोचा वकील म्हणाला, ''की त्या ठरावाची आणि पैसे वायरने माल्टा येथे पाठवण्यासंबंधीच्या अधिकारपत्राची कॉपी तुमच्याकडेही आहे.''

''हो आहेत.'' एवढंच बोलून, वकिलाकडे जास्त लक्ष न देता, एजंट अन्डरहिल त्याच्याकडे असलेली टिपणं चाळत राहिला. एफबीआयने माल्टा व तिथून पनामापर्यंत पैशांचा शोध घेतला होता, त्यापुढे मात्र त्यांना तपास लागेना. बँकेत बसवलेल्या कॅमेऱ्याच्या डग व्हिट्रॅनो म्हणून ओळख देणाऱ्या त्या व्यक्तीला टिपलं होतं. पण चित्र स्थिर असलं तरी अस्पष्ट होतं. एफबीआय आणि फर्मचे इतर भागीदार यांना मात्र तो, बेमालूम वेषांतर करून आलेला होता तरी, पॅट्रिक लॅनिगनच होता याची खातरी होती. तो बारीक झालेला दिसत होता, केस आखूड आणि काळेभोर होते, मिशी राखली होती आणि डोळ्यांवर आधुनिक फॅशनचा चांगल्या फ्रेमचा गॉगल होता. ग्रॅहॅम डनलॉपला त्याने त्याच्या येण्याचं कारण स्पष्ट करताना सांगितलं होतं की, फर्म आणि तिचा अशील दोघंही झालेल्या व्यवहारासंबंधी नाखूश होते, म्हणून पैसे येण्याच्या व ते दुसरीकडे पाठवण्याच्या वेळी प्रत्यक्ष नजर ठेवण्यासाठी तो आला होता. डनलॉपलाही त्यात वेगळं असं वाटलं नव्हतं म्हणून त्यानेही सहकार्य केलं. आठवडाभरात त्याला नोकरीवरून काढून टाकण्यात आलं, तो लंडनला परत गेला.

''आम्ही मग बिलॉक्सीला गेलो, तिथे काही सुगावा लागतो का हे पाहण्यासाठी महिना घालवला.''

''त्या भागीदारांच्या ऑफिसला तुम्हाला लगेच कळवावंसं वाटलं?''

''वाटलं म्हणजे कारण सरळ होतं. आम्हाला त्याच क्षणी मि. लॅनिगनचा संशय आला आणि आमचं काम दुप्पट झालं. पहिलं तो व पैसे शोधणं; दुसरं त्याने

ही चोरी कशी घडवून आणली हे पाहणं. एका वीकएंडच्या सुट्टीत त्याच्या इतर पार्टनर्सनी त्यांची ऑफिसेस धुंडाळायला आम्हाला परवानगी दिली. आमच्या तंत्रज्ञांनी त्या सर्वांच्या ऑफिसेस्‌चा कोपरान्‌कोपरा शोधला. पाहिलं तर, प्रत्येक ऑफिसमध्ये प्रत्येक फोन, टेबल, जाण्या-येण्याचा मार्ग; इतकंच नव्हे तर, पहिल्या मजल्यावरील रेस्टरूम अशा सर्व ठिकाणी संभाषण चोरून ऐकण्याची यंत्रणा बसवलेली होती. अपवाद फक्त बोगानच्या ऑफिसचा होता, कारण प्रत्येक वेळी ऑफिसला न विसरता, कुलूप लावण्याची त्याला खोड होती. बसवलेली यंत्रणा उच्च दर्जाची होती. तशी बावीस ठिकाणं होती आणि ती सर्व पोटमाळ्यावर असलेल्या एका फाइल्स ठेवण्याच्या कपाटात लपवून ठेवलेल्या केंद्राशी जोडलेली होती. वर्षानुवर्ष त्या बाजूला कोणी फिरकलेलं नव्हतं.''

स्टिफॅनोच्या बोलण्याकडे एजंट अन्डरहिलचं लक्ष होतं, पण सगळंच तो ऐकत होता असं नव्हतं. ते सर्व व्हिडिओवर रेकॉर्ड होत होतं, त्याचे बॉस नंतर त्याचा अभ्यास करणार होतेच. असल्या प्रास्ताविक गोष्टींची त्याला सवय झाली होती. पॅट्रिकने बसवलेल्या त्या यंत्रणेची सखोल माहिती असलेला एक अहवाल त्याने पुढे घेतला. चार परिच्छेदांमध्ये त्या योजनेचं पृथक्करण केलेलं होतं. बसवलेल्या यंत्रणेतले 'मायक्रोफोन' उत्कृष्ट होते. आकाराने अगदी छोटे; पण शक्तिशाली, म्हणून भारी किमतीचे. मलेशियामधल्या एका नावाजलेल्या कंपनीने ते बनवलेले होते. युरोपियन देशात ते सहज विकत घेतले जाऊ शकत होते, पण युनायटेड स्टेट्‌समध्ये ते विकत घेण्यावर, जवळ बाळगण्यावर बंदी होती; ते बेकायदेशीर होतं. मात्र पॅट्रिक व ट्रुडीने, तो मरण्याच्या पाच आठवड्यांपूर्वी रोममध्ये 'नवीन वर्ष' साजरं केलं होतं.

पोटमाळ्यावर फाइल्स ठेवण्याच्या कपाटामध्ये लपवून ठेवलेलं ते केंद्र पाहून एफबीआयची तज्ज्ञ मंडळीसुद्धा थक्क झाली. स्टिफॅनोला त्याचा पत्ता लागेपर्यंत तीन महिने होऊन गेले होते. त्यांच्याकडे असलेल्या अगदी अलीकडच्या आधुनिक यंत्रणेपेक्षा ही व्यवस्था एक वर्षाने पुढारलेली होती, हे त्यांना नाइलाजाने मान्य करावं लागलं. हे केंद्र खाली ऑफिसमध्ये असलेल्या एकूण बावीस ठिकाणांहून येणारे संदेश, माहिती गोळा करू शकत होतं आणि ती माहिती अलग करून, एका वेळी फक्त एक किंवा सर्व एकाच वेळी, अशा विविध प्रकारे बाहेर बसवलेल्या डिशकडे पाठवली जात होती.

''मिळालेले संदेश, माहिती पुढे कुठे परावर्तित केली जाते, हे तुम्ही पडताळून पाहिलं होतं का?''

एफबीआयला त्याबाबतीत काहीच माहिती नव्हती, त्यामुळे एजंट अन्डरहिलने असं विचारणं साहजिकच होतं.

"नाही. परावर्तित ध्वनिलहरींचा पल्ला तीन मैलांपर्यंत असून तो सर्व दिशांना असल्यामुळे ते संदेश नक्की कुठे जात होते हे सांगणं अशक्य आहे."

"तरीही काही कल्पना करू शकतो?"

"येस. एक चांगली कल्पना आहे. बिलॉक्सीच्या तीन मैलांच्या परिसरात संदेशलहरी ग्रहण करणारी डिश बसवून घेण्याइतका लॅनिगन मूर्ख होता असं वाटत नाही. त्यासाठी त्याला एक मोकळी जागा भाड्याने घ्यायला लागली असती, तिथे ती डिश कोणाच्या लक्षात येणार नाही अशी बसवून, येत राहणारे संदेश घेण्यासाठी तासन्तास वेळ घालवावा लागणार होता. तो तसा पद्धतशीरपणे काम करणारा होता. मला दाट संशय आहे की, त्याने एका बोटीचा उपयोग केला असावा. ते अधिक सोयीस्कर व सुरक्षित होतं. बीचपासून ऑफिस फक्त सहाशे यार्डांवर आहे. त्या खाडीमध्ये पुष्कळ बोटी आहेत. एखादा त्यापैकी एक-दोन मैलावर नांगरून ठेऊ शकतो, कुणाला कधीच पत्ता न लागता.

"त्याची स्वत:ची बोट होती?"

"आम्हाला तरी आढळली नाही."

"त्याने तसा बोटीचा उपयोग केला, याला काही पुरावा?"

"असेलही." एवढं बोलून स्टिफॅनो थोडा वेळ गप्प झाला. एफबीआयला माहीत नसलेल्या तपशिलात तो जात होता. त्याच्या गप्प बसण्याने एजंट अन्डरहिल वैतागला, "ही काही उलटतपासणी चाललेली नाही आहे, मि. स्टिफॅनो."

"माहित आहे मला. मी सांगतो ना, डेस्टिन ते न्यू ऑर्लिन्स या किनारपट्टीतल्या प्रत्येक अधिकृत बोटवाल्यांकडे आम्ही चौकशी केली. संशय येण्यासारखा एक जण मिळाला. ऑरेंज बीच, अलाबामामधल्या एका छोट्या कंपनीने ११ फेब्रुवारी १९९२ रोजी एक बत्तीस फूट लांब असलेली शिडाची बोट एका माणसाला भाड्याने दिली होती आणि त्याच दिवशी लॅनिगनचं दफन करण्यात आलं होतं. त्या माणसाने, कोणतीही लिखापढी, करार इत्यादी न करता, व्यवहार रोखीने करावा लागेल अशी अट घातली आणि एक हजार महिना, असं ठरलेलं भाडं दुप्पट केलं. बोटीच्या मालकाला वाटलं, हा माणूस अमली पदार्थांचा तस्करी करणारा असावा म्हणून त्याने नकार दिला. त्या माणसाने पाच हजार डॉलर्स डिपॉझिट आणि दोन महिन्यांचं प्रत्येकी दोन हजारप्रमाणे भाडं आगाऊ देऊ केलं. बोट मालकाने विचार केला. धंदाही कमी होता, बोटीची हमी घेण्यात आली होती, कंपनीने सौदा केला."

एजंट अन्डरहिल स्तब्धपणे ऐकून घेत होता, त्याने नोंदीही घेतल्या नाहीत. "तुम्ही त्या कंपनीला फोटो दाखवलात का?" त्याने विचारलं.

"दाखवला ना. म्हणाले, तो कदाचित पॅट्रिक असू शकतो. पण दाढी काढलेली, केस काळेभोर, बेसबॉल कॅप घातलेला आणि सतत डोळ्यांवर गॉगल असल्यामुळे

त्यांना तो धड ओळखता आला नव्हता.''

''त्याने नाव कोणतं सांगितलं होतं?''

''रॅन्डी ऑस्टिन. त्याच्याकडे जॉर्जियाचं ड्रायव्हिंग लायसन्स होतं. त्यानं ओळख-पुराव्यांसाठी आणखी काही देण्याचं नाकारलं होतं, कारण पाच हजार डॉलर्स तो रोख देत होता. वाटलं असतं तर त्या कंपनीच्या मालकाने ती वीस हजाराला विकूनसुद्धा टाकली असती.''

''त्या बोटीचं काय झालं?''

''त्यांना शेवटी ती परत मिळाली, पण त्याला, रॅन्डीला सेलबोटविषयी विशेष ज्ञान नसल्याचं दिसून आल्यावर, त्यांना जबरदस्त संशय येऊ लागला होता. तो मालक सारखा शंका विचारू लागला, रॅन्डीच्या जवळपास राहू लागला. रॅन्डी त्यांना सांगत असे की, त्याच्या संसाराचे तीनतेरा वाजल्यामुळे अटलांटाहून साउथला येण्याचा त्याचा विचार होता. तेच तेच दररोजचं कटकटीचं आयुष्य, पैशाचा अपव्यय याला तो कंटाळला होता. तशी शिडाची होडी हाकारण्याची त्याला माहिती होती, पण आता त्याला नुसत्या तरंगण्याची सवय करायची होती, म्हणून तो किनाऱ्याजवळच सराव करत होता. एक गमतीदार गोष्ट म्हणून ते ठीक होतं, त्या माणसाचं थोडंफार मनोरंजन झालं, पण तरीही त्याला रॅन्डीविषयी संशय होताच. दुसऱ्या दिवशी रॅन्डी कुठूनतरी उगवला. गाडी नव्हती, टॅक्सीने आल्याचं दिसत नव्हतं; चालत किंवा कोणीतरी आणून सोडल्यासारखा तो डॉकपाशी आला आणि खूप इकडची-तिकडची प्रास्ताविक बडबड करून, बोट घेऊन गेला. त्या बोटीला मोठं डिझेल इंजिन होतं. वारा असो वा नसो, ती ताशी आठ सागरी मैल वेगाने जायची. तो पूर्वेकडे दिसेनासा झाला. मालकालाही काही उद्योग नसल्यामुळे, त्याच्या नेहमीच्या बारमध्ये थांबत तो कोस्टकडे परतला. रॅन्डीवर त्याचं लक्ष होतं, तो पाव एक मैल अंतरावर होता आणि त्याला तो बोट व्यवस्थित सांभाळत असल्याचं कळत होतं. 'पेरडिडो बे' इथल्या बंदरात त्याने ती लावली आणि अलाबामाचं रजिस्ट्रेशन असलेल्या 'तोरस' या भाडोत्री गाडीतून तो निघून गेला. त्याचा हा कार्यक्रम दोन दिवस चालला. तो गृहस्थ दोन दिवस त्याच्यावर नजर ठेवून होता. रॅन्डी पहिल्यांदा मैलभर आत गेला, नंतर त्याने अंतर वाढवलं आणि तिसऱ्या-चौथ्या दिवशी रॅन्डीने बोट पश्चिमेकडे मोबाइल व बिलॉक्सीच्या दिशेने नेली व तीन दिवस तो परतला नाही.

असाच तो येत-जात राहिला, जायचा मात्र पश्चिमेला. पूर्व आणि दक्षिण दिशेला 'कीज'च्या दिशेने कधीच गेला नाही. त्या माणसाने मग बोटीची काळजी करण्याचं सोडून दिलं, कारण रॅन्डी घराजवळच राहायचा. एखादवेळेस तो आठवडाभर बाहेर असायचा, पण परत यायचाच.

“तुम्हाला वाटतं तो पॅट्रिकच होता?”

“हो. मला तर खातरीच आहे. मला आता त्याची कल्पना आली. बोटीवर तो एकटा होता. दिवसेंदिवस दुसरं कुणी बोलायलाच नव्हतं. त्याला हवी असलेली माहिती तो बिलॉक्सी-गल्फपोर्ट किनाऱ्यावर विखुरलेल्या त्याच्या शंभर एक केंद्रांकडून बिनधास्तपणे गोळा करू शकत होता. शिवाय वजन कमी करण्यासाठी उपाशी राहायला ते ठिकाण योग्य होतं.

“पुढे काय झालं त्याचं?”

“रॅन्डी एक दिवस, कुणाला न सांगता, गोदी सोडून गेला. मालकाला बोट परत मिळाली, पैसे– पाच हजार मिळाले होतेच.”

“बोट तुम्ही नंतर तपासली का?”

“तसं म्हणाल तर, अगदी सूक्ष्मदर्शक यंत्राखाली तपासली आहे. विशेष असं काही आढळलं नाही. मालक तर म्हणाला की, त्याची बोट इतकी कधीच स्वच्छ नव्हती.”

“तो नाहीसा कधी झाला?”

“कधी ते मालकाला नक्की सांगता आलं नाही, कारण बोट दररोज केव्हा येते-जाते हे पाहणं त्यानं सोडून दिलं होतं. त्यामुळे त्याला ती गोदीमध्ये आढळली ३० मार्चला, म्हणजे पैसे चोरीला गेल्यानंतर चार दिवसांनी. त्या गोदीमध्ये कामावर असलेल्या एका मुलाकडे चौकशी केली, तेव्हा त्याच्या आठवणीनुसार रॅन्डीने ती बोट २४ किंवा २५ मार्चला गोदीत आणली आणि नंतर तो दिसला नाही. या तारखा तर अगदी बरोबर जुळतात.”

“भाड्याने घेतलेल्या त्या कारचं काय झालं?”

“तिचा आम्ही नंतर शोध घेतला. सोमवारी सकाळी १० फेब्रुवारी, म्हणजे पेटवलेल्या गाडीची आग विझवल्यानंतर दहा तासांनी, ती मोबाइलच्या प्रादेशिक विमानतळावरील ‘ॲव्हिस’कडून भाड्याने घेण्यात आली होती. भाड्याने गाडी घेणारा माणूस स्वच्छ दाढी केलेला, काळेभोर केस पण बारीक केलेले, अंगावर कोट-टाय असा पोशाख व डोळ्यांवर गॉगल घातलेला असा होता आणि नुकताच अटलांटाहून स्थानिक फ्लाइट पकडून आल्याचं सांगत होता. तिथे ड्युटीवर असलेल्या लेडी क्लार्कला आम्ही फोटो दाखवले, तिने जेमतेमच पॅट्रिक लॅनिगनला ओळखलं. स्वतःची ओळख पटवण्यासाठी त्यानं तेच जॉर्जियाचं ड्रायव्हिंग लायसन्स वापरलं होतं. त्याच्याकडे असलेल्या बनावट व्हिसा कार्डवर नाव होतं रॅन्डी ऑस्टिन आणि जॉर्जियामधल्या डिकॅटर इथल्या एका खऱ्या खात्याचा चोरलेला नंबर त्यावर होता. रिअल इस्टेट डेव्हलपर हा त्याचा व्यवसाय असल्यामुळे, कॅसिनो उभारणीसाठी जागेच्या शोधात तो आला होता आणि तो त्याचा व्यक्तिगत धंदा होता म्हणून

त्याला देण्यात आलेल्या फॉर्ममध्ये कंपनीचं असं नाव त्याने लिहिलं नव्हतं. एका आठवड्यासाठी त्याला कार लागणार होती, पण 'ॲव्हिस'ने त्या माणसाला पुन्हा पाहिला नाही आणि भाड्याने नेलेली कार चौदा महिने बेपत्ता होती.''

''त्याने कार का परत केली नसावी?'' गमतीने अन्डरहिलने विचारलं.

''सोपं आहे. ज्या वेळी त्यानं ती भाड्यानं घेतली तेव्हा तो नुकताच मेला होता, त्यामुळे तो परतला नाही. दुसऱ्या दिवशी बिलॉक्सी व मोबाइल इथल्या पेपर्सच्या पहिल्या पानावर त्याचे फोटो झळकले होते. कार परत करायला जाणं धोकादायक होतं. त्यांना ती मॉन्टगोमरीला चोरीला गेलेल्या, मोडतोड झालेल्या अवस्थेत नंतर मिळाली.''

''पॅट्रिक गेला कुठे मग?''

''माझा अंदाज आहे की, २४ किंवा २५ मार्चला त्याने ऑरेंज बीच सोडलं. त्याने त्याचा पूर्वीचा पार्टनर डग व्हिट्रॅनोचं नाव धारण केलं. आम्हाला कळलं की, २५ मार्चला तो मॉन्टगोमरीहून अटलांटाला गेला. नंतर फर्स्ट क्लासने मायामी व पुढे नॉसाला गेला. मायामीहून बहामाजमध्ये प्रवेश करताना त्याला पासपोर्ट लागला. सगळीकडे त्याने डग व्हिट्रॅनोचं नाव वापरलं. नॉसाला त्याचं विमान २६ मार्चला सकाळी साडेआठला पोहोचलं आणि तो नऊ वाजता बँक उघडण्याच्या वेळी तिथे हजर होता. ग्रॅहॅम डनलॉपला त्याने पासपोर्ट व इतर कागदपत्रं दाखवली. जमा झालेले पैसे फिरवले, गुडबाय करून त्याने न्यू यॉर्कला जाण्यासाठी विमान पकडलं आणि दुपारी अडीच वाजता तो ला गार्डिया विमानतळावर उतरला. इथं त्यानं डग व्हिट्रॅनोची ओळख दाखवणारी सर्व कागदपत्रं नष्ट केली, दुसरी बनावट जवळ बाळगली. आमचा मार्ग बंद झाला. आमच्यासाठी तो हरवला.''

पन्नास हजार डॉलर्सवर सौदा ठरला तेव्हा ट्रुडीने 'हो' म्हटलं. ट्रुडीला तो कार्यक्रम करून घ्यायचा होता. त्याचं नाव होतं 'इनसाइड जर्नल'. भडक जाहिराती बघता एकूणच त्याची प्रसिद्धी मोठी होती, त्यासाठी पैसाही अमाप लागत असे. घरच्या घरी कार्यक्रम करून देणारे लोक तुमच्याकडे येतात, त्यांना हवी तशी लाइट इत्यादी व्यवस्था करून घेतात. प्रत्यक्ष मेकअप करणारी होती नॅन्सी द अॅन्जेलो, ती थेट लॉसएंजेलीसवरून तिचे केशभूषा करणारे व इतर कारागीर घेऊन आली होती.

सगळ्यांच्यात उठून दिसण्यासाठी ट्रुडी दोन तास आरशासमोर बसली होती. ती जेव्हा बाहेर आली तेव्हा ती अतिशय सुंदर दिसत होती. नॅन्सीने तसं बोलूनही दाखवलं. वास्तविक ती जखमी, तिच्या व मुलीच्या बाबतीत तिचा नवरा जे काही वागला त्यामुळे संतप्त झालेली, अशी असावयास हवी होती; पण ती रडायलाच लागली. मग लान्स अर्धा तास तिला धीर देत होता. जीन्स व कॉटन पुलओव्हरमध्ये ती आकर्षक दिसत होती.

चाललेल्या कार्यक्रमात ॲशले निकोलचा उपयोग एक आधार म्हणून करून घेतला गेला. सोफ्यावर ती तिच्या आईला बिलगून बसली होती. ''खरोखरच आता दुःखी दिसतेस,'' नॅन्सी म्हणाली. इतर कारागीर प्रकाशयोजना बघत होते. ''आता आम्हाला तुझ्या डोळ्यांत अश्रू दिसायला हवे आहेत.'' नॅन्सी ट्रुडीला सांगत होती, ''अगदी खरेखुरे.''

पॅट्रिक त्या दोघींच्या बाबतीत काय काय भयानक गोष्टी करत होता, याविषयी त्या तासभर गप्पा मारत होत्या. पॅट्रिकच्या अंत्यविधीची आठवण निघाली तेव्हा ट्रुडीला अश्रू आवरेनात. आग लागलेल्या गाडीच्या ठिकाणी मिळालेल्या बुटाचा फोटो त्यांनी पाहिला. तो गेल्यानंतर तिने महिने, वर्षं कशी हालात काढली हे ती सांगत होती; तिने पुनर्विवाहसुद्धा केला नव्हता. तो परत आल्यापासून तिला त्याच्याविषयी काहीच कळलं नाही. अर्थात तसं तिला कळायला हवं होतं असंच काही नव्हतं, पण निदान त्याच्या मुलीला पाहण्याचीसुद्धा तसदी त्याने घेतली नव्हती, याचं तिला दुःख होऊन तिला परत रडू कोसळलं.

घटस्फोटाचा विचार तिला नकोसा वाटू लागला, पण नाहीतर ती काय करणार होती? इन्शुरन्स कंपनीने भरलेला खटला ही आणखी एक भयंकर गोष्ट होती. शिकारी कुत्र्याने मेलेल्या प्राण्याचे लचके तोडण्यासाठी उतावीळ व्हावं, तसं कंपनी तिच्या मागे लागली होती.

पॅट्रिक हा भयानक प्राणी होता. त्याने पळवलेले पैसे त्यांना मिळाले, तर त्यातले काही तिला मिळण्याची शक्यता होती का? अर्थातच नव्हती, याचा तिला धक्का बसला होता.

तो कार्यक्रमच मुळात वीस मिनिटांसाठी संकलित केला गेला होता. पॅट्रिक हॉस्पिटलमधल्या अंधाऱ्या खोलीत बघत होता. त्याला हसू येत होतं.

एकोणीस

सॅन्डीची सेक्रेटरी फोन आला त्या वेळी न्यू ऑर्लिन्सच्या पेपरमध्ये सॅन्डीचा आलेला फोटो आणि त्याची कोर्टातली थोड्यावेळासाठी असलेली उपस्थिती यासंबंधी आलेलं वृत्तं, याची कात्रण काढत होती. तिने लगेच हालचाल करून तो तिथंच कुठं होता याचा शोध घेऊन, त्याच्याभोवती असलेल्या गर्दीतून त्याला बाहेर काढत, आलेला फोन दिला.

ली पिरेझ होती, फोनवर. तिने 'हॅलो' म्हणत लगेच विचारलं की, संभाषण गुप्तपणे ऐकण्याच्या यंत्रणेपासून ऑफिस मुक्त आहे, याची खातरी करून घेतली होती का? 'कालच' असं सॅन्डीने उत्तर दिलं. थोड्याच अंतरावर असलेल्या, कॅनाल इथल्या एका हॉटेलमध्ये ती उतरली होती. 'आपण तिथंच भेटू' असं तिनं सुचवलं. एखाद्या फेडरल जजने केलेल्या सूचनांपेक्षा तिच्या सूचनेला अधिक वजन होतं. तिचा आवाज ऐकूनच तो उल्हसित झाला होता; 'ठीक आहे, तू म्हणशील तसं.'

तिला घाई नव्हती म्हणून सॅन्डी चालतच पॉयड्रास, मॅगेझीन व मग कॅनाल असं करत गेला. मागे बघायचं नाही असं त्यानं ठरवलं होतं. पॅट्रिकच्या मानेवर बसलेलं भूत समजण्यासारखं होतं. तो तर फरारी झाला होता. शेवटी त्या भुताने त्याला गाठलंच, तेच लोक त्याचाही पाठलाग करतील असं कधीही कोणी सॅन्डीला पटवून देऊ शकलं नसतं. अतिमहत्त्वाच्या केसमधला तो वकील होता. त्याचे फोन चोरून ऐकणं, त्याच्या मागोमाग जाणं असले उद्योग करणारे मूर्ख ठरले असते, कारण एखादी वेडीवाकडी चाल पॅट्रिकच्या विरुद्ध असलेल्या केसचं मोठं नुकसान करणारी ठरली असती.

तरीही, एका स्थानिक कंपनीकडून तो त्याचं ऑफिस, बग्जपासून (संभाषण चोरून ऐकणारे मायक्रोफोन्स) सुरक्षित करून घेणार होता. त्याची नाही, त्याच्या अशिलाची तशी इच्छा होती.

हात घट्ट पकडून स्मितहास्य करत लीने त्याचं स्वागत केलं. पण त्याच वेळी

तिच्या मनात अनंत विचार घोळत असणार, हे तो जाणून होता. ती अनवाणीच होती. जीन्स, पांढराशुभ्र कॉटन टीशर्ट अशा साध्या वेशात होती.

ब्राझिलीयन्स बहुधा असेच असणार, त्याला वाटलं. तो कधी तिकडे गेला नव्हता. कपड्याचं कपाट उघडं होतं, जास्त कपडे टांगलेले दिसत नव्हते. गेल्या आठवड्यापर्यंत पॅट्रिक जसं भटकं आयुष्य जगत होता, तसंच तीही एक सूटकेस घेऊन सारखी पळत होती. दोघांसाठी तिने कॉफी ओतून घेत विचारलं,

"तो कसा आहे?"

"जखमा भरून येत आहेत."

"किती गंभीर होत्या त्या?" शांतपणे तिने विचारलं. तिच्या बोलण्यातली एक लकब त्याला आवडली.

"फारच वाईट." असं म्हणत त्याने ब्रीफकेस घेत त्यातून एक फोल्डर काढून तिच्या हातात दिला. "हे बघ."

पहिला फोटो बघूनच तिच्या चेहऱ्यावर आठ्या पडल्या, पोर्तुगीजमध्ये ती काहीतरी पुटपुटली. दुसरा बघून तर तिचे डोळे पाणावले व स्वत:शीच म्हणाली, "गरीब बिचारा पॅट्रिक."

फोटो सावकाशपणे पाहून झाल्यावर तिने डोळे पुसले, सॅन्डीने तत्परतेने एक टिश्यूपेपर पुढे केला. ती मोकळ्या मनाने रडली. फोटो एकत्र करून, ते परत फोल्डरमध्ये ठेवून दिले.

"मलाही खूप वाईट वाटतं." यापेक्षा अधिक काहीच बोलू शकत नव्हता तो. "पॅट्रिकने हे पत्र दिलंय." जरा वेळाने त्यानं ते दिलं, तोपर्यंत तिने परत कॉफी भरली आणि विचारलं,

"त्या जखमांपैकी काही कायमस्वरूपाच्या तर नाहीत?"

"डॉक्टरांनाही असंच वाटतंय. व्रण राहतील, पण कालांतराने तेही जातील."

"मानसिकदृष्ट्या कसा आहे तो?"

"तसा ठीक आहे, पण झोपतो फारच कमी. दिवस-रात्र भीतीच्या दडपणाखाली असतो. औषधोपचारांनी बरा होतोय. तो कसं सहन करत असेल, मला तर कल्पनाच करवत नाही." कॉफीचा घोट घेत तो पुढे म्हणाला, "नशिबानंच तो जिवंत राहिलाय."

"तो नेहमी म्हणायचा की, ते त्याला मारणार नाहीत." सॅन्डीला खूप विचारायचं होतं. त्यातला वकील मोठ्या आवाजात प्रश्नांची सरबत्ती करू पाहत होता, 'ते त्याच्या अगदी निकट आले होते, हे पॅट्रिकला माहीत झालं होतं का? त्यांचा पाठलाग जवळजवळ संपला होता. हे त्याच्या लक्षात आलं होतं का? ते त्याच्या समीप असताना ती कुठे होती? त्याच्याबरोबर राहत होती? त्या दोघांनी पैसे कुठे

लपवले? आता ते कुठे आहेत? सुरक्षित आहेत का? मला सांगा काहीतरी. मी वकील आहे, माझ्यावर तरी विश्वास ठेवा.'

"त्याच्या घटस्फोटाविषयी बोलू या." विषय एकदम बदलत ती म्हणाली. त्याला पडलेल्या प्रश्नांची तिला जाणीव झालेली असावी. ती उठली आणि ड्रॉवरपाशी जाऊन तिने त्यातून एक जाडी फाइल काढून ती त्याच्यासमोर ठेवत तिनं विचारलं,

"तुम्ही काल रात्री ट्रुडीला टीव्हीवर पाहिलं?"

"हो. थोडं वाईट वाटण्याजोगंच होतं ते, नाही?"

"ती दिसायला फार सुंदर आहे." ली म्हणाली.

"हो आहे ना, पण मला वाटतं, तिच्या फक्त दिसण्यावर जाऊन तिच्याशी केलेलं लग्न, ही पॅट्रिकने केलेली चूकच होती."

"तसं करणारा तो पहिलाच नसणार."

"नाही, नक्कीच नाही."

"पॅट्रिक तिचा तिरस्कार करतो, कारण व्यक्ती म्हणूनसुद्धा ती वाईट आहे. वैवाहिक आयुष्यात ती त्याच्याशी कधीच प्रामाणिक राहिली नाही."

"अप्रामाणिक म्हणजे?"

"सगळंकाही त्या फाइलमध्ये आहे. गेल्यावर्षी ते दोघे जण एकत्र राहत होते, पॅट्रिकने तिच्यावर लक्ष ठेवण्यासाठी एक माणूस नेमला होता. लान्स मॅक्स नावाचा तिचा एक प्रियकर आहे. दोघे जण एकमेकांना नेहमीच भेटत होते. पॅट्रिक घरी नसायचा, तेव्हा लान्स त्यांच्या घरी सारखा येत-जात असे, हे दाखवणारे फोटो आहेत. त्यांच्या पोहोण्याच्या तलावाकाठी 'सूर्यप्रकाशात' अर्थातच नग्नावस्थेत पहुडलेल्या त्या दोघांचे फोटोसुद्धा त्या फाइलमध्ये आहेत."

सॅन्डीने फाइल घेतली आणि ते फोटो दिसेपर्यंत भराभर तो चाळत बसला. खरोखरच ते फोटो नुकत्याच जन्मलेल्या अर्भकांसारखे, नागड्या-उघड्या अवस्थेतले होते. कुत्सितपणे हसत सॅन्डी म्हणाला, "घटस्फोटासाठी याचा अधिक हातभार लागेल."

"घटस्फोट तर पॅट्रिकला हवाच आहे, तो आक्षेप घेणारच नाही. आवश्यकता आहे ती तिला गप्प करण्याची. पॅट्रिकची निंदानालस्ती करण्यामध्ये आनंद मानण्यात ती वेळ घालवत असते."

"हे फोटो तिचं तोंड बंद करतील. मुलीचं काय?"

ली परत आपल्या जागेवर बसत त्याच्याकडे नजर लावत म्हणाली, "पॅट्रिकचं ॲशली निकोलवर खूप प्रेम आहे. पण प्रश्न असा आहे की, तो तिचा बाप नाहीये."

दररोज हेच कानावर पडतं, अशा प्रकारे खांदे उडवत तो म्हणाला, "मग कोण?"

"पॅट्रिकलाही ते माहीत नाही, बहुतकरून तो लान्सच असावा. तो व ती बऱ्याच काळापासून एकत्र असावेत. अगदी हायस्कूलपासून एकत्र होते.''

"तो तिचा बाप नाही हे पॅट्रिकला कसं ठाऊक?''

"मुलगी चौदा महिन्यांची असताना, पॅट्रिकने तिच्या बोटातून रक्ताचे नमुने घेतले आणि स्वत:च्या रक्ताच्या नमुन्याबरोबर त्याने ते डीएनए चाचणीसाठी प्रयोगशाळेकडे पाठवले होते. त्याचा संशय खरा ठरला, तो त्या मुलीचा बाप नव्हता याची खातरी झाली. तो रिपोर्टसुद्धा फाइलमध्ये आहे.''

या सर्व गोष्टींवर विचार करण्यासाठी सॅन्डीला थोडं फिरणं भागच होतं. तो उठून खिडकीपाशी गेला आणि रस्त्यावरच्या रहदारीकडे बघत राहिला. 'पॅट्रिक' एक कोडं होतं, त्यात आणखी एका धाग्याची भर पडली. याक्षणी तरी एक प्रश्न होता. आपल्या त्या पहिल्या आयुष्यापासून दूर जाण्याचं पॅट्रिकने केव्हापासून ठरवलं होतं? बेइमानी बायको, अनौरस मूल, घडवून आणलेला अपघात, तिथे मृतदेह नसणं, मोठी धाडसी चोरी आणि पैसे घेऊन फरार होणं, या सर्व घटना, तोंडात बोट घालण्याइतक्या योजनाबद्ध होत्या. आजपर्यंत घडलंही तंतोतंत तसंच.

"असं आहे तर घटस्फोटासाठी झगडायचं कशाला?'' बाहेरच्या रहदारीकडे बघत तो म्हणाला, "त्याला त्या मुलीविषयी काही वाटत नसेल तर ही घाण का उचकटायची?''

याचं उत्तर सॅन्डीकडे होतं, पण तिने या गोष्टी स्पष्ट कराव्या, असं त्याला वाटत होतं; कारण तसं करताना त्यांच्या भावी डावपेचांची ओझरती कल्पना ती देईल अशी त्याची अपेक्षा होती.

"तिच्या वकिलासमोर ही घाण ठेवा.'' ती म्हणाली, "सगळी फाइल त्याला दाखवा म्हणजे तडजोडीसाठी ते पुढे येतील.''

"तडजोड म्हणजे पैशांसंबंधी?''

"करेक्ट.''

"कशा प्रकारची तडजोड?''

"तिला काही मिळू नये.''

"तिला मिळण्यासारखं आहे काय?''

"काहीही. ते लहानमोठं कसंही असू शकेल.''

सॅन्डीने मान वळवून तिच्याकडे करड्या नजरेने बघत म्हटलं, "माझ्या अशिलाकडे किती आहे हे मला समजल्याखेरीज, मालमत्तेच्या वाटाघाटीसंबंधी मला काहीच बोलता येणार नाही. केव्हातरी तुम्ही लोकांनी मला थोडंबहुत सांगायला हवं.''

"शांतपणे घ्या.'' बिलकूल न डगमगता ती म्हणाली, "हळूहळू तुम्हाला समजत जाईलच.''

"पॅट्रिकला खरोखर वाटतं, तो यातून बाहेर येण्यासाठी मार्ग काढू शकेल?"

"प्रयत्न तर नक्कीच करेल."

"त्याचा काही उपयोग होणार नाही."

"तुमच्याकडे यापेक्षा चांगली योजना आहे?"

"नाही."

"मला नाही तसं वाटत. आपण फक्त संधी घ्यायची."

सॅन्डी थोडा शांत झाला, भिंतीला टेकून तो म्हणाला, "तुम्ही लोकांनी मला जास्त माहिती द्यायला हवी."

"ती आम्ही देऊच, मी वचन देते. प्रथम आपण घटस्फोटासंबंधी व्यवस्था लावू. त्याच्या सर्व मालमत्तेचे, संपत्तीचे सर्व हक्क ट्रुडीने सोडून द्यायला हवेत."

"ते सहज झालं तर मजा येईल."

"मग तुम्ही ते करा. पुढल्या आठवड्यात आपण पुन्हा बोलू."

याचा अर्थ सॅन्डीने आता निघावं, असं दिसलं. ती उठली, कागदपत्रं आवरायला घेतले. त्याने त्याच्या फाइल्स घेतल्या आणि ब्रीफकेसमध्ये ठेवल्या. "तू किती दिवस आहेस इथं?" त्यानं विचारलं.

"जास्त नाही," असं म्हणत तिने त्याच्या हातात एक लिफाफा ठेवला. "पॅट्रिकला पत्र आहे हे. त्याला सांगा मी खुशाल आहे. माझी भ्रमंती चालू आहे, आत्तापर्यंततरी माझ्या मागावर कोणी असल्याचं आढळलेलं नाही."

सॅन्डीने लिफाफा घेऊन तिच्याकडे पाहण्याचा प्रयत्न केला. ती उदास दिसली, तो कधी निघतो असं तिला झालं असावं. तिला काही मदत करावी, निदान तसं विचारावं, असं त्याला वाटत होतं. पण त्याचं काहीही विचारणं त्या क्षणी तरी तिने झटकून टाकलं असतं, याची जाणीव त्याला होती.

बळेच हसून ती म्हणाली, "तुम्हाला तुमचं काम आहे, ते करा. इतर गोष्टींची काळजी करायला मी व पॅट्रिक आहोत."

वॉशिंग्टनमध्ये स्टिफॅनो जेव्हा एफबीआयला सारी कहाणी सांगत होता. त्याच सुमारास बेनी ऑरिसिया व गाय इकडे बिलॉक्सीत मुक्कामाला होते. बॅक-बे भागात त्यांनी भाडेकरारावर तीन बेडरूम्स असलेली एक मोठी जागा घेऊन, त्यांत फोन, फॅक्स इत्यादी सुविधा करून घेतल्या होत्या.

याच्या मागचा हेतू असा होता की, त्या बाईला बिलॉक्सीला येणंच भाग होतं. पॅट्रिक तिथून हलू शकत नव्हता, तेव्हा त्याचं पुढे काय होणार हे स्पष्ट दिसत होतं. तो कुठेच जाऊ शकत नसल्यामुळे तिला त्याच्याकडे यावंच लागणार होतं आणि ती तशी आली की, ते तिला पकडणार होते.

या शेवटच्या मोहिमेसाठी बेनी ॲरिसियाने एक लाख डॉलर्सची तजवीज करून ठेवली होती आणि ते अखेरचे, असं त्याने मनोमन ठरवून शपथ घेतली होती. आत्तापर्यंत जवळजवळ वीस लाख खर्च झाले होते, जे काही थोडेफार उरले होते ते तसेच राहण्यासाठी पैशांची अशी नासाडी थांबवायलाच हवी होती. नॉर्दन केस म्युच्युअल व मोनार्क सिएरा या दोन भागीदारांनी शरणागती पत्करल्याने त्यांची भागीदारी डळमळीत झाली होती. स्टिफॅनो त्याच्या लंब्या कहाण्या एफबीआयला सांगून त्यांना गुंगवत होता, तर दुसरीकडे गाय आणि कंपनी बाईचा शोध घेणार होते. अर्थात तो लांबचा पल्ला होता.

ओस्मर आणि त्याची पोरं अजूनही रिओमधल्या रस्त्यावर घुटमळत, पूर्वीच्याच ठिकाणांवर दररोज लक्ष ठेवून होते. ती आली तर त्यांना दिसणार होतीच. ओस्मरने तशी बरीच माणसं कामाला लावली होती, पण सर्व जण कमी मोबदल्यात काम करत होते.

कोस्टला परतताच, बेनीच्या कटू आठवणी जागृत झाल्या. विविध उद्योगांचा समूह असलेल्या 'प्लॅट ॲन्ड रॉकलॅन्ड' या इंडस्ट्रीजचा एक कार्यकारी अधिकारी म्हणून तो १९८५ साली इकडे आला होता. 'कामगारांचे तंटे-बखेडे समजुतीने मिटवणारा' अशी त्याची ख्याती असल्यामुळे, त्या इंडस्ट्रीने त्याला गेली वीस वर्षे जगभर फिरवला होता. बिलॉक्सी व मोबाइल यांमध्ये असणाऱ्या 'पास्का-गौला' इथे 'न्यू कोस्टल शिपयार्ड' हा त्या कंपनीचा, जास्त फायद्यात चालणारा, एक विभाग होता. १९८५ मध्ये न्यू कोस्टल शिपयार्डला 'मोहिमांसाठी सदा सज्ज' अशा वर्गातल्या चार अण्वस्त्रधारी पाणबुड्या बांधण्याचं बारा अब्ज डॉलर्सचं नौदलाचं कंत्राट मिळालं आणि अशा परिस्थितीत बेनीसारख्या व्यक्तीची तिथे कायमस्वरूपी नेमणूक करावी, असं कंपनीच्या उच्चपदस्थ वरिष्ठांनी ठरवलं.

लहानपण न्यू जर्सीला, शिक्षण बोस्टनमध्ये आणि नंतर भावनाशून्य पण सुखवस्तू स्त्रीचा नवरा बनून, मिसिसिपीमधल्या गल्फ कोस्टला क्लेशकारक आयुष्य तो घालवत होता. मनात उच्चश्रेणीय वारसा निर्माण करण्याची मनीषा असताना, आयुष्यात त्याला असा फाटा मिळावा हे दुर्दैवी होतं. बिलॉक्सीला येऊन दोन वर्षं झाली आणि त्याच्या बायकोने त्याला सोडून दिलं.

एकवीस अब्ज डॉलर्स इतकं शेअरधारकांचं भाग-भांडवल असलेली 'प्लॅट ॲन्ड रॉकलॅन्ड' ही एक पब्लिक लिमिटेड कंपनी होती. एकशे तीन देशांमध्ये विखुरलेल्या छत्तीस विभागांमध्ये एकूण ऐंशी हजार कामगार होते. कार्यालयीन साहित्याचा पुरवठा किरकोळ प्रमाणात करण्याबरोबरच, लाकूड, हजारो प्रकारची ग्राहक उत्पादने तयार करणारी ही कंपनी इन्शुरन्स, नॅचरल गॅस, कच्चं तांबं शिवाय कन्टेनर्समधून मालाची वाहतूक इत्यादी अनेक उद्योगधंदे करत असताना, आण्विक

पाणबुड्या बांधत होती. आम दुनियेत हातपाय पसरले असल्यामुळे, हिच्या उपकंपन्यांचं विकेंद्रीकरण झालं होतं आणि एक नियम म्हणून डाव्या हाताला, उजवा हात काय करतो हे कळत नसे. तिच्या या छोट्या कंपनीद्वारे ही कंपनी स्वत:व्यतिरिक्त अमाप नफा गोळा करत होती.

कंपनीची ही उलाढाल ठाकठीक करण्याचं, कार्यक्षम करण्याचं बेनीचं एक स्वप्न होतं; जुनापुराणा भंगार माल विकून, ते पैसे विकसनशील विभागांमध्ये गुंतवणूक करण्याचा त्याचा विचार होता. तो धोरणी, महत्त्वाकांक्षी होता. त्याला उच्चपदाची इच्छा होती, हे वरिष्ठ अधिकाऱ्यांना कळून आलं होतं.

बिलॉक्सीमध्ये त्याला काढावे लागणारे दिवस, ही एक क्रूर थट्टा होती. कंपनीमधल्याच त्याच्या अंतर्गत शत्रूंनी एकत्र येऊन, त्याची घोडदौड थांबवण्यासाठी खड्डे खणले होते. पेन्टागॉनमधल्या अधिकाऱ्यांचा उद्धटपणा त्याला खपत नसे. सरकारी नोकरशाहीतले सत्ताधीश, त्यांचा दीर्घसूत्रीपणा याचा त्याला तिटकारा आला होता. पाणबुड्या बांधण्याच्या गोगलगायीच्या गतीने चाललेल्या कामाचा त्याला उबग आला होता.

१९८८ मध्ये त्याने तिथून बदली करण्याची विनंती केली, ती नाकारण्यात आली. एक वर्षानंतर, एक्सपिडिशन प्रकल्पावर मर्यादेपेक्षा जास्त खर्च झाल्याचं उघडकीस आल्याची एक वदंता उठली. पेन्टागॉनचे श्रेष्ठी आणि सरकारी ऑडिटर्स यांनी न्यू कोस्टल शिपयार्डवर छापा घातला. बेनीचं स्थान धोक्यात आलं होतं, दिवस भरत आल्याचं दिसत होतं.

लष्कराचा एक कंत्राटदार असलेल्या 'प्लॅट ॲन्ड रॉकलॅन्ड'ची मर्यादेपेक्षा जास्त पैसा खर्च करणं, भरमसाठ बिलं तयार करणं आणि खोटी येणी दाखवणं, अशी ख्याती होती. हा धंद्याचा भाग झाला, पण ते लक्षात येतंय असं दिसताच, जे कोणी अशा वादग्रस्त गोष्टींशी संबंधित होते, त्या प्रत्येकाला कंपनीने कामावरून काढून टाकलं आणि पेन्टागॉनबरोबर थोड्याशा परतफेडीसाठी वाटाघाटी केल्या.

बेनी, चार्ल्स बोगान या एका स्थानिक वकिलाकडे गेला. तो लॉ फर्मचा एक वरिष्ठ व जुना भागीदार होता, त्याच फर्ममध्ये पॅट्रिक लॅनिगनसुद्धा भागीदार होता. बोगानचा मावसभाऊ मिसिसिपीमधून निवडून गेलेला यू.एस. सिनेटर होता. तो बहिरी ससाण्याच्या वृत्तीचा होता. 'मिलिटरी निधी विनियोग' या उपसमितीचा तो चेअरमन होता, त्यामुळे संरक्षण दलामध्ये फार लोकप्रिय होता.

ॲटर्नी बोगानचा एक पाठीराखा आता केंद्रामध्ये न्यायाधीश होता. लॉ फर्म ही जरी छोटी होती तरी, मिसिसिपीमधल्या इतर कंपन्याप्रमाणे तिचे राजकीय लागेबांधे चांगलेच जोडलेले होते. बेनीला याची पूर्ण कल्पना होती, म्हणूनच त्याने विचारपूर्वक बोगानला वकील म्हणून पसंत केले होते.

'दि फॉल्स क्लेम्स ॲक्ट' (खोट्या बिलाद्वारे पैसे मागणे या विषयीचा कायदा) हा 'व्हिसलब्लोअर' कायदा म्हणूनही प्रसिद्ध होता. कॉंग्रेसने (कायदेमंडळ) हा कायदा अशासाठी बनवला होता की, जेणेकरून सरकारी कंत्राटांच्या कामाची बिलं वाढीव खर्चाची बनवून घेतली जातात याची ज्यांना माहिती आहे, त्यांना उत्तेजन मिळून त्यांनी पुढे येऊन सरकारला कल्पना द्यावी. बेनीनं या कायद्याचा सखोल अभ्यास केलाच, शिवाय त्याने कंपनीअंतर्गत एका वकिलामार्फत त्याचं विश्लेषण करून घेतलं आणि मगच तो बोगानकडे गेला.

एक्सपिडिशन योजनेवरची 'प्लॅट ॲन्ड रॉकलॅन्ड' कंपनीनं सादर केलेली साठ कोटी डॉलर्सची बिलं ही वाढीव खर्चाची होती, हे आपण सिद्ध करून दाखवू याची त्याला खातरी होती. आपल्यावर कुऱ्हाड कोसळणार आहे याची त्याला कल्पना आली होती, पण आपण एकट्यानंच बळीचा बकरा व्हावं हे त्याला पटत नव्हतं. नुसती आरडाओरड करून अशी संधी परत मिळणार नव्हती. 'प्लॅट ॲन्ड रॉकलॅन्ड' कंपनीने संपूर्ण इंडस्ट्रीमध्ये त्याच्या चुकांचं मोहोळ उठवलं असतं, तो काळ्या यादीत गेला असता आणि बड्या उद्योग क्षेत्रातलं त्याचं भवितव्य संपलं असतं. कंपनीने त्याच्याविरुद्ध रचलेले डावपेच त्याला कळून चुकले होते.

कायद्यानुसार, अशी प्रकरणं उघडकीस आणणाऱ्याला, गुन्हा केलेल्या कंपनीने सरकारला परत केलेल्या रकमेच्या पंधरा टक्के रक्कम मिळत असे. 'प्लॅट ॲन्ड रॉकलॅन्ड' कंपनीने सरकारची कशी फसवणूक केली, यासंबंधीची कागदपत्रं बेनीकडे तयार होती. कंपनीला जोराचा दणका देऊन, त्यांच्याकडून पंधरा टक्के वसूल करण्यासाठी त्याला आता बोगानच्या अक्कलहुशारीची गरज होती.

न्यू कोस्टल शिपयार्डमधून बेनी अरॅसिया पाठवत असलेल्या असंख्य कागदपत्रांची छाननी व त्यांच्या आधारे माहिती संकलित करण्यासाठी, बोगानने खासगी इंजिनियर्स व तांत्रिक सल्लागार नेमले. वाढीव खर्च कसा दाखवायचा या बाबतीतली कंपनीची पद्धत अगदी व्यवस्थित तयार केलेली होती; त्यात काही गुंतागुंत केलेली होती असं काही दिसून येत नव्हतं. ते नेहमी जे करायचे तेच त्यांनी चालू ठेवलं होतं. एकाच प्रकारच्या मालाला वेगवेगळ्या किमती लावणं, तशी कागदपत्रं बनवणं इत्यादी गोष्टी कंपनीमध्ये अंगवळणी पडल्या होत्या. शिपयार्डमधल्या फक्त दोन वरिष्ठांनाच असं कंपनीत चालतं, याची कल्पना होती. केवळ आकस्मिकपणे, सहजगत्या ते आपल्याला कळलं असं बेनीने दर्शवलं.

अगदी स्पष्ट, मुद्देसूद आणि खातरी पटवून देणारा दावा वकिलांनी तयार केला, सप्टेंबर १९९० मध्ये फेडरल कोर्टात तो दाखल करण्यात आला. सहाशे दशलक्ष डॉलर्सची खोटी बिलं सादर केल्याचा 'प्लॅट ॲन्ड रॉकलॅन्ड'वर आरोप करण्यात आला होता. दावा दाखल झाला त्याच दिवशी बेनीनं राजीनामा दिला.

दावा अतिशय काळजीपूर्वक, पुन:पुन्हा तपासून काटेकोरपणे तयार करण्यात आला होता. बेनी आरोपांच्या बाबतीत फार आग्रही होता, तद्वत त्याचा मावसभाऊ सिनेटरही. तसा तो सिनेटर दावा दाखल होण्याआधीपासून या चक्रात सहभागी होता आणि वॉशिंग्टनमध्ये हे प्रकरण आल्यानंतर त्यात त्याने अधिक लक्ष घातलं. तो त्यावर नजर ठेवू लागला. चार्ल्स बोगानने ही केस स्वस्तात जशी घेतली नाही तशीच सिनेटरनेही. लॉ फर्मची फी नेहमीप्रमाणेच ठरावीक एक तृतीयांश, म्हणजे सहाशे दशलक्ष डॉलर्सच्या पंधरा टक्क्यांच्या एक तृतीयांश एवढी होती. त्यातला सिनेटरचा हिस्सा अज्ञात होता.

मिसिसिपीमध्ये या प्रकरणाची हवा सतत गरम राहावी, दबाव कायम राहावा, म्हणून बोगान प्रेसला भरपूर काळीबेरी माहिती पुरवत राहिला, तिकडे वॉशिंग्टनमध्ये सिनेटरचे तेच उद्योग चालू होते. 'प्लॅट ॲन्ड रॉकलॅन्ड कंपनी' या कुप्रसिद्धीने, नाचक्कीने ग्रासली गेली. तिच्या नाड्या आखडल्या गेल्या, पैसे येणं बंद झालं, शेअरधारक संतप्त झाले. न्यू कोस्टलचे डझनावारी अधिकारी घरी पाठवण्यात आले. बाकीच्यांचं भवितव्य निश्चित करण्यात आलं.

नेहमीप्रमाणे 'प्लॅट ॲन्ड रॉकलॅन्ड'ने कायदाखात्याशी जोरदार वाटाघाटी सुरू केल्या होत्या, पण या वेळेला डाळ शिजली नाही. एक वर्षानंतर तिने सहाशे दशलक्ष डॉलर्स परत करण्याचं मान्य केलं आणि असले धंदे परत करणार नाही, असा विश्वास दिला. कंत्राट दिलेल्या चार आण्विक पाणबुड्यांपैकी दोन अर्धवट बांधून झाल्या असल्यामुळे, पेन्टागॉनने कंत्राट रद्द न करण्याचं मान्य केलं. ठरल्याप्रमाणे 'प्लॅट ॲन्ड रॉकलॅन्ड' कंपनी बारा अब्ज डॉलर्सचा प्रकल्प पुरा करू शकत होती; पण तोच आता वीस अब्जांवर गेला होता.

बेनी त्याला मिळणाऱ्या घबाडाची तयारी करून बसला होता. बोगान व इतर भागीदार त्यांना मिळणाऱ्या हिश्शाची विल्हेवाट कशी लावायची याचे बेत आखत होते. पण पॅट्रिक अगोदर नाहीसा झाला, त्याच्या मागोमाग पैसेही.

वीस

पेप्पर स्कारबरोकडे असलेली १२ गेजची रेमिंग्टन ही शॉटगन त्याने ल्युसेडेल इथल्या पानशॉपवाल्याकडून विकत घेतली होती, कारण अधिकृत परवानाधारक विक्रेत्याकडून ती घ्यायची, तर तो फक्त सोळा वर्षांचा होता. दोनशे डॉलर्सला विकत घेतलेली ती बंदूक त्याची सर्वांत आवडती चीज होती, असं त्याची आई, नेल्डिन म्हणायची. पॅट्रिक मेल्यानंतर एका आठवड्याने त्याच्या केबिनमधल्या चीजवस्तूंची यादी बनवत असताना शेरीफ स्वीने आणि ग्रीन कौंटीचा शेरीफ टॅटम यांना ती, एक फाटकंतुटकं अंथरूण आणि लहानसा तंबू या गोष्टींबरोबर मिळाली. पॅट्रिकची बायको ट्रुडी, हिने त्या केबिनची झडती घेण्यास परवानगी दिली होती. केबिनची तशी झडती घेणं हा एक मोठा प्रश्न होता. तिला त्या केबिनवर मालकी दाखवण्यात बिलकूल स्वारस्य नव्हतं. दुसरं म्हणजे पॅट्रिकच्या खूनखटल्यात ती शॉटगन, अंथरूण व तंबू या गोष्टी पुरावा म्हणून दाखल करण्याच्या खटाटोपास कडाडून विरोध झाला असता, कारण तसा शोध घेण्याच्या अधिकृत हुकुमाशिवाय त्या वस्तू ताब्यात घेतल्या गेल्या होत्या असं झालं असतं. अर्थात युक्तिवादामध्ये असं म्हणता आलं असतं की, त्या वेळी गुन्हाच घडला नसल्यामुळे, दोन्ही शेरीफ पुरावा गोळा करण्यासाठी तो शोध घेत नव्हते, तर ते फक्त पॅट्रिकच्या व्यक्तिगत गोष्टी त्याच्या कुटुंबीयांना परत करण्याच्या उद्देशाने गोळा करत होते.

फाटकंतुटकं अंथरूण, तंबू या वस्तू ट्रुडीला नकोच होत्या, त्या पॅट्रिकच्या नव्हत्या असं ती आग्रहाने म्हणत होती. यापूर्वी तिने या गोष्टी कधी पाहिल्याही नव्हत्या. असल्या हलक्या गोष्टी पॅट्रिक विकत घेणंच शक्य नव्हतं. तो काही तंबू ठोकून राहत नव्हता, झोपण्या-राहण्यासाठी त्याची केबिन होतीच. शेरीफ स्वीनेने अखेरीस त्या वस्तू, दुसरी चांगली जागा नसल्यामुळे, लेबलं लावून त्याच्या ऑफिसच्या स्टोअररूममध्ये ठेवून दिल्या. एक-दोन वर्ष वाट बघून तो त्या वस्तू वार्षिक भंगारामध्ये विकून टाकणार होता. सहा आठवड्यांनंतर, पेप्परची ही

साधनसामग्री पाहून, नेल्डिनला रडूच कोसळलं.

शॉटगनच्या बाबतीत गोष्ट थोडी वेगळी होती. पॅट्रिक त्या केबिनमध्ये ज्या खोलीत झोपत असे, तिथल्या बेडखाली ती इतर दोन वस्तूंसह मिळाली होती. कोणीतरी घाईघाईत त्या वस्तू तिकडे सरकवल्या असणार, असं शेरीफचं म्हणणं होतं. शॉटगन दिसल्यावर त्याची उत्सुकता ताणली गेली. तो स्वत: एक आतुर शिकारी असल्यामुळे त्याला कल्पना होती की, अशा एकाकी केबिनमध्ये एखाद्या चोराला त्याच्या मर्जीप्रमाणे ही शॉटगन घेऊन जाण्यासाठी, कोणीही अक्कलवान शिकारी ती सोडून देणार नाही. या भागात यापूर्वी अशा एखाद्या केबिनमध्ये कोणी मौल्यवान गोष्टी सोडून गेल्याचं घडलं नव्हतं. त्याने ती काळजीपूर्वक उलटीपालटी करून तपासली तेव्हा त्याच्या लक्षात आलं की, तिच्यावरचा सिरीयल नंबर घासून टाकलेला होता, याचा अर्थ केव्हातरी ती शॉटगन चोरीला गेली होती.

त्यानं ग्रीन कौंटीच्या शेरीफ टॅटमबरोबर विचारविनिमय केला आणि त्यांनी, तिच्यावर हाताचे ठसे होते का ते तपासायला हवे, असा निर्णय घेतला. त्यातून काही निष्पन्न होणार नाही असं त्याना वाटत होतं. ते दोघे सुज्ञ व अनुभवी शिपाई होते.

नंतर पुरेसं अभय दिल्यावर ल्युसेडेलमधल्या पानशॉपवाल्यानं कबूल केलं की, पेप्परला त्यानं ती शॉटगन विकली होती.

शेरीफ स्वीने आणि हॅरिसन कौंटीचा प्रमुख तपास अधिकारी टेड ग्रिमशॉ यांनी पॅट्रिकच्या हॉस्पिटलरूमच्या दारावर हलकेच टकटक केलं आणि 'या' असं म्हटल्यावरच ते आत गेले. तत्पूर्वी शेरीफ स्वीनेने त्यांच्या भेटीची तसेच तिच्या उद्देशाची पूर्वसूचना देण्यासाठी पॅट्रिकला फोन केला होता. तो एक नेहमीच्या उपचाराचा भाग होता. पॅट्रिकला अधिकृतपणे एक आरोपी म्हणून धरण्यात आलं नव्हतं.

व्यायामाची तोकडी पॅन्ट, त्यावर टीशर्ट अशा वेषात, केस विस्कटलेले व सुतकी चेहरा, या अवस्थेत तो खुर्चीत बसलेला असताना त्याचा त्यांनी फोटो घेतला. त्यांनी त्याच्या बोटांचे ठसे घेतले. ग्रिमशॉ हे सर्व करत असता, स्वीने बोलत होता. पॅट्रिकने एका छोट्या टेबलावर उभं राहूनच ठसे देतो असा आग्रह धरला होता, ग्रिमशॉने मग तसे ठसे घेतले.

शेरीफ स्वीनेने पेप्पर स्कारबरोविषयी एक-दोन प्रश्न विचारले, पण पॅट्रिकने त्याला सांगितलं की, त्याने वकील नेमला असल्यामुळे तो चौकशीच्या वेळी हजर असायला हवा; त्या वेळी तो असो वा नसो, त्याला कशासंबंधीही काहीच सांगायचं नव्हतं.

दोघे जण त्यामुळे आले तसे, त्याचे आभार मानून निघून गेले. एजंट कटर आणि जॅक्सनहून आलेला एफबीआयचा ठसेतज्ज्ञ, जेलमध्ये लॅनिगनसाठी आरक्षित केलेल्या रूममध्ये वाट बघत होते. त्या वेळी असं आढळून आलं होतं की, त्या

बारा गेज शॉटगनच्या दस्त्यावर डझनापेक्षा जास्त उपयुक्त असे ठसे मिळाले होते. ग्रिमशॉने ते पावडरच्या साहाय्याने घेऊन ते एका सुरक्षित ठिकाणी ठेवले होते. आत्ता ते टेबलावर ठेवण्यात आले होते. एका शेल्फवर तंबू, फाटकं अंथरूण त्या शॉटगनबरोबर होतं; शिवाय जॉगिंग शूज, काही इतर फोटो व किरकोळ वस्तू होत्या. पॅट्रिकविरुद्ध पुरावा म्हणून त्या वापरल्या जाणार होत्या.

ते कॉफी घेत, फिशिंगविषयी बोलत असताना ठसेतज्ज्ञ पूर्वी घेतलेल्या ठशांशी नवे घेतलेले जुळवत होता. त्याला फारसा वेळ लागला नाही.

"पुष्कळसे ठसे तंतोतंत जुळत आहेत. शॉटगनचा दस्ता लॅनिगनच्या ठशांनी भरलेला आहे."

निश्चितच ती चांगली बातमी होती. आता पुढे काय? त्यांनाच प्रश्न पडला.

वकिलाबरोबर होणाऱ्या पुढच्या सर्व बैठकींसाठी वेगळ्या खोलीची मागणी पॅट्रिकने केली, डॉ. हयानीने लगेच तशा व्यवस्थेसाठी हालचाली केल्या. पहिल्या मजल्यावर असलेल्या खोलीकडे जाण्यासाठी त्याने व्हीलचेअरची विनंती केली. त्याच्या खोलीबाहेर हॉलमध्ये बसलेल्या दोन अधिकाऱ्यांच्या बाजूने व स्पेशल एजंट ब्रेन्ट मायर्सला ओलांडून एका नर्सने ती व्हीलचेअर ढकलत लिफ्टपाशी नेली. त्यांच्या मागोमाग एक डेप्युटी गेला.

स्टाफबरोबर घेतल्या जाणाऱ्या मीटिंगसाठी डॉक्टर त्या रूमचा वापर करत. हॉस्पिटल लहान असल्यामुळे ती रूम तशी क्वचितच वापरली जायची. संभाषणं चोरून ऐकली न जावी म्हणून पॅट्रिकने मागे जे एक साधन– 'अँटिबग्ज स्कॅनर' सुचवलं होतं, ते सॅन्डीने मागवलं होतं, पण त्याला काही थोडे दिवस लागणार होते.

"जरा घाई कर!" पॅट्रिकने सुचवलं.

"असू दे रे पॅट्रिक, आपलं संभाषण चोरून ऐकलं जाईल याची चिंता करू नकोस. तासापूर्वी कोणाला माहीतही नव्हतं की, आपण या खोलीचा उपयोग करणार आहोत."

"आपण जास्त काळजी घेऊच शकत नाही." असं बडबडत पॅट्रिक व्हीलचेअरवरून उठला आणि त्याने एका लंब्या कॉन्फरन्स टेबलाला फेरी मारली, तो जराही लंगडत नव्हता हे सॅन्डीने हेरलं.

"हे बघ, पॅट्रिक, तू शांत राहण्याचा प्रयत्न कर. बरेच दिवस तू पळत होतास. तुला भीती होती तुझ्यामागे कोणी आहे का याची. मला या सगळ्याची कल्पना आहे. आता ते सारं संपलंय, त्यांनी तुला पकडलंय, तेव्हा शांत राहा." सॅन्डीने त्याला समजावलं.

"ते अजूनही माझ्यामागे आहेत, समजलास. त्यांनी मला पकडलं खरं; पण

पैसे मिळाले नाहीत. ती तर सर्वांत महत्त्वाची गोष्ट आहे. पैसे मिळाल्याशिवाय ते स्वस्थ होणार नाहीत, हे विसरू नकोस.''

''मग आपलं बोलणं कोण ऐकणार आहे चोरून? चांगले की वाईट? पोलीस का माथेफिरू?''

''ज्यांचे ते गेले आहेत ना, ते मिळवण्यासाठी त्यांनी त्यांचं सर्वस्व खर्च केलं आहे.''

''तुला काय माहीत?''

यावर पॅट्रिकने फक्त खांदे उडवले.

सॅन्डीने विचारलं, ''कोण ते?'' काही काळ कोणीच बोललं नाही. लीसुद्धा विषयांतर करण्यापूर्वी अशीच गप्प झाली होती.

''खाली बस.'' पॅट्रिक म्हणाला. दोघेही मग टेबलाशी एकमेकांसमोर बसले. चार तासांपूर्वी लीने दिलेली जाडी फाइल सॅन्डीने बाहेर काढली.

पॅट्रिकने ती लगेच ओळखली आणि विचारलं, ''तू कधी तिला भेटलास?''

''आज सकाळी. ती ठीक आहे. तुझी काळजी वाटते तिला. अजूनतरी तिच्या पाठलागावर कोणी नाही. तुला हे दिलं आहे.'' असं म्हणत सॅन्डीने एक लिफाफा त्याच्यासमोर सरकवला. पॅट्रिकने झटकन तो घेतला, उघडला आणि तीन पानी पत्र बाहेर काढलं. आपल्यासमोर वकील बसला आहे याची फिकीर न ठेवता त्याने ते वाचायला सुरुवातही केली.

सॅन्डी फाइल चाळत असता त्याची नजर ट्रुडीच्या नागड्या फोटोवर स्थिरावली. स्विमिंग पूलच्या काठावर अस्ताव्यस्त पडलेल्या तिच्या प्रियकराशेजारी ती पहुडली होती. मोबाइलमधल्या तिच्या वकिलाला ते फोटो दाखवल्याशिवाय त्याला चैन पडणार नव्हतं. तीन तासानंतर ते भेटणारच होते.

पॅट्रिकचं पत्रवाचन संपलं. त्याने ते नीट घडी घालून परत लिफाफ्यात ठेवून दिलं. ''तिच्यासाठी मी दुसरं एक पत्र देतो.'' असं तो म्हणाला आणि त्याची नजर टेबलापलीकडे पडलेल्या फाइलमधल्या फोटोंकडे गेली. ''वा! मस्त काम झालं आहे, नाही?''

''खरोखरच आश्चर्यजनक. घटस्फोटाच्या केसमध्ये इतका भक्कम पुरावा मी कधीच पाहिला नव्हता.''

''तर... आपल्यासमोर खूप काम करायचं पडलंय. आमचं लग्न होऊन दोन वर्ष झाली होती, अनपेक्षितपणे माझी गाठभेट तिच्या पहिल्या नवऱ्याशी पडली. न्यू ऑर्लिन्समध्ये एक पार्टी होती. आम्ही दोघांनी ड्रिंक घेतलं. त्याने मला लान्सबद्दल सांगितलं. फोटोमध्येसुद्धा तो बोकाच वाटतो.''

''लीनं सविस्तर सांगितलंय.''

''ट्रुडी त्या वेळी गर्भार होती म्हणून मी काही बोललो नाही. आमच्या लग्नाची

गाठ हळूहळू सुटत होती. आम्हाला वाटलं, एकदा मूल झालं की, सर्व सुरळीत होईल. ती लबाड्या करण्यात तरबेज आहे. मी एक जबाबदार बाप म्हणून वागायचं ठरवलं होतं, पण वर्षानंतर मी एकेक पुरावा गोळा करायला सुरुवात केली. त्याचा उपयोग केव्हा होणार होता, याबद्दल निश्चिती नव्हती. पण आमचं लग्न मोडणार याविषयी माझी खातरी झाली होती. मिळेल त्या संधीचा, मग ती पेशामुळे असो वा शिकार, फिशिंग, वीकएंड अशा कोणत्याही कारणाने ती मिळो, मी त्याचा फायदा घेत शहारापासून दूर जायचो. तिला त्याचं काहीच वाटत नसे.''

''मी तिच्या वकिलाला संध्याकाळी पाच वाजता भेटतो आहे.''

''गुड, तुला संधी मिळणार आहे. अशी संधी मिळणं हे प्रत्येक वकिलाचं स्वप्न असतं. तेव्हा काय दमात घ्यायचं ते घे, पण पदरात पाडून घेतल्याविना येऊ नको. तिचे सर्व हक्क तिने सोडायला हवेत. माझ्या मालमत्तेपैकी तिला काही मिळता कामा नये.''

''तुझ्या मालमत्तेविषयी आपण कधी बोलणार आहोत?''

''लवकरच. मी नक्की सांगतो, पण इतरही काही गोष्टी महत्त्वाच्या आहेत.''

सॅन्डीनं त्याचं लीगलपॅड घेतलं आणि म्हणाला, ''बोल, मी ऐकतोय.''

''लान्स ही एक नाठाळ व्यक्ती आहे. पॉइंटकॅडेट इथं तो गुत्त्यांच्या वातावरणात वाढला आहे, शिक्षण पुरं झालं नाहीच, पण अमली पदार्थांच्या चोरट्या व्यापाराखाली तीन वर्षे जेलमध्ये मात्र घालवून आला. जातच घाणेरडी. भूमिगत राहणारे गुन्हेगार त्याचे दोस्त आहेत. पैशांसाठी काहीही करणारे लोक त्याच्या परिचयाचे आहेत. त्याच्यावरची दुसरी एक फाइल आहे. लीने तुला ती दिलेली नाही असं मी समजतो.''

''नाही. फक्त हीच एक दिली.''

''पुन्हा भेटशील तेव्हा विचार. एका खासगी गुप्तहेराकडून मी लान्सवरची माहिती गोळा करत होतो. लान्ससुद्धा एकेकाळचा मवाली, गुंड आहे. तसा तो धोकादायक आहे. त्याचे मित्रच तसले आहेत. ट्रुडीजवळ आता पैसे आहेत, म्हणून तो जवळ आहे. आता तिच्याजवळ किती उरले असतील ते आपण सांगू शकत नाही, पण बहुधा सर्वच उडवले नसतील.''

''तुझ्यामागे तो आहे असं तुला वाटतं?''

''बहुधा असावा. विचार कर सॅन्डी, ट्रुडी ही आता एक अशी व्यक्ती आहे की, जिला मी नको आहे. मी तिच्या मार्गातून दूर झालो की राहिलेले पैसे तिचे. मग तिला इन्शुरन्स कंपनीची भीती नाही. मी ओळखून आहे तिला. पैसा व खुशालचेंडूप्रमाणे राहणं हेच तिचं सर्वस्व आहे.''

''पण तो कसा काय....''

''ते घडू शकतं, सॅन्डी, घडू शकतं.''

पॅट्रिक शांतपणे इतक्या खात्रीने म्हणाला की, खरोखरच एखाद्याने खून करून

मिळवायचं ते मिळवून स्वस्थ असावं. क्षणभर सॅन्डी बधिर झाला.

"सहज घडू शकतं ते." पॅट्रिक नजर रोखत तिसऱ्यांदा तेच म्हणाला.

"ठीक आहे, मी काय करावं असं तुझं म्हणणं आहे? पोलिसांबरोबर हॉलच्या इथे, जाण्या-येण्याच्या मार्गावर बसून राहू."

"एक कल्पित कथा तयार करू या, सॅन्डी."

"बोल, मी ऐकतोय."

"एक म्हणजे तू तिच्या वकिलाला असं सांग की, लान्सला ज्याला मारायचं आहे त्यासाठी, सध्या तो एका भाडोत्री मारेकऱ्याच्या शोधात आहे अशी टीप एका बेनामी इसमाने तुझ्या ऑफिसला दिली. हे तू त्याच्याबरोबरची मीटिंग संपत आली की सांग. हे ऐकल्यावर त्याच्यावर बॉम्बगोळा पडल्यासारखा त्याला धक्का बसेल आणि तू त्याला जे सांगशील त्यावर तो विश्वास ठेवेल. तू हे पोलिसांना भेटून त्यांच्याशी बोलणार आहेस. तो लगेच त्याच्या अशिलाला सांगेल. ती या गोष्टीचा अर्थातच जोरदार इन्कार करेल. पण त्याच्याविषयी तिच्या मनात असलेल्या विश्वासार्हतेला मात्र धक्का पोहोचेल. तीच मग विचारात पडेल की, ती व लान्स तसा खरोखरच विचार करताहेत, असा संशय कोणालातरी आला आहे. मग तू शेरीफ व एफबीआयला हीच कथा ऐकव. माझ्या सुरक्षिततेविषयी तुला का काळजी वाटते, हे त्यांना कळू दे. म्हणावं, तुम्ही ट्रुडी व लान्स यांची गाठ घ्या आणि याविषयी बोला. अगदी असा आग्रह धर. पैशांसाठी ती त्याचा नाद सोडायलाही तयार होईल, नाहीतर तीच एखादवेळेस पकडली जाईल. पोलिसांना संशय आलाय हे पाहिल्यावर ती माघार घेईल."

"मला वाटतं तू यावर खूप डोकं खाजवलेलं दिसतंय. आणखी काही?"

"हां. आता एक शेवटची गोष्ट. प्रेसला हे कळू द्यायचं, त्यासाठी एका रिपोर्टरला गाठ."

"ते काही मोठं काम नाही."

"पण तो तुझ्या विश्वासातला हवा."

"ते थोडंफार अवघड आहे."

"तेवढंही अवघड नाही. माझ्यासमोर एक-दोन नावं आहेत. त्यांचा शोध घे आणि योग्य वाटेल तो बघ. त्याला सांग की, पहिली ही अनधिकृत अफवा छाप आणि त्या बदल्यात त्याला तू आपल्या कथेचा सुरुवातीचा खरा भाग दे. हे वार्ताहर असंच करतात. त्याला सांग, एक बायको– विवाहित स्त्री– पैशासाठी आपल्या नवऱ्याला मारण्यासाठी एका भाडोत्री मारेकऱ्याच्या शोधात असल्याची कुणकुण लागल्यामुळे शेरीफ तपास करत आहे. तो लगेच छापायला तयार होईल. या बातमीची शहानिशा तो करत बसणार नाही. असल्या वावड्या छापण्याचे उद्योग ते नेहमीच करतात."

सॅन्डीने टिपणं घेणं थांबवलं. आपल्या अशिलाची पूर्वतयारी बघून तो थक्क झाला. त्यानं पॅड पेन बंद करत विचारलं, ''अशा प्रकारचा मालमसाला किती आहे तुझ्याकडे?''

''अशी धूळ-केरकचरा?''

''हां.''

''मला वाटतं, पन्नास पौंड. मोबाइलमध्ये एका छोट्या स्टोरेजमध्ये मी नाहीसा झाल्यापासून साठवून ठेवला आहे.''

''आणखी काय?''

''आणखी लफडी.''

''कुणाची?''

''माझ्या पूर्वीच्या भागीदारांची आणि इतर. आपण त्याकडे नंतर वळू.''

''केव्हा?''

''लवकरच.''

टुडीचा वकील जे. मुरे रिडल्टन हा आनंदी, जाड मान असलेला साठ वर्षांचा गृहस्थ होता. या खोडसाळ, कटकटीचे घटस्फोटाचे दावे आणि सरकारला फसवण्याच्या हेतूनं द्यायचे आर्थिक सल्ले या कायद्याच्या दोन बाबींमध्ये तो प्रसिद्ध होता. परस्परविरोधी गोष्टी असण्याचं तो एक उत्तम उदाहरण होता. यशस्वी पण गबाळ्या; हुशार, बुद्धिमान तर तितकाच निर्विकार; हसणं आकसलेलं, खुनशी; बोलणं मृदू पण झोंबणारं, भोचक. मोबाइलमधल्या मध्यवर्ती भागात असलेल्या त्याच्या प्रशस्त ऑफिसमध्ये दुर्लक्षित फाइल्स आणि कालबाह्य झालेल्या कायद्याच्या पुस्तकांचा पसारा पडलेला असे. मोठ्या अदबशीरपणे त्याने सॅन्डीने स्वागत केलं, खुर्चीकडे निर्देश करत काही हवं का याची चौकशी केली. पाच वाजून गेले होते, सॅन्डीने काही नको सांगितल्यावर, जे. मुरेनेही काही घेतलं नाही.

दंतपंक्ती दाखवत जे. मुरेने विचारलं, ''आमचे चिरंजीव कसे आहेत?''

''म्हणजे कोण?''

''असं का, आमचा पॅट्रिक हो. पैसे सापडले की नाही अजून?''

''मला कळलंच नाही, मी कशाचा शोध घेतोय हे.''

जे. मुरेला हे बोलणं थट्टेचं वाटलं. तो किंचित हसला. या भेटीमध्ये आपला वरचष्मा असेल याची त्याला खातरी होती. त्याचे पत्ते तयार होते.

''काल रात्री तुझ्या अशिलाला टीव्हीवर पाहिली.'' सॅन्डी म्हणाला, ''कसलातरी गचाळ, भडक कार्यक्रम होता तो. काय म्हणतात बरं त्याला?''

''इनसाइड जर्नल. काय मस्त दिसत होती ना ती? आणि ती छोटी बाहुलीच

वाटत होती. गरीब बिचारे.''

''माझ्या अशिलाला एक विनंती करावीशी वाटते की, तुमच्या अशिलाने त्यांच्या लग्नाविषयी आणि घटस्फोटासंबंधी चाललेल्या या उघडउघड चर्चेपासून दूर राहावं.''

''तुमच्या अशिलाची माझ्या अशिलाला आणि मला, पर्वा नाही.''

''मी, तसंच माझा अशील पाहून घेऊ.''

''हे बघ, मी घटनेच्या 'पहिली दुरुस्ती'– फर्स्ट अमेंडमेंट– प्रमाणे वागणारा बहिरी ससाणा आहे. तुला काय करायचं ते कर. म्हणायचं असेल ते म्हण. पाहिजे ते प्रसिद्ध कर. ते सर्व आमच्या सुरक्षित हक्कांखाली येतं.'' असं म्हणत त्याने खिडकीशेजारी रचलेल्या, कोळीष्टकं जमलेल्या कायद्याच्या पुस्तकांकडे निर्देश केला. ''तुमची विनंती मी धुडकावून लावतो. माझ्या अशिलाला, तिला हवी तशी, पाहिजे तेव्हा खुली चर्चा करण्याचा हक्क आहे. तुझ्या अशिलाने तिला मानहानीकारक, तुच्छतेची वागणूक देऊन तिचं भविष्य दिशाहीन केलंय.''

''खूप झालं. काही गोष्टी स्पष्ट करायच्या होत्या.''

''झाल्या का आता?''

''हो. तुमच्या अशिलाला हवा असलेला घटस्फोट देण्यात आता आम्हाला काहीच अडचणी नाहीत. त्या मुलीचा सांभाळसुद्धा तुमचा अशीलंच करेल.''

''वा, तुमचे आभारच मानायला हवेत. तुम्ही लोकं फारच उदारमनाचे आहात.''

''खरं म्हणजे माझ्या अशिलाला, त्या मुलीला भेटण्याचे हक्कही मागण्याचं मनात नाही आहे.''

''हुशार माणूस. त्या मुलीला विसरून, सोडून दिल्याला चार वर्षं झाल्यावर आता तिला भेटणं जिवावर येणारच.''

''त्याला एक दुसरंही कारण आहे,'' असं म्हणत सॅन्डीने हातातली फाइल उघडत त्यातून डीएनए टेस्टचा रिपोर्ट घेतला आणि तो जे. मुरेकडे सरकवला. त्याचं हसणं थांबलं, तिरक्या नजरेने तो कागदांकडे बघत राहिला.

''काय आहे हे?'' शंकित होऊन त्यानं विचारलं.

''वाचून बघ ना.''

जे. मुरेने घुश्शातच कोटाच्या खिशातला चष्मा बाहेर काढला. रिपोर्ट सरळ करून सावकाश वाचला. पहिलं पान वाचून झाल्यावर, शून्य नजरेने त्याने एकदा वर बघितलं आणि दुसरं पान संपेपर्यंत त्याचा ताठा कमी झाला होता.

''भयानक आहे ना?'' सॅन्डीने विचारलं.

''माझ्यावर मोठी मेहेरबानी केल्याचा आव आणू नको. याचं स्पष्टीकरण देता येईल.''

''शक्य नाही. अलाबामा राज्याच्या कायद्यानुसार डीएनए रिपोर्ट हा निर्णायक पुरावा आहे. आता तुझ्यासारखा मी पहिल्या घटनादुरुस्तीप्रमाणे वागणारा ससाणा नाही, पण हा रिपोर्ट प्रसिद्ध केल्यावर तुझ्या अशिलाची मात्र पंचाईत होईल. एकाशी लग्न झालेलं असताना दुसऱ्या कोणाकडून तरी मूल होऊन दिमाखाने मिरवायचं, हे कसं वाटेल याची कल्पना कर. असले चाळे इथे कोस्टमध्ये चालायचे नाहीत.''

दोषारोपाची भावना न ठेवता, जे. मुरे बेफिकिरीने म्हणाला, ''कर, प्रसिद्ध कर. मला पर्वा नाही.''

''पहिलं तुझ्या अशिलाला विचार.''

''आमच्या कायद्याप्रमाणे काही महत्त्व नाही त्याला. ती व्यभिचारी आहे हे माहीत असूनही, तो तिच्याबरोबर राहिला म्हणजे त्याला ते मान्य होतं. त्यामुळे घटस्फोटासाठी ते कारण द्यायला तो पात्र नाही.''

''घटस्फोटाचं विसर, तो ती घेऊ शकते. त्या मुलीचाही प्रश्न राहू दे.''

''ओह! असं आहे तर. ही तर पिळवणूक आहे. तुमचं म्हणणं असं दिसतंय की, त्याच्या मालमत्तेवरचा हक्क तिने सोडायचा म्हणजे तो प्रसिद्ध वगैरे करणार नाही.''

''तसंच काहीसं.''

''तुझा अशील एक महामूर्ख आहे, तूही तसाच.'' जे. मुरे रागाने लाल झाला, त्याच्या मुठी आवळल्या गेल्या होत्या.

सॅन्डीने पुन्हा फाइल उघडून दुसरं अस्त्र बाहेर काढलं. एक अहवाल त्याने पुढे सरकवला.

''काय आहे ते?'' जे. मुरेने विचारलं.

''वाच.''

''वाचण्याचा कंटाळा आला आहे मला.''

''ठीक आहे. माझा अशील नाहीसा होण्यापूर्वी एक वर्ष, एक खासगी गुप्तहेर तुझा अशील आणि तिचा बॉयफ्रेंड यांच्या मागावर होता. त्याचा अहवाल आहे तो. बऱ्याच ठिकाणी ती दोघं एकान्तात फिरत होती; पण मुळातच ती दोघं माझ्या अशिलाच्या घरी एकत्र होती. आम्ही असं मानतो की, एकत्र झोपत होती. कमीतकमी सोळा वेळा असं घडलं आहे.''

''मोठंच लफडं दिसतं आहे.''

''खात्री करून घे.'' असं म्हणत सॅन्डीने दोन आठ बाय दहा आकारमानाचे रंगीत फोटो त्या रिपोर्टवर टाकले. दोघेही त्या फोटोत नग्नावस्थेत होती. जे. मुरेने ते प्रथम पाहिल्यासारखे केले आणि मग बारकाईने पाहण्यासाठी पटकन घेतले.

सॅन्डीने त्याला जणू मदत करण्यासाठी म्हटलं, ''माझ्या अशिलाच्या घराच्या स्विमिंग पूलपाशी ते घेतलेले आहेत. त्या वेळी तो डलासला एका सेमिनारसाठी

गेला होता. काय, ओळखायला येतंय का, कोण ते?''

जे. मुरेने थोडं रेकल्यासारखं केलं.

सॅन्डी पुढे म्हणाला, ''आणखी आहेत.'' जे. मुरेचं फोटो बघणं थांबेपर्यंत सॅन्डीने वाट पाहिली. ''खासगी गुप्तहेरांचे अजून तीन अहवाल आहेत. माझ्या अशिलाला संशय होताच हे दिसतंच आहे.''

एरव्ही चढेलपणाने बोलणारे वकील, त्यांचं शस्त्रहरण करताच सरडा जसा रंग बदलतो त्याप्रमाणे त्यांनी चढ्या आवाजाची पट्टी बदलून नरमाईने बोलू लागतात. जे. मुरेची तशीच अवस्था झाली. नाक चढवून बोलणाऱ्या एका वकिलाचं समजुतीने घेणाऱ्या मध्यस्थामध्ये रूपांतर झालं. उसासे टाकत पराभूत झाल्याप्रमाणे त्याच्या खुर्चीतच तो खांदे पाडून बसून होता. ''असले लोक आपल्याला कधीच सगळं सांगत नाहीत, नाही का?'' त्याच्या बोलण्यात आता विरोधी सूर येऊ लागला होता. वकील विरुद्ध त्याचेच अशील अशी स्थिती झाली होती. आता सॅन्डी व जे. मुरे एकत्र झाले होते.

सॅन्डी मात्र या एकीला राजी नव्हता. ''तू स्वत:ला म्हणवून घेतोस तसा मी पहिल्या घटना दुरुस्तीवरचा ससाणा नाही हे पुन्हा सांगतो. पण या सर्व गोष्टी भडकपणे सगळ्यांच्यासमोर आल्या तर ट्रुडीला ते जड जाईल.''

जे. मुरे हातावरच्या घड्याळाकडे नजर टाकत, सॅन्डीला निरोप देत म्हणाला, ''खरंच तू काही घेणार नाहीस?''

''अगदी नक्की.''

''तुझ्या अशिलाला काय मिळालं?''

''मला खरोखरच माहीत नाही. ते महत्त्वाचं नाही. पण हा धुराळा जेव्हा खाली बसेल, त्या वेळी त्याच्याकडे काय राहील हा खरा प्रश्न आहे. आज कुणालाच सांगता येणार नाही.''

''नऊ कोटींपैकी बरेचसे त्याच्याकडेच असतील.''

''त्याहीपेक्षा जास्त रकमेचा दावा त्याच्याविरुद्ध लावण्यात येतो आहे. वास्तविक असं म्हणू नये, पण मोठ्या कारावासाची शक्यता दिसते, कदाचित मृत्युदंडसुद्धा. मि. रिडल्टन, घटस्फोट इत्यादीची चिंता ही काहीच नाही.''

''मग तू आम्हाला का धमक्या देतोस?''

''त्याला ती गप्प बसायला हवी आहे. घटस्फोट घे आणि चालती हो, म्हणजे भविष्यातल्या तिच्या मागण्या राहणार नाहीत आणि ते आत्ताच व्हायला हवं आहे त्याला.''

जे. मुरे टायची गाठ सैल करत, खुर्चीत रेलून म्हणाला, ''तसं नाही झालं तर?'' बोलणं वाढत होतं, उशीर होत होता, घरी जाणं भाग होतं. विचार करत

तो म्हणाला, "ती सर्वस्व गमावून बसेल. याची कल्पना आहे त्याला? इन्शुरन्स कंपनी सफाचट करेल तिला, धुवून काढेल."

"आता जिंकणार कोण हे राहिलंच नाही, मि. रिडल्टन."

"मला तिच्याशी बोलू दे."

सॅन्डीने आवराआवर केली आणि सावकाश दाराकडे निघाला.

जे. मुरे त्याच्याकडे पाहून उदास हसला. निरोप घेताना शेकहॅन्ड करत असताना, आपण एकदम विसरूनच गेलो होतो असा आव आणत, सॅन्डीने त्याला न्यू ऑर्लिन्समध्ये मिळालेल्या निनावी टीपेची, म्हणजे लान्स एका मारेकऱ्याच्या शोधात कसा आहे, याचा उल्लेख केला. त्यावर कितपत विश्वास ठेवावा हे समजत नसलं, तरी शेरीफ व एफबीआय यांच्याशी तो बोलणार होता असं त्यानं सांगितलं.

दोघांनी यावर थोडी चर्चा केली. मि. रिडल्टनने त्याच्या अशिलाशी याचा उल्लेख करू असं आश्वासन दिलं.

एकवीस

पॅट्रिकच्या खोलीकडे चक्कर टाकणं हे डॉ. हयानीचं शेवटचं काम होतं. अंधार पडला होता, दिवसभराचं काम संपवून निघायला फार उशीर झाला होता. रूममधल्या एकुलत्या एका रिकाम्या कोपऱ्यात असलेल्या कामचलाऊ टेबलाजवळच्या खुर्चीत त्याचा सुविख्यात पेशंट, जीमच्या अर्ध्या विजारीत बसलेला त्याने पाहिला. टेबलावर वाकडा केलेला लॅम्प, एका प्लॅस्टिक कपामध्ये पेन-पेन्सिली, दुसऱ्यात पेपर क्लिप्स, रबर बॅन्ड्स इत्यादी नर्सिंग स्टाफने पुरवलेलं साहित्य होतं. तीन-एक लीगलपॅड्स होती.

पॅट्रिक कामात होता. एक कोपरा नजरेत भरण्याइतक्या कायदेशीर कागदपत्रांनी व्यापला होता. त्याच्याविरुद्ध केल्या गेलेल्या दाव्यांपैकी एकाची कागदपत्रे तो बघत होता, तेवढ्यात डॉक्टरने आत डोकावलं, दिवसभरातली त्याची ही तिसरी फेरी होती.

बेडच्या एका टोकाच्या साधारण एक फूट अंतरावर त्याच्या खुर्चीची पाठ होती. डोक्यापासून कमी उंचीवर टीव्ही होता. "माझ्या ऑफिसमध्ये तुमचं स्वागत असो." पॅट्रिक डॉक्टरला म्हणाला.

लॉ ऑफिसपेक्षा हॉस्पिटलमध्ये वदंता जास्त वेगाने पसरतात. गेले दोन दिवस, रूम नंबर ३१२ मध्ये एक नवीन फर्म सुरू झाली आहे, अशी गमतीशीर चर्चा सुरू होती. "छान! डॉक्टरांवर तरी निदान तू खटले भरत नसावास." डॉक्टर म्हणाला.

"कधीच नाही. माझ्या तेरा वर्षांच्या वकिलीत मी डॉक्टरवर कधी दावा लावलेला नाही, हॉस्पिटलवरही नाह," असं म्हणत तो उठला आणि डॉक्टर हयानीला सामोरा झाला.

"म्हणून तर मला तू आवडतोस." डॉक्टरने त्याच्या छातीवरच्या जखमा हलक्या हाताने तपासल्या. "कसं वाटतंय आता?" असं विचारण्याची दिवसातली ही तिसरी वेळ होती.

"मी ठीक आहे." पॅट्रिकने हे उत्तर त्या दिवशी हजारदा दिलं असेल. नर्स

जास्त उत्सुक दिसल्या. दर अर्ध्या तासाने कोणीतरी त्याच्या तब्येतीविषयी निरोप घेऊन येई, ''कसं वाटतं आहे?'' असा प्रश्न विचारी. ''मी ठीक आहे.'' हे ठरावीक उत्तर तो देई.

''दुपारची डुलकी घेतलीस का?'' डॉक्टर हयानीने खाली बसत पॅट्रिकची डावी मांडी तपासत विचारलं.

''नाही. गोळ्यांशिवाय झोपच येत नाही आणि दिवसा असंकाही घ्यायला मला आवडत नाही.'' खरं म्हणजे नर्स आणि इतर सेवकांच्या होणाऱ्या फेऱ्यांमुळे झोप घेणं अशक्य होतं. पॅट्रिक बेडच्या कडेवर बसत, अगदी मनापासून डॉक्टरला म्हणाला, ''मी तुम्हाला काही सांगू का?''

डॉक्टर हयानी हेल्थ-चार्टवर जे खरडत होता ते थांबवत म्हणाला, ''खुशाल.''

आजूबाजूला नजर फिरवत आसपास ऐकणारं कोणी नाही हे पाहून त्याने सुरुवात केली, ''मी वकिली करत असताना, एक बँकेत काम करणारा माझा अशील होता. तो पैशाच्या अफरातफरीमध्ये पकडला गेला होता. चव्वेचाळीस वय होतं, तीन तरुण पोरं होती अशा चांगल्या माणसाने, मूर्खपणाची ती गोष्ट केली. घरीच त्याला रात्री उशिरा अटक करण्यात येऊन, कौंटी जेलमध्ये त्याची रवानगी करण्यात आली. तुरुंग भरलेला होता. रस्त्यावरचे गुंड, लुटारू यांच्यात त्याला डांबण्यात आलं. त्या कैद्यांनी प्रथम त्याच्या तोंडात बोळे कोंबले, त्यामुळे त्याला ओरडता येणं शक्य नव्हतं. मग त्याला बेदम मारहाण केली, तुम्ही ऐकू नयेत अशा भयानक गोष्टी केल्या. दोन तासांपूर्वी जो त्याच्या खोलीत बसून पिक्चर बघत होता, तो अर्धमेला होऊन, त्याच्या घरापासून तीन मैलावर असलेल्या जेलमध्ये पडून होता.'' बोलता-बोलता पॅट्रिकची मान इतकी खाली झाली की हनुवटी छातीला लागली.

डॉक्टर हयानीने त्याला धीर दिला.

''माझ्यावर असा प्रसंग तुम्ही येऊ देणार नाही ना, डॉक्टर?'' पॅट्रिकचे डोळे पाणावले, आवाज घोगरा झाला.

''काळजी करू नकोस, पॅट्रिक.''

''नुसत्या विचारानेच माझा थरकाप होतो, रात्री भयाण वाटतं.''

''मी तुला शब्द देतो, पॅट्रिक.''

''मी कोणत्या दिव्यातून गेलोय, देवालाच माहीत.''

''मी वचन देतो, पॅट्रिक.''

दुसरा चौकशी अधिकारी होता वॉरन. तो खारकुंडीप्रमाणे छोटा व चेन स्मोकर होता. डोळ्यांवर असणाऱ्या जाड काळ्या गॉगल्समधून तो दुनियेकडे बघत असे. डाव्या हातात सिगारेट, उजव्या हातात पेन यांव्यतिरिक्त दुसरी कोणतीही हालचाल

नसे. तोंडाची मात्र चालू होती. समोर कागदपत्रं पडलेली, प्रश्न विचारणं सुरू होतं. टेबलाच्या दुसऱ्या टोकाला बसलेला स्टिफॅनो पेपरक्लिपशी चाळा करत बसला होता, तर त्याचा वकील लॅपटॉपवर काम करत होता.

"तुम्ही तुमची संघटना केव्हा तयार केलीत?" वॉरनने विचारलं.

"न्यू यॉर्कमध्ये त्याचा पाठलाग संपला, तसे आम्ही माघारी आलो आणि वाट बघत बसलो. जिथून जिथून कानावर येत होतं, ते ऐकत राहिलो. आमचे जुने मार्ग चोखंदळून पाहिले, पण काही घडलं नाही. आमचं पाठलाग करणं थंडावलं, आम्ही मोठ्या मोहिमेसाठी स्वस्थ झालो. मी बेनी ॲरिसियाला भेटलो होतो, तो शोध घेण्यासाठी पैसे खर्च करायला तयार होता. नंतर मी मोनार्क सिएरा व नॉर्दन केस म्युच्युअलच्या लोकांची गाठ घेतली, त्यांनीही औपचारिक मान्यता दिली. नॉर्दन केस म्युच्युअलने नुकतेच त्या विधवेला पंचवीस लाख वाटले होते. तो तेव्हा जिवंत होता याचा ठोस पुरावा त्यांच्याकडे नसल्यामुळे, ते तिच्यावर पैसे परत मिळवण्यासाठी दावाही करू शकत नव्हते. पाच एक लाख खर्च करायला ते तयार झाले. मोनार्क सिएराची अवस्था चमत्कारिक होती, कारण त्या वेळी त्यांनी पैसे दिले नव्हते. त्यांची जबाबदारी चाळीस लाख होती."

"मोनार्क सिएराने लॉ फर्मचा त्यांच्या बेकायदा कृत्यांमुळे होणाऱ्या नुकसानीचा विमा उतरवला होता?"

"साधारण तसंच. चुका व त्रूटी यांबाबतीतल्या होणाऱ्या गुन्ह्यांच्या कंपनीच्या नेहमीच्या धोरणाव्यतिरिक्त, तो एक स्वतंत्र भाग होता. त्यानंच नोकर व भागीदार यांच्याकडून होणाऱ्या चोऱ्या, अफरातफर यांपासून लॉ फर्मला तारलं आहे. लॅनिगनने फर्मचे पैसे चोरले म्हणून मोनार्क सिएराला चाळीस लाख डॉलर्स देणं भाग पडलं.

"पण तुमचा अशील मि. बेनी ॲरिसियाला हे पैसे मिळाले होते, बरोबर?"

"हो. त्याने प्रथम लॉ फर्मवर त्याचे सर्व सहा कोटी बुडाले म्हणून केस केली, पण फर्मकडे थोडीच मालमत्ता होती. म्हणून फर्मने पॉलिसीचे आलेले पैसे देण्याचं मान्य केलं. आम्ही मग सर्व जण एकत्र बसलो आणि एक ठराव केला. लॅनिगनला शोधण्यासाठी जर मि. ॲरिसिया दहा लाख देण्यास तयार असेल, तर मोनार्क सिएराने काही कटकट न करता पैसे देण्याचं मान्य केलं. मग मि. ॲरिसियाने उलटी अट घातली की, मोनार्क सिएराने पण दहा लाख शोधकार्यात ओतले पाहिजेत."

"म्हणजे मि. ॲरिसियाचे दहा लाख, मोनार्क सिएराचे दहा आणि नॉर्दन केस म्युच्युअलचे पाच मिळून एकूण पंचवीस लाख झाले."

"हो सुरुवातीला तसं ठरलं होतं."

"यामध्ये लॉ फर्म कुठे होती?"

"त्यांनी सहभागी न होण्याचं ठरवलं. खरं म्हणजे, त्यांच्याकडे एकतर पैसे

नव्हते आणि त्यांना एवढा धक्का बसला होता की, कोणताही प्रतिसाद देण्याच्या ते मन:स्थितीत नव्हते. इतर मार्गांनी त्यांनी मदत केली.''

''सगळ्यांनी पैसे दिले?''

''हो. माझ्या कंपनीच्या खात्यावर जमा केले.''

''आता शोध तर संपला आहे, किती पैसे उरले आहेत?''

''बहुतेक काहीच नाहीत.''

''किती खर्च आला?''

''पस्तीस लाख, थोडेफार कमी-जास्त. वर्षभरापूर्वी सगळे पैसे खलास झाले. इन्शुरन्स कंपन्या नाही म्हणाल्या. मि. ॲरिसियाने आणखी पाच लाख, नंतर तीन लाख दिले. आत्तापर्यंत त्याचे एकट्याचे एकोणीस लाख झाले आहेत.''

खरं पाहता, ते वीस लाख झाले होते. आता तर बेनीने, नाखुशीने का होईना, त्या बाईच्या मागे लागण्याचं ठरवलं होतं. एफबीआयला ते कळणार नव्हतं.

''आणि पैसे कसे खर्च झाले?''

स्टिफॅनोने त्याच्याजवळचा तपशील चाळला, फक्त नजर टाकण्यापुरता.

''दहा लाख पगार, प्रवास आणि तपासाच्यासंबंधी इतर खर्चासाठी लागले. बक्षिशी देण्यात पंधरा आणि दहा लाख माझ्या फर्मची फी.''

''तुला दहा लाख?'' वॉरनने चढ्या आवाजात विचारलं.

''हो. चार वर्षांच्या काळात.''

''बक्षिसांबद्दल सांग.''

''शोधाचा गाभाच सांगायला लागेल.''

''सांग, आम्ही ऐकतो.''

''सर्वांत प्रथम, पॅट्रिक लॅनिगनच्या नाहीसे होण्यासंबंधी माहिती मिळवण्यासाठी, आम्ही बक्षीस ठेवलं. तुम्हा लोकांना ते माहीत होतं, पण तुम्हाला वाटलं ते लॉ फर्मतर्फे असेल. आम्हीच शांतपणे लॉ फर्मकडे जाऊन चार्ल्स बोगानला पटवलं की, पॅट्रिकचा ठावठिकाणा कळण्यासाठी तुम्ही ते बक्षीस लावलंय असं जाहीर कर. त्याने ते लोकांपर्यंत नेलं आणि पहिल्यांदा पन्नास हजाराचं बक्षीस लावलं. आमचं बोगानशी असं ठरलं होतं की, त्याला काही प्रतिसाद मिळाला तर त्याने तो गुपचूप आम्हाला सांगायचा.''

''एफबीआयला हे कळवण्यात आलं नव्हतं.''

''नाही. एफबीआयला फक्त बक्षिसाचं माहीत होतं, त्यांना ते मंजूर होतं. आमचं बोगानशी झालेलं बोलणं गुप्त ठेवलं होतं. कोणत्याही मिळालेल्या माहितीचा फायदा प्रथम आम्ही घेणार होतो. आमचा एफबीआयवर विश्वास नव्हता असं नाही, पण पॅट्रिक लॅनिगन व पैसे आम्ही शोधून काढले असं दाखवायचं होतं.''

"या घटकेपर्यंत तुम्ही किती माणसं कामाला लावलीत?"

"बहुधा डझनभर."

"तुम्ही कुठे होतात?"

"इथंच. मी बिलॉक्सीला आठवड्यातून एकदातरी जायचो."

"एफबीआयला तुम्ही काय करत होता याची माहिती होती का?"

"मुळीच नाही. माझ्या माहितीप्रमाणे, आमचा या गोष्टीत सहभाग आहे, हे त्यांना गेल्या आठवड्यापर्यंत कळलेलं नव्हतं."

वॉरनच्या पुढ्यात असलेल्या फाइलवरून ते लक्षात येत होतं.

"पुढे." वॉरन म्हणाला.

"दोन महिने झाले, तीन-चार झाले आम्हाला काहीच कळलं नव्हतं. आम्ही बक्षिसाची रक्कम वाढवून पंचाहत्तर हजार केली, नंतर एक लाख. बोगानला इतरांकडून याचा त्रास होऊ लागला तेव्हा तो एफबीआयकडे गेला. ऑगस्ट १९९२ मध्ये त्याला न्यू ऑर्लिन्सहून एका वकिलाचा फोन आला, पॅट्रिकच्या नाहीसे होण्याविषयी त्याच्या अशिलाला काहीतरी माहिती होती, असं त्याचं म्हणणं होतं. आवाजावरून ती व्यक्ती विश्वासार्ह वाटली म्हणून आम्ही न्यू ऑर्लिन्सला गेलो."

"काय नाव त्याचं?"

"लॉयला स्ट्रीटवरील.... रऊल लॉझिएरे."

"तू त्याला भेटलास?"

"हो."

"आणि आणखी कोण होतं तुझ्या कंपनीमधलं?"

स्टिफॅनोनं त्याच्या वकिलाकडे पाहिलं, तोही क्षणभर गार होऊन विचारात पडला. "हा पेशा गुप्त असतो तेव्हा माझ्या सहकाऱ्यांची नाव उघड करता येणार नाहीत."

"त्याला तसं करण्याची गरज नाही." स्टिफॅनोचा वकील मोठ्याने म्हणाला. तो मुद्दा तिथेच संपला.

"ठीक आहे. पुढे." वॉरन बोलला.

"लॉझिएरे प्रामाणिक, नीतिचा व विश्वास ठेवण्यालायक वाटला. तो तयारीतच होता. पॅट्रिकच्या फरारी होण्याविषयी, पैशांविषयी त्याला सर्व माहिती होती असं दिसलं. पेपरमध्ये आलेल्या बातम्यांच्या कात्रणांची त्याच्याकडे फाइल होती. प्रत्येक कागदाला अनुक्रम दिलेला आणि त्यातली माहिती त्याच्या बोटांवर होती. त्याने आम्हाला त्याच्या अशिलाला असलेल्या माहितीचं सुटसुटीत लिहिलेलं एक चार पानी टिपण दिलं."

"मला फक्त गोषवारा दे. सविस्तर नंतर वाचेन."

"नक्की," असं म्हणत तो आठवून परत सांगू लागला :

"त्याची एरीन नावाची एक तरुण स्त्री अशील होती. तुलाने येथील मेडिकल स्कूलमध्ये दाखल झाल्यापासून ती झगडत होती. नुकताच तिचा घटस्फोट होऊन, ती कंगाल झाली होती. दोन वेळच्या पोटासाठी, मॉलमधल्या एका बुक-स्टोअरमध्ये ती शेवटच्या पाळीमध्ये काम करत होती. जानेवारी १९९२ मध्ये एके दिवशी एक व्यक्ती त्या बुक-स्टोअरमधल्या 'प्रवास व भाषा' या विभागात इकडेतिकडे हिंडताना आढळली. इसम लठ्ठ व जाडजूड होता, अंगावर सूट होता; त्याने काळसर करड्या रंगाची दाढी राखली होती, पण उदास दिसला. रात्रीचे नऊ वाजत आले होते, स्टोअर निर्मनुष्य झालं होतं. फिरता फिरता अखेरीस त्याने, एका भाषेच्या कोर्सच्या बारा कॅसेट्स व वर्कबुक इत्यादी साहित्य असलेला एक चपट्या आकाराचा बॉक्स उचलला आणि तो एरीन काम करत असलेल्या बिल काउन्टरशी जायला निघाला, तेवढ्यात दुसरा एक माणूस स्टोअरमध्ये आला. पहिली व्यक्ती झटकन पुस्तकांच्या कपाटांच्या मागे गेली. त्याने हातातला बॉक्स परत शेल्फवर ठेवून दिला. दुसऱ्या बाजूने बाहेर पडून त्याने त्या दुसऱ्या माणसाला टाळण्याचा प्रयत्न केला. त्याला तो नक्कीच ओळखत असावा. त्याच्याशी त्याला बोलायचं नव्हतं; पण त्याचा तो प्रयत्न फसला. दुसऱ्या माणसाने एकदम वर बघितलं आणि म्हणाला, "पॅट्रिक, बऱ्याच दिवसांनी भेटतो आहेस." दोघांचं मोजकं संभाषण झालं. वकिलीविषयी गप्पा होत्या. काहीच काम नसल्यामुळे एरीन वेळ घालवण्यासाठी त्याचं बोलणं ऐकत राहिली. तिची उत्सुकता ताणली गेली होती.

पॅट्रिक म्हणून जो कोणी होता तो निघण्यासाठी अधीर झाला होता. अखेरीस त्याला हवा असलेला क्षण मिळताच तो दिमाखाने बाहेर पडला. तीन रात्रींनंतर साधारणपणे त्याच वेळेला तो परत आला. ती पुस्तकं लावत होती, बिल काउन्टरकडे नव्हती. तिने त्याला आत शिरताना पाहिला, ओळखला आणि 'पॅट्रिक' हे नावही तिच्या लक्षात होतं. तिने त्याच्यावर नजर ठेवली. बिल काउन्टरवरच्या क्लार्ककडे पाहून त्याने खातरी करून घेतली की, आज तिथे दुसरी कोणीतरी होती. त्याने स्टोअरमध्ये एक चक्कर मारली आणि तो भाषा विभागात आला. त्याने त्या दिवशीचा तोच भाषा-कोर्सचा बॉक्स उचलला, काउन्टरकडे सरकवला, रोख पैसे दिले आणि झटकन बाहेर पडला. साधारण तीनशे डॉलर्स होते. एरीनने त्याला जाताना पाहिला. त्याने तिला पाहिलं नव्हतं; असलं तरी तीच ती होती हे त्यानं ओळखलं नसावं."

"कोणत्या भाषेचा कोर्स होता तो?"

"तोच एक मोठा प्रश्न होता. तीन आठवड्यानंतर एरीनने पेपरमध्ये वाचलं की, पॅट्रिक लॅनिगन कारच्या भीषण अपघातात मेला. तिने त्याचा फोटो ओळखला. नंतर सहा आठवड्यांनी, त्याच्या फर्मचे पैसे चोरीला गेल्याची बातमी आली, त्या वेळी पेपरमध्ये आलेला तोच फोटो होता आणि एरीनने तोही पाहिला."

"त्या पुस्तकाच्या दुकानामध्ये छुपे कॅमेरे होते का?"

"नाही. आम्ही तपास केला."

"कोणती भाषा होती?"

"लॉझिएरे आम्हाला सांगणार नव्हताच, पहिल्याप्रथम तर नाहीच नाही. लॅनिगनविषयी इतकी माहिती सांगितल्यामुळे आम्ही त्याला एक लाख देऊ केले होते. भाषेविषयी सांगण्यासाठी तो अणि त्याचा अशील यांना स्वाभाविकपणे सर्व पैसे हवे होते, आम्ही तीन दिवस चर्चा करत होतो, तो दाद देईना. एरीनकडे चौकशी करण्यासाठी त्याने परवानगी दिली. आम्ही सहा तास बोलत होतो, तिने सांगितलेली प्रत्येक बाब पडताळून पाहिली आणि मग एक लाख द्यायला तयार झालो."

"ब्राझिलीयन पोर्तुगीज?"

"हो. आमच्या तपासाचं जग एकदम छोटं झालं."

प्रत्येक वकिलाच्या बाबतीत जसं घडतं, तसं दुर्दैवाने जे. मुरे रिडल्टनलाही तशा अवस्थेतून पूर्वी बऱ्याच वेळा जावं लागलं होतं. एक मजबूत केस कमकुवत होत चालली होती. हवाबंद आवरण एकाएकी छिद्रीत होऊन, तुषार उडू लागले होते. पापणी लवते न लवते तोच परिस्थिती पालटली होती.

कोणत्याही समाधानाची अपेक्षा न ठेवता, गंमत करायची म्हणून त्याने टुडीला थोडा वेळ बढाया मारू दिल्या आणि मग वार करण्यासाठी, नक्षा उतरवण्यासाठी हत्यार उपसलं.

"व्यभिचार!" एक पवित्र कुमारिका (प्युरिटान) असल्याच्या थाटात, ती धाप लागल्यागत उद्गारली. लान्ससुद्धा चक्रावला. तो पलीकडच्या बाजूस गेला आणि तिचा हात धरला.

"मला आहे कल्पना त्याची." जे. मुरे तिच्या सुरात सूर मिळवून म्हणाला, "घटस्फोटाच्या केसमध्ये असं होतंच. अशा गोष्टींना विकृत स्वरूप येतंच."

"मी त्याला ठारच करतो." लान्स गुरगुरला.

"त्याचा विचार आपण नंतर करू." जे. मुरे त्याला थांबवत म्हणाला.

"व्यभिचार कुणाबरोबर केला?" टुडीने विचारलं.

"या लान्सबरोबर. त्यांचा दावा आहे की, तुमचं हे प्रकरण पूर्वीपासून चालत आलेलं आहे, लग्नानंतरही ते सुरू आहे. त्यांचं तर असं म्हणणं आहे की, हायस्कूलपासून ते चालू आहे. खरं म्हणजे नववीपासून."

"तो महामूर्ख आहे!" आपण निर्दोष आहोत अशा थाटात लान्स म्हणाला.

टुडीने मान हालवत त्याला दुजोरा दिला. बेतालपणाच होता तो. मग तिने विचारलं, "त्याच्याकडे काय पुरावा आहे?"

"तू नाकारते आहेस?"

"सपशेल नाकारते."

"अर्थातच!" लान्स म्हणाला, "हा मनुष्य म्हणजे चालताबोलता खोटेपणा आहे."

जे. मुरेने टेबलाच्या आतला एक खण उघडला आणि सॅन्डीने दिलेल्या रिपोर्ट्सपैकी एक बाहेर काढला. "लग्न झाल्यापासूनच पॅट्रिक संशयी होता असं दिसतं. त्याने आवतीभोवती हेर नेमले होते. त्यांच्यापैकी एकाचा हा रिपोर्ट."

ट्रुडी व लान्सने क्षणभर एकमेकांकडे बघितलं. ते समजले की, ते पकडले गेलेत. वीस वर्षांपासूनचे संबंध एकदम नाकारणं हे त्यांना कठीण होतं, तरीही ते दोघे जण उद्दाम झाले होते.

"मी थोडक्यात सांगतो." असं म्हणून जे. मुरेने दिवस, वेळा, तारखा व ठिकाणं इत्यादी तपशील त्यांच्यासमोर ठेवला. त्यांना लाजलज्जा नव्हतीच. हा सारा इतिहास कागदोपत्री तयार होता हे पाहून ते अस्वस्थ झाले.

"अजूनही तुम्ही नाकारत आहात?" जे. मुरेने विचारलं. ट्रुडी गप्प होती, लान्स म्हणाला, "हे असलं कुणीही लिहील." जे. मुरेने दुसरा रिपोर्ट काढला, तो पॅट्रिक नाहीसा होण्यापूर्वीच्या सात महिन्यांमधील होता. पुन्हा तारखा, वेळा, ठिकाणं इत्यादी माहितीसह होता. पॅट्रिक शहराबाहेर गेल्यावर लान्स कधी येत होता, प्रत्येक वेळचा तपशील होता.

"हे हेर कोर्टात शपथेवर साक्ष देऊ शकतील?" लान्सने प्रश्न केला.

"आपण कोर्टात जाणार नाही." जे. मुरे म्हणाला.

"का नाही?" ट्रुडीने विचारलं.

"या कारणास्तव." असं म्हणत जे. मुरेने आठ बाय दहाचे रंगीत फोटो त्यांच्याकडे सरकवले. त्यातला एक ट्रुडीने झटकन ओढून घेतला. स्विमिंगपूलच्या काठावर, त्याच्या शेजारी स्वत:ला नग्नावस्थेत पाहून तिने 'आ' वासला. लान्सलाही धक्का बसला होता. त्याने फक्त मंद हसण्यावर नेलं. त्याला ते आवडलं होतं.

ते फक्त फोटोंची चाळवाचाळव करत गप्प होते. जे. मुरेने काही क्षण जाऊ दिले व नंतर म्हणाला, "तुम्ही दोघं फार बेपर्वाईने वागलात."

"तुमची भाषणबाजी नको." लान्स बडबडला. ट्रुडी रडायला लागली, तिचे ओठ थरथरत होते, नाक फुरफुरत होतं. जे. मुरेने असले प्रकार हजारदा पाहिले होते. अशी माणसं त्यांच्या कृत्याला रडत नसतात, तर त्याची किंमत मोजावी लागते म्हणून रडतात.

"त्याला माझी मुलगी मिळणार नाही." ती फणकारली. तिचं भान सुटलं होतं, थोडा वेळ तिचा थयथयाट चालू होता. लान्स तिचं सांत्वन करायला तयार होताच.

"मला माफ करा." अश्रू पुसत ती म्हणाली.

“शांत हो.” जे. मुरेच्या बोलण्यात सहानुभूती नव्हती.

“त्याला मूल नकोच आहे.” त्यानं सांगितलं.

“का नको?” तिच्या डोळ्यांतलं पाणी लगेच थांबलं होतं.

“तो तिचा बापच नाही आहे.”

त्या दोघांनी एकमेकांकडे तिरप्या नजरेने पाहिलं, विचारात पडले.

जे. मुरेने आणखी एक रिपोर्ट काढत म्हटलं, “ती चौदा महिन्यांची असतानाच त्याने तिच्या रक्ताचा नमुना घेऊन डीएनए चाचणी करून घेतली होती. तो तिचा जन्मदाता आहे हे ठरवण्यासाठी आता दुसरा कोणताच मार्ग नाही.”

“मग कोण...” पण तो पुढे बोलू शकला नाही.

“आसपास नेहमी कोण होतं यावर ते अवलंबून...”

“माझ्या आसपास कोणीच नव्हतं.” त्याचं बोलणं उडवून लावण्याच्या इराद्याने चिडून ती म्हणाली.

“माझ्याशिवाय.” लान्सनेच स्वत:हून तयारी दाखवली आणि डोळे मिटून गप्प झाला. गांभीर्य न कळल्यामुळे बापाची जबाबदारी त्याच्यावर कोसळली होती. त्याला लहान मुलं आवडत नसत. केवळ टुडीचीच ती मुलगी असल्यामुळे ॲशली निकोलला त्यानं सहन केलं होतं.

“अभिनंदन!” जे. मुरेने त्याचं कौतुक केलं. ड्रॉवरमधून त्याने एक साधा सिगार काढत लान्सकडे तो उडवला.

“ती मुलगी आहे.” असं म्हणत तो मोठ्याने हसला.

टुडी संतापली होती, लान्स सिगारशी चाळा करत होता. जे. मुरेची थट्टा थांबली तेव्हा तिने विचारलं, “आपलं काय आता?”

“सोपं आहे. त्याच्या मालमत्तेवरचे जे काही हक्क असतील ते सोडणं. तुला हवा असलेला घटस्फोट, मुलीचा ताबा इत्यादी सर्वकाही तो देईल.”

“त्याची मालमत्ता किती आहे?”

“त्याच्या वकिलाला सध्यातरी कल्पना नाहीये. आपल्याला ते कळणारही नाही. तो मनुष्य मृत्यूच्या दारात उभा आहे, रोकड तशीच कायमची पुरली जाईल.”

“मी तर सर्वस्व गमावून बसणार आहे. त्यानं माझी काय दशा केली बघा. तो मेला तेव्हा पंचवीस लाख मिळाले, पण आता इन्शुरन्स कंपनी माझं दिवाळं काढायला निघालीये.”

“खरं म्हणजे तिला भरपूर पैसे मिळायला हवेत.” लान्स प्रॉम्प्टिंग केल्याप्रमाणे बडबडला.

“मी त्याच्यावर मानसिक छळ, फसवणूक अशा प्रकारचा दावा लावू शकते का?”

"नाही. हे अगदी साधं सरळ आहे. तुला घटस्फोट, तुझी मुलगी मिळेल; पॅट्रिक जे काय असतील ते पैसे ठेवेल. सारं गुपचूप होईल. नाहीतर तो हे सगळं पेपरवाल्यांकडे देईल." जे. मुरे ते सगळे रिपोर्ट्स व फोटो यावर हात मारत म्हणाला, "तुझीच नाचक्की होईल, तूच तुझी लक्तरं वेशीवर टांगलीस असं होईल."

"मी कुठे सही करू?"

जे. मुरेने सगळ्यांना व्होडका दिली. शेवटी त्याने, लान्स भाडोत्री मारेकऱ्याच्या शोधात असल्यासंबंधीच्या वावड्या कशा चर्चेत आहेत, हा विषय काढला. त्या दोघांचा संताप अनावर झाला. जे. मुरेने असल्या गावगप्पांवर त्याचा विश्वास नाही असा दिलासा दिला.

कोस्टमध्ये काही ना काही वदंता वर-खाली होत राहिल्या.

बावीस

सॅन्डी मॅक्डरमॉट सकाळी आठ वाजता न्यू ऑर्लिन्सहून निघाला. इन्टरस्टेट १० वरून, रहदारीतून वाट काढत जात असता, त्यांनी त्याचा पाठलाग सुरू केला. लेक पॉन्टशरस्ट्रेन इथं रहदारी कमी होईपर्यंत तो चालू होता. त्यानी पुढे खबर दिली की, तो बिलॉक्सीच्या मार्गावर आहे. पाठलाग करणं सोपं होतं, संभाषण चोरून ऐकणं ही वेगळी गोष्ट होती. त्याच्या ऑफिसमधले, घरचे आणि गाडीतलेसुद्धा फोन चोरून ऐकण्याची व्यवस्था गायकडे तयार होती, पण ती बसवायची–कार्यान्वित करायची की नाही, याचा निर्णय बाकी होता. धोका जबरदस्त होता. मि. ॲरिसिया सावध होता. स्टिफॅनो व गायबरोबर बोलताना तो म्हणाला की, सॅन्डीला या गोष्टीची कल्पना आहे व तो निरर्थक किंवा दुसऱ्याला गोत्यात आणणारी बडबड करेल. त्याच्या अशिलाने तो स्वत: प्रत्येक बाबतीत किती दक्ष होता हे दाखवून दिलं आहे.

सॅन्डी मागे वळून बघत नव्हता, तसंच तो समोरही बारकाईने लक्ष ठेवून होता असंही नव्हतं. त्याचं मन नेहमीप्रमाणे फार पुढचा विचार करत होतं. त्यामुळे तो सहज गाडी चालवत होता. काही डावपेच आखण्याच्या दृष्टीने विचार करता, लॅनिगनची विविध स्तरावरील लढाई चांगल्या स्थितीत होती. मोनार्क सिएरा, लॉ फर्म आणि मि. ॲरिसिया यांनी दाखल केलेल्या दाव्यांची कागदपत्रं आधी दाटीवाटीने ठेवलेल्या कागदपत्रांवर ठेवली होती. त्यावर सॅन्डीने द्यायच्या उत्तरांना महिनाभराचा अवधी होता. तीन महिन्यांनी कागदपत्रांची छाननी सुरू होणार होती, ती वर्षभर चालणार होती. प्रत्यक्ष दाव्यांचं काम सुरू व्हायला, लवकरात लवकर तरी दोन वर्षांचा अवधी होता. तीच गोष्ट पॅट्रिकने एफबीआयवर लावलेल्या केसची. कारण एकदा केव्हातरी स्टिफॅनो आणि त्याच्याबरोबरच्या इतर मंडळींना, त्या केसमध्ये ओढण्यासाठी त्या दाव्यात दुरुस्ती करायची होती. अशी केस लढवणं यात वेगळा आनंद होता, पण तशी संधी मिळेल की नाही याविषयी तो साशंक होता.

घटस्फोट ही बाब आता हातातली होती.

सारं लक्ष केंद्रित करायला लावणारा विषय होता, मनुष्यवधाचा आरोप. पॅट्रिकच्या इतर समस्यांपैकी तो सर्वांत गंभीर प्रश्न होता हे उघड होतं आणि लवकरात लवकर निकाली काढणं जरुरी होतं. कायद्याप्रमाणे राज्य सरकारला, पॅट्रिकवर आरोप निश्चित केल्यानंतर दोनशे सत्तर दिवसांत, त्याची सुनावणी करणं आवश्यक होतं. वेळ तर जात होता.

सॅन्डीच्या मते पुराव्याच्या आधारावर आरोप सिद्ध करणं हा लांबचा मार्ग होता. या क्षणाला पुराव्यातल्या निर्णायक ठरणाऱ्या गोष्टी म्हणजे तो जॉन डो कोण, तो कसा मेला, त्याला पॅट्रिकनेच मारला याची खातरी काय– या महत्त्वाच्या गोष्टींचा अभाव होता. त्यामुळे अगदी संदिग्ध, परिस्थितीजन्य पुराव्यावर आधारलेली केस असं म्हणता येत होतं. बऱ्याच ग्राह्य धरलेल्या गोष्टी विचारात घेतल्या जाणार होत्या.

शेवटी लोकभावना समोर ठेवून दोषी ठरवलं जाईल हे स्पष्ट दिसत होतं. बिलॉक्सीच्या अडीचशे मैलांच्या परिसरात राहणाऱ्या प्रत्येकाला या घटनेचा तपशील शब्दन्‌शब्द माहीत होता. स्वत:च्या मृत्यूचा आभास निर्माण करण्यासाठी पॅट्रिकने कोणाचातरी जीव घेतला आणि त्याच्या जिवावर त्याला नऊ कोटी डॉलर्स चोरता येणं शक्य झालं, हे कोणत्याही सुशिक्षित माणसाला न समजण्यासारखं नव्हतं. पॅट्रिकने नवीन नाव धारण करून, हाताशी लागलेल्या भरपूर पैशांवर नवीन आयुष्य काढावं अशी अपेक्षा करणारे, पॅट्रिकला सहानुभूती दाखवणारे फारच कमी होते. पण ते लोक ज्यूरी म्हणून काम करणारे नव्हते. कॉफी शॉपमध्ये चालणाऱ्या चर्चा, व्यक्त होणारी मतं आणि कोर्टहाउसमध्ये वकिलांच्यात आपापसात होणाऱ्या गप्पा यावरून पुष्कळांना वाटत होतं की, पॅट्रिक दोषी होता आणि त्याने तुरुंगवास भोगायलाच हवा. थोड्याच जणांना, त्याला मृत्युदंडाची शिक्षा व्हावी असं वाटत होतं. बलात्कारी व पोलिसांची हत्या करणाऱ्यांसाठी ती शिक्षा राखून ठेवावी.

त्या वेळी तरी पॅट्रिकला जिवंत ठेवणं ही तातडीची गरज होती. आदल्या रात्री, दुसऱ्याच एका हॉटेलमध्ये उतरलेल्या लीने दिलेल्या लान्सच्या फाइलवरून तो शांत डोक्याचा, भयानक व हिंसक वृत्तीचा माणूस दिसत होता. त्याला पिस्तुलाशी खेळणं आवडत असे. एका दुकानदारावर केलेल्या हल्ल्यात त्याला ग्रॅन्ड ज्यूरीने आरोपी ठरवले होते. नंतर ते आरोप रद्द करण्यात आले. अमली पदार्थांचा चोरटा व्यापार करण्याच्या गुन्ह्यात त्याला तीन वर्षांची शिक्षा झाली होती. त्याव्यतिरिक्त गल्फपोर्ट इथल्या बारमध्ये झालेल्या भानगडीत त्याचा सहभाग असण्यावरून, त्याला दोन महिन्यांचा तुरुंगवास झाला होता; पण नंतर त्याच्या शिक्षेची मुदत कमी करण्यात आली होती, कारण तुरुंग कैद्यांनी भरून गेला होता. नंतर त्याला दोनदा

पकडण्यात आलं होतं– एकदा मारामारीवरून व दुसऱ्यांदा फक्त चौकशीसाठी.

त्याला सुधारता येणं शक्य होतं, तो इतरांप्रमाणे समाजात मिसळू शकला असता. तसा तो देखणा, बायकांना आवडणारा होता. पार्टीच्या वेळी झकपक कसं राहावं, गमतीशीर गप्पा मारून मजा कशी आणावी हे त्याला समजत असे. पण रस्त्यावर चालणाऱ्या घाणेरड्या गोष्टीत तो अधिक रमत असे. ठग, मवाली-गुंड, पैशाची दादागिरी करणारे, चोरटे व्यापारी यांच्या सहवासात वेळ घालवत असे. पॅट्रिकने या सर्वांचा अभ्यास करून त्याची गुन्हेगारी पार्श्वभूमी देणारी माहिती फाइलमध्ये ठेवली होती.

पॅट्रिकला असलेल्या सततच्या भयगंडाविषयी सॅन्डी सुरुवातीला साशंक होता, पण आता त्याला त्याच्या त्या भयगंडाविषयी खातरी पटली. गुन्हेगारी जगाची त्याला फारच थोडी ओळख होती, तरी त्याच्या पेशामुळे त्याचा अशा लोकांशी संबंध येत असे. एखाद्याला मारण्यासाठी– जीव घेण्यासाठी पाच हजार मिळतात अशा गोष्टी पुष्कळदा त्याच्या कानावर आल्या होत्या. कदाचित कोस्टमध्ये त्या कमी असाव्यात.

लान्सकडे असे पाच हजार नक्कीच होते. पॅट्रिकचा काटा काढण्यासाठी प्रवृत्त करायला त्याच्याकडे एक चांगलं साधनही होतं, इन्शुरन्स पॉलिसी. त्यांनीच ट्रुडीला पैसेवाली केलं होतं आणि त्यात, आत्महत्येव्यतिरिक्त दुसरं कोणतंही कारण वगळण्यात आलं नव्हतं. डोक्यात घातलेली गोळी हेसुद्धा कारण कार अपघात, हार्ट ॲटॅक किंवा इतर कोणत्याही कारणांसारखंच एक होतं. शेवटी मरण म्हणजे मरण.

कोस्ट हे सॅन्डीचं मैदान नव्हतं. त्याला तिथले शेरीफ, त्यांचे अधिकारी, जजमंडळी आणि न्यायालयाच्या संबंधी इतर लोक हे कोणी परिचित नव्हते. असं होतं म्हणूनच की काय, पॅट्रिकने त्याला निवडला होता असा त्याला संशय होता.

शेरीफ स्वीने फोनवरसुद्धा अगत्याने बोलत नव्हता. तो फार कामात असतो असं तो म्हणत असे. शिवाय वकिलांशी बोलणं-भेटणं म्हणजे वेळेचा अपव्यय असं त्याचं मत होतं. इमर्जन्सी सोडून, सकाळी साडेनऊनंतर काही मिनिटं तो देऊ शकत होता. सॅन्डी लवकरच येऊन बसला होता, कॉफीपॉटमधून त्याने स्वतःच कॉफी ओतून घेतली. शेरीफचे सहकारी इकडेतिकडे फिरत होते. मागच्या बाजूस जेलचा परिसर होता. स्वीनेनं त्याला पाहिला आणि त्या आवारातून तो त्याला ऑफिसकडे घेऊन आला. त्याचं ऑफिस साधी न सजवलेली खोली होती, वर्षानुवर्ष चालत आलेलं सरकारी खुर्च्या-टेबलांचं त्यात फर्निचर होतं. भिंतीवर हसऱ्या चेहऱ्याच्या राजकारणी लोकांचे भुरकट झालेले फोटो होते.

एका कुरकुर करणाऱ्या खुर्चीकडे अंगुलीनिर्देश करत स्वीने म्हणाला, ''बसा.''

टेबलावर असलेल्या टेपरेकॉर्डरचं बटण अगोदर दाबून त्याने सॅन्डीला विचारलं,

''संभाषण रेकॉर्ड केलेलं चालेल ना? मी प्रत्येकाचं बोलणं रेकॉर्ड करतो.'' सॅन्डीचं म्हणणं जसंकाही विचारात घेतलं जाणार होतं अशा अविर्भावात तो म्हणाला, ''काही हरकत नाही. तुम्ही आत बोलावल्याबद्दल आभार.''

''ठीक आहे.'' स्वीने म्हणाला. त्याच्या येण्याने आपला वेळ जातो आहे असं दाखवण्याऐवजी दुसरं काही बोलावं असं त्याला वाटलं नाही. त्याने सिगारेट पेटवली आणि वाफाळलेल्या कॉफीचा घोट घेतला.

''मी एकदम मुद्द्याचं बोलतो.'' सॅन्डीने सुरुवात केली, ''माझ्या ऑफिसला खबर आली आहे की, पॅट्रिकच्या जिवाला धोका संभवतो.'' खोटं बोलणं सॅन्डीला आवडत नव्हतं, पण प्राप्त परिस्थितीत त्याच्याकडे पर्याय नव्हता. त्याच्या अशिलाची तीच इच्छा होती.

''तुमच्या अशिलाला धोका संभवतो असं तुमच्या ऑफिसला कळवण्याचं एखाद्याला काय कारण?''

''या एकंदर प्रकरणावर लक्ष ठेवण्यासाठी आम्ही हेर नेमलेत. बऱ्याच लोकांविषयी त्यांना माहिती असते आणि त्यांच्यात चाललेल्या गप्पा कानावर येतात. हेरांपैकी एकाने याचा शोध घेतला. या गोष्टी अशा प्रकारेच घडतात.''

शेरीफ स्वीने तटस्थ राहिला. त्याने अविश्वास दाखवला नाही आणि विश्वासही. सिगारेट ओढत तो विचार करत राहिला. गेल्या आठवड्यात पॅट्रिक लॅनिगनच्या पराक्रमाविषयी उठलेल्या, काही विचार करायला लावणाऱ्या वदंता त्याने ऐकल्या होत्या. लोकांना दुसरा विषय नव्हता. मारेकऱ्यांच्या संदर्भातल्या गोष्टी नाना प्रकारच्या होत्या. शेरीफ स्वीनेला वाटलं या वकिलाच्या हेरांपेक्षा आपलं माहिती काढणारं जाळं, विशेषत: न्यू ऑर्लिन्समधलं, फार हुशार आहे, तेव्हा याला काय सांगायचंय ते सांगू दे.

''त्याचं नाव आहे लान्स मॅक्सा. मला खातरी आहे, तुम्ही त्याला ओळखता.''

''माहिती आहे आम्हाला.''

''अंत्यविधी आटोपताच त्याने पॅट्रिकची जागा घेतली.''

''काही म्हणतील पॅट्रिकनेच त्याची जागा घेतली होती.'' स्वीने असं म्हणत प्रथमच हसला. खरोखरच सॅन्डीचं हे मैदान नव्हतं. त्याच्यापेक्षा शेरीफलाच जास्त माहिती होती.

''दोघांबद्दल तुला सर्व माहिती आहे, असं दिसत आहे.''

''इथे आजूबाजूला काय चाललं आहे, त्या सर्व गोष्टींची नोंद घेतो आम्ही.''

''दिसतंय ते. जाऊ दे. तुम्हाला कल्पना आहे की, लान्स हा नतद्रष्ट आहे. माझ्या माणसांनी असं ऐकलं आहे की, तो एका भाडोत्री मारेकऱ्याच्या शोधात आहे.''

''किती देणार आहे तो?' शेरीफने संशयाने विचारलं.

"माहीत नाही. पण त्याच्याकडे पैसा आहे आणि त्याचा बेतही तोच आहे."

"माझ्या कानावर अगोदरच आलं आहे."

"छानच झालं. मग तुम्ही काय ठरवलं आहे?"

"कशाबद्दल?"

"माझा अशील जिवंत राहावा यासाठी?"

शेरीफ स्वीनेने एक दीर्घ उसासा सोडला, गप्प बसण्याचं ठरवलं. तो राग आवरण्याचा प्रयत्न करत असावा. नंतर म्हणाला, "तो तुझा अशील लष्करी तळावरच्या हॉस्पिटलरूममध्ये आहे. माझे अधिकारी त्या रूमच्या दारावर पहारा करत आहेत आणि हॉलवर एफबीआयचे एजंट आहेत. याशिवाय आणखी काय करावं असं तुझ्या मनात आहे."

"शेरीफ, तुमचं काम कसं करावं हे सांगण्याचा माझा हेतू नाही."

"खरंच?" उपरोधाने शेरीफने विचारलं.

"नाही. खरंच नाही. फक्त समजून घेण्याचा प्रयत्न करा की, माझा अशील सध्या घाबरलेल्या स्थितीत आहे. मी त्याचा वकील म्हणून आलो आहे. गेली चार वर्षं त्याने दबलेल्या अवस्थेत काढली आहेत. तो आता पकडला गेला आहे. त्याला आवाज ऐकू येतात, सावल्या दिसत असतात. त्याच्या मनाने घेतलं आहे की, लोक त्याला मारण्याचा प्रयत्न करतील. मी त्याचं रक्षण करावं अशी त्याची अपेक्षा आहे."

"तो सुरक्षित आहे."

"ते आत्ता. त्यापेक्षा तू लान्सशी बोलून त्याला प्रश्न विचारून चांगलं भंडावून सोड आणि त्याच्याविषयी अशा अफवा आहेत, हे त्याला सांग. तुमचं त्याच्यावर लक्ष असूनही, दुसरं काही करेल तर तो मूर्ख ठरेल."

"लान्स तसा मूर्खच आहे."

"तो असला तरी टुडी नाही. तीच पकडली जाईल असा तिचा समज झाला तर, ती त्याला मागे ओढून त्याची जागा दाखवून देईल."

"आयुष्यभर ती तेच करत आली आहे."

"मी तेच म्हणतो, ती धोका पत्करणार नाही."

शेरीफ स्वीनेने दुसरी सिगारेट पेटवली, घड्याळाकडे बघितलं व म्हणाला, "आणखी काही?" आणि एकदम उठून निघण्याच्या तयारीत दिसला. काही झालं तरी तो शेरीफ होता, साधा ऑफिस मॅनेजर नव्हता.

"एकच गोष्ट. पुन्हा सांगतो, तुमचं काम कसं करावं याकडे लक्ष देण्याचा माझा हेतू नाही. पॅट्रिकला तुमच्याविषयी आदर आहे. त्याला असं वाटतं की, तो जिथं आहे तिथे जास्त सुखरूप आहे."

"आश्चर्य आहे."

"जेल त्याला धोकादायक ठरू शकतं."

"मि. जॉन डोला मारण्यापूर्वी त्यानं हा विचार करायला हवा होता."

सॅन्डीने त्याच्या बोलण्याकडे दुर्लक्ष करत म्हटलं, "हॉस्पिटलमध्ये त्याचं रक्षण करणं सोपं जाईल."

"माझ्या जेलमध्ये तू कधी आला होतास?"

"नाही."

"मग तो किती असुरक्षित आहे यावर भाषणबाजी नको. कितीतरी वर्ष मी हा व्याप सांभाळतो आहे, समजलं?"

"मी भाषणबाजी करत नाही आहे."

"जा, नसशील करत. तुला मी आणखी पाच मिनिटं देतो. अजून काय?"

"नाही."

"गुड." असं म्हणत शेरीफ उठला आणि बाहेर पडला.

एका दुपारी उशिरा माननीय कार्ल हस्की कीस्लर हवाईदलाच्या तळावर आला आणि सावकाश सिक्युरिटीतून मार्ग काढत हॉस्पिटलमध्ये आला. आठवडाभर चाललेला अमली पदार्थांबद्दलचा एक खटला अर्ध्यावर आला होता, पण तो कंटाळला होता. पॅट्रिकचाही निरोप होता की, शक्य असल्यास भेटून जा.

पॅट्रिकच्या अंत्यविधीच्या वेळी तो स्वत: एक 'पाल बेअरर' होता आणि सॅन्डी मॅक्डरमॉटच्या शेजारी बसून होता. सॅन्डीसारखा पहिल्यापासूनचा जरी नसला, तरी अलीकडच्या काळात तो पॅट्रिकचा दोस्त बनला होता. बिलॉक्सीला आल्यानंतर लगेच पॅट्रिक व त्याची एका दिवाणी खटल्यात गाठभेट झाली होती. प्रत्येक आठवड्यात सतत एकमेकांशी संबंध येत राहिल्यामुळे न्यायाधीश व वकील यांच्यात दोस्ती जमते, तशीच त्या दोघांची मैत्री जमली. दर महिन्याला होणाऱ्या बारच्या भोजनप्रसंगी, ते जेवणाच्या दर्जाबाबत गप्पा मारत; एकदा ख्रिसमस पार्टीत दोघे जण खूप प्यायलेही होते. वर्षातून दोनदा ते गोल्फ खेळत.

मोकळाढाकळा, सहज झालेला तो परिचय होता; घनिष्ठ मैत्री नव्हती. निदान पॅट्रिक बिलॉक्सीला आल्यानंतर पहिल्या तीन वर्षांत तरी तशी झाली नव्हती. नंतरच्या काही महिन्यात, पॅट्रिक फरार होण्यापूर्वी ते अधिक जवळ आले होते. मागे वळून बघणं सोपं होतं, पॅट्रिकमध्ये झालेला बदल पाहण्यासाठी गतकाळातलं अवलोकन उपयोगी होतं.

तो फरार झाल्यानंतरचे काही महिने, दर शुक्रवारी दुपारी मेरी माहोनीज रेस्टॉरन्टमधल्या लोअरबारमध्ये एकत्र भेटणं, हा ज्यांना पॅट्रिक चांगला परिचयाचा

होता अशा कायदेक्षेत्रांतल्या मंडळींचा आवडता कार्यक्रम होता; त्यात कार्लसुद्धा सहभागी असे. पॅट्रिक नावाचं कोडं तुकड्यातुकड्यांनी सांधण्याचा ते प्रयत्न करत.

कार्लच्या म्हणण्यानुसार, ट्रुडीकडे बोट दाखवणं सोपं असलं, तरी तिने तिचा जो काही अपराध होता तो स्वीकारला होता. वरवर पाहता, त्यांचं लग्न हा फसलेला प्रयोग वाटत नव्हता. मेरी माहोनीजमध्ये जमत असलेल्यांपैकी कुणाशीही पॅट्रिकने लग्नाविषयी चर्चा केली नव्हती. पॅट्रिकच्या अंत्यविधीनंतर इन्शुरन्सचे पैसे मिळताच, तिचं भारी गाडी घेणं, खुशालचेंडूप्रमाणे राहणं आणि बेफिकीर वृत्ती बाळगणं हे सर्व प्रत्येकाला खटकलं होतं. त्यामुळे खरी ती कशी आहे हे ठरवणं अशक्य होतं. पॅट्रिक निघून जाण्याआधीपासून ती कुणाबरोबरही शय्यासोबत करते, याबद्दल कुणाला ठामपणे सांगता येत नव्हतं. मुख्य कोर्टाचा क्लार्क बस्टर गिलेस्पी आणि दर शुक्रवारी येणारा एक जण, हे ट्रुडीचे गोडवे गाणारे पुरस्कर्ते होते. एका धर्मदायी कार्यक्रमाच्या वेळी तिने त्याच्या बायकोबरोबर काम केलं होतं, म्हणून तिच्याविषयी नेहमीच चांगलं बोलणं त्याला भाग होतं. तो एकटाच तसा असावा; नाहीतर ट्रुडीविषयी काहीही बोलणं, टीका करणं ही अतिशय सोपी गोष्ट होती.

पॅट्रिक अधोगतीकडे ढकलला जाणं, याचं कामाचा ताण हे एक कारण होतं. लॉ फर्मचं काम त्या काळात तरी वाढत होतं आणि फर्मचा भागीदार होण्यासाठी तो धडपड करत होता. तो तासन्‌तास काम करत असे. इतरांना नको असलेल्या केसेस तो अंगावर घेत असे. ॲशली निकोल झाल्यानंतरही तो घरी सापडत नसे. फर्मचा सहकारी म्हणून काम करायला सुरुवात केल्यावर तीन वर्षांत तो पाटर्नर बनला होता. फारच थोड्या लोकांना ते माहीत होतं. एक दिवस कार्ललासुद्धा त्याने हे हळूच सांगितलं. त्यात गर्व नव्हता.

तो थकलेला व तणावाखाली होता. पण तसं बघता, कार्लच्या कोर्टरूममध्ये काम करणारे पुष्कळसे वकील थकलेले असायचे. पॅट्रिकच्या बाबतीत, लक्षात येण्यासारखे शारीरिक बदल झाले होते. तो पुरा सहा फूट उंच होता, बारीक कधीच नव्हता, असं तो म्हणायचा. लॉ स्कूलमध्ये तो खूप जॉगिंग करायचा. एक वेळ अशी होती की, आठवड्यामध्ये तो एकूण चाळीस मैल दौड करत असे. वकिली सुरू केल्यावर मात्र कुणाला एवढा वेळ होता? त्याचं वजन वाढू लागलं, गेल्या वर्षभरात तर तो खूप फुगला होता. त्याच्यावर कोर्टात शेरेबाजी, विनोदाने काही बोललं जाऊ लागलं होतं. तो दुर्लक्ष करी. कार्लही त्याला बऱ्याच वेळा बोलत असे, पण त्याचा खादाडपणा सुरूच होता. फरार होण्याच्या अगोदरच्या महिन्यात, एकदा जेवत असताना त्याने कार्लला सांगितलं की, त्याचं वजन अडीचशे पौंड झालं होतं. ट्रुडी त्यामुळे शंख करत असे. ती मात्र स्वत: दररोज दोन तास व्यायाम करत असे, एखाद्या मॉडेलसारखं तिनं शरीर सडपातळ ठेवलं होतं.

त्याला हाय ब्लडप्रेशरचा त्रास सुरू झाला होता. तो आता पथ्य पाळणार होता. कार्लने प्रोत्साहन दिलं. पॅट्रिकचं बीपी नंतर नॉर्मल झालं.

वजन वाढू देणं आणि एकदम ते कमी करणं या मागचा हेतू आता विचार करता लक्षात येत होता.

दाढीचंही तसंच. नोव्हेंबर १९९०च्या सुमारास त्यानं ती वाढवली. मिसिसिपीमध्ये इतर लोक व वकील यांनी दाढी राखणं ही विशेष गोष्ट नव्हती. हवामान थंड होतं. तसं पाहिलं तर ती क्षुल्लक गोष्ट होती, पोरकटपणा होता. ट्रुडी त्याविषयीसुद्धा त्याला शिव्या घालायची. दाढी वाढू लागली तशी ती पांढरी दिसू लागली. त्याच्या मित्रांना त्याला त्या रूपात बघण्याची सवय झाली. ट्रुडीने ते मानलं नाही.

त्याने केसही वाढू दिले. डोक्याच्या माथ्यावर ते दाट ठेऊन, कानाच्या खाली येऊ दिले. मनासारखा केस कापणारा हेअर स्टायलिस्ट मिळत नव्हता, असं कारण त्याने दिलं होतं.

बिलॉक्सीमधून निघून जाण्याअगोदरच्या तीन महिन्यांत, आपल्या फर्मची एक माहितीपुस्तिका हवी ही गोष्ट तो इतर भागीदारांच्या गळी उतरवू शकला. काम तसं छोटं होतं, पण त्याने ते नेटाने अंगावर घेतलं. ॲरिसियाबरोबर चाललेली फर्मची बोलणी पूर्ण होऊन पैसे येण्याच्या मार्गावर होते, ही गोष्ट पॅट्रिकला समजायला नको होती. प्रत्येकाचा अहंकार दिवसागणिक वाढत होता. सर्वसाधारण असलेली फर्म एकदम श्रीमंत होणार होती, मग त्यांची महती सांगणारी एक माहितीपुस्तिका का नसावी? पॅट्रिकचा आग्रह तरी संपेल. पाचांपैकी प्रत्येक जण धंदेवाईक फोटोग्राफरसमोर बसला, नंतर त्यांनी ग्रुप फोटो काढून घेतला. पॅट्रिकने पुस्तिकेच्या पाच हजार प्रती छापल्या, इतर पार्टनर्सकडून शाबासकी मिळवली. माहितीपुस्तिकेच्या पान दोनवर जाडाजुडा, दाढी राखलेला, झुपकेदार केस असा दिसणारा पॅट्रिक, ब्राझिलध्ये पकडला गेला तेव्हा तसा नव्हताच.

त्याच्या मृत्यूची बातमी देताना, छापलेला फोटो अगदी अलीकडच्या काळातला होता. योगायोग असा की, फर्मच्या माहितीपुस्तिकेची एक प्रत पॅट्रिकनेच त्या स्थानिक पेपरला पाठवली होती, अशासाठी की फर्मने जाहिरात देण्याचं ठरवलं तर त्यांच्याकडे ती असावी. मेरी माहोनीजमध्ये ड्रिंक घेण्यासाठी ते जमले तेव्हा या गोष्टीवर हशा पिकला. फर्मच्या कॉन्फरन्सरूममध्ये पॅट्रिक फोटोसाठी तयारी करतो आहे, फर्मचे भागीदार बोगान, व्हिट्रॅनो, रॅप्ले आणि हॅबरॅक हे गडद नेव्ही रंगातल्या सूटमध्ये असून चेहऱ्यावर गंभीर हसू आणत आहेत असं चित्रं त्या जमलेल्या लोकांसमोर तरळलं होतं. पॅट्रिक खरं म्हणजे जाण्याची पूर्वतयारी करत होता.

तो फरार झाल्यानंतरचे काही महिने मेरी माहोनीजमधली नेहमीची गँग, ड्रिंक्स घेण्यापूर्वी पॅट्रिकला अभिवादन टोस्ट करत आणि 'शोधू कुठे' हा उखाण्याचा खेळ

खेळत. त्याला ते शुभेच्छा देत, त्याच्या जवळच्या पैशांचा विचार करत बसत. दिवस सरत राहिले आणि त्याच्या अचानक बेपत्ता होण्याने बसलेला धक्का कमी होत गेला. त्याच्या आयुष्यावर भरपूर खल करून झाल्यावर, त्यांच्या बैठका लांबत गेल्या आणि पुढे बंद पडल्या. महिन्यांची वर्ष झाली, पॅट्रिक सापडणार नव्हता, कधीच.

कार्लला अजूनही विश्वास ठेवणं कठीण जात होतं. तो लिफ्टने एकटाच तिसऱ्या मजल्यावर गेला.

पॅट्रिकचा विचार करण्याचं सोडून देणं कधी शक्य होईल का, याचाच तो विचार करत होता. कारण त्याच्याबाबतीतली एकेक रहस्य इतकी गहन होती की, त्यातून सुटका करून घेणं कठीण होतं. बेंचवरचा तो दिवसच खराब होता. पॅट्रिकचाच विचार येत होता. उन्हाने न्हाऊन निघालेल्या बीचवर एखादं पुस्तक वाचत, पॅट्रिक ड्रिंकचे घुटके घेतोय किंवा बायकांच्या हालचाली न्याहाळतोय असं चित्र त्याला दिसत होतं. नऊ कोटी घेऊन तो काय करत होता. बोगानच्या फर्मचं वाटोळं झालं अशी बातमी होती. त्याला कारण पॅट्रिक असेल तर ती शरमेची गोष्ट होती. कारण कोणतंही असलं तरी, एक गोष्ट खरी होती, पॅट्रिक नाहीसा झाल्यापासून कार्लच्या मनात दिवसातून एकदा तरी, त्याचा विचार यायचाच.

हॉलमध्ये नर्स किंवा इतर पेशंट असं कोणी नव्हतं. कार्लला पाहिल्यावर शेरीफच्या दोन्ही अधिकाऱ्यांनी उठून त्यांनी 'गुड इव्हिनिंग जज' असं अभिवादन केलं. त्यानेही त्यांना शुभेच्छा दिल्या आणि तो अंधाऱ्या खोलीत शिरला.

तेवीस

अंगातला टीशर्ट काढून, पॅट्रिक बेडवर बसून, 'जिओपार्डी' नावाचा चित्रपट बघत होता. खिडक्यांवरचे पडदे खाली सोडले होते. खोलीत टेबल लॅम्पचाच मंद प्रकाश होता. बेडच्या टोकाकडे खूण करत तो कार्लला म्हणाला, "बस इथे." आपल्या उघड्या छातीवरच्या भाजलेल्याच्या जखमा त्याने कार्लला बराच वेळ पाहू दिल्या आणि मग पटकन त्याने टीशर्ट घातला. कमरेपर्यंत चादर होती.

"बरं झालं, तू आलास." असं म्हणत पॅट्रिकने टीव्ही बंद केला. खोली अधिकच अंधारी झाली.

बेडच्या काठावर, जेवढं शक्य झालं तितकं लांब बसत, त्याचा उजवा पाय लोंबकळत ठेवत कार्ल म्हणाला, "जखमा फारच गंभीर आहेत." पॅट्रिकने त्याचे दोन्ही गुडघे छातीशी दुमडून घेतले. चादरीखालचं त्याचं शरीर किरकोळ वाटलं.

दुमडलेल्या गुडघ्यांभोवती हाताची घडी घालत पॅट्रिक म्हणाला, "अगोदर फारच भयानक होत्या. त्या आता भरत आहेत असं डॉक्टर म्हणतोय, पण अजून काही दिवस मला इथंच राहावं लागेल."

"मला तर काहीच अडचण वाटत नाही त्यात, पॅट्रिक" तुला जेलमध्ये हलवावं असा आरडाओरडा कोणीच करत नाही आहे.

"अजून नसलं तरी मी सांगतो, हे प्रेसवाले लवकरच मागे लागतील."

"शांत राहा, पॅट्रिक. तो निर्णय मी घेणार आहे."

पॅट्रिकला ते ऐकून बरं वाटल्यासारखं दिसलं. "कार्ल, मी तुझा आभारी आहे. तुला कल्पना आहे, जेलमध्ये मी जगूच शकणार नाही."

"पार्चमनचं काय? तो तर शंभर पटींनी वाईट आहे." कार्ल एकदम बोलून गेला. काही वेळ स्तब्धतेत गेला. त्याला वाटलं आपले शब्द मागे घ्यावेत; जे बोलला ते सहज असलं तरी, लागणारं होतं. "मी तसं म्हणायला नको होतं, मला माफ कर."

"मी पार्चमनला जाण्यापूर्वी, स्वत:ला मारीन."

"दोष तुझा नाही. जाऊ दे, आपण दुसरं काहीतरी चांगलं बोलू."

"तुझ्याकडे ही केस घेता येणार नाही, कार्ल. येईल?"

"नाही शक्य नाही. मी स्वत:च नकार देणार आहे."

"कधी?"

"लवकरच"

"मग कोणाकडे जाईल?"

"ट्रसेल किंवा लँक्स, बहुधा ट्रसेलकडेच." कार्ल त्याच्याकडे रोखून बघत होता आणि त्याला नजरेला नजर देणं शक्य होत नव्हतं. कार्ल त्याच्यावर काही परिणाम होतो आहे का ते बघत होता आणि मग हसला. पॅट्रिकला ते सहन होईना, तो त्याने केलेल्या अविचारी धाडसाबद्दल बढाया मारू लागला. 'ते जाऊ दे रे पॅट्रिक', असं कार्लला म्हणावसं वाटलं, पण तो एवढंच बोलला, "काय घडलं ती सारी कथा ऐकायची आहे."

पण त्याची नजर वेगळंच सांगत होती, पूर्वीचा पॅट्रिक तो हा नव्हे.

कार्लला परत प्रयत्न करणं भाग पडलं, "ही हनुवटी कुठून मिळवलीस?"

"रिओमध्ये बसवून घेतली."

"आणि नाक?"

"तिथेच, एकाच वेळी. कसं वाटलं?"

"छान आहे."

"रिओमध्ये, गाडीतल्या गाडीत प्लॅस्टिक सर्जरी करणारी दुकानं आहेत."

"मी तर ऐकतो, तिकडे समुद्रकिनारे आहेत."

"कल्पना करता येणार नाही इतके अफलातून."

"तुला कोणी भेटली की नाही, किनाऱ्यावर?"

"दोघी जणी."

फक्त सेक्स हाच एक विषय त्याच्या डोक्यात नसे. सुंदर बायकांकडे नुसतं बघत राहण्यात त्याला मजा वाटायची. कार्लच्या माहितीप्रमाणे त्याच्या वैवाहिक आयुष्यात तो ट्रुडीशी प्रामाणिक राहिला होता. एकदा हरिणांच्या शिकारीसाठी केलेल्या छावणीत त्यानी एकमेकांच्या बायकांची तुलना केली होती, त्या वेळी पॅट्रिकनं कबूल केलं होतं की, ट्रुडीचं समाधान करणं हे एक आव्हान होतं.

पुन्हा बराच वेळ तो गप्प झाला, त्याला सांगण्याची घाई नव्हती हे कार्ल समजला. मिनिटा-मिनिटांनी वेळ पुढे सरकत होता. भेट घेण्यात, त्याच्या मित्राला पाहण्यात कार्लला आनंद होता, पण त्या अंधाऱ्या खोलीत, नुसतं भिंतीकडे बघत बसण्याला मर्यादा होत्या.

"हे बघ पॅट्रिक, तुझी केस माझ्यासमोर चालणार नाही आहे, तेव्हा मी तुझा मित्र आहे, तू माझ्याशी बोलू शकतोस."

पॅट्रिकने ऑरेंज ज्यूसचा कॅन घेतला, त्यात स्ट्रॉ ठेवला. कार्लला विचारलं, "तुला काही हवंय?"

"नको."

पॅट्रिकने थोडा ज्यूस घेतला, कॅन टेबलावर ठेवून म्हणाला,

"कसं अद्‌भुतरम्य वाटतंय, नाही? दूर निघून जाणं, रात्रीत अदृश्य होऊन सूर्य उगवताच आपण वेगळे कोणीतरी आहोत असं वाटणं; कारण कामाचे काबाडकष्ट, फसलेल्या लग्नामुळे झालेला आघात, अधिकाधिक ऐशारामी होण्यासाठीची ओढ, या तुमच्या समस्या मागे पडतात. तुला असं स्वप्न पडतं, कार्ल?"

"मला वाटतं प्रत्येकालाच तसं केव्हातरी वाटत असतं. केव्हापासून तुझ्या मनात होतं?"

"खूप आधीपासून. ते मूल माझं होतं याविषयी माझ्या मनात शंका होती. मी ठरवलं होतं..."

"पुन्हा सांग, मला कळलं नाही."

"ते सत्य आहे, कार्ल. मी त्या मुलीचा बाप नाही. आमचं लग्न झालं त्यानंतरही ट्रुडी दुसऱ्याबरोबर झोपत होती. मी शक्य तेवढं त्या मुलीवर प्रेम केलं, पण मी दु:खी होतो. मी माहिती गोळा केली आणि निश्चय केला की, ट्रुडीला याचा जाब विचारू. नंतर तो विषय सोडून देणं इष्ट वाटलं. जरा चमत्कारिक होतं, पण तिला प्रियकर होता ही गोष्ट मी धरूनच चाललो. मी निघून जाण्याचा विचार करत होतो, कसं काय करावं हे कळत नव्हतं. आपलं व्यक्तिमत्त्व कसं बदलावं आणि तसे कागदपत्र कसे मिळवावेत यावरची गोपनीय पुस्तकं मी वाचली. तितकंस अवघड वाटलं नाही. विचारपूर्वक अभ्यास आणि नियोजन करावं लागतं."

"म्हणून तू दाढी व पन्नास पौंड वजन वाढवलंस?"

"हो. दाढी ठेवलेला मी पाहून, मला स्वत:ला आश्चर्य वाटलं. साधारण त्याच सुमारास मी जोडीदार केला, पोळून निघालो. जिच्याशी मी लग्न केलं ती प्रामाणिक निघाली नाही. मुलाशी खेळायचं तर ते माझं नव्हतं आणि ज्यांच्याबरोबर काम करत होतो त्यांच्याशी जमत नव्हतं. एकदा कुठेतरी महत्त्वाच्या कामासाठी हायवे ९०वरून चाललो होतो, ट्रॅफिकमध्ये अडकलो. गल्फच्या दिशेने बघितलं, तर क्षितिजावर एक लहानशी शिडाची बोट एकटीच होती, जवळजवळ संथ होती. आपण त्या बोटीवर असायला हवं होतं असं तीव्रतेने वाटू लागलं. म्हणजे जिथे कोणीही आपल्याला ओळखणार नाही अशा ठिकाणी जाता येईल. मी बघत बसलो, वाटलं पोहत जाऊन तिला पकडावी. मी आतून आक्रंदत होतो, कार्ल. खरं वाटतं तुला?"

“आपल्या सर्वांना असं होतं.”

“मग एकदम माझ्या मनानं घेतलं आणि त्यानंतर माझा मी राहिलो नाही. मला कळून चुकलं, आपण एक दिवस बेपत्ता होणार.”

“किती दिवस लागले?”

“धीर धरणं भाग होतं. नाहीसं होण्याचं जे ठरवतात, त्यांपैकी पुष्कळसे घाई करतात आणि चुका करतात. माझ्याकडे वेळ होता. पैशानं मी रंक झालो नव्हतो, का कुणाची देणी ठकवली नव्हती. मी वीस लाखाची इन्शुरन्स पॉलिसी घेतली, त्याला तीन महिने लागले. टुडी व ते मूल यांच्यासाठी काहीही न ठेवता मी जाऊ शकत नव्हतो, हे मी समजून होतो. वजन वाढवण्यासाठी मी वेड्यासारखा खात होतो. माझ्या मृत्युपत्रात मी बदल केले. अंत्यविधी व दफन यासाठी आपण काहीतरी व्यवस्था करून ठेवायला हवी अशी टुडीची मी खातरी पटवून दिली आणि कोणालाही संशय घेण्यास वाव न ठेवता मी ते केलंही.”

“दहन हा चांगला भाग होता.”

“मी तो प्रकार जास्त पसंत करतो.”

“ओळख पटवणं व मृत्यूचं कारण शोधणं यांसारख्या महत्त्वाच्या गोष्टी त्यामुळे अशक्य होतात.”

“त्यामध्ये वेळ घालवायला नको.”

“सॉरी.”

“मग बेनी ॲरिसिया, पेन्टागॉन व प्लॅट ॲन्ड रॉकलॅन्ड यांच्यामध्ये चाललेल्या झगड्याची कुणकुण माझ्या कानावर आली. बोगान मूग गिळून स्वस्थ होता. मी बारकाईने तपास केला आणि पत्ता लावला की, व्हिट्रॅनो, रॅप्ले व हॅवरॅक यांच्यामध्ये काहीतरी शिजतंय. मी सोडून सर्व भागीदार होते. सर्व जण बदलले होते, गुप्तता राखू लागले होते आणि त्यांचं वागणंही सरळ राहिलं नव्हतं. मी जरी नवीन होतो हे खरं असलं तरी, मीसुद्धा एक पार्टनर होतो. त्यांनीच एकमताने माझी पूर्ण वेळ पार्टनर म्हणून निवड केली होती आणि दोन महिन्यांनंतर, मला टाळून त्यांची ॲरिसियाशी खलबतं सुरू झाली होती. बाहेरगावची कामं एकाएकी माझ्यावर पडली, सगळ्यानांच ते फायदेशीर होतं. तिच्या प्रियकराच्या गाठीभेटी घेणं टुडीलाही शक्य होऊ लागलं. ते तिघे पार्टनर्स ॲरिसियाला मोकळेपणाने भेटत होते. बाहेर गावी, ते सर्व ठिकाणी मला पाठवत. अर्थात माझ्या योजनेसाठी मला ते सोयीस्कर होतंच. एकदा मी तीन दिवस साक्षीसाठी लॉडरडेल इथं गेलो होतो, तेव्हा हुबेहूब बनावट कागदपत्र करणारा एक जण मायामीमध्ये मला भेटला. त्याला दोन हजार दिले आणि नवीन ड्रायव्हिंग लायसन्स, पासपोर्ट, सोशल सिक्युरिटी कार्ड, मतदार नोंदणीपत्र इत्यादी कागदपत्रं मला इथल्या इथं हॅरिसन कौंटीमध्येच मिळाले. तुझा

सन्मान राखत, माझं नाव कार्ल हिल्डब्रॅन्ड असं झालं होतं.''

''वा! मी तर भारावून गेलो.''

''बोस्टनमध्ये मी एकाचा शोध घेतला, तो मनुष्य तुम्हाला हरवून-नाहीसं करून देऊ शकतो. एक हजार दिले आणि नाहीसं कसं व्हायचं यावर माझं एक दिवसाचं चर्चासत्र झालं. डेटॉनमध्ये मी एका पाळत ठेवण्याच्या तंत्रात तज्ज्ञ असलेल्यांकडे शिकवणी लावली, त्याने मला चोरून संभाषण ऐकण्याची यंत्रणा इत्यादी तत्सम अनुचित गोष्टी शिकवल्या. मी अगदी धीराने सगळं घेत होतो, कार्ल. वेळीअवेळी मी ऑफिसमध्ये बसत होतो आणि ॲरिसियाच्या भानगडींविषयी जेवढी जास्त माहिती गोळा करता येत होती, तेवढी करत होतो. ऑफिसमधलं बोलणं कान देऊन ऐकत होतो. तिथल्या सेक्रेटरींना विचारायचो, कचऱ्यामधून काही मिळतंय का तेही धुंडाळायचो. मग मी एकेकाची ऑफिसेस, सुरुवातीला दोनच, वायरिंग करायला सुरुवात केली. कशी होतात ते बघितलं. व्हिट्रॅनोचं ऑफिस केलं आणि जे काही ऐकलं त्यावर माझा विश्वासच बसेना. मला ते फर्ममधून डच्चू देणार होते. ॲरिसियाच्या व्यवहारापोटी त्यांना मिळणारा हिस्सा होता, तीन कोटी. त्याचे ते चार भाग करणार होते, पण सारखे नाहीत. बोगानला अर्थातच जास्ती, सुमारे एक कोटी. वॉशिंग्टनमधल्या काही लोकांचीही त्याला सोय करायची होती. इतर तिघांना पन्नास लाख आणि उरलेले फर्मसाठी खर्च करणार होते. त्यांनी ठरवल्याप्रमाणे मी रस्त्यावर येणार होतो.''

''केव्हा चाललं होतं हे सगळं?''

''जवळजवळ १९९१च्या संपूर्ण वर्षात. ॲरिसियाच्या दाव्याला न्यायखात्याकडून जुजबी मंजूरी मिळून १४ डिसेंबर, १९९१ रोजी त्याची पूर्तता होणार होती. प्रत्यक्ष पैसे त्या दिवसापासून नव्वद दिवसांनी मिळणार होते. सिनेटरसुद्धा ते लवकर मिळण्यासाठी काही करू शकणार नव्हता.''

''गाडीला आग कशी लागली, ते सांग.''

पॅट्रिकने त्याची बैठक हालवली. पाय चादरीखालून बाहेर काढून तो बेडवरून उतरला. ''पाय आखडले,'' असं म्हणत त्याने पाठीला व पायांना ताण दिला. बाथरूमच्या दाराशी जाऊन, आलटून-पालटून पायावर डुलत राहिला. कार्लकडे वळून बघत म्हणाला, ''तो रविवार होता.''

''९ फेब्रुवारी.''

''करेक्ट, ९ फेब्रुवारी. केबिनमध्ये वीकएंड संपवून मी घराकडे निघालो होतो, गाडीला अपघात झाला. मी मेलो आणि स्वर्गात गेलो.''

कार्लचं त्याच्यावर बारीक लक्ष होतं, त्याला त्याच्या सांगण्यात गंमत वाटली नाही. ''पुन्हा सांगण्याचा प्रयत्न कर.'' एवढंच तो म्हणाला.

"का, कार्ल?"

"त्यात रोमहर्षक काहीच नाही, अगदी टुकार झालं."

"एवढंच?"

"पॅट्रिक, खरं म्हणजे फसवणुकीचा उत्कृष्ट नमुना होता तो. तू कसं काय करू शकलास?"

"तपशिलापैकी काही भाग मला गाळावा लागेल."

"ते तू करणारच आहेस, मला खातरी आहे."

"आपण जरा चालू या. एकाच ठिकाणी बसण्याचा मला कंटाळा आलाय."

ते हॉलमध्ये आले. पॅट्रिकने गार्ड्सना सांगितलं की, त्याला व जजला फेरफटका मारायचा होता. थोडं अंतर ठेवून त्यांच्या मागोमाग दोन डेप्युटी होते. एका नर्सने हसत हसत त्यांना काही आणून देऊ का, अशी चौकशी केली. दोन डाएट कोला चालतील असं पॅट्रिकने नम्रपणे सांगितलं. पॅट्रिक मुद्दामहून फक्त चालत राहिला, हॉलच्या टोकाशी येईपर्यंत दोघे गप्प होते. खिडकीच्या काचेतून खालचा पार्किंगचा भाग दिसत होता. दोघे एका मजबूत बाकावर बसले, मागे वळून पाहिलं तर दोन्ही डेप्युटी पन्नास फुटांवर पाठमोरे उभे होते.

पॅट्रिकने ढगळ पॅन्ट घातली होती. पायात मोजे नव्हते, फक्त सॅन्डल्स होते. शांतपणे त्याने कार्लला विचारलं, "गाडीला अपघात झाला त्या ठिकाणचे फोटो तू बघितलेस?"

"हो."

"आदल्या दिवशी ती जागा मी हेरून ठेवली होती. दरीचा काठ साधारण उताराचा होता, म्हणून मी ठरवलं की, अपघात करायला ती योग्य जागा होती. रविवारी रात्री दहा वाजेपर्यंत मी वाट पाहिली आणि केबिनवरून निघालो. कौंटीच्या सरहद्दीवर असलेल्या एका स्टोअरशी थांबलो."

"व्हरहॉलच्या."

"हो, व्हरहॉलच्या. गाडीची पेट्रोलची टाकी मी फुल केली."

"दोन गॅलन्स. चौदा डॉलर्स एकवीस सेन्ट्स क्रेडिट कार्डने दिलेस."

"बरोबर. थोडा वेळ मिसेस व्हरहॉलशी गप्पा मारल्या आणि निघालो. ट्रॅफिक फार नव्हते. दोन मैल गेल्यावर मी रेताड रस्ता धरला आणि त्यावरून पुढे मैलभर अंतरावर, मी निश्चित केलेल्या ठिकाणी आलो. गाडीची डिकी उघडली, पोशाख काढला. माझ्याकडे सायकलस्वाराने वापरलेले हेल्मेट; खांद्यावरची, गुडघे व हातावर चढवण्याची पॅड्स व इतर साहित्य होतं. अंगावरच्या कपड्यांवरच मी लगेच तो पोशाख हेल्मेटशिवाय चढवला आणि हायवेवर परत आलो, दक्षिण दिशेला गेलो. पहिल्यांदा माझ्यामागे एक कार होती. दुसऱ्यांदाही दूरवरून आणखी

एक कार येत होती. मी जोरात ब्रेक लावले; इतके की, टायर घासत गेल्याच्या खूणा उमटल्या. नंतर कोणीही नव्हतं. मी हेल्मेट घातलं, दीर्घ श्वास घेतला आणि रस्ता सोडून दिला. मरणाची धास्ती होतीच, कार्ल.''

कार्लने अंदाज केला की, याच सुमारास त्याच्या गाडीत दुसरा एक मनुष्य देह, जिवंत वा मृत होता. पण तसं तो त्याला विचारणार नव्हता, निदान आत्तातरी नाही.

''मी रस्ता सोडला त्या वेळी गाडीचा वेग होता तीस मैल आणि हाच वेग नव्वद असावा असा वाटत होता, मी गाडी दरीत घातली. ती हवेत तरंगत जात होती, बाजूची झाडं मागे पळताना दिसत होती. मी गाडीत उडत होतो, गाडी झाडांना ठोकरा देत जात होती. समोरच्या काचेला तडा गेला होता. मी गाडी डावी-उजवीकडे वळवत होतो, मध्ये येणारं झाड चुकवत होतो. एका पाइन वृक्षाला गाडीचा डावीकडचा पुढचा भाग अडकला. माझ्याजवळची हवेची पिशवी एकदम फुटली, मी क्षणात बाहेर फेकला गेलो. थरथराट जाणवला, पण सगळं शांत झालं. मी डोळे उघडले, माझ्या डाव्या खांद्यातून सणसणीत कळ आली होती, रक्त नव्हतं. माझी ब्लेझर गाडी उजव्या बाजूवर कलंडली होती, मी रांगत बाहेर आलो. बाहेर आल्यावर मी स्वत:ला नशिबवान समजलो. माझ्या खांद्याचं हाड मोडलं नव्हतं, तो आखडला होता. गाडीभोवती मी चक्कर मारली आणि मी कसा मस्त अपघात करू शकलो याचं आश्चर्य वाटलं. गाडीचं छत सुटून खाली आलं होतं, ते आणखी पाच-सहा इंच सरकलं असतं, तर मला वाटत नाही मी बाहेर येऊ शकलो असतो.''

''हे तर अतिधोकादायक वाटतंय. तू एकतर मेला असतास, नाहीतर जीवघेणा जखमी झाला असतास. त्यापेक्षा गाडी नुसती दरीत ढकलून का दिली नाहीस?''

''उपयोग झाला नसता. खरोखर अपघात घडला आहे असं दिसायला हवं होतं, कार्ल. दरीचा किनारा सरळसोट उताराचा नव्हता. हा पठारी प्रदेश आहे.''

''मग ॲक्सिलरेटरवर वीट ठेवून, उडी घ्यायची.''

''वीट जळत नाही. त्यांना ती गाडीत सापडली असती तर, त्यांना संशय आला असता. सगळ्या गोष्टींचा विचार करून मी ठरवलं होतं की, ती चालवूनच झाडांमध्ये घुसवायची व बाहेर पडायचं. सीट बेल्ट होता, डोक्यावर हेल्मेट होतं, एअरबॅग होती. तशी काळजी नव्हती.''

नर्सने मघाशी सांगितलेला डाएट कोक आणला, थोडा वेळ गप्पा मारण्यासाठी ती थांबली, पण लगेच निघून गेली.

''कुठपर्यंत आलो होतो मी?'' पॅट्रिकने विचारलं.

''मला वाटतं, तू पेटवण्याच्या तयारीत होतास.''

''राइट. मी थोडा वेळ कानोसा घेतला. डावीकडचं मागचं चाक फिरत होतं,

त्याचाच फक्त आवाज येत होता. मला हायवे दिसू शकत नव्हता. पण त्या दिशेने मी वर पाहिलं, कसलाही आवाज येत नव्हता. एकदम शांत. मी बिनधास्त होतो. अगदी जवळचं घर म्हणजे एक मैलावर होतं, म्हणजे अपघाताचा आवाज कोणीच ऐकला नसणार. मला घाई करणं गरजेचं होतं. मी हेल्मेट काढलं; पॅड्स, मोजे वगैरे उतरवले आणि गाडीत फेकून दिले. मग मी गॅसोलिन लपवून ठेवलं होतं त्या ठिकाणी खाली पळत गेलो.''

''केव्हा लपवलं होतंस?''

''सकाळीच, भल्या पहाटे. माझ्याकडे दोन गॅलन पेट्रोल राहील एवढे मोठे चार प्लॅस्टिक जग होते, मी ते पटकन गाडीपाशी आणले. काळोख तर दाट होता, मी फ्लॅश लाइट वापरू शकत नव्हतो, पण ती लहान पायवाट मी खुणा करून ठेवली होती. तीन जग मी गाडीत ठेवले, पुन्हा कानोसा घेतला. हायवेवर हालचाल नव्हती, आवाज नव्हता, माझा जीव कंठाशी आला होता. चौथ्या म्हणजेच शेवटच्या जगमधलं गॅसोलिन मी गाडीच्या आत-बाहेर शिंपडलं आणि तोही गाडीत फेकून दिला. तीस फूट मागे सरलो, खिशातली सिगारेट काढली व पेटवून गाडीच्या दिशेने फेकली. आणखी मागे झालो व एका झाडामागे लपलो. पेटती सिगारेट गाडीवर पडली आणि गॅसोलिनचा भडका उडाला. बॉम्ब फुटल्यासारखा आवाज झाला. क्षणार्धात गाडीच्या खिडक्यांतून ज्वाळांचा आवाज येऊ लागला. मी दरीच्या उताराचा चढाव चढून अंदाजे शंभर फूटांवर सोयीस्कर जागी आलो. पकडला न जाता मला ते दृश्य बघायचं होतं. आग उफाळून येत होती, तिचा एवढा आवाज होईल याची मला कल्पना नव्हती. आजूबाजूचं गवत पेटायला लागलं, मला वाटलं वणवा पेटणार. सुदैवाने शुक्रवारी मोठा पाऊस झाल्यामुळे झाडं, जमीन ओलसर झाली होती.'' एवढं सांगून त्याने डाएट ड्रिंक घेतलं आणि एकदम आठवण झाल्यासारखं म्हणाला, ''सॉरी कार्ल. माझ्या लक्षात आत्ता आलं, मी तुझ्या फॅमिलीची विचारपूस केलीच नाही. आयरीस कशी आहे?''

''आयरीस ठीक आहे. आपण कौटुंबिक गोष्टी नंतर बोलू, आता तुझी कथा ऐकू दे.''

''बरं. कुठपर्यंत होतो मी? असं सैरभैर होतं बघ. हा सगळा त्या औषधांचा परिणाम.''

''गाडीला लागलेली आग बघत होतास.''

''बरोबर. आग चांगलीच भडकली होती. नंतर पेट्रोलची टाकी फुटली आणि पुन्हा बॉम्ब फुटल्याचा आवाज झाला. मला क्षणभर वाटलं, मी होरपळतो की काय. काही जळके तुकडे वर उडाले, झाडातून खाली पडले. मग मी हायवेवरून आवाज ऐकले. लोकं ओरडत होती. बऱ्याच वेळाने आग पसरली, तिने गाडीला घेरलं. मी

कुणालाच पाहू शकत नव्हतो, पण गडबड नक्की उडाली होती. मला निघावं लागणार होतं. सायरनचे आवाज ऐकू यायला लागले होते. शंभर एक यार्डावर असलेल्या एका खाडीकडे जाणारी वाट मी शोधत होतो. झाडाझुडपातून वाहणारी ती खाडी आदल्या दिवशी मला आडवी आली होती. त्या मार्गाने जाऊन मी माझी धूळ खात पडलेली बाइक शोधत होतो.''

कार्ल पॅट्रिकच्या प्रत्येक शब्दाकडे, प्रत्येक प्रसंगाकडे लक्ष ठेवून होता. त्याचेही विचार पॅट्रिक सांगत असलेल्या घटनेप्रमाणे पुढे जात होते. कारण तो नाहीसा झाल्यापासून, तो बेपत्ता झाला कसा हा एक जबरदस्त चर्चेचा विषय झाला होता आणि कुणालाच त्याचा अंदाज करता येत नव्हता. ''धूळ खात पडलेली बाइक?'' कार्लने विचारलं.

''हो. होती एक जुनी. बऱ्याच महिन्यांपूर्वी हॅटिसबर्ग इथल्या एका कार डिलरकडून मी ती पाचशे डॉलर्सना विकत घेतली होती. इकडे जंगलात मी ती वापरायचो. कुणाला माहीत नव्हतं.''

''मालकी, रजिस्ट्रेशन काही नाही?''

''नाही. खाडीच्या शोधात मी जंगलातून पुढे जात होतो. घाबरलेला होतोच पण जिवंत होतो. आग व बोलण्याचे आवाज अस्पष्ट होत गेले, पण सायरन मात्र मोठ्याने वाजत होते. सगळ्यातून मोकळा होण्यासाठी मी पळत होतो. पॅट्रिक मेला होता, त्याच्याबरोबर त्याचं भिकार आयुष्यही. सन्मानपूर्वक त्याचं दफन केलं जाणार होतं, लोक त्याला अलविदा करणार होते. लवकरच ते त्याला विसरून जाणार होते. मी मात्र वाट फुटेल तिकडे पळत राहणार होतो, नव्या आयुष्याकडे. मजा येत होती.''

कार्लला विचारावंसं वाटलं, 'पॅट्रिक, गाडीत जळून मरणाऱ्या त्या गरीब माणसाचं काय? तू आनंदाने जंगलातून पळत होतास आणि तिकडे कोणीतरी तुझ्याऐवजी मरत होता.' पॅट्रिक जाणूनबुजून, त्याने केलेल्या खुनाकडे खरं म्हणजे डोळेझाक करत होता असं दिसत होतं.

''अचानक मी स्वत:ला हरवून बसलो,'' पॅट्रिक खरोखरच त्या वर्तमानकाळामध्ये शिरून सांगत होता, ''घनदाट जंगलात मी रस्ता चुकलो. माझ्याजवळचा फ्लॅश लाइट मी आता वापरू शकत होतो. मी भटकतोय, पुन्हा आल्या रस्त्याने मागे जातोय, हे असं सायरनचे आवाज ऐकू येईनासे होईपर्यंत चाललं. एक वेळ अशी आली की, एका झाडाच्या बुंध्यावर मी बसलो आणि स्वत:ला सावरण्याचा प्रयत्न केला. मी गोंधळून गेलो. उघड्यावर पडून, भुकेने मरण्यासाठी मी गाडीच्या अपघातातून जिवंत राहणं हे किती मस्त होतं? मी पुन्हा चालायला लागलो. नशिबाने खाडी दिसली. थोड्याच वेळात माझी बाइकही सापडली. डोंगराच्या बाजूने,

लाकूडतोड्यांच्या पायवाटेपर्यंत दोनशे यार्ड तिला ढकलत नेलं आणि तोपर्यंत या दोनशे तीस पौंडाच्या ओंडक्याच्या नाकात दम आलेला होता. दोन मैलांच्या परिसरात एकही घर नसतं, मी बाइक सुरू केली व झाडांच्या खुंटांच्या खुणेने पुढे गेलो. बाइकवरून तशी मी या भागात पुष्कळ वेळा रपेट केली आहे. ॲल्युमिनियम ट्युबची जुळणी करून मी इंजीनचा आवाज कमी करून घेतला होता. लवकरच मी स्टोन कौंटीच्या फुटपाथवर आलो. मुख्य रस्ता टाळून अंतर्गत रस्त्याने, काही तासांनी मी परत केबिनकडे आलो.''

''परत तू केबिनकडे का आलास?''

''मला काही जुळवाजुळव करायची होती.''

''पेप्पर कदाचित तुला बघेल, अशी भीती तुला नाही वाटली?''

या प्रश्नाने पॅट्रिक कचरला नाही. कार्लने योग्य वेळ साधली होती. तो त्याच्या प्रतिक्रियेची वाट बघत होता. तशी ती कोणतीच नव्हती. पॅट्रिक थोडा वेळ पायाकडे बघत राहिला आणि मग म्हणाला, ''पेप्पर केव्हाच निघून गेला होता.''

चोवीस

आता चौकशीसाठी परत अन्डरहिल आला होता. व्हिडिओ फिल्म्स आणि गोळा केलेली माहिती यांचं दुसऱ्या खोलीत आठ तास परीक्षण केल्यावर तो नव्या जोमाने, वॉरनऐवजी चौकशी करण्यास परतला होता. स्टिफॅनो व त्याचा वकील यांना औपचारिक 'हॅलो' करत त्यानं कामाला सुरुवात केली.

''स्टिफॅनो, काल आपण जिथं थांबलो होतो, तिथून सुरुवात करू.''

''कुठे बरं थांबलो होतो?''

''तुम्ही ब्राझिलमध्ये धाड टाकलीत.''

''बरोबर, तसा तो मोठा देश. सोळा कोटी लोकसंख्या, गुप्तपणे लपून राहण्यासाठी उत्तम ठिकाण, विशेषकरून फरार लोकांसाठी; नाझी लोकांना म्हणूनच कित्येक वर्ष पसंत पडलेला. लॅनिगनविषयी इत्थंभूत माहिती आम्ही एकत्र केली, तिचं पोर्तुगीजमध्ये भाषांतर केलं. लॅनिगन आता जसा दिसतो त्याची जी रंगीत रेखाचित्र होती त्यात सुधारणा करणारे काही कॉम्प्युटरतज्ज्ञ होते, त्यांच्याबरोबर काम करणारा एक पोलीस आमच्या साथीला होता. ऑरेंज बीच इथला शिडाची बोट भाड्याने देणारा कॅप्टन, नॉसामधील बँकेचे लोक यांच्याबरोबर आम्ही काही तास खर्च केले. त्या सर्वांनी त्या रेखाचित्रात सुधारणा करण्यासाठी आम्हाला खूप मदत केली. फर्मच्या भागीदारांकडे आम्ही गेलो त्यांना ती दाखवली, त्यांनी त्यांच्या सेक्रेटरींना ती दाखवली. त्यातलं एक चित्र, भागीदार मि. बोगानने तर लॅनिगनच्या बायकोकडे नेऊन तिचं मत विचारलं होतं.''

''आता तुम्ही त्याला पकडलं आहे, मग फोटोंच काय केलंत?''

''नुसते ठेवून दिले. त्याने बदललेली हनुवटी व नाक यांनी आम्ही थोडे चक्रावलो होतो.''

''आता पुढे.''

''आम्ही लगेच ब्राझिलला गेलो. तिथल्या खासगी गुप्तहेर कंपन्यांपैकी तीन

सर्वोत्तम कंपन्या निवडल्या. एक रिओमधली, एक साओपावलोतली आणि तिसरी रेकिफची, नॉर्थ-ईस्टकडची. पैसेही आम्ही चांगले देणार होतो. आम्ही तिघांची एक टीम बनवली आणि साओपावलोला त्यांना एक आठवडा एकत्र ठेवलं. त्यांनी एक कथा रचली. आम्ही त्यांचं ऐकलं. पॅट्रिक हा अमेरिकन बदमाश असून त्याने एका धनाढ्य कुटुंबातली मुलगी पळवून, तिचा खून केल्याच्या गुन्ह्यात तो हवा होता. त्याच्या ठावठिकाणाची माहिती पुरवणाऱ्यास त्या कुटुंबाने मोठं बक्षीस देऊ केलं आहे. वकिलांच्या ग्रुपचे पैसे चोरले असं सांगण्यापेक्षा, एका मुलीचा खून केल्याचं प्रसारित केलं तर, लोकांची सहानुभूती जास्त मिळणार होती.

"नंतर आम्ही शाळांकडे मोर्चा वळवला. त्यांनाही फोटो दाखवले, पैसे कबूल केले. प्रसिद्ध शाळांनी आमच्या तोंडावरच आम्हाला त्यांची दारं बंद केली, दुसऱ्या शाळांनी फोटो इत्यादी पाहिले, पण ते काही मदत करू शकले नाहीत. त्याची चतुराई, त्याने केलेल्या युक्त्या पाहून एव्हाना लॅनिगनचं कौतुक वाटायला लागलं होतं. तेव्हा जिथे चौकश्या केल्या जातील आणि त्याची नोंद केली जाईल अशा ठिकाणी शिकण्याचा तो धोका पत्करेल असं आम्हाला वाटलं नाही. मग खासगी शिकवण्या करणाऱ्या शिक्षकांना लक्ष्य केलं, पण ब्राझिलमध्ये अशांची संख्या लाखोंनी होती. त्यामुळे ते काम किचकट होतं."

"तुम्ही लगेच पैसे मोजण्याची तयारी दाखवली होती?"

"आमच्या ब्राझिलीयन एजंटना जसं हवं होतं तसं आम्ही करत गेलो; म्हणजे प्रथम फोटो दाखवायचा, मुलीच्या खुनाची कहाणी सांगायची, मग त्यांची यावर प्रतिक्रिया काय होते याची वाट बघायची, त्यांनी थोडं स्वारस्य दाखवताच, हळूच बक्षिसाचं आमिष पुढे करायचं."

"कोणी तसं दाखवलं?"

"फारच थोड्यांनी. पैसे कुणालाच दिले नाहीत, निदान खासगी मास्तरांना तरी."

"इतर दुसऱ्या कोणाला?"

एका कागदाकडे नजर टाकत, स्टिफॅनोने होकारार्थी मान डोलावली. तो म्हणाला, "एप्रिल १९९४ मध्ये रिओमधला एक प्लॅस्टिक सर्जन सापडला, त्याने फोटोमध्ये उत्सुकता दाखवली. एक महिना त्याने आम्हाला झुंजवलं, अखेरीस त्यानेच लॅनिगनवर शस्त्रक्रिया केली होती याची आम्हाला खातरी पटवली. शस्त्रक्रिया करण्यापूर्वीचे व नंतरचे त्याने काढलेले फोटो त्याच्याकडे होते. आम्ही त्याला अडीच लाख देण्याचं मान्य केलं, त्याच्याकडून फाइल, फोटो घेतले."

"त्याच्याकडील फाइलमध्ये काय होतं?"

"अगदीच प्रारंभिक माहिती व आम्हाला हवा असलेल्या माणसाच्या चेहऱ्याचे समोरून घेतलेले, शस्त्रक्रियेच्या आधीचे व नंतरचे फोटो होते. इथे थोडी विसंगती

दिसत होती, कारण लॅनिगनला कोणताच पुरावा मागे नको होता म्हणून त्याने फोटो नको असा खरंतर आग्रह धरला होता. पैसे घे आणि काम कर असं त्याचं म्हणणं असावं. स्वत:चं खरं नाव त्याने सांगितलं नव्हतं. कॅनडाहून आलेला तो एक उद्योगपती असून, त्याला जरा तरुण दिसायला हवं होतं अशी बतावणी त्याने केली होती. सर्जनने हे ऐकून घेतलं होतं आणि तो समजला होता की, हा माणूस फरार आहे. त्याने ऑफिसमध्ये लपवून ठेवलेल्या कॅमेराने घेतलेले ते फोटो होते.''

''आम्ही पाहू का ते?''

''हो खुशाल.'' असं म्हणत स्टिफॅनोच्या वकिलाने उठून फोटो असलेला लिफाफा अन्डरहिलकडे सारला. त्याने तो उघडला आणि फोटोंवरून एक नजर फिरवली.

''तो डॉक्टर तुम्हाला कसा सापडला?''

''भाषेचे वर्ग घेणाऱ्या, खासगी शिकवण्या घेणाऱ्यांबरोबरच बनावट सह्या, कागदपत्रं करणारे; प्लॅस्टिक सर्जन्स, आयात करणारे अशा इतर पेशातल्या लोकांच्याही मागे आम्ही होतो.''

''आयात करणारे?'' एजंट अन्डरहिलला काही अर्थबोध न झाल्याने त्यानं विचारलं.

''हां. अशा लोकांसाठी पोर्तुगीजमध्ये एक शब्द आहे– 'इम्पोर्टर्स'. आयात करणारे, हे त्याचं अगदी मामुली भाषांतर झालं. बेकायदा कृत्यांमध्ये तरबेज असणारे हे लोक तुम्हाला ब्राझिलमध्ये आणतात आणि बेपत्ता करतात. तुम्हाला नवीन नाव, तुमची नवीन कागदपत्रं देऊन लपूनछपून राहण्यासाठी उत्तम ठिकाण देतात. आपण अशा ठिकाणांपर्यंत पोहोचूच शकत नाही. बनावट कागदपत्रं करणाऱ्यांच्या बाबतीत आम्ही कमनशिबी ठरलो. त्यांच्या गिऱ्हाइकांविषयी बोलायला ते कबूल नसतात. आमच्या धंद्याच्या दृष्टीने ती फार वाईट गोष्ट आहे.''

''पण डॉक्टर तरी वेगळे होते?''

''तितके नाही. तेही बोलत नाहीत. सल्लागार म्हणून आम्ही एका सर्जनला करारावर घेतला. त्याने आम्हाला अशी गैरकृत्यं करणाऱ्या त्यांच्यातल्याच भाई-बांधवांची नावं सांगितली. ते निनावी राहतात. रिओमधला डॉक्टर आम्हाला असा भेटला.''

''लॅनिगन नाहीसा झाल्यावर दोन वर्षांनी हे घडलं?''

''बरोबर.''

''तो त्या देशात होता याचा हा पहिला पुरावा?''

''येस. अगदी पहिला.''

''पहिली दोन वर्षं तुम्ही काय केलंत?''

"खूप पैसे खर्च केले. पुष्कळांची दारं ठोठावली. निरर्थक खबरींच्या मागे धावलो. मी म्हटल्याप्रमाणे, तो देशच मोठा आहे.''

"ब्राझिलमध्ये तुमची किती माणसं काम करत होती?''

"एक वेळ अशी होती की, मी साठ एजंट्सना पोसत होतो. सुदैवाने ते अमेरिकनांसारखे खर्चात घालणारे नव्हते.''

जजला पिझ्झा खावासा वाटला. त्याला तो मिळाला. बीचवर असलेल्या फास्टफूडच्या दुकानांपासून फार दूरवर असलेल्या पॉइंटजवळच्या डिव्हिजन स्ट्रीटवर एक घरगुती उपहारगृह होतं, 'ह्युगोज'. तिथून तो आणला गेला. शेरीफच्या एका अधिकाऱ्याने तो रूम नंबर ३१२ मध्ये पोहोचता केला. पॅट्रिकला त्याचा वास लिफ्टपासूनच आला होता. कार्ल त्याचा बॉक्स उघडत असताना पॅट्रिकचं त्याकडे लक्ष होतं. नंतर त्याने डोळे मिटून दीर्घ श्वास घेत ब्लॅक ऑलिव्ह्ज, मशरूम्स, इटालिअन सॉसेज, ग्रीन पेपर आणि निरनिराळी सहा चीज यांचा सुटलेला घमघमाट आत ओढून घेतला. त्यांच्या पूर्वीच्या दिवसातल्या शेवटच्या दोन वर्षांत ह्युगोकडचे पिझ्झा त्याने खूप वेळा खाल्ले होते आणि गेला आठवडाभर तो मिळण्याची तो स्वप्न बघत होता. घरी आपल्या गावी येण्याचे काही फायदे असतातच.

"तू खूप थकलेला दिसतो आहेस. मस्त खाऊन घे.''

पॅट्रिकने शब्द न काढता, चवीने एक तुकडा खाल्ला. मग दुसरा.

"तू इतका किडकिडित कसा झालास?''

"बिअर मिळेल?'' पॅट्रिकने विचारलं.

"नो. नो. तू जेलमध्ये आहेस, लक्षात आहे ना?''

"वजन कमी करणं आपल्यावर आहे. तुम्ही मनात आणलंत, तर ते सहजशक्य आहे. उपाशीपोटी राहावं असं अचानक मला वाटू लागलं होतं.''

"तू किती लठ्ठ झाला होतास?''

"मी पळून जाण्याच्या आधीच्या शुक्रवारी वजन केलं होतं, ते दोनशे छत्तीस पौंड होतं. नंतर पहिल्या सहा आठवड्यांत सत्तेचाळीस पौंड उतरवलं. आज सकाळी एकशे साठ भरलं.''

"एखाद्या निर्वासितासारखा दिसतोस. खात जा.''

"बरं.''

"पुढे तू तुझ्या केबिनशी गेलास.''

पॅट्रिकने पेपर नॅपकिनने तोंड पुसलं, उरलेला तुकडा बॉक्समध्ये ठेवला. डाएट कोलाचा एक घोट घेऊन म्हणाला, "हां, केबिनशी गेलो तेव्हा सुमारे साडे अकरा वाजले होते. पुढच्या दाराने आत गेलो, लाइट लावले नव्हते. माझ्या केबिनमधून

बाहेर तिकडे उंचवट्यावर आणखी एक केबिन होतं. हॅटिसवर्गमधल्या लोकांचं होतं. त्या वीकएंडला तिकडे कोणी आलं असेल असं वाटलं नाही, तरी सावध होतो. एका गडद रंगाच्या टॉवेलने मी बाथरूमची खिडकी झाकली, लाइट लावला आणि पटकन दाढी उरकली. केस कापले, त्यांना गडद तपकिरी म्हणजे काळे केले. वैचित्र्यपूर्ण असलं तरी साजेसं होतं. आरशात पाहिलं तर मी वेगळाच माणूस दिसत होतो. पडलेले केस साफ केले. कारण ते केबिनची तपासणी करायला येणार हे माहीत होतं. हेअरडायचं साहित्य गोळा केलं. जाडसर कपडे केले. एक पॉट भरून कॉफी केली. अर्धीच घेतली व उरलेली प्रवासात लागेल म्हणून थर्मासमध्ये घेतली. पहाटे एक वाजता घाईने निघालो. त्या रात्री पोलीस येतील याची अपेक्षा नव्हतीच, पण सांगता येत नव्हतं. जळलेली ब्लेझर गाडी ओळखायला त्यांना वेळ लागणार होता. ट्रुडीला बोलावतीलच, हेही माहीत होतं. त्यांच्यापैकी कोणालातरी केबिनकडे जायचं सुचणार. हे तसं सगळं घडणार नाही असंच मला वाटत होतं, पण एक वाजला होता. निघणं भाग होतं.''

''ट्रुडीविषयी तुला काही वाटत होतं का?''

''खास असं नाही. बसलेल्या धक्क्यातून ती सावरू शकणार होती. माझ्या दफनाची तयारीही ती उत्तम प्रकारे पार पाडू शकणार होती. एक महिनाभर ती विधवा म्हणून वावरेल, मग तिला इन्शुरन्सचे पैसे मिळणार होते. ते तिचे सुखाचे क्षण होते. बऱ्याच नजरा तिच्याकडे लागणार होत्या. नाही कार्ल, त्या स्त्रीविषयी मला प्रेम वाटत नव्हतं, काळजी तर नव्हतीच.''

''नंतर परत कधी केबिनकडे गेला होतास?''

''नाही.''

कार्ल पुढचा प्रश्न विचारण्यासाठी थांबणार नव्हता, शक्यच नव्हतं.

''पेप्परची शॉटगन आणि कॅम्पिंगचं साहित्य बेडखाली मिळालं, ते तिकडे कसं गेलं?''

आश्चर्य वाटल्यासारखं पॅट्रिकनं चमकून वर बघितलं आणि नजर दुसरीकडे वळवली. कार्लने त्याची ही प्रतिक्रिया लक्षात घेतली, पुढचे काही दिवस तो यावर विचार करणार होता. कारण एखाद्या प्रश्नाने अवचित धक्का बसणं, मग नुसतं बघत राहणं आणि खरंखुरं उत्तर देता येणं अशक्य झालं की, तोंड फिरवणं अशी अवस्था होते; पॅट्रिकचं तसं झालं होतं.

एका जुन्या चित्रपटात एक वाक्य आहे, 'तुम्ही खून करत असताना पंचवीस चुका करता, त्यातल्या पंधरांचा विचार केलात तरी अक्कलवान ठरता.' कदाचित, पॅट्रिक त्याची योजना ठरवताना सर्व गोष्टी बारकाईने तंतोतंत पाळूनही, पेप्परच्या त्या वस्तू लक्षात घेण्याचं विसरला होता. निघण्याच्या वेळेला त्याची जरा जास्तच

घाई झाली होती.

"मला माहीत नाही." थोडं गुरकावत, भिंतीकडे बघतच तो बोलला.

कार्लला जे हवं होतं ते मिळालं होतं, त्याने नेट लावून विचारलं, "मग कुठे गेलास?"

"मोटरसायकलवरून जाणं म्हणजे मरण होतं." पुढचं सांगण्यासाठी तो उतावीळ झाला होता, "चाळीस डिग्री तापमान होतं. तरी बाइकने हायवेवरून जाताना, रात्री ते वीसच्याखाली असावं असं वाटत होतं. ट्रॅफिकपासून दूर राहण्यासाठी मी बाजूच्या रस्त्याने सावकाश जात होतो, वारा कापत होता. मी अलाबामामध्ये शिरलो, पुन्हा मुख्य रस्त्यापासून लांब राहिलो, कारण नाहीतर माझ्या जुन्या पुराण्या बाइकने पहाटे तीन वाजता हायवे वरून जाताना, कंटाळलेल्या पोलिसांचं लक्ष वेधलं असतं. मी लहान शहरं टाळली. पहाटे चारच्या सुमारास मी मोबाइलच्या बाह्य परिसरात आलो. एक महिन्यापूर्वी मी एक मोटेल पाहून ठेवलं होतं, जिथे ते रोख पैसे घेत व चौकशी करत नसत. मी हळूच पार्किंगमध्ये शिरलो, मागील बाजूस बाइक ठेवली आणि नुकताच टॅक्सीतून उतरल्यासारखा समोरच्या दारातून आत गेलो. रोख तीस डॉलर्स रूमचं भाडं दिलं. कागदपत्रं लागले नाहीत की चौकशी नाही. तापमान वाढण्यास एक तास लागला. मी दोन तास झोपलो, सूर्योदयाला उठलो. तुला याविषयी कधी कळलं, कार्ल?"

"तू जेव्हा डोंगराळ भागातून तुझ्या जुन्या मोटरसायकलवरून फिरत होतास, त्या वेळी पहाटे तीननंतर डग व्हिट्रॅनोनं फोन करून मला उठवलं. आजही मला ते जाणवतंय की, झोप उडाली होतीच; शिवाय दुःखही होत होतं. तू मोटरसायकलवरून भटकत होतास, नव्या आयुष्यासाठी."

"माझं घर सुटलं नव्हतं."

"नो, तुला मित्रांविषयी काही वाटत नव्हतं."

"मला त्याचं वाईट वाटतं आता, कार्ल."

"नाही, बिलकूल नाही."

"बरोबर आहे. मला नाही वाटत." पॅट्रिक निवांत होता, त्याला हुरूप आला होता. चक्क हसत होता तो.

"सूर्य उगवता तू पुनर्जन्म झाल्यासारखा उठलास. तुझ्या अडी-अडचणी, पेचप्रसंग मागे ठेवले होतेस."

"सारं उत्साही होतं. अर्थात भीती होतीच. नंतर झोप येणं शक्य नव्हतं. साडेआठपर्यंत टीव्ही पाहिला. माझ्या मृत्यूसंबंधी बातमी नव्हती. मग आंघोळ केली, कपडे बदलले."

"थांब. हेअरडायचा बॉक्स आणि ट्यूब कुठे होती?"

"अलाबामामधल्या वॉशिंग्टन कौंटीत कुठेतरी कचरा पेटीत फेकून दिलं. मी टॅक्सी बोलावली, मोबाइलमध्ये ती तितकी सोपी गोष्ट नाही आहे, ड्रायव्हरने माझ्या खोलीसमोर ती उभी केली आणि मी निघालो. चेक आउट करायला लागलं नाही. बाइक मोटेलच्या मागे सोडून दिली होती. एका मॉलमध्ये गेलो. तो नऊपर्यंत उघडत असे, मला ठाऊक होतं. डिपार्टमेंट स्टोअरमधून एक नेव्ही जॅकेट, स्लॅक्स व बूट घेतले."

"पैसे कसे दिलेस?"

"रोख."

"तुझ्याकडे क्रेडिट कार्ड नव्हतं?"

"होतं, पण ते बनावट व्हिसा कार्ड होतं. मायामीमधल्या एकाकडून घेतलेलं. ते फक्त किरकोळ खरेदीसाठीच होतं, नंतर ते टाकून द्यायला लागतं. रेन्टल कारसाठी मी शिल्लक ठेवलं होतं."

"तुझ्याकडे किती पैसे होते?"

"वीस एक हजार"

"एवढे कुठून आले?"

"काही दिवस मी शिल्लक ठेवत होतो. मला चांगले पैसे मिळत होते. पण ट्रुडी, मी कमवत होतो त्यापेक्षा जास्त वेगाने खर्च करत असे. फर्ममधल्या अकाउन्टंटला मी सांगून ठेवलं होतं की, काही पैसे माझ्या बायकोपासून लपवून ठेवण्यासाठी दुसरीकडे ठेवत जा. तीही म्हणाली होती की, सगळ्या वकिलांच्या बाबतीत ती तसंच करायची. ते दुसऱ्या एका खात्यात जायचे, मी ते मधून मधून काढायचो आणि टेबलाच्या ड्रॉवरमध्ये ठेवायचो. झालं समाधान?"

"हो. तू सांगत होतास, बूट खरेदी केलेस."

"मी नंतर दुसऱ्या स्टोअरमध्ये गेलो, एक पांढरा शर्ट आणि टाय खरेदी केला. रेस्टरूममध्ये जाऊन ते घातले. काय सांगू, फिरत्या सेल्समनसारखा मी दिसत होतो. आणखी काही कपडे व इतर गोष्टी खरेदी केल्या, एका कॅनव्हासबॅगमध्ये त्या भरल्या व टॅक्सी पकडून मोबाइल विमानतळावर गेलो. नाश्ता केला आणि अटलांटाकडून येणाऱ्या नॉर्थ-वेस्ट एअर लिंक विमानाची वाट बघत बसलो. ते आल्यावर इतर प्रवाशांप्रमाणे रांगेत उभा राहिलो. आलेले सगळे जण अतिशय घाईत होते. मी इतर दोघांबरोबर ॲव्हिस डेस्कपाशी गेलो. त्यांच्या गाड्या अगोदर रिझर्व्ह केलेल्या होत्या. मला वेळ लागणार होता. जॉर्जियाचं बेमालूम खरं वाटणारं ड्रायव्हिंग लायसन्स माझ्याकडे होतं. लागला तर पासपोर्ट होता. कार्ड नंबर खरा असला तरी तो होता जॉर्जियामधल्या डिकॅटूर इथल्या एका माणसाचा, तेव्हा कॉम्प्युटरने तो शोधून धोक्याचा इशारा दिला असता. पण काही झालं नाही. मी कागदपत्रं भरून दिले, गडबडीने निघालो.

“त्या वेळी तुझं नाव काय होतं?”

“रॅन्डी ऑस्टिन.”

कार्लने पिझ्झ्याचा तुकडा मोडून सावकाश खात विचारलं, “आता एक प्रश्न असा रॅन्डी की, तू विमानतळावर होतास मग विमान पकडून निघून का गेला नाहीस?”

“मी तो विचार केला होता. नाष्टा करत असताना, दोन फ्लाइट्स टेक-ऑफ करत होत्या. वाटलं उड्या मारत जाऊन एक कोणतीतरी पकडावी आणि जावं, पण काही कामं अपूर्ण होती. काय करावं, मोठा प्रश्न होता.”

“अशी कोणती अपुरी कामं होती?”

“मला वाटतं, तुला माहिती आहे मी गल्फ शोअरला गेलो, कोस्टला लागून ऑरेंज बीचच्या पूर्वेला एक भाड्याने जागा घेतली.”

“तीच ना, तू सोडून दिलेली.”

“तीच. ते रोख पैसे घेणार होते. फेब्रुवारी महिना होता, थंडी होती, त्यांचा धंदा कमी होता. मी थोडं झोपेचं औषध घेतलं आणि सहा तास झोप काढली. नंतर संध्याकाळच्या बातम्या पाहिल्या, त्यात मी कुठे भयानकरीत्या मेलो ती दृश्य बघितली. माझे मित्र तर हादरून गेले होते.”

“टांग तुझी.”

“मी एका दुकानात जाऊन सफरचंद, काही पथ्यकारक गोळ्या घेतल्या. अंधार पडल्यावर समुद्रावर तीस तास काढले. तसा मी मोबाइलच्या आसपास दडून राहिलेला असताना, दररोज असंच काही करायचो. दुसऱ्या दिवशी सकाळी मी पास्कागौलाला सटकलो. पेपर घेतला, पहिल्या पानावर माझा गोबरा हसरा चेहरा होता. भीषण अपघाताची बातमी वाचली. तू तयार केलेली माझी हृदयस्पर्शी संक्षिप्त माहिती होतीच. तीन वाजता माझी अंत्ययात्रा निघणार होती हे समजलं. मी ऑरेंज बीचला जाऊन शिडाची बोट भाड्याने घेतली आणि बिलॉक्सीला माझं क्रियाकर्म पाहण्यासाठी वेळेवर निघालो.”

“नंतर पेपरमध्येच बातमी आली होती की, तुझा दफनविधी तूच बघितलास.”

“खरं होतं ते. स्मशानभूमीच्या मागे असलेल्या झाडीत एका झाडावर बसून, दुर्बिणीतून सगळं बघत होतो.”

“या सर्व उचापती करणं मूर्खपणाचं होतं.”

“तसंच होतं. सगळाच मूर्खपणा. पण मी त्या ठिकाणी ओढला गेलो; का तर मला खातरी करून घ्यायची होती की, माझ्या युक्त्या; माझे डावपेच यशस्वी झालेत की नाही. मग मला विश्वास आला की, मी काहीही करून हवं ते साध्य करू शकतो.”

“तू ते झाड, ती जागा अगदी योग्य निवडली होतीस.”

“नाही. खरं म्हणजे असं मी काही करीन याची मलाच कल्पना नव्हती. मी

मोबाइलहून निघालो, महामार्गावर वेस्टला जात असताना स्वत:ला बजावत होतो की, हे असं करू नये. बिलॉक्सीच्या जवळही फिरकू नये.''

''जाड्या, तू झाडावर कसा चढू शकलास?''

''माझ्या अंगातच संचारल्यासारखं झालं होतं. तो बऱ्याच फांद्या असलेला ओक वृक्ष होता.''

''देवाचे आभार. मला वाटलं, तुझा एखादा हात-पाय मोडून, तू डोक्यावर आपटायला हवा होतास.''

''नो. तुला कसं वाटलं तसं.''

''खरंच वाटलं. आम्ही अश्रू आवरत, तुझ्या बायकोला धीर देत, खड्ड्याभोवती जमलो होतो. तू मात्र बेडकासारखा फांदीला चिकटून, आम्हाला हसत असणार.''

''कार्ल, तू रागावण्याच्या विचारात दिसतोस!''

खरं होतं ते. गेल्या साडेचार वर्षांत कार्लला आलेला राग विरून गेला होता. वस्तुस्थिती अशी होती की, कार्लला त्याच्या मित्राला भेटून, हॉस्पिटलमधल्या त्याच्या बेडवर बसून, त्याच्यासह पिझ्झा खात त्याच्याकडून एकेक तपशील काढून घेताना आनंद झाला होता.

त्याच्या अंत्यविधीसंबंधी जेवढं बोलता येईल तेवढं त्यांनी बोलून घेतलं. पॅट्रिक खूप बोलला होता. ते त्याच्या खोलीत परत आले.

''बोगान, व्हिट्रॅनो आणि इतर काय म्हणतात?'' असं म्हणत तो उशीवर विसावला आणि काही ऐकण्याआधी सुखावला.

पंचवीस

पॉलो मिरांडाला दोन दिवसांपूर्वी त्याच्या मुलीकडून आलेला फोन हा सर्वांत अलीकडचा. न्यू ऑर्लिन्समधल्या एका हॉटेलात ती होती. तिचा जो कोण रहस्यमय अशील होता त्याच्या कामासाठी तिची भ्रमंती चालू होती. अजूनही ती त्याला खबरदारी घेण्यास सांगत होती. कारण तिच्या अशिलाचे ब्राझिलमध्ये शत्रू होते, त्यांची तिच्यावर नजर होती आणि पॉलोवरही त्यांचं लक्ष होतं. या पूर्वीच्या फोनप्रमाणेच या वेळीही ती मोजकं, मोघम आणि घाबरलेल्या आवाजात बोलत होती, पण तसं न दाखवण्याचा तिचा प्रयत्न कळून येत होता. तो चिडला. 'सगळं सविस्तर सांग', असं तिला म्हणाला. त्याच्या सुरक्षिततेची तिला काळजी वाटत होती. तिने घरी परत यावं असं त्याला वाटत होतं. अखेरीस तो भडकला, त्याने तिला सांगून टाकलं की, तिच्या इतर पार्टनर्सना तो भेटला होता आणि तिला काढून टाकल्याचं त्याला समजलं होतं. यावर ती थंडपणे म्हणाली होती की, तिची ती आता स्वतंत्र असून, तिची ती प्रॅक्टिस करत होती. तिचा अशील आंतरराष्ट्रीय व्यापारातला मोठा धनाढ्य माणूस होता, त्यामुळे तिचा मुक्काम लांबला असून ते नित्याचंच होणार होतं.

फोनवर तिच्याशी वाद घालणं त्याला पसंत नव्हतं, त्याला तिची काळजी होती.

तो मार्केटला निघाला किंवा पॉन्टिफिसिया युनिव्हर्सिटीच्या कॅटोलिका येथे असलेल्या त्याच्या ऑफिसला निघाला तरी त्याच्या जाण्या-येण्याच्या मार्गावर अनोळखी, संशयास्पद व्यक्ती घुटमळत वा पाठलाग करत होत्या, याला पॉलो वैतागला होता. ते नेहमी जवळपासच असत हे त्याने पाहिलं होतं. पॉलोनं त्यांना टोपणनावं दिली होती. पॉलोनं इव्हाच्या अपार्टमेंट मॅनेजरला याविषयी बऱ्याच वेळा सांगितलं होतं, ते प्राणी तिथेही लक्ष ठेवून होते.

'अ सर्व्हे ऑफ जर्मन फिलॉसॉफी' हा त्याचा शेवटचा तास एक वाजता संपला. त्याच्या ऑफिसमध्ये एका खटपट्या विद्यार्थ्याबरोबर त्याचा अर्धा तास

गेला. नंतर तो, दिवसाचं काम संपलं, या अर्थाने निघाला. बाहेर पाऊस पडत होता आणि तो छत्री विसरला होता. क्लासरूम बिल्डिंगच्या मागे, प्रोफेसर लोकांसाठी असलेल्या पार्किंगमध्ये त्यांची गाडी होती.

ओस्मर वाट बघत होता. पॉलो त्याच्याच विचारात, खाली बघत बिल्डिंगमधून बाहेर पडला. पाऊस होता म्हणून त्याने डोक्यावर पेपर धरला होता. विचारात गर्क असल्यामुळे, ठिबकणाऱ्या झाडाखालून जात असताना, त्याचा पाय एका डबक्यात गेला. त्याच्या शेजारीच एक छोटी लाल रंगाची फियाट व्हॅन उभी होती, त्यातून ड्रायव्हर बाहेर आला. पॉलोचं लक्ष नव्हतं. त्या ड्रायव्हरने व्हॅनचं मागचं दार उघडलं, पॉलोला आवाजही ऐकू आला नाही. तो त्याच्या गाडीच्या चाव्या काढणार इतक्यात ओस्मरने त्याला बाजूला ओढलं आणि व्हॅनमध्ये कोंबलं. त्याच्या हातातली ब्रीफकेस खाली पडली.

धाडकन दार लावलं गेलं. व्हॅनमधल्या काळोखात पॉलोच्या डोळ्यामध्ये पिस्तुलाची नळी ठेवण्यात येऊन त्याला गप्प राहण्यास सांगण्यात आलं.

त्याच्या गाडीचं ड्रायव्हर सीटकडचं दार उघडच होतं. बॅगेमधले कागद मागच्या चाकापर्यंत विखुरले होते.

व्हॅन जोरात निघाली.

अपहरणाची बातमी पोलिसांना फोनवरून कळवण्यात आली. दीड तासात पॉलोला शहराच्या बाहेर नेण्यात आलं, नंतर डोंगराळ भागात. तो कुठे होता हे त्याला कळत नव्हतं. व्हॅन गरम झाली होती, तिला खिडक्या नव्हत्या, आतमध्ये उजेड नव्हता. त्याच्या बाजूला दोन बंदूकधारींच्या आकृत्या दिसत होत्या. विस्तीर्ण परिसर असलेल्या एका फार्म हाउसमागे ते थांबले. पॉलोला आत नेण्यात आलं. त्याची व्यवस्था मागच्या भागात करण्यात आली होती; बेडरूम, बाथ, टीव्ही असलेली एक खोली. खाद्यपदार्थ भरपूर होते. त्याला छळण्यात येणार नव्हतं असं त्याला सांगण्यात आलं. पण ते त्याच्या पळून जाण्याच्या प्रयत्न करण्यावर अवलंबून राहाणार होतं. तो जर चांगला वागला तर आठवडाभर त्याला तिथे ठेवल्यानंतर सोडण्यात येणार होतं.

त्याने खोलीचं दार लावलं आणि खिडकीतून बाहेर पाहू लागला. एका झाडाखाली दोघे जण हसत, चहा घेत होते. सबमशिन गन्स त्यांच्या बाजूला होत्या.

रिओमध्ये असलेल्या पॉलोच्या मुलाला, इव्हाच्या अपार्टमेंट मॅनेजरला, तिच्या पूर्वीच्या लॉ फर्मला आणि एका यात्रा कंपनीमध्ये काम करत असलेल्या तिच्या मित्रांना निनावी फोन करण्यात आले होते. सर्वांना निरोप एकच होता, पॉलो मिरांडाचं अपहरण करण्यात आलं होतं. पोलीस तपास करत होते.

इव्हा न्यू यॉर्कला 'हॉटेल पीअरे'मध्ये थोडे दिवस राहत असताना, कधी फिफ्थ अव्हेन्यूला शॉपिंग, तर कधी म्युझियममध्ये वेळ घालवत असे. सतत फिरत राहावं, तर कधी अचानक न्यू ऑर्लिन्सला येऊन जावं, अशा सूचना तिला देण्यात आल्या होत्या. पॅट्रिककडून तिला दोन पत्रं आत्तापर्यंत आली होती. तिने त्याला दोन पाठवली होती. सगळा पत्रव्यवहार सॅन्डीमार्फत चालला होता. त्याचा शारीरिक छळ झाला असला तरी बारीकसारीक गोष्टींवर त्याची नजर होती. योजना, घ्यायची खबरदारी आणि आणीबाणी उद्‌भवल्यास काय करावं याविषयी त्याच्या पत्रातून विशेष सूचना असत.

तिने वडिलांना फोन केला. उत्तर मिळालं नाही म्हणून भावाला फोन केला आणि आकाश कोसळलं. 'ताबडतोब परत ये', असा त्याने आग्रह केला. तो हळवा होता. त्याला ताणतणाव, आपत्ती यांचा अनुभव नव्हता. तो लगेच कोलमडून जात असे, म्हणून कुटुंबातील महत्त्वाचे निर्णय इव्हावर सोपवले जात असत.

अर्धा तास ती त्याला फोनवरून शांत करण्याचा प्रयत्न करत होती. खंडणी मागण्यात आली नव्हती, अपहरणकर्त्यांकडून नंतर शब्दही ऐकू आला नव्हता.

त्याच्या ठोस सूचना असूनही, तिने त्याला फोन केला. ला गारडियामधल्या सार्वजनिक फोनशी ती घुटमळली. तिच्या डोळ्यांवर गडद काळ्या काचांचा गॉगल होता. तिने एकदा खांद्यावरून मागे नजर टाकली, केसांच्या बटांशी चाळे करत तिने त्याच्या रूममधला नंबर फिरवला. समजा कोणी दुसऱ्याने ऐकलं तर त्याला दुभाषाची आवश्यकता भासावी म्हणून ती पोर्तुगीजमध्ये बोलली,

"पॅट्रिक, मी ली बोलते आहे."

"काय गडबड आहे?" त्यानेही पोर्तुगीजमध्ये विचारलं.

तिचा सुंदर आवाज त्याने बरेच दिवस ऐकला नव्हता, तरीही आत्ता तिचा आवाज ऐकून त्याला आनंद झाला नव्हता.

"आपण बोलू शकतो?"

"येस, पण काय झालं आहे?" पॅट्रिक दर तीन-चार तासांनी रूममधलं बोलणं चोरून ऐकलं जात नव्हतं याची खातरी करून घेत होता. सॅन्डीने दिलेल्या सेन्सरने प्रत्येक संशयित जागा तो तपासत असे. खोलीवर चोवीस तास गार्ड असल्यामुळे तसा तो थोडा निवांत असायचा, पण बाहेरच्या वायर्सची त्याला चिंता होतीच.

"माझे वडील!" असं म्हणत तिने भडाभडा पॉलोच्या अपहरणाची हकिकत सांगून टाकली. "मला घरी जायला हवं." ती शेवटी म्हणाली.

"नाही, ली." तो शांतपणे म्हणाला, "हा सापळा आहे. तुझे वडील हा काही धनाढ्य माणूस नाही. म्हणून तर ते पैशांची मागणी करत नाहीयेत. त्यांना तू हवी आहेस."

"माझ्या वडिलांना मी कशी सोडू?"

"त्यांना तू शोधूही शकत नाहीस."

"ही माझीच चूक आहे."

"नाही. दोष माझा आहे. त्यांच्या सापळ्यात अडकून परिस्थिती जास्त बिघडवू नकोस."

आजूबाजूला जाणाऱ्या-येणाऱ्या लोकांकडे बघत, केसांशी चाळा करत तिने विचारलं, "मग मी काय करू?"

"न्यू ऑर्लिन्सला जा, तिथे सॅन्डीला फोन कर. तोपर्यंत मला विचार करू दे."

ती तिकीट काढून, गेटजवळच्या कोपऱ्यात भिंतीशी तोंड लपवून एक मासिक डोळ्यांसमोर धरून बसली. तिच्या मनात पप्पांचा विचार आला, ते त्यांचा भयानक छळ करू शकतात. ज्या दोन लोकांवर तिने प्रेम केलं, त्या दोघांनाही त्याच लोकांनी पळवलं. पॅट्रिक अजूनही जखमी होऊन हॉस्पिटलमध्ये आहे. पप्पा वयस्कर असून त्याच्याइतके सशक्त नाहीत. तिच्यामुळे त्यांचा छळ होत होता, तिला मात्र काहीच करता येत नव्हते.

दिवसभर शोध घेतल्यानंतर, बिलॉक्सी पोलिसाने रात्री १०.२० ला ग्रॅन्ड कॅसिनोमधून लान्सची कार बाहेर पडताना पाहिली. त्याने काहीही सबळ कारण नसताना लान्सला अडवला आणि शेरीफ स्वीने येईपर्यंत थांबवून ठेवला. बर्गर किंगच्या पार्किंगमध्ये असलेल्या एका गस्त घालणाऱ्या गाडीत, मागच्या सीटवर तो व लान्स बोलत बसले.

अमली पदार्थांचा व्यापार कसा चालला आहे, अशी शेरीफने चौकशी केली. त्यावर 'धंदा चांगला होतोय' असं लान्सने उत्तर दिलं.

"टुडी कशी आहे?" शेरीफने ओठात दात कोरण्याची काडी तशीच ठेवून चौकशी केली. दोघांपैकी कोण जास्त शांत राहू शकतो अशी एकमेकांत चुरस लागली होती. लान्सच्या डोळ्यांवर नवीन घेतलेला 'रे-बॅन' गॉगल होता.

"ती ठीक आहे. तुझी मैत्रीण कशी आहे?" लान्सने विचारलं.

"मला सखी-मैत्रीण कोणी नाही. हे बघ लान्स, आम्हाला अशी एक अतिशय गंभीर खबर मिळाली आहे की, तू एका भाडोत्री मारेकऱ्याच्या शोधात आहेस."

"खोटं! साफ खोटं आहे ते."

"ठीक आहे. आम्हालाही तसं वाटत नाही. तुझे सगळे जोडीदार तुझ्यासारखेच आहेत. काही जण 'सुधारगृहा'तून बाहेर आलेले किंवा परत आत जाण्याच्या खटपटीत असलेले, सगळेच खालच्या थरातले. पैशासाठी गलिच्छ उद्योग करताना त्यांचं एक पाऊल पुढेच असतं. कुठूनतरी एखादी अफवा ऐकताच, पोलिसांच्या कानाशी लागतात. त्यांना वाटतं, 'सुधारगृहा'चा त्यांचा काळ अशाने वाढेल."

“छान आहे. मला हे आवडतं.”

“आम्हाला असं कळलंय की, ती बाई हात सैल सोडते त्यामुळे तुझ्याकडे पैसा आहे. एकदा लॅनिगन मेला की, तुमचं भलंच होणार.”

“कोण?”

“आम्ही त्यासाठी करतोय हे सर्व. आम्ही व फेडरल तुमच्यावर नजर ठेवून आहोत, तू व तुझी बाई. तुम्ही हालचाल केलीत की, तुम्हाला उचलतो. तो आत असूनही, त्याच्यापेक्षा तुम्हाला त्रास जास्त होईल.”

“मी घाबरून जावं असं वाटतं?”

“डोक्यात मेंदू नावाची गोष्ट असेल, तर राहशील घाबरून.”

“जाऊ का आता?”

“नीघ. प्लीज.”

गाडीची दारं बाहेरून उघडण्यात आली, लान्सला त्याच्या गाडीपर्यंत पोहोचवण्यात आलं.

त्याच वेळेला एजंट कटरने ट्रुडीच्या घराची बेल वाजवली होती. ती गाढ झोपली असेल असं त्याला वाटलं होतं. तोपर्यंत ‘लान्सला थांबवून ठेवलंय’ हा निरोप येण्याची वाट पाहत तो कॉफी शॉपमध्ये थांबला होता.

ट्रुडी जागी होती. तिने दाराची कडी काढली, लावलेल्या चेनच्या फटीतून तिने विचारलं, “काय हवंय?”

कटरने त्याचा बॅच दाखवून ठणकावलं, “एफबीआय.”

तिने त्याला ओळखलं.

“मी आत येऊ का?”

“नाही.” ती उत्तरली.

“लान्स पोलिसांच्या हवाली आहे, तेव्हा आपण बोललेलं बरं.”

“काय?”

“तो बिलॉक्सी पोलिसांच्या ताब्यात आहे.”

तिने दाराची साखळी काढली, दार उघडलं. दोघे एकमेकांकडे बघत उभे राहिले. कटरला मनापासून गंमत वाटत होती.

“त्यानं काय केलं?”

“मला वाटतं लवकरच सोडतील त्याला.”

“मी माझ्या वकिलाला बोलावते.”

“पण त्या अगोदर मला काहीतरी सांगायचं आहे. आम्हाला चांगल्या माहीतगाराकडून कळलंय, तुझा नवरा– पॅट्रिक लॅनिगन– याला संपवण्यासाठी लान्स मारेकऱ्याच्या शोधात आहे.”

तिला आश्चर्याचा धक्का बसल्याचं जाणवत होतं, तोंडावर हात ठेऊन ती म्हणाली, ''नाही!''

''येस! आणि यात तुझा हात असण्याची शक्यता दिसते. तुझे पैसे वाचवण्यासाठी त्याची खटपट सुरू आहे. तेव्हा या कटामध्ये तू सहकारी समजली जाशील, यात मला तरी शंका नाही. लॅनिगनला काही झालं, तर आम्ही पहिले इथे येऊ.''

''मी काहीच केलेलं नाही.''

''अजूनतरी नाही. आमचं तुमच्यावर बारीक लक्ष आहे, मिसेस लॅनिगन.''

''माझा त्या नावानं उल्लेख करू नका.''

''सॉरी.'' म्हणत कटर निघून गेला.

ती तशीच दारात उभी होती.

मध्यरात्रीच्या सुमारास सॅन्डीने कॅनॉलपासून अंतरावर असलेल्या पार्कमध्ये गाडी उभी केली आणि तो डिकॅटूरहून फ्रेंच क्वार्टरच्या मध्यवर्ती भागात भराभरा चालत गेला. त्याच्या अशिलाने त्याला काळजी घेण्याविषयी खडसावून बजावलं होतं, विशेषकरून 'ली'ला भेटायला जाताना. सॅन्डीमुळे त्यांना तिचा ठावठिकाणा समजू शकत होता, म्हणून सावध राहणं अतिशय आवश्यक होतं. एक तासापूर्वी पॅट्रिकने त्याला कळवलं होतं, ''ती फार संकटात आहे. अतिकाळजी घेणंही शक्य नाही आहे.''

एकाच ठिकाणाला सॅन्डीने तीन चकरा मारल्या, आपल्या मागे कोणी नाही आहे अशी खातरी झाल्यावर, तो एका बारमध्ये घुसला. त्याने सोडा घेतला आणि फुटपाथवर नजर टाकली. नंतर रस्ता क्रॉस करून तो रॉयल सोनेस्टामध्ये शिरला. इतर टुरिस्टमध्ये मिसळून त्याने लॉबी फिरून बघितली आणि मग तो सरळ लिफ्टने तिसऱ्या मजल्यावर गेला. लीने तो आत येताच दरवाजा लावून घेतला.

ती ओढलेली, थकलेली दिसणं यात नवल नव्हतं.

''तुझ्या वडिलांविषयी ऐकून वाईट वाटलं. आणखी काही समजलं?''

''नाही. मी प्रवासात होते.''

टीव्हीवर कॉफीचा ट्रे होता. सॅन्डीने कॉफी कपात ओतून घेतली, साखर ढवळताना तो म्हणाला, ''पॅट्रिकने मला सांगितलं. कोण लोक होते?''

एका टेबलाकडे निर्देश करत ती म्हणाली, ''फाइल आहे तिथं.'' बेडच्या टोकाकडे बघत तिने सॅन्डीला बसायला सांगितलं. बोलण्याची हीच योग्य वेळ होती.

''दोन वर्षांपूर्वी १९९४ मध्ये, रिओमध्ये त्याची शस्त्रक्रिया झाल्यानंतर आम्ही भेटलो. पॅट्रिकने तो कॅनेडियन उद्योगपती असल्याचं सांगितलं होतं. त्याला आंतरराष्ट्रीय व्यापाराच्या उलाढालीत अनुभव असलेल्या एका कायदे सल्लागाराची जरूर होती. खरं म्हणजे, एका मित्राची त्याला आवश्यकता होती. मित्र म्हणून मी दोन दिवस

होते, नंतर आम्ही प्रेमात पडलो. त्याच्या पूर्वायुष्याबद्दल त्याने मला सर्व सांगितलं, अगदी सगळं सांगून टाकलं. पळून जाण्याचा बेत त्याने चोख पार पाडला. त्याच्याकडे पैसे खूप होते. त्याच्या पाठलागावर कोण होते, ते किती जवळपास होते, हे त्याला जाणून घ्यायचंच होतं. ऑगस्ट १९९४ ला मी यू.एस.मध्ये आले आणि अटलांटामधल्या एका सुरक्षा कंपनीशी संपर्क साधला. 'प्लुटो ग्रुप' असं वेगळं नाव असलेली, पूर्वी एफबीआयमध्ये असलेल्या लोकांची ही कंपनी, पॅट्रिकने तो पळून जाण्याअगोदर शोधून ठेवली होती. मी त्यांना खोटं नाव सांगितलं आणि स्पेनहून आले होते अशी बतावणी केली. पॅट्रिक लॅनिगन याचा तपास करणाऱ्या संबंधितांबद्दल मला माहिती हवी होती असं मी त्यांना सांगितलं. मी त्यांना पन्नास हजार डॉलर्स दिले. त्यांनी बिलॉक्सीला त्यांचे लोक पाठवले. प्रथम ते पॅट्रिकच्या पूर्वीच्या लॉ फर्मकडे गेले. त्यांना पॅट्रिकच्या संबंधी मोघम माहिती असल्याचं त्यांनी भासवलं आणि त्या वकील भागीदारांनी त्यांना वॉशिंग्टनमधल्या जॅक स्टिफॅनोकडे जाण्यास सांगितलं. जॅक स्टिफॅनो हा एक भारी गुप्तहेर असून त्याची, मोठी कारस्थानं हुडकून काढणं व बेपत्ता माणसांचा शोध लावणं यात ख्याती होती. प्लुटो ग्रुपचे लोक त्याला वॉशिंग्टनमध्ये भेटले. तो गुप्तता राखणारा होता. त्याने थोडीच माहिती दिली, पण एक उघड झालं की, तोच पॅट्रिकच्या शोधात होता. प्लुटो ग्रुपचे लोक त्याला बऱ्याच वेळा भेटले आणि बक्षिसाचा विषय निघाला. त्यांनी त्यांच्याजवळची माहिती द्यायची आणि त्या आधारे पॅट्रिकचा ठावठिकाणी कळला तर स्टिफॅनोनं पन्नास हजार डॉलर्स देण्याचं मान्य केलं. या गाठीभेटीतून त्यांना कळलं की, पॅट्रिक ब्राझिलमध्येच होता याची स्टिफॅनोला खातरी पटायला वाव होता. हे पाहिल्यावर मी व पॅट्रिक मात्र घाबरलो.''

''पॅट्रिकला मिळालेली ही पहिली पूर्वसूचना होती की, तो ब्राझिलमध्ये होता हे त्यांना कळलं आहे?''

''नक्कीच. दोन वर्ष तो ब्राझिलमध्ये होता. त्याच्या भूतकाळातली खरी हकिकत त्याने मला सांगितली, त्या वेळी त्याला कल्पना नव्हती की, त्याचा पाठलाग करणारे खुद्द याच देशात होते. ते ब्राझिलमध्येच होते, हे कळल्यावर अतिशय धक्का बसला.''

''मग तो परत पळून का नाही गेला?''

''पुष्कळ कारणं होती. त्याचाही विचार त्याने केला होता, आम्ही त्या गोष्टीवर सतत बोलत होतो. माझी त्याच्याबरोबर जाण्याची इच्छा होती. त्याने अखेरीस ठरवलं की, याच देशात अधिक दूरवर कुठेतरी नाहीसं व्हायचं. त्याला सर्व माहीत झालं होतंच. भाषा येत होती, लोक कसे आहेत, याची कल्पना होती आणि दडून राहण्याकरता अमाप ठिकाणं कोणती याचंही ज्ञान होतं. मी घर सोडावं अशी त्याची इच्छा नव्हती. मला वाटतं, चीन किंवा दुसरीकडे आम्ही निघून जायला हवं होतं.''

"कदाचित, तू जाऊ शकली नसतीस."

"नसतेही. मी 'प्लुटो ग्रुप'च्या संपर्कात होते. स्टिफॅनोच्या हालचालींवर शक्य होईल तितकं जास्तीत जास्त लक्ष ठेवण्यासाठी त्यांना घेतलं होतं. त्यांनी स्टिफॅनोचा अशील, बेनी ॲरिसिआला गाठून पूर्वीची सर्व कथा ऐकवली. इन्शुरन्स कंपनीशीसुद्धा ते बोलले. स्टिफॅनोला सर्व बोलणी कळवण्यात आली. मी दर तीन-चार महिन्यांतून, युरोपमधल्या कोणत्यातरी ठिकाणाहून खेप टाकत असे आणि मग त्यांचा शोध कुठपर्यंत आला याचा वृत्तान्त ते देत असत."

"स्टिफॅनोला तो सापडला कसा?"

"ती हकिकत मी आत्ता सांगू शकत नाही. ते पॅट्रिकनेच सांगू दे."

पुन्हा लपवाछपवी, काळंबेरं आणि नक्कीच जास्त महत्त्वाचं. सॅन्डीने कॉफीचा कप ठेवला व अशा कोड्यातल्या गोष्टींचा उलगडा करण्याचा तो प्रयत्न करू लागला. त्यापेक्षा, ती दोघं त्याला सर्व स्पष्टपणे सांगतील तर ते अधिक सोपं होणार होतं. पहिल्यापासून सुरुवात करून त्यांनी ते वर्तमानापर्यंत आणून ठेवावं, म्हणजे तो, त्यांचा वकील या नात्याने त्यांनी पुढे काय करायला हवं यासाठी मदत करू शकत असता. कदाचित त्यांना मदतही लागली नसती.

म्हणजे पॅट्रिकला तो कसा पकडला गेला हे माहीत होतं.

तिने टेबलावरचा एक जाड फोल्डर त्याला दिला. "ज्या लोकांनी माझ्या वडिलांना पळवून नेलं, ते हे." ती म्हणाली.

"स्टिफॅनो?" सॅन्डीने आश्चर्याने विचारलं.

"हो. पैसे कुठे आहेत हे फक्त मलाच माहिती आहे. अपहरण हा सापळा आहे."

"तुझ्याविषयी स्टिफॅनोला कसं काय माहीत?"

"पॅट्रिकने सांगितलं."

"पॅट्रिक?" सॅन्डीला पुन्हा आश्चर्याचा धक्का बसला.

"हो. भाजलेल्या जखमा तुम्ही पाहिल्यात ना?"

सॅन्डी ताडकन उठला. डोक्यातलं काहूर मोकळं करण्याचा प्रयत्न करत उभा राहिला. "मग पैसे कुठे आहेत हे त्यानं का सांगितलं नाही?"

"कारण त्याला ते माहीत नव्हतं."

"सर्व पैसे त्याने तुझ्याकडे दिले?"

"तसंच काहीसं. त्या पैशावर माझं नियंत्रण आहे. आता पाठलाग माझा होतो आहे आणि मधल्यामध्ये माझ्या वडिलांना मात्र पकडलंय."

"मी काय करावं असं तुला वाटतं?"

तिने ड्रॉवर उघडला आणि त्यातून आणखी बारीक फाइल काढली.

"एफबीआयने पॅट्रिकच्या केलेल्या तपासाची माहिती यात आहे. आम्हाला

जास्त कळू शकले नाही, याला काही उघड कारणं होती. बिलॉक्सीमधला एजंट कटर हा तपास कार्यातला मुख्य अधिकारी आहे. पॅट्रिक पकडला गेल्याचं समजताच, मी कटरला फोन केला होता. पॅट्रिकचे प्राण कदाचित त्यामुळे वाचले.''

''सावकाश सांग. लक्षात यायला थोडं कठीण जात आहे.''

''मी कटरला सांगितलं होतं की, पॅट्रिक लॅनिगन हा पकडला गेला आहे व तो जॅक स्टिफॅनोच्या लोकांच्या ताब्यात आहे. एफबीआय सरळ स्टिफॅनोकडे गेलं आणि त्यांनी त्याला धमकावलं. त्याच्या ब्राझिलमधल्या हस्तकांनी तोपर्यंत पॅट्रिकचा काही तास अतोनात छळ केला, अगदी जवळजवळ मरेपर्यंत; आणि मग त्याला एफबीआयच्या हवाली केला.''

डोळे मिटून, सॅन्डी शब्दन्शब्द ऐकत होता, म्हणाला, ''हां, पुढे.''

''दोन दिवसानंतर स्टिफॅनोला अटक करण्यात आली होती आणि त्याच्या ऑफिसेसना टाळी ठोकण्यात आली होती.''

''हे तुला कसं कळलं?''

'''प्लुटो ग्रुप'च्या माणसांना मी अजूनही खूप पैसे देते. चांगली माणसं आहेत ती. आम्हाला संशय आहे की, एकीकडे स्टिफॅनो एफबीआयशी बोलणी करतो व गुपचूप माझा, माझ्या वडिलांचा पाठलाग चालू ठेवतो.

''कटरला मी काय सांगू म्हणतेस?''

''प्रथम माझ्याविषयी सांग. माझी ओळख पॅट्रिकची वकील म्हणून करून दे. त्याच्यासाठीचे सर्व निर्णय मीच घेते, मला सर्व गोष्टी माहीत आहेत. मग माझ्या वडिलांविषयी बोल.''

''तुला वाटतं एफबीआय स्टिफॅनोच्या मानेवर बसेल?''

''हो आणि नाहीसुद्धा. सांगता येत नाही; पण आपण सोडायचं नाही.''

एक वाजत आला होता, तीही थकली होती. सॅन्डीने कागदपत्रं गोळा केले आणि तो जायला निघाला.

''बोलण्यासारखं खूप आहे.'' ती म्हणाली.

''प्रत्येक गोष्ट समजली तर चांगलंच आहे.''

''फक्त आम्हाला वेळ द्या.''

''तरीही, तुम्ही घाई केलेली बरी.''

सव्वीस

डॉ. हयानीने त्याचा सकाळचा राउंड बरोबर सातला सुरू केला. पॅट्रिकला रात्री झोपेचा तसा त्रास व्हायचा, म्हणून त्या अंधाऱ्या खोलीत दररोज सकाळी तो सहज डोकावून जायचा. पेशंट बहुधा सकाळी गाढ झोपलेला असायचा. दिवसा मग तो रात्र कशी काढली हे सांगत असे. आज सकाळी पॅट्रिक जागा होता, खिडकीशी खुर्ची ओढून बसलेला होता. अंगात फक्त शुभ्र पांढरी विजार होती. बघण्यासारखं काहीच नसल्यामुळे नुसता पडद्यांकडे बघत होता. बेडच्या शेजारी असलेल्या टेबलावरून मंद प्रकाश येत होता.

डॉक्टरने त्याच्या बाजूला उभं राहत विचारलं, ''कसं काय पॅट्रिक? ठीक आहे ना?''

त्याने उत्तर दिलं नाही. हयानीने टेबलाकडे नजर टाकली, ते आवरलेलं होतं, त्यावर एकही उघडं पुस्तक वा फाइल पडलेली नव्हती.

थोड्या वेळाने तो बोलला, ''मी ठीक आहे डॉक.''

''झोप लागली होती का?''

''नाही. अजिबात नाही.''

''आता तू सुखरूप आहेस, सूर्य आला ना वरती.'' तो परत काहीच बोलला नाही, जागचा हालला नाही. खुर्चीचे हात घट्ट पकडून, पडद्याकडे बघत तो ज्या स्थितीत होता तसाच त्याला सोडून डॉक्टर हयानी निघून गेला.

हॉलकडून येणारे आवाज पॅट्रिक ऐकत होता. कंटाळलेल्या डेप्युटींशी बोलत, लगबगीत असणाऱ्या नर्सना हाय करत डॉक्टर जात होता. थोड्या वेळात नाष्टा येणार होता, पण त्यात त्याला गम्य नव्हतं. साडेचार वर्षं जवळजवळ उपासमारीत काढल्यानंतर, त्याने भुकेवर ताबा मिळवला होता. अगदीच भूक लागली तर सफरचंद, गाजर यांबरोबर कसलेतरी तुकडे मोडत तो भागवत असे. पहिल्यांदा नर्सनी त्याला जाडजूड करण्याचा चंग बांधला होता. पण डॉक्टर हयानीने कमी

चरबीयुक्त, साखर नसलेलं, उकडलेल्या भाज्या, ब्रेड असं पथ्यकारक खायला देण्यास सांगितलं होतं.

तो उठला, दरवाजाशी गेला आणि दार उघडून पेटे व इड्डी या नेहमीच्या डेप्युटींना 'गुड मॉर्निंग' केलं.

"झोप लागली का चांगली?" इड्डी दररोज हाच प्रश्न विचारी.

"मी निर्धास्त झोपलो." पॅट्रिक ठरावीक उत्तर देऊन, या नेहमीच्या कार्यक्रमाचा उरलेला भाग पूर्ण करत असे. हॉलच्या शेवटी लिफ्टशेजारी असलेल्या बाकावर त्याने एफबीआयचा खडूस एजंट ब्रेन्ट मायर्स बसलेला पाहिला. पोर्टोरिकोहून येताना तोच त्याच्याबरोबर होता. पॅट्रिकने मान हालवून त्याला खुणावलं, पण तो सकाळच्या पेपरमध्ये डोकं घालून होता.

पॅट्रिक खोलीत परत आला आणि गुडघे हळूहळू वाकण्याचा व्यायाम करू लागला. त्याचे स्नायू सुधारले होते, जखमांची मात्र आग होत होती, त्या कडक झाल्या होत्या. जोरबैठका मारण्याचा प्रश्नच नव्हता.

एक नर्सने दारावर टकटक करून ते ढकललं. "गुड मॉर्निंग, पॅट्रिक." खुशीत येऊन ती म्हणाली, "चला नाष्ट्याची वेळ झाली." असं म्हणत तिने टेबलावर ट्रे ठेवला. "रात्र कशी गेली?"

"मजेत. तुझी?"

"माझीही मस्त गेली. तुला आणखी काय आणू?"

"नको. थँक्स."

"हवं असेल तर बोलाव," असं म्हणत ती गेली.

दिवसागणिक या दिनचर्येत फरक व्हायचा. कंटाळवाणं होत चाललं असलं तरी ते किती होऊ शकेल याचं भान त्याला नव्हतं असं नाही. हॅरिसन कौंटी जेलमध्ये गज असलेल्या दाराच्या फटीतून आत सरकवलेल्या लोखंडी ट्रेमधला नाष्टा, इतर कैद्यांच्या देखत खावा लागणार होता; कैदी दररोज बदलले जाणार होते.

त्याने कॉफी घेतली आणि कोपऱ्यात टीव्हीखाली थाटलेल्या 'ऑफिस' टेबलाशी आला, टेबल लॅम्प लावून फाइल्सकडे नजर टाकली.

बिलॉक्सीला येऊन त्याला आठवडा झाला होता. आता हजारो मैल लांब असलेल्या त्या रुंद धुळीच्या रस्त्याने येत असताना, त्याचं इतर आयुष्य तेरा दिवसांपूर्वी संपलं होतं. आपण पुन्हा डॅनिलो, सिनॉर सिल्व्हा व्हावं; त्याचं तिथल्या साध्या घरातलं आयुष्य जगावं आणि बोलण्यात भारतीय वंशाचा प्रकर्षाने जाणवणारा ठसा असूनही, पोर्तुगीजमध्ये मंजुळ आवाजात बोलणारी तीच मोलकरीण असावी असं त्याला वाटू लागलं. पोन्टा पोराच्या उबदार रस्त्यांवरून लांब फिरायला जावं, शहराच्या बाहेर जाऊन दौड करावी. थंडगार झाडांच्या खाली 'ग्रीन टी'चे घोट घेत

असलेल्या, वेळ घालवण्यासाठी रेंगाळत असलेल्या कोणत्याही म्हाताऱ्यांशी जाऊन बोलावं, असं सगळं पुन्हा घडावं अशी तीव्र इच्छा त्याला झाली. बाजारपेठेतल्या गडबडीची त्याला आठवण झाली.

ब्राझिलची त्याला खूप आठवण येत होती. डॅनिलोचं घर, त्याचा भव्यपणा, सौंदर्य; वस्तीने भरलेली शहरं, मागासलेली खेडी; मृदू स्वभावाचे लोक. त्याच्या प्रिय इव्हाच्या आठवणीने तो बैचेन झाला; तिचा हळुवार स्पर्श, हसण्यातलं माधुर्य आणि मऊ-मांसल अंग इत्यादी आठवणींनी बेजार झाला. तिच्याशिवाय जगणं कठीण झालं होतं.

माणसाला एकापेक्षा अधिक आयुष्य का असू नयेत? एक संपलं की दुसरं, त्यानंतर आणखी? जगू नये असं कुठं लिहलं आहे. पॅट्रिक मेला होता, डॅनिलो पकडला गेला.

पहिल्यातली मृतावस्था आणि दुसऱ्याची निश्चेष्टता या दोन्ही अवस्थेतून तो शिल्लक राहिला होता. मग तो पुन्हा पळाला का नाही? पहिल्याचं दु:ख नव्हतं, दुसऱ्याची छाया नव्हती आणि तिसरं आयुष्य साद घालत होतं. आता इव्हाबरोबरचं आयुष्य हेच खरं. ती दोघं एकत्र असताना कोठे राहतील, भूतकाळ त्यांना परत गाठू शकणार नव्हता. एका भव्य घरात ती असतील, सशांप्रमाणे पिलांना जन्म देतील.

ती कणखर होती, पण तिलाही इतरांप्रमाणे मर्यादा होत्या. वडिलांवर तिचा जीव होता, घराची ओढ चुंबकासारखी खेचत होती. सगळ्याच जातिवंत कॅरिओकस लोकांना त्यांचं गाव प्रिय असतं. इतकं की, ईश्वराने त्यांच्यासाठीच त्याची निर्मिती केली आहे अशी त्यांची समजूत होती.

त्याने तिला संकटात ओढलं होतं, तेव्हा तिचं रक्षण करायलाच हवं होतं.

पुन्हा तसं धाडस तो करणार होता? का त्याच्या नशिबाचा झरा आटला होता?

केवळ मि. मॅक्डरमॉटने भेटणं अत्यंत महत्त्वाचं होतं असा आग्रह धरल्यामुळेच एजंट कटरने आठ वाजता भेटण्याचं मान्य केलं. इतरही काही मोजकी अधिकारी मंडळी इतक्या लवकर आली होती, म्हणून फेडरल बिल्डिंग कुरकुरत का होईना पण जागी झाली होती. नऊ वाजले की, गजबजाट वाढणार होता.

एजंट कटर एकदम झटकून टाकणाऱ्यातला तुटक प्रवृत्तीचा नव्हता, पण तसा अगत्यशीलही नव्हता. गप्पाटप्पा मारणाऱ्या आवडत्या कंपूमध्ये, नाक खुपसणाऱ्या वकिलाचं स्थान त्याच्या लेखी खालचं होतं. त्याने कपामध्ये अतिगरम कॉफी ओतून घेतली आणि त्याच्या छोट्या टेबलावर पडलेल्या कागदपत्रांचा ढिगारा साफ करायला घेतला.

त्याने भेटण्याचं मान्य केल्यामुळे सॅन्डीने आल्याआल्याच त्याचे मनापासून

आभार मानले, कटरनेही नरमपणा दाखवला. "तेरा दिवसांपूर्वी तुला आलेला तो फोन तुझ्या लक्षात आहे?" सॅन्डीने विचारलं, "ब्राझिलहून ती बाई बोलत होती?"

"हो, नक्की आठवत आहे."

"तिला मी काही वेळा भेटलो आहे. ती पॅट्रिकची वकील आहे."

"ती इथे आहे?"

"हां, इकडेच आसपास." सॅन्डीने जोरात फुंकर मारून कॉफीचा घोट घेतला. नावाचा उल्लेख न करता, लीविषयी त्याला जेवढी माहिती होती तेवढ्याचा त्याने भरकन आढावा घेतला. नंतर त्याने स्टिफॅनोचा तपास कसा चालला आहे याची चौकशी केली.

कटर सावध झाला. बाजूला पडलेलं साधं पेन घेऊन कसलीशी नोंद खरडली आणि हा खेळ खेळणाऱ्या खेळाडूंची संगती लावण्याचा प्रयत्न केला. "तुला स्टिफॅनोसंबंधी कशी काय माहिती?"

"माझी सहकारी वकील, ती ब्राझिलची. तिला स्टिफॅनोची पूर्ण माहिती आहे. तिनंच तुला त्याचं नाव सांगितलं होतं, आठवत आहे?"

"तिला त्याच्याविषयी कसं काय माहिती आहे?"

"ती एक मोठी गुंतागुंतीची हकिकत आहे, मला त्यातलं बरचंस कळलेलं नाही."

"मग तो विषय कशाला?"

"कारण स्टिफॅनो अजूनही माझ्या अशिलाच्या मागे आहे आणि मला त्याला थांबवायचा आहे."

कटरने पुन्हा खरडलं, वाफाळलेल्या कॉफीचा घोट घेतला. कोणी कुणाला काय म्हटलं याची संगती लावताना, एक कच्चा आराखडा तयार झाला. वॉशिंग्टनमध्ये जे काही घडत होतं त्याविषयी त्याला स्टिफॅनोकडून कळत होतं, पण तरीसुद्धा काही त्रुटी होत्या. स्टिफॅनो त्याचा पाठलाग थांबवेल हे पक्कं झालं होतं. "आणि तुला हे कसं कळलं?"

"कारण ब्राझिलमधल्या त्याच्या लोकांनी माझ्या सहकारी वकिलाच्या वडिलांचं अपहरण केलं आहे."

कटरला गप्प बसणं, डोकं स्थिर शक्य होत नव्हतं. डोक्यामध्ये सगळं घुमू लागलं, तो छताकडे नजर लावून बसला. मग त्याच्या डोक्यात थोडा प्रकाश पडला. "असं तर नसेल, त्या ब्राझिलीयन वकील बाईला पैसे कुठे आहेत याची कल्पना असावी?"

"ती शक्यता असावी."

आता उलगडा झाला.

सॅन्डी पुढे सुरुवात करत म्हणाला, "ब्राझिलला परत फिरण्याचा तिला मोह

व्हावा, यासाठी अपहरण हा प्रयत्न असावा. म्हणजे तिला पकडायची आणि पॅट्रिकला औषधं देऊन जसं गुंगवलं, तसं तिला बेहोश करायचं. पैशासाठी चाललंय सगळं.''

''अपहरण केव्हा झालं?'' कटरच्या विचारण्यात फुसकेपणा नव्हता, वाटलं म्हणून विचारलं असा भाव नव्हता.

''काल.'' सॅन्डीच्या ऑफिसमधल्या एकाने इंटरनेटवरून दोन तासांपूर्वी ही बातमी घेतली होती. रिओमधल्या 'ओ ग्लोबो' या लोकप्रिय दैनिकाच्या सहाव्या पानावर थोडक्यात वृत्तान्त होता. अपहृत व्यक्तीचं नाव होतं पॉलो मिरांडा. सॅन्डीला लीच्या खऱ्या नावाची अजूनही कल्पना नव्हती आणि एफबीआयला जर व जेव्हा ही बातमी समजेल तेव्हा तिची ओळख ते करून घेऊ शकतात, असं सध्यातरी गृहीत धरण्यात धोका नव्हता. तसं एफबीआयला तिचं नाव स्पष्टपणे सांगण्यास हरकत नव्हती, पण अडचण अशी होती की, त्यालाच ते खरं माहीत नव्हतं.

''आपल्याला करता येण्यासारखं यात काही नाही.''

''काय करता येण्यासारखं नाही म्हणता आहात. यामागे स्टिफॅनो आहे. त्याच्यावर दबाव आणा. माझा सहकारी वकील त्याच्या या सापळ्यात ओढला जाणार नाही म्हणावं. आणखी असं की, ती जॅक स्टिफॅनोचं नाव घेऊन ब्राझिलीयन अधिकाऱ्यांकडे जाणार आहे, सांगा त्याला.''

''मी बघतो काय करता येईल ते.'' कटर विसरला नव्हता की, याच सॅन्डी मॅक्डरमॉटने कितीतरी लाखांचा दावा, फेडरल ब्यूरोविरुद्ध, त्यांनी न केलेल्या गुन्ह्यांखाली लावला होता. आत्ता त्या दाव्यासंबंधी बोलण्यात काही फायदा नव्हता. नंतर बघू.

''स्टिफॅनोला पैशापुढे कशाचीच पर्वा नसते.'' सॅन्डीनं ठणकावलं, ''त्या म्हाताऱ्याला जरी काही झालं तरी दमडी मिळणार नाही.''

''वाटाघाटी करण्यास काही वाव आहे असं तुला सूचित करायचं आहे?''

''तुम्हाला काय वाटतं? फासावर जाण्याच्या रांगेत तू उभा आहे किंवा आयुष्यभर तुरुंगात पिचत पडणार असशील, तर ते वाचण्यासाठी काही वाटाघाटी करण्याची अपेक्षा धरणार नाहीस?''

''स्टिफॅनोला काय सांगावं मग?''

''त्याला सांगा म्हाताऱ्याला सोडून दे. पैशासंबंधी वाटलं तर नंतर बोलू.''

स्टिफॅनोचा दिवस लवकर सुरू झाला. त्याची होणारी चौथी मीटिंग, दिवसभर चालणार होती आणि पॅट्रिकच्या शोधासाठी त्याने केलेली शौर्यकथा संपणार होती. त्याचा वकील हजर नव्हता. एका न चुकवता येणाऱ्या तंट्यासाठी त्याला कोर्टात जाणं भाग होतं. त्याच्या मदतीचा हात धरण्याची स्टिफॅनोला जरूर नव्हतीच आणि

स्पष्टच बोलायचं तर तासाला चारशे पन्नास डॉलर्स त्याला देणं त्याच्या जिवावर आलं होतं. चौकशी करणारा अधिकारी, ऑलिव्हर का कोण, नवीन होता. त्याने फरक पडणार नव्हताच, सगळे एकाच माळेचे मणी.

"प्लॅस्टिक सर्जनविषयी तू सांगत होतास." ऑलिव्हर इतक्या सफाईने कालच्या खंडानंतर म्हणाला की, जसंकाही त्यांचं बोलणं एखाद्या आलेल्या फोनमुळे तुटलं होतं. ते दोघे यापूर्वी कधीच भेटले नव्हते आणि जॅक पॅट्रिकविषयी गेल्या तेरा तासात कुणाशीच बोलला नव्हता.

"येस."

"ते कधी तर एप्रिल १९९४ मध्ये?"

"बरोबर."

"आता पुढे."

स्टिफॅनो खुर्चीत आरामात बसला आणि त्याने सुरू केलं. "थोड्या कालावधीसाठी शोध थंडावला होता. तसा थोड्या काळासाठी नाही, प्रत्यक्षात जास्त दिवसांसाठी. आम्ही कसून प्रयत्न करत होतो, पण महिने उलटले तरी हाताला काही लागत नव्हतं. अजिबात नाही, सुगावासुद्धा नाही. मग १९९४ मध्ये, उशिरा, अटलांटामधील 'प्लुटो ग्रुप' या हेरगिरी करणाऱ्या संस्थेने आमच्याशी संपर्क केला.

"प्लुटो?"

"येस, प्लुटो ग्रुप. आम्ही त्यांना प्लुटोची पिलावळ असं संबोधतो. चांगले लोक आहेत. तुमच्यापैकीच माजी अधिकारी आहेत. पॅट्रिक लॅनिगनच्या आम्ही घेत असलेल्या शोधाबद्दल त्यांनी विचारणा केली, म्हणाले त्यांच्याकडे काही माहिती मिळू शकेल. मी त्यांना वॉशिंग्टनमध्ये दोनदा भेटलो. त्यांचा एक रहस्यमय, अज्ञात अशील होता त्याला पॅट्रिक लॅनिगनविषयी थोडीफार माहिती होती. मी अर्थातच उत्सुक होतो. त्यांना घाई नव्हती, कारण त्यांचा अशील सबुरीने चालणाऱ्यातला होता. त्याला जादा पैसे होते, यात नवल नव्हतं. असं असलं तरी ते हुरूप वाढवणारं होतं."

"कसं काय?"

"त्यांच्या अशिलाला जर मोठ्या बक्षिसाची अपेक्षा होती, तर त्याचा अर्थ, पॅट्रिक लॅनिगनकडे आत्तासुद्धा खूप पैसा आहे हे त्यांना पक्कं ठाऊक होतं. जुलै १९९४ मध्ये प्लुटोच्या लोकांनी माझ्यासमोर एक प्रस्ताव ठेवला. पॅट्रिक लॅनिगन त्या वेळी ब्राझिलध्ये कुठे राहत होता ते जर त्यांच्या अशिलाने आम्हास सांगितलं, तर काय? मी म्हटलं, 'ठीक आहे.' ते म्हणाले, 'किती?' आम्ही पन्नास हजार देण्याचं मान्य केलं. मी उतावीळ झालो होतो. पनामा येथील बँकेत पैसे वायरने पाठवण्यात आले होते. मला नंतर, ब्राझिलच्या अति दक्षिणेकडे असलेल्या सान्ता कॅटरिना राज्यातील इटाजाई या छोट्या शहरात जायला सांगण्यात आलं. त्यांनी दिलेला पत्ता शहराच्या चांगल्या

भागातल्या एका अपार्टमेंट बिल्डिंगचा होता. तिथला मॅनेजर, आम्ही त्याच्या हातावर काहीतरी पैसे ठेवल्यावर, अगदी सलोख्याने वागला. आम्ही त्याला लॅनिगनचे शस्त्रक्रिया झाल्यानंतरचे फोटो दाखवले. 'असेल', एवढंच तो म्हणाला. आम्ही त्याला आणखी पैसे दिल्यावर त्याने ओळख पटवली. जॉन हॉर्स्ट असं फोटोतल्या माणसाचं नाव होतं, त्यानं सांगितलं. तो जर्मन असावा, पोर्तुगीज मात्र त्याला चांगलं येत होतं. त्यानं दोन महिन्यांकरता तीन रूमची जागा भाड्याने घेतली होती. पैसे रोख दिले होते. एकलकोंडा होता आणि फ्लॅटवर थोडा वेळच असायचा; पण तेवढ्या काळात तो मित्रासारखं वागायचा. त्याला मॅनेजर व त्याच्या बायकोबरोबर कॉफी घ्यायला आवडत असे. प्रवासवर्णन लिहितो असं तो सांगायचा आणि सध्या म्हणजे त्या वेळी तो इटालियन व जर्मन लोकांनी ब्राझिलमध्ये केलेल्या स्थलांतर या विषयावर पुस्तक लिहीत होता. इथून जाताना तो म्हणाला होता की, बेव्हेरियन वास्तुशास्त्राचा अभ्यास करण्यासाठी तो ब्लुमेना शहरी जातो आहे.''

''तुम्ही ब्लुमेनाला गेला होतात?''

''अर्थात. लगेच गेलो. शहर पालथं घातलं. दोन महिन्यांनंतर नाद सोडला. सुरुवातीच्या उत्साहानंतर हॉटेल्स, दुकानं इत्यादी ठिकाणी फोटो दाखवत, कुठे पैसे चारत त्याला शोधण्याचा शीण येऊ लागला.

''प्लुटोच्या माणसाचं काय झालं?''

''तेही एकदम थंड झाले होते. मी त्यांच्याशी चौकश्या करायला उत्सुक होतो, पण सांगण्यासारखं त्यांच्याकडे काही नव्हतंच. मला वाटतं, त्यांच्या अशिलाला भीती वाटली असावी किंवा पन्नास हजार डॉलर्स मिळाल्यावर तो खूश झाला असावा. काहीही असेल, सहा महिने प्लुटोकडून अक्षरही कळलं नाही. नंतर या जानेवारीच्या अखेरीस परत त्यांनी उचल खाल्ली. त्यांच्या अशिलाला पैसे हवे होते आणि तो सगळं सांगून टाकणार होता. आम्ही थोडे दिवस दाद दिली नाही. एक दिवस त्यांनी धक्काच दिला. दहा लाख दिल्यावर ते आम्हाला हवा असलेल्या माणसाचा पत्ताच देणार होते. माझ्याकडे पैसे नव्हते असं नव्हतं, पण त्यात धोका होता. पैसे मोजल्याशिवाय त्यांचा अशील बोलण्यास तयार नव्हता आणि तो अशील काही सांगेपर्यंत मी पैसे देणार नव्हतो. त्यांच्या अशिलाला खरोखर काही माहीत होतं की नाही, हे कळायला मार्ग नव्हता. खरं म्हणजे मला कळून आलं होतं की, अशील वगैरे कोणी नव्हतं. आम्ही चिडलो आणि बोलणी फिसकटली.''

''पण तुम्ही ती चालू ठेवली?''

''हो, इलाज नव्हता. त्यांच्या अशिलाला पैसे हवे होतेच, आम्हाला लॅनिगन. दुसरा प्रस्ताव पुढे आला. आणखी पन्नास हजार दिल्यानंतर, लॅनिगनने इटाजाई सोडल्यावर तो कुठे गेला त्या ठिकाणाचं नाव, गाव कळणार होतं. पन्नास हजार

ही किंमत आमच्यासाठी स्वस्त होती. नशीब अजमावण्यासाठी संधी होती, कदाचित दुसरी एखादी खबर मिळू शकते. त्यांच्या दृष्टीने ही खेळी चांगली होती, त्यांच्या अशिलाच्या विश्वासार्हतेला पुष्टी मिळाल्यासारखं होतं; त्याचबरोबर लाखोंनी पैसे कमवण्याच्या दृष्टीने ते एक दुसरं पाऊल होतं. प्लुटोच्या मागे सुपीक डोकं होतं. मी तर घायकुतीला आलो होतो. मला खातरी पटण्यासाठी काहीतरी ठोस हवं होतं. मी दहा लाख दिलेही असते.''

''दुसरं ठिकाण कुठे होतं?''

''रिओच्या उत्तरेकडे किनाऱ्यावरच्या इस्पिरिटोसान्तो या राज्यातलं साओमाटेअस. साठ हजार लोकवस्तीचं छोटं शहर, खेळीमेळीनं राहणाऱ्या लोकांचं सुंदर ठिकाण. त्यांच्यात मिसळून, त्यांना फोटो दाखवत आम्ही महिना काढला. भाड्याने घेतलेल्या जागेची व्यवस्था इटाजाईमधल्या जागेसारखी होती. दोन महिन्याचं भाडं रोख दिलेलं, देणारा होता डेरिक बूने, एक ब्रिटिश. काहीही चिरीमिरी न घेता जागेच्या मालकाने बूनेला, आमच्या माणसाला ओळखलं. असं दिसलं की, बूने जसाकाही पैसे न देता आठवडाभर फुकट राहिला होता, म्हणून त्याच्याविषयी अढी होती. इटजाईमधल्यासारखं नव्हतं. बूने अलिप्त होताच, शिवाय तो काय करत असे हे मालकाला कधी कळलंच नाही. आमची प्रगती झाली नाही, आम्ही या मार्चच्या सुरुवातीला साओमाटेअस सोडून, साओपावलो व रिओमध्ये एकत्र येऊन नवीन योजना आखल्या.''

''नवीन योजना काय होत्या?''

''उत्तरेकडची ठिकाणं सोडली आणि साओपावलो व रिओजवळच्या राज्यातल्या लहान गावांवर लक्ष केंद्रित केलं. इकडे वॉशिंग्टनमध्ये मी प्लुटोच्या लोकांच्या मागे जोमाने लागलो. त्याचा अशील दहा लाखांवर ठाम होता. माझा अशील खातरजमा केल्याशिवाय पैसे द्यायला तयार नव्हता. दोघेही अडेलतट्टूप्रमाणे अडून बसले होते. कोंडी निर्माण झाली, पण बोलणी चालू ठेवण्याची इच्छा होती.''

''त्यांच्या अशिलाला लॅनिगनच्या हालचालींविषयी इतकी माहिती कशी, हे कधी तुम्ही जाणून घेतलं का?''

''नाही. आम्ही अंदाज घेण्यासाठी वेळ घेतला. एक विचार असा केला की, त्यांचा अशीलही लॅनिगनच्या मागे असावा, कारण सांगता येत नव्हतं. एफबीआयमधल्या कोणालातरी पैशांची जरूर असण्याची शक्यता होती. पण ते फार लांबचं होतं. अर्थात, आम्ही प्रत्येक शक्यतेचा विचार केला. दुसरं मत, जे जास्त संभवनीय होतं. ते म्हणजे, त्यांचा अशील असा कोणीतरी होता, ज्याच्यावर लॅनिगनचा विश्वास होता. त्यानेच त्याची माहिती सांगण्याचं ठरवलं असावं. काही असलं, तरी मी आणि माझा अशील संधी वाया घालवणार नव्हतो. शोध सुरू करून चार वर्षं झाली होती, कशाचाच पत्ता नव्हता. आम्हाला कल्पना आली होती की, ब्राझिलमध्ये लपून

राहण्यासाठी एकसे एक लाखो ठिकाणं होती आणि लॅनिगनला तो काय करत होता याची जाणीव असावी.''

''मग तुम्ही कोंडी फोडली की नाही?''

''त्यांनी फोडली. गेल्या ऑगस्टमध्ये त्यांनी आणखी एक तयारी दाखवली आणखी पन्नास हजारांच्या मोबदल्यात, ते लॅनिगनचे अलीकडचे फोटो देणार होते आणि आम्ही काय करतो याची दबा धरून वाट बघत राहिले. आम्ही 'हो' म्हटलं. पैसे वायरने त्यांच्या खात्यावर पाठवून दिले. त्यांनी माझ्या इथल्या वॉशिंग्टनच्या ऑफिसमध्ये, आठ बाय दहाच्या आकाराचे तीन कृष्ण-धवल फोटो आणून दिले.''

''प्लीज, मी ते पाहू का?''

''हो. नक्कीच!'' असं म्हणून स्टिफॅनाने त्याच्या ब्रीफकेसमधून फोटो काढून टेबलावर सरकवले. पहिला होता पॅट्रिकचा, लांबून घेतलेला, गर्दी असलेल्या मार्केटमधला. त्याच्या डोळ्यांवर गॉगल होता, हातात टोमॅटो असावेत. दुसरा, तो हातात बॅग घेऊन रस्त्याच्या फुटपाथवरून जात असतानाचा, काही क्षण अगोदर किंवा नंतर घेतलेला. जीन्समध्ये होता आणि ब्राझिलियन्सपेक्षा वेगळा वाटतच नव्हता. तिसरा, अधिक काहीतरी जास्त सांगणारा. पॅट्रिक शॉर्ट व टीशर्ट घालून त्याच्या फोक्सवॅगन 'बीटल' गाडीचा टॉप धूत होता. गाडीची नंबरप्लेट व घराचा पुष्कळसा भाग मात्र दिसत नव्हता, पण डोळ्यांवर गॉगल नसल्यामुळे चेहरा स्पष्ट दिसत होता.

''रस्त्याचं नाव नाही, नंबरप्लेट नाही.''

''काही नाही. आम्ही त्या फोटोंचा अभ्यास केला, पण काही विशेष आढळलं नाही. मी म्हटलं ना, या सगळ्याच्या मागे कोणाचंतरी डोकं होतं.''

''मग काय केलंत?''

''दहा लाख देण्याचं मान्य केलं.''

''केव्हा?''

''सप्टेंबरमध्ये. जिनिव्हामधल्या एका ट्रस्ट-एजंटच्या 'इस्क्रो'मध्ये पैसे ठेवले, आम्हा दोघांकडून सूचना मिळेपर्यंत ते हलवता येणार नव्हते. आमच्या कराराप्रमाणे, त्यांच्या अशिलाने पंधरा दिवसात तो राहत असलेल्या शहराचं नाव व पूर्ण पत्ता द्यायचा होता. पूर्ण पंधरा दिवस आम्ही नखं खात बसलो, सोळाव्या दिवशी शाब्दिक चकमक झाल्यावर त्यांनी तोंड उघडलं. शहराचं नाव, पोन्टा पोरा; स्ट्रीट, रूआ तिरादेन्तेस. आम्ही धावत ते शहर गाठलं, गुपचूप प्रवेश केला. पॅट्रिकविषयी आम्हाला आता आदर वाटू लागला होता. खरोखर हुशार होता, मागे लक्ष ठेऊन पुढची वाटचाल करत होता. आम्ही त्याला पाहून ठेवला, खातरी करून घेण्यासाठी आठवडाभर त्याच्यावर लक्ष ठेवलं. त्याचं नाव होतं डॅनिलो सिल्व्हा.''

"एक आठवडा?"

"हो, आम्हाला धीरानेच घ्यायला हवं होतं. त्याने पोन्टा पोरा हे शहर निवडायला कारण होतं. लपून राहण्यासाठी ते आदर्श ठिकाण होतं. पैसे तयार असतील तर स्थानिक अधिकारी सहकार्य करायला पुढे होत. युद्धानंतर जर्मनांनी ते शोधून काढलं होतं. एखादी गोष्ट चुकीची घडली की, पोलिसांना खबर मिळायची आणि ते तुमच्या पाठीशी उभे असत. म्हणून आम्ही वाट बघितली, योजना आखली आणि शेवटी शहराबाहेर त्याला एका छोट्या रस्त्यावर पकडला. बघायला कोणी साक्षीदार नव्हता. सफाईने निसटलो आणि पळवून पॅराग्वेला एका सुरक्षित घरात ठेवला."

"आणि तिथे त्याचा शारीरिक छळ केलात?"

स्टिफॅनो गप्प झाला. तो कॉफीचा घोट घेत ऑलिव्हरकडे निरखून बघत म्हणाला, "तसंच काहीसं."

सत्तावीस

डॉक्टर लोकांच्या कॉन्फरन्सरूममध्ये पॅट्रिक फेऱ्या मारत होता. सॅन्डी त्याच्या नोटपॅडशी चाळा करत, बसून ऐकत होता. नर्सने आणलेली बिस्किटं तशीच होती. सॅन्डीच्या मनात आलं की, खुनाच्या आरोपाखाली कैदेत असलेल्या अशा किती कैद्यांना अशी बिस्किटं वगैरे आणून दिली जात असतील? त्यांचं रक्षण करण्यासाठी किती जणांकडे शरीररक्षकांची फौज असेल? खुद्द जज पिझ्झा खाण्यासाठी थांबतो, असं किती कैद्यांच्या बाबतीत घडत असेल?

"गोष्टी वेगळ्या घडत आहेत, सॅन्डी." त्याच्याकडे न बघताच पॅट्रिक म्हणाला, "आपण घाई करायला हवी."

"कसली घाई?"

"तिचे वडील बेपत्ता आहेत तोपर्यंत ती इथे राहाणार नाही."

"नेहमीचंच झालंय, मीच पुरता गोंधळून गेलो आहे. मला न समजलेल्या गोष्टी तशाच आहेत. तुम्ही तुमच्यात बोलत असता. मी पडलो फक्त वकील. सगळ्याच गोष्टी मला कळायला हव्यात असं थोडंच आहे?"

"तिच्याकडे सर्व माहिती आहे, हकिकत आहे. तू जाऊन तिची गाठ घे."

"काल रात्रीच भेटलो आहे मी तिला."

"ती तुझी वाट बघते आहे."

"असं? कुठे?"

"परडिडो किनाऱ्यावर एक घर आहे, तिथे."

"मला विचार करू दे. सगळं रद्द करून मला निघायला हवं."

"महत्त्वाचं आहे ते सॅन्डी."

"माझे इतर अशीलसुद्धा आहेत." रागाने तो म्हणाला, "मला तू अगोदर कल्पना का देत नाहीस?"

"चुकलो, माफ कर."

"आज दुपारी मला कोर्ट आहे. माझ्या मुलीला खेळायला जायचं आहे. पूर्वसूचनेची अपेक्षा ठेवणं अति होतं आहे का?"

"आता अपहरण हे मला अपेक्षित कुठे होतं? वेगळ्याच घटना घडून परिस्थिती तशी होते आहे. समजून घे."

सॅन्डीने दीर्घ श्वास घेत, पॅडवर काहीतरी खरडलं. पॅट्रिक टेबलाच्या कडेवर त्याच्या बाजूला बसत म्हणाला, "आय ॲम सॉरी सॅन्डी."

"त्या बीच हाउसमध्ये आम्ही काय बोलावं?"

"ॲरिसिया."

"ॲरिसिया?" असं पुन्हा म्हणत त्याने दुसरीकडेच बघितलं. प्राथमिक त्याला माहीत होतं, निदान जेवढं पेपरमध्ये आलं होतं तेवढं तरी.

"त्याला वेळ लागेल, रात्रीची व्यवस्था करावी लागेल."

"म्हणजे मला रात्र तिथं काढावी लागेल?"

"हो."

"लीबरोबर?"

"हो. घर तसं मोठं आहे."

"आणि माझ्या बायकोला काय सांगू? त्या बीच हाउसमध्ये एका सुंदर ब्राझिलीयन बाईबरोबर, नवरा-बायकोप्रमाणे राहणार आहे म्हणून?"

"मी तसं म्हणणार नाही. तिला सांग माझ्या बाजूच्या इतर लोकांबरोबर तू आहेस."

"ठीक आहे."

"थँक्स सॅन्डी."

कॉफी झाल्यावर एजंट अन्डरहिल ऑलिव्हरला येऊन मिळाला. दोघेही शेजारी बसले. त्यांच्यामागे व्हिडिओ कॅमेरा होता. सगळ्यांचं लक्ष स्टिफॅनोकडे होतं.

"पॅट्रिकला प्रश्न कोण विचारत होतं?" अन्डरहिलने विचारलं.

"माझ्या सहकाऱ्यांची नाव देण्याची मला आवश्यकता वाटत नाही."

"तुझ्या या माणसाला अशी चौकशी करण्याचा अनुभव होता?"

"थोडाफार."

"कोणती साधनं वापरली गेली?"

"मला नक्की सांगता येणार नाही—"

"भाजून काढलेल्या जखमांचे फोटो आम्ही पाहिले आहेत, स्टिफॅनो. आणि तुझ्या माणसांनी केलेल्या जखमांबद्दल आमच्यावर— एफबीआयवर केस दाखल झाली आहे. तुम्ही कसं केलंत ते सांग."

“मी नव्हतो तिथं. अशी चौकशी करण्याचं मी ठरवलं नव्हतं, कारण त्याबाबतीत मला अनुभव कमी आहे. मला एवढंच साधारण माहीत होतं की, लॅनिगनच्या शरीराला विविध ठिकाणी इलेक्ट्रिक शॉक दिले जाणार होते. ते तसेच दिले गेले. मला कल्पना नव्हती की त्याने इतकं भाजलं जाईल.”

“किती वेळ हा प्रकार चालू होता?”

“पाच ते सहा तास.”

“त्यांनी समोरच्या फाइलकडे नजर टाकली आणि काहीतरी पुटपुटले. एखाद्याची ओळख पटवण्याच्या पद्धतीविषयी अ‍ॅन्डरहिलने प्रश्न विचारले, स्टिफॅनोनं बोटांच्या ठशासंबंधी सांगितलं. ऑलिव्हरचा वेळाची संगती लावण्याचा प्रयत्न चालू होता. त्याला पकडला केव्हा, किती लांब नेण्यात आलं, किती वेळ त्याची चौकशी केली याची सखोल चौकशी करण्यासाठी त्याने एक तास घेतला. पॅट्रिकला जंगलापासून ते कन्सेप्सिआँ येथे आणताना मधल्या प्रवासासंबंधी विचारताना स्टिफॅनोला त्यांनी जेरीस आणलं. मग त्यांनी विचारविनिमय केला आणि त्या क्षणी महत्त्वाच्या प्रश्नाकडे वळले.

“लॅनिगनच्या चौकशीमध्ये पैशांसंबंधी काय कळलं?”

“फार नाही. पैसे कुठे होते एवढंच त्याने सांगितलं, पण तिथून ते हलवले गेले होते.”

“पराकोटीची जुलूम-जबरदस्ती केल्यामुळे त्याने हे सांगितलं असं आम्ही समजू का?”

“समजूत वाजवी आहे.”

“त्या वेळेला पैसे कुठे होते हे त्याला माहीत नव्हतं याबद्दल तुमची खातरी पटली होती का?”

“मी तिथे हजर नव्हतो. पण प्रश्न विचारणाऱ्याने मला सांगितलं की, नि:संशय मि. लॅनिगनला पैसे नक्की कुठे होते हे माहीत नव्हतं.”

“चौकशीचं ध्वनिमुद्रण किंवा व्हिडिओ छायाचित्रण झालं नव्हतं?”

“अर्थातच नाही.” आपल्या ते ध्यानीमनीसुद्धा नव्हतं अशा थाटात स्टिफॅनोनं उत्तर दिलं.

“लॅनिगनने त्याच्या जोडीदाराविषयी उल्लेख केला का?”

“माझ्या ऐकण्यात नाही.”

“याचा अर्थ?”

“मला माहीत नाही.”

“ज्याने चौकशी केली त्या माणसाचं काय? लॅनिगनने काय उल्लेख केला हे त्याने तरी ऐकलं का?”

“मला कळलेलं नाही.”

“म्हणजे तुला जेवढं कळलं त्यात लॅनिगनच्या जोडीदाराचा उल्लेख नव्हता?”

“बरोबर.”

दोघांनी पुन्हा फाइल्स चाळल्या. आपापसात काहीतरी कुजबुजले आणि बराच वेळ स्तब्ध झाले. त्यांच्या या गप्प राहाण्याने स्टिफॅनो कमालीचा अस्वस्थ झाला. तो लागोपाठ दोनदा खोटं बोलला होता– ध्वनिमुद्रण केलेलं नाही आणि लॅनिगनच्या जोडीदाराचा न केलेला उल्लेख– तरीही त्याला त्यांच्याबरोबर सुरक्षित वाटत होतं. त्याला प्रश्न पडला की, पॅराग्वेच्या जंगलात काय संभाषण झालं ते यांना कसं कळू शकलं? शेवटी ते एफबीआयचे लोक होते. चुळबूळ करत तो वाट बघत बसला.

एकाएकी दार उघडलं गेलं आणि डेप्युटी डायरेक्टर एफबीआय, हॅमिल्टन जेन्स आत आला, त्याच्या मागोमाग वॉरन हा चौकशी अधिकारी होता. “हॅलो जॅक.” टेबलाशी बसत तो जरा मोठ्याने म्हणाला. वॉरन त्याच्या सहकाऱ्यांच्या बाजूला बसला.

“हॅलो हॅमिल्टन.” स्टिफॅनो आणखी चुळबूळ करत म्हणाला.

“दुसऱ्या खोलीत मी ऐकत बसलो होतो.” हसत हसत जेन्स बोलला, “आणि एकदम वाटलं की, तू खरं सांगतो आहेस का?”

“अर्थात, खरं सांगतो आहे.”

“हे बघ, कधी इव्हा मिरांडा नाव ऐकलं आहेस?”

स्टिफॅनोनं आठवत असल्यासारखं हळूच ते नाव परत उच्चारलं, “मला वाटत नाही तसं.”

“रिओमध्ये ती वकील आहे. पॅट्रिकची मैत्रीण.”

“नाही.”

“असं? मला हेच आवडत नाही जॅक. कारण ती कोण आहे, हे तुला पक्कं ठाऊक आहे.”

“मी तिच्याबद्दल कधीच ऐकलं नाहीये.”

“मग तिला शोधण्याचा तू का प्रयत्न करतो आहेस?”

“तुम्ही कोणाविषयी काय बोलत आहात, मला कळत नाही.” नरमाईने स्टिफॅनो म्हणाला.

एजंट अन्डरहिलने तोंड उघडलं. स्टिफॅनोकडे सरळ नजरेने बघत, जेन्सला तो म्हणाला, “तो खोटं बोलतो आहे.”

“नक्कीच तो खोटं बोलतो आहे.” ऑलिव्हरने दुजोरा दिला.

“प्रश्नच नाही.” वॉरनने भर घातली.

स्टिफॅनो याच्याकडून त्याच्याकडे बघत राहिला. तो काही बोलायला सुरुवात

करणार, तेवढ्यात जेन्सने त्याला हात दाखवून थांबवलं. दार उघडून अन्डरहिल, ऑलिव्हर व वॉरन यांचा आणखी एक भाईबंद आला आणि 'आवाजाच्या विश्लेषणातून असा पुरावा मिळतोय की, तो खोटं बोलतो आहे,' असं बोलून निघून गेला.

हॅमिल्टन जेन्सने एक कागद उचलला, त्यावरून गोषवारा करत म्हणाला, "रिओमधल्या आज सकाळच्या पेपरात आलेल्या या बातमीत, पॉलो मिरांडाच्या अपहरणाची हकिकत आहे. त्याची मुलगी पॅट्रिकची मैत्रीण आहे, जॅक. आम्ही रिओमधल्या अधिकाऱ्यांशी बोलून खातरी करून घेतली आहे. खंडणी इत्यादीची मागणी नाही. अपहरणकर्त्यांचं काही म्हणणं नाही." त्याने तो कागद स्टिफॅनोच्या दिशेने सरकवला, पण तो त्याच्यापर्यंत पोहोचला नाही.

"मग मि. मिरांडा कुठे आहे?"

"मला माहीत नाही. कोणाबद्दल बोलता आहात?"

जेन्सने टेबलाच्या दुसऱ्या टोकाकडे बघितलं. "अजून खोटं बोलतो आहे." अन्डरहिल म्हणाला. ऑलिव्हर, वॉरन यांनीही संमती दर्शवली.

"माझं म्हणणं असं आहे जॅक की, तू सरळ-सरळ खरं सांग. आम्ही तुझ्यावरचे आरोप रद्द करतो. माझ्या आठवणीप्रमाणे आम्ही मान्य केलं आहे, तुझ्या अशिलांना आम्ही पकडणार नाही. काय करू बोल?"

स्टिफॅनो अन्डरहिल व ऑलिव्हर यांच्याकडे बघत होता, ते दोघे तो काय बोलतो यावर हल्ला चढवण्याची वाट बघत होते असं दिसत होतं, पण ते शांत होते.

"तिला माहीत आहे पैसे कुठे आहेत ते." स्टिफॅनो मुकाट्याने म्हणाला.

"तुला माहीत आहे ती कुठे आहे ते?"

"नाही. आम्ही पॅट्रिकला पकडला तेव्हा ती रिओमधून पळाली."

"तिचा ठावठिकाणा नाही?"

"नाही."

जेन्सने आपल्या चमूकडे असं पाहिलं की, हां, त्यानं खोटं न सांगण्याचं ठरवलं आहे.

"मी तुम्हाला सगळं सांगण्याचं मान्य केलं आहे, याव्यतिरिक्त काही करण्याचं मी कबूल केलेलं नाही. आपण अजूनही तिला शोधू शकतो."

"आम्हाला तिच्याविषयी काही माहीत नव्हतं."

"ही काही चांगली गोष्ट नाही. आपल्या ठरावाचा आपण फार तर पुनर्विचार करू. माझा वकील बोलावतो."

"तुला खोटं बोलताना आम्ही पकडलं आहे, त्याचं काय?"

"मी दिलगीर आहे. पुन्हा असं घडणार नाही."

"तिचा विचार सोडून दे. तिच्या बापाला मोकळा कर."

“मी विचार करतो.”

“नाही. तुला आत्ताच ठरवायला हवं.”

कोस्टवर नुकत्याच विकसित झालेल्या जमिनीच्या पट्ट्यावर बाह्यदर्शनी सारख्याच दिसणाऱ्या इमारतींच्या रांगेत ते आधुनिक तीन मजली बीच हाउस होतं. ऑक्टोबर हा तिथे जाण्याचा मोसम नव्हता. बहुतेक रो हाउसेस रिकामी दिसत होती. सॅन्डीने त्याची गाडी एका चकचकीत, लुझियानाची नंबरप्लेट असलेल्या गाडीमागे उभी केली. ती भाडोत्री गाडी असावी असं त्याला वाटलं. संथ पाण्याच्या पृष्ठभागापासून अगदी कमी उंचीवर, सूर्य क्षितिजावर खाली आला होता. गल्फवर एकही बोट किंवा जहाज दिसत नव्हतं, सगळीकडे सामसूम होती. तो पायऱ्या चढून वर गेला. सर्व बाजूंनी बंदिस्त असणाऱ्या व्हरांड्यातून. त्याला हवं असलेलं दार येईपर्यंत पुढे गेला.

दारावर टकटक होताच तिने स्मितहास्य करत दार उघडलं. स्वभावतःच ती उत्साही, आनंदी असल्यामुळे सध्या तिच्यावर गुदरलेल्या घटनेची सावली तिच्यावर नव्हती. “या,” म्हणत तिने तो आत आल्यावर, दार लावून घेतलं. घुमटाकार छप्पर असलेल्या हॉलला तिन्ही बाजूंनी काचा होत्या, मध्यभागी शेकोटी होती.

“छान आहे जागा.” सॅन्डी म्हणाला. किचनमधून शिजत असलेल्या पदार्थाचा खमंग वास त्याच्या नाकात भरला. त्यानं जेवण टाळलंच होतं. मनोमनी त्याने पॅट्रिकचे आभार मानले.

“तुला भूक लागली आहे का?” तिने विचारलं.

“उपाशीच आहे.”

“मी थोडंफार बनवते आहे.”

“फारच छान.”

तिच्या मागोमाग तो डायनिंगरूममध्ये गेला. टेबलावर एक खोका होता, त्याच्या बाजूला व्यवस्थित ठेवलेले पेपर होते. ती काम करत होती. टेबलापाशी थांबून ती म्हणाली, “ही ॲरिसियाची फाइल.”

“कोणी तयार केली?”

“अर्थातच पॅट्रिकने, दुसरं कोण?”

“गेली चार वर्ष कुठे होती ही?”

“मोबाइलमध्ये, कपाटात.”

तिची उत्तरं मोजक्या शब्दात होती, त्यामुळे प्रत्येक उत्तरातून निर्माण होणारे बरेच प्रश्न सॅन्डीला विचारावेसे वाटत होते. “आपण त्याकडे नंतर बघू.” सहजपणे तिने बोलणं झटकलं.

किचनमध्ये एका फळीच्या तुकड्यावर अखखी भाजलेली कोंबडी होती. शेगडीवर

पुलाव वाफाळत होता. "हे अगदीच साधं आहे. मला दुसऱ्याच्या किचनमध्ये स्वयंपाक करणं कठीणच जातं."

"खमंग दिसतं आहे. कोणाचं किचन आहे हे?"

"भाड्याचं आहे, मी महिन्यासाठी घेतलं आहे."

तिने चिकनचे तुकडे केले, सॅन्डीला कॅलिफोर्नियाहून आणलेली वाइन ओतून घ्यायला सांगितली. कोपऱ्यात असलेल्या टेबलावर ते बसले. तेथून समुद्राचा आणि सूर्यास्ताचा सुंदर देखावा दिसत होता.

"चिअर्स." तिने ग्लास उंचावून शुभेच्छा दिल्या.

"पॅट्रिकसाठी."

"येस. पॅट्रिकसाठी." असं ती म्हणाली; समोरचं खाण्यासाठी ती उत्सुक दिसली नाही. सॅन्डीने मोठा तुकडा तोंडात कोंबला.

"कसा आहे तो?"

तिला कसंतरीच वाटू नये म्हणून त्याने तोंडातला घास लवकर चावून खाल्ला, वाइनचा घोट घेतला व नॅपकिनने तोंड पुसून उत्तर दिले, "पॅट्रिक ठीक आहे. जखमा चांगल्या भरून येत आहेत. प्लॅस्टिक सर्जनने कालच तपासलं, त्वचेवर प्रतिरोपण करण्याची आवश्यकता नाही. जखमांच्या खुणा काही वर्ष राहातील आणि आपोआप नाहीशा होतील. नर्स त्याला बिस्किटं वगैरे आणून देतात. जज पिझ्झा मागवतो. चोवीस तास सहा सशस्त्र पहारेकरी असतात. मी तर म्हणेन की, इतर कोणाही मनुष्यवधाच्या आरोपीपेक्षा पॅट्रिक सुखी आहे."

"हा जज म्हणजे हस्की का?"

"हो. कार्ल हस्की. तू ओळखतेस?"

"नाही; पण पॅट्रिकच्या बोलण्यात त्याचं नाव सारखं येत असे. ते चांगले मित्र होते. पॅट्रिक एकदा म्हणाला होता की, तो जर पकडला गेला, तर कार्ल हस्की जज असेल तेव्हाच ते घडावं."

"तो लवकरच निवृत्त होईल." सॅन्डी म्हणाला. नशिबाने काय योग्य वेळ साधली आहे, त्याला वाटलं.

"पॅट्रिकची केस त्याच्यासमोर चालणार नाही?"

"नाही. तो लवकरच स्वतःला या जबाबदारीतून मोकळं करून घेईल." असं म्हणत सॅन्डीने चिकनचा लहान तुकडा घेतला. तो एकटाच खात होता, कारण तिने अजूनही काट्याचमच्याला स्पर्शही केला नव्हता. वाइनचा ग्लास डोक्याजवळ धरून ती क्षितिजावरचे रंगीबेरंगी ढग बघत होती.

"मी तुझ्या वडिलांची चौकशी करण्याचंच विसरलो, व्हेरी सॉरी."

"काहीच समजलं नाही पुढे. मी तीन तासांपूर्वी भावाला फोन केला होता,

त्याला काहीच समजलेलं नाही आहे.''

''मला वाईट वाटतं ली. मी काहीतरी करावं असं वाटतंय.''

''मलाही वाटतं, पण मी घरी जाऊ शकत नाही. हतबल झाले आहे.''

सॅन्डीकडे 'वाईट वाटण्या'पलीकडे काही बोलण्यासारखंच नव्हतं.

तो मुकाट्याने जेवत होता, ती समोरचा पुलाव चिवडत समुद्राकडे बघत राहिली.

''चविष्ट झालं आहे.''

''थँक्स.'' कष्टाने हसत ती म्हणाली.

''काय करतात तुझे वडील?''

''युनिव्हर्सिटी प्रोफेसर आहेत.''

''कुठे?''

''कॅथॉलिक युनिव्हर्सिटीत, रिओमध्ये.''

''कुठे राहतात?''

''इपानेमा. मी तिथेच वाढले.''

तिच्या वडिलांचा विषय नाजूक होता, पण निदान सॅन्डीला माहिती तरी मिळत होती. कदाचित त्यांच्याविषयी बोलायला तिला हुरूपही येईल. त्यानं अपहरणाव्यतिरिक्त इतर खूप चौकशी केली.

ती शेवटपर्यंत जेवलीच नाही.

त्याचं जेवण झाल्यावर तिने 'कॉफी घेणार का?' विचारलं.

''मला वाटतं, आपण घ्यावी– नाही?''

''येस.''

त्यांनी डिश वगैरे उचलून किचनमध्ये नेऊन ठेवल्या. लीने कॉफी बनवली, सॅन्डी घर बघत होता. ते परत डायनिंग रूममध्ये आले, एकमेकांसमोर बसले. औपचारिक बोलणं संपलं होतं.

''ॲरिसियाच्या बाबतीत तुला किती माहिती आहे?'' तिने विचारलं.

''पॅट्रिकच्या जुन्या लॉ फर्मचा तो अशील होता. त्याचेच नऊ कोटी पॅट्रिकने पळवले, कागदोपत्री तरी तसं आहे. तो प्लॅट ॲन्ड रॉकलॅन्ड कंपनीत एक्झिक्युटिव्ह होता. कंपनी वाढीव खर्चाची खोटी बिलं सरकारला देते याविरुद्ध त्याने बोंब केली आणि 'फॉल्स क्लेम्स ॲक्ट'खाली आरोप केले. प्लॅट ॲन्ड रॉकलॅन्ड यामुळे सुमारे सहाशे दशलक्ष डॉलर्सच्या आर्थिक घोटाळ्यात पकडली गेली. याबद्दल त्याला कायद्याप्रमाणे, त्या रकमेच्या पंधरा टक्के बक्षिशी देण्यात आली. त्याचे वकील म्हणजे बोगान लॉ फर्म, ज्यांच्याबरोबर पॅट्रिक काम करत होता. ही झाली मूळ हकिकत.''

"उत्तम आहे. मी तुला सांगणार आहे की, सगळी कागदपत्रं, ध्वनिमुद्रणं यांची तू फेरतपासणी करावीस. आपण ती सर्व अभ्यासू म्हणजे त्यातली खडान्खडा माहिती तुला होईल."

"यापूर्वीच मी ते केलेलं आहे." असं म्हणून तो हसला, ती नाही. गंमत म्हणून ती याकडे पाहाणार नव्हती.

"ॲरिसियाची मागणी सुरुवातीपासूनच फसवी होती." ती मुद्दामच तसं बोलली आणि त्याला कितपत हे उमजलंय याची तिने थोडी वाट पाहिली. "बेनी ॲरिसिया हा भ्रष्टाचारी होता. त्याने कंपनी व गव्हर्नमेंट या दोघांना गंडा घालण्यासाठी एक योजना तयार केली होती. त्याला त्याच लायकीचे काही वकील, पॅट्रिकची लॉ फर्म आणि वॉशिंग्टनमधील काही वजनदार व्यक्ती यांनी मदत केली."

"तो नक्कीच सिनेटर न्ये असणार, बोगानचा मावसभाऊ."

"पहिला तो. तुला माहीत आहे, सिनेटर न्येचा वॉशिंग्टनमध्ये दांडगा वशिला आहे."

"मी तसं ऐकून आहे."

"ॲरिसियाने काळजीपूर्वक एक योजना बनवली, ती बोगानला दाखवली. त्या वेळी पॅट्रिक पार्टनर म्हणून नवीन होता, त्याला ॲरिसियाची माहिती नव्हती. पॅट्रिक सोडून इतर भागीदारांना या कटात सामील करून घेण्यात आलं. लॉ फर्मचं स्वरूप बदलण्यात येत होतं. पॅट्रिकला कळलं की, काहीतरी वेगळं घडतंय. त्यानं खोदून माहिती काढायला सुरुवात केली, कानोसा घेऊ लागला आणि शेवटी त्याला आढळलं की, या गौडबंगालामागे त्याचा ॲरिसिया नावाचा नवीन अशील होता. त्याने संयम दाखवला. त्याला काही माहीत नाही असं दाखवलं. तो पुरावे गोळा करत होता. या खोक्यात त्यापैकी बराचसा आहे." तिने तो खोका दाखवला.

"जरा मागे जाऊन सुरुवातीपासून पाहू." सॅन्डी म्हणाला, "ॲरिसियाची मागणी बनावट कशी होती ते स्पष्ट कर."

"पास्कागौला येथील न्यू कोस्टल शिपयार्डचा कारभार ॲरिसिया बघत होता; प्लॅट ॲन्ड रॉकलॅन्डचा तो एक विभाग होता.

"ते माहिती आहे मला. संरक्षण खात्याचे ते एक बडे कंत्राटदार होते. गव्हर्नमेंटला खोटी बिलं देऊन, पैसे उकळणारे अशी त्यांची अपकीर्ती होती."

"तेच ते. ॲरिसियाने कंपनीच्या व्यापाचा फायदा स्वत:ची योजना अमलात आणण्यासाठी केला. न्यू कोस्टल 'एक्सपिडिशन' अण्वस्त्र पाणबुड्या बांधत होती. खर्च अगोदरपासूनच अंदाजापेक्षा जास्त झाला होता. ॲरिसियाने ती परिस्थिती आणखी बिघडवण्याचं ठरवलं होतं. न्यू कोस्टलने मजुरीच्या बनावट नोंदी करून, कामाचे हजारो तास एकाच पद्धतीने दाखवले, पण प्रत्यक्ष काम झालंच नव्हतं. नसलेला नोकरवर्ग

दाखवण्यात आला होता. घेतलेला माल, साधनसामग्री प्रचंड वाढीव किमतीची होती– उदाहरणार्थ लाइटचे बल्ब प्रती सोळा डॉलर्स, पिण्याचे कप प्रत्येकी तीस डॉलर्स अशा कितीतरी गोष्टी की, ज्यांची यादी न संपणारी होती.''

''ती लिस्ट बॉक्समध्ये आहे?''

''फक्त मोठ्या गोष्टी रडार यंत्रणा, क्षेपणास्त्र, शस्त्रं यांसारख्या गोष्टीही होत्या की ज्याबद्दल मी कधी ऐकलंच नाही. लाइट बल्ब या झाल्या क्षुल्लक गोष्टी. ॲरिसिया कंपनीमध्ये बरेच वर्ष असल्यामुळे कोणाच्या लक्षात न येण्यासाठी काय करावं हे त्याला चांगलं ठाऊक होतं. त्याने भरपूर, अगदी टनावरी कागदपत्रं तयार केले. त्यातल्या फारच थोड्या पेपरवर त्याच्या सह्या होत्या. प्लॅट ॲन्ड रॉकलॅन्डचे, निरनिराळे सहा विभाग संरक्षण खात्याच्या कंत्राट कामात सहभागी होते, त्यामुळे कंपनीच्या मुख्य कार्यालयाला प्राणिसंग्रहालयाचं स्वरूप आलं होतं. ॲरिसियाने याचा फायदा घेतला. नेव्हीकडे पाठवलेल्या प्रत्येक बोगस बिलावर, मुख्य कार्यालयाच्या कोणत्याही कार्यकारी अधिकाऱ्याची सही घेऊन ते अधिकृत करण्यात आलं होतं. वाढीव किमतीचा माल, साधनसामग्री तो दुसऱ्याच कंत्राटदाराला पाठवायला सांगून, वरिष्ठांना विनंती करून मंजूर करून घ्यायचा. ही पद्धत सोपी होती, विशेषत: ॲरिसियासारख्या कावेबाज माणसाला तर काहीच कठीण नव्हतं. कसंही करून कंपनीला पिळून काढता येईल तितकं पिळत होता. त्याने काटेकोर नोंदी ठेवल्या होत्या. नंतर त्याने त्या त्याच्या वकिलाला दिल्या.''

''पॅट्रिकला त्या मिळाल्या?''

''त्यातल्या काही.''

सॅन्डीने त्या बॉक्सकडे नजर टाकली, तो बंद होता. ''बेपत्ता झाल्यापासून हे सगळं दडवून ठेवलं होतं?''

''येस.''

''ते सुरक्षित होतं का नव्हतं हे पाहण्यासाठी तो कधी परत आला होता?''

''नाही.''

''तू तरी?''

''सामान जिथं ठेवलं होतं, त्या जागेच्या भाडेकराराचं नूतनीकरण करण्यासाठी दोन वर्षांपूर्वी मी आले होते. खोका फक्त उघडून पाहिला, पण त्यातलं सर्व व्यवस्थित होतं हे पाहाण्यासाठी माझ्याकडे वेळ नव्हता. एकतर मी घाबरले होते आणि बेचैनही होते. मला इथे यायचंच नव्हतं. शिवाय तो कधी पकडला जाणार नाही आणि या सामग्रीची जरूर भासणार नाही असं मी धरून चालले होते. पॅट्रिकला मात्र कल्पना होती.''

उलटतपासणीसाठी नेहमीच उत्सुक असलेला सॅन्डी, ॲरिसियाशी संबंधित

नसलेले असे इतर प्रश्न विचारण्यासाठी तयार होता. पण तो क्षण त्याने जाऊ दिला. त्याने स्वत:लाच बजावलं, शांत राहा, जास्त उत्सुकता दाखवू नकोस; सांगता येत नाही, त्या प्रश्नांची उत्तरं मिळूनही जातील. ''म्हणजे ॲरिसियाची योजना सफल झाली.'' तो म्हणाला, ''आणि एकदा केव्हातरी तो चार्ल्स बोगानला भेटला. त्याचा मावसभाऊ वॉशिंग्टनमधील या सगळ्यावर मात करू शकणारी व्यक्ती होती. आणि त्याचा पूर्वीचा बॉस फेडरल जज होता. ॲरिसिया त्या वाढीव खर्चाला कारणीभूत होता हे बोगानला माहीत होतं?''

ती उठून बॉक्सपाशी गेली आणि बॅटरीवर चालणारा टेप व लेबल लावलेल्या छोट्या कॅसेट्स बाहेर काढल्या. हात न लावता एका पेनच्या साहाय्याने तिने त्या कॅसेट्समधून तिला हवी असलेली एक कॅसेट निवडली आणि ती टेपमध्ये सरकवली. तिच्या सफाईवरून सॅन्डीच्या लक्षात आलं की, हा प्रयोग तिने बराच वेळा केला असणार.

''ऐक.'' ती म्हणाली, ''११ एप्रिल १९९१. पहिला आवाज आहे बोगानचा, दुसरा ॲरिसियाचा. ॲरिसियाने फोन लावला आहे, फर्मच्या ऑफिसच्या दुसऱ्या मजल्यावर कॉन्फरन्सरूममध्ये बोगान तो घेतो.''

टेबलावर कोपरं टेकून सॅन्डी ऐकू लागला.

बोगान : प्लॅटच्या न्यू यॉर्क वकिलांपैकी एकाचा मला कॉल आला होता. कोणी क्रास्नी नावाचा आहे.

ॲरिसिया : मला माहिती आहे तो. खास न्यू यॉर्की गाढव.

बोगान : हो ना. मनमोकळा नव्हता. न्यू कोस्टलने 'राम टेक' कंपनीकडून विकत घेतलेल्या स्टॉकर स्क्रीनची बिलं दोनदा लावली हे तुला माहीत होतं याचे पुरावे त्यांच्याकडे असावेत, असं तो म्हणत होता. मी त्याला म्हटलं, मग दाखव मला ते. एका आठवड्याने देतो म्हणाला.

ॲरिसिया : काळजी करू नकोस चार्ली. कोणत्याच प्रकारे ते तसं सिद्ध करू शकत नाहीत, कारण मी कुठेच सह्या केलेल्या नव्हत्या.

बोगान : पण तुला कल्पना होती?

ॲरिसिया : मला ठाऊक असणारच. माझीच चाल होती ती. मीच चालना दिली होती. माझ्या अफलातून कल्पनांपैकी ती आणखी एक. त्यांची अडचण अशी की, माझ्याविरुद्ध कागदपत्रं नाहीत, साक्षीदार नाहीत त्यामुळे ते काही सिद्ध करू शकत नाहीत.

टेप थोडा वेळ बंद झाली. ली म्हणाली, ''आता दहा मिनिटानंतरचं

संभाषण.''

ॲरिसिया : सिनेटर काय म्हणतो?

बोगान : चांगलं चाललंय त्याचं. नेव्हल खात्याच्या सेक्रेटरीला तो काल भेटला.

ॲरिसिया : मीटिंग कशी झाली?

बोगान : चांगली झाली. तुला ठाऊक आहे ना, ते जुने मित्र आहेत. सिनेटरची फार इच्छा आहे, प्लॅट ॲन्ड रॉकलॅन्डला जबर मार बसायला हवा. लोभी आहेत ते. पण एक्स्पिडिशनच्या कामाला धक्का न लागता. सेक्रेटरीला तसंच वाटतं. म्हणाला की, प्लॅट ॲन्ड रॉकलॅन्डला शिक्षा– दंड होण्यासाठी तो जोर लावणार आहे.

ॲरिसिया : या गोष्टी लवकर घडतील का?

बोगान : का?

ॲरिसिया : मला पैसे हवेत, चार्ली. कधी मिळतात असं झालं आहे.

लीने टेप बंद केला. कॅसेट काढून ती ठेवून दिली.

"पॅट्रिकने १९९१च्या सुरुवातीला रेकॉर्डिंग सुरू केलं होतं. फेब्रुवारी अखेरीस त्याला डच्चू देण्याचा त्यांचा बेत होता; तो धंदा वाढवत नव्हता असं कारण देणार होते.''

"बॉक्स कॅसेट्सनी भरलेली आहे?''

"पॅट्रिकने तयार केलेल्या जवळजवळ साठ टेप्स आहेत. तीन तासांत तुम्ही सगळं ऐकू शकता.''

सॅन्डीने त्याच्या घड्याळाकडे पाहिलं.

"आपल्याला खूप कामं करायची आहेत.'' ती म्हणाली.

अठ्ठावीस

पॉलोने रेडिओसाठी केलेली विनंती फेटाळण्यात आली, पण केवळ संगीत ऐकण्यासाठी तो रेडिओ मागतो आहे हे उमजल्यावर त्यांनी टेपरेकॉर्डर व रिओ फिलहार्मोनिक ऑर्केस्ट्राच्या दोन कॅसेट्स आणून दिल्या. क्लासिकल संगीत त्याला जास्त आवडायचं. त्याने आवाज बारीक केला आणि तो जुन्या मासिकांचा गठ्ठा चाळत बसला. पुस्तकांसाठीची त्याची विनंती विचाराधीन होती. खाणं तर जरुरीपेक्षा जास्त दिलं जात होतं. त्याला खूश ठेवण्यासाठी ते उत्सुक होते असं दिसत होतं. त्याला पकडणारे तरुण कोणासाठीतरी काम करत होते. तो जो कोण होता त्याला पॉलो कधीच पाहू शकणार नव्हता. पॉलो हे जाणून होता की, जर त्याला त्यांनी सोडलं तर ते तरुण पळून जातील आणि त्यांच्यावर खटला भरणं शक्य होणार नाही.

दुसरा दिवस संथ गेला. इव्हा त्यांच्या सापळ्यात न अडकण्याइतकी हुशार होती. एक दिवस त्यांना कळेलच, कारण ते जितके दिवस ठेवतील तितकी तो वाट पाहणार होता.

'हिज ऑनर' दुसऱ्या रात्रीही त्याच्याबरोबर पिझ्झा घेऊन आला. आधीची रात्र चांगली गेल्यामुळे, दुपारी त्याने फोन करून पॅट्रिकला विचारलं होतं की, पुन्हा ते भेटू शकतात का? पॅट्रिकला कंपनी हवीच होती.

हस्कीने त्याची ब्रीफकेस उघडली आणि बंद पाकिटांचा गठ्ठा बाहेर काढून, लॉयर लॅनिगनच्या कामचलाऊ टेबलावर ठेवला. "खूप लोकांनी तुझी आठवण काढली. बरेचसे नेहमीचेच कोर्टहाउस गँगपैकी आहेत. मी त्यांना म्हटलं, लिहा चार ओळी त्याला."

"मला कल्पना नव्हती, मला इतके मित्र आहेत."

"नसेलच. हे सगळे ऑफिसमध्ये कंटाळलेले लोक आहेत. पत्र लिहायला त्यांच्याकडे भरपूर वेळ आहे. सांगण्याचा अवकाश, ते लगेच सुरुवात करतात."

हस्कीने पॅट्रिकच्या बेडजवळ खुर्ची ओढली, टेबलाच्या उघडलेल्या ड्रॉवरवर पाय

लांब करून तो बसला. पॅट्रिक पिझ्झाचे दोन तुकडे फस्त करून स्वस्थ झाला होता.

"मला लवकरच जबाबदारीतून मोकळं करून घ्यायला हवं."

मोठ्या खेदाने हस्की म्हणाला, "मला कळतं आहे ते."

"आज सकाळी मी ट्रसेलबरोबर बराच वेळ बोललो. त्याच्या बाबतीत तू एवढा अनुकूल नाहीस, पण तो चांगला जज आहे. तुझी केस घ्यायला तो तयार आहे."

"मला त्यापेक्षा जज लॅंक्स बरा वाटतो."

"खरं आहे, पण दुर्दैवाने तुला हवा तो पर्याय नाही मिळू शकत. लॅंक्सला ब्लडप्रेशरचा त्रास आहे, म्हणून मोठ्या केसेस त्याला न देण्याचा आमचा प्रयत्न असतो. तुला कल्पना आहे की, आम्हा दोघांपेक्षा ट्रसेलला मृत्युदंडाच्या केसेस चालवण्याचा जास्त अनुभव आहे." हस्कीचं शेवटचं वाक्य ऐकल्यावर पॅट्रिकने डोळे गरागरा फिरवले, तो अंग चोरून खांदे पाडून बसला. फाशीच्या शिक्षेची केस, या गोष्टीनं त्याला घेरलं. असं बऱ्याच वेळा व्हायचं. मग तो आरशासमोर जाऊन बराच वेळ बघत असे. त्याच्या बारीकसारीक हालचाली हस्की बघत होता.

बारा वर्षांच्या न्यायाधीशपदाच्या काळात हस्कीने पुष्कळ खुनी लोकांशी गप्पा मारल्या होत्या. ते म्हणत की, प्रत्येकात खून करण्याची पात्रता असते. पॅट्रिक, फाशी जाण्याच्या रांगेतला एक त्याचा मित्रच निघाला.

"तू न्यायासन का सोडतो आहेस?"

"नेहमीचीच कारणं. मला आता कंटाळा आला आहे त्या कामाचा. मी जर आत्ता ते सोडलं नाही तर कधीच शक्य होणार नाही. मुलं आता कॉलेजला जातील, तेव्हा जास्त पैसे कमवायला हवेत," असं म्हणून हस्की थोडा थांबला. नंतर त्यानं विचारलं, "तुला कसं कळलं, मी न्यायासन सोडतो आहे ते? जाहीर करण्यासारखी गोष्ट नाही ती."

"अशा गोष्टी पसरतात."

"ब्राझिलला?"

"माझ्याकडे गुप्तहेर आहेत, कार्ल."

"इथलं कोणी?"

"नाही, मुळीच नाही. इथल्या कोणाशीही संपर्क ठेवण्याचा धोका मी घेऊ शकणार नव्हतो."

"मग तिथला कोणीतरी?"

"हो. मला एक वकील भेटला."

"आणि तू त्याला सर्व सांगितलंस?"

"म्हणजे तिला. मी सगळं सांगितलं तिला."

"लक्षात येतं आहे माझ्या."

"तू सोडतो आहेस त्याला माझा दुजोरा आहे. दुसऱ्या वेळेला तू नसशील तिथे."

"मी लक्षात ठेवीन ते. हा तुझा वकील– सध्या आहे कुठे ती?"

"जवळच."

"असं आहे तर. जिच्याकडे पैसे आहेत ती, तीच असणार." पॅट्रिक गालातल्या गालात हसला. अखेर कळलं आहे तर त्याला. त्याने विचारलं, "पैशासंबंधी तुला काय माहिती हवी आहे, कार्ल?"

"सगळीच. तू चोरलेस कसे? आता कुठे आहेत? किती शिल्लक आहेत?"

"पैशांसंबंधी कोर्टातली अशी कोणती सर्वांत चांगली अफवा तू ऐकलीस?"

"तशा शेकडो आहेत. मला आवडलेली म्हणजे– तू ते पैसे दुप्पट करून, स्वित्झर्लन्डमध्ये लॉकरमध्ये ठेवून ब्राझिलला दिवस काढतोस. काही वर्षांनी तू देश सोडून जाणार आणि त्या पैशांनी चैन करणार."

"अगदी वाईट नाही."

"तो बॉबी डोक आठवतो आहे, चेहऱ्यावर पुटकुळ्या असणारा छोटा प्राणी. नव्याण्णव कपट्यांसाठी घटस्फोटाच्या केसेस घेतो आणि त्यापेक्षा जास्त पैसे घेणाऱ्या वकिलांचा निषेध करतो तो?"

"आणि चर्चच्या बुलेटिनमध्ये जाहिरात देतो."

"तोच तो. काल कोर्ट-क्लार्कच्या ऑफिसमध्ये बसून तो कॉफी घेत होता आणि सांगत होता की, आतल्या गोटातून कळलं, तू ड्रग्ज व तरुण वेश्यांवर पैसे उधळलेस आणि आता एखाद्या शेतमजुरासारखा ब्राझिलमध्ये राहतो आहेस."

"डोकच फक्त असं बोलू शकतो."

या गोष्टीला जास्त महत्त्व न देता पॅट्रिक एकदम गप्प झाला. हस्कीने लगेच त्याचा फायदा घेऊन विचारलं, "मग पैसे कुठे आहेत?"

"मी तुला सांगू शकत नाही, कार्ल.

"किती शिल्लक उरले आहेत?"

"बरेच."

"तू चोरलेस त्यापेक्षा जास्त?"

"त्यापेक्षा जास्त, हो."

"कसं काय केलंस?"

पॅट्रिक बेडच्या दुसऱ्या बाजूला पाय घेऊन उतरला. दारापर्यंत गेला, ते बंद होतं. त्याने आळस दिला, पाणी प्यायला आणि परत येऊन कार्लकडे बघत बेडच्या काठावर बसला.

"मी नशीबवान ठरलो." पुटपुटल्यासारखं तो बोलला, पण कार्लने ते अक्षरन्अक्षर ऐकलं.

“पैसे मिळाले असते किंवा नसते, मी सोडणार होतोच. पैसे फर्मला मिळणार होते, ते मला मिळण्यासाठी माझ्याकडे प्लॅन तयार होता. ते बारगळलं असतं तरी मी फर्म सोडणार होतो. ट्रुडीबरोबर एक दिवसही काढणं शक्य नव्हतं. मला तिथल्या कामाचा कंटाळा आला होता, माझा गळा नाहीतरी कापला जाणार होताच. बोगान आणि त्याचे साथीदार मोठा घोटाळा करण्यात गुंतले होते. फर्मच्या बाहेरचा असा मीच आता होतो आणि मलाच ती गोष्ट माहीत होती.”

“कोणता घोटाळा?'''

“ॲरिसियाचा क्लेम. त्याविषयी आपण नंतर बोलू. माझी सुटका करून घेण्याचं मी ठरवलं, नशिबाने बाहेर पडलो. दोन आठवड्यांपासून नशीब माझ्या मागे होतं. विश्वास बसणार नाही असं.”

“आपण दफनविधीपर्यंत आलो होतो.”

“बरोबर, ऑरेंज बीच इथं घेतलेल्या भाड्याच्या जागेत मी परत गेलो. दोन दिवस तिथे राहिलो, कुठेच बाहेर पडलो नाही. पोर्तुगीज भाषेच्या टेप्स ऐकत, पोर्तुगीज शब्द पाठ करत होतो. तसंच, रेकॉर्ड केलेली संभाषणं संपादित करत होतो. पुष्कळसे कागद व्यवस्थित लावायचे होते. खूप काम केलं. रात्री बीचवर, शक्य होईल तितकं वजन कमी करण्यासाठी घामाघूम होईपर्यंत तासन्तास चालायचो. खाणं अजिबात वर्ज्य केलं.”

“कोणते कागदपत्रं?”

“ॲरिसियासंबंधीचे. सेलबोटीने फिरलो. तसं प्राथमिक ज्ञान मला होतंच आणि त्यामुळे असेल, एक चांगला नावाडी बनण्याची इच्छा झाली. एका सफरीमध्ये काही दिवस तुम्ही राहू शकाल अशी मोठी बोट होती. मी तिच्यावरच लपून राहिलो.

“इथे?”

“मी शिप आयलंडजवळ नांगर टाकला. बिलॉक्सी किनाऱ्याकडे बघत राहायचो.”

“का?”

“चोरून संभाषण ऐकण्यासाठी मी जवळजवळ फर्मचं संपूर्ण ऑफिस व्यापलं होतं; बोगानचं केबिन सोडून, प्रत्येक फोन, प्रत्येक टेबल. पहिल्या मजल्यावर व्हिट्रॅनो आणि बोगान यांच्या केबिनमध्ये जे पुरुषांचं टॉयलेट आहे, तिथेसुद्धा मी छोटा माइक बसवून ठेवला होता. पोटमाळ्यावर लपवलेल्या संभाषण ग्रहण केंद्राकडे सर्व संभाषणं प्रक्षेपित केली जात. फर्म ऑफिस व बिल्डिंग दोन्ही तश्या जुन्याच होत्या, त्यामुळे पोटमाळ्यावर सगळ्या फाइली इत्यादी टाकून दिलेल्या होत्या. तिकडे कोणी कधी फिरकत नसे. ऑफिस बिल्डिंगच्या धुराड्याला एक टीव्ही ॲन्टेना होती. त्यालाच मी माझ्या यंत्रणेच्या तारा जोडल्या होत्या. श्रवण केंद्र– हब– सर्व माहिती माझ्या सेलबोटवर बसवलेल्या एका दहा इंची डिशकडे प्रक्षेपित करत

असे. हे सर्व माझं मीच तयार केलेलं, अद्ययावत दर्जाचं होतं. रोममध्ये ब्लॅक मार्केटमधून सर्व साहित्य विकत घेतलं होतं, खर्च खूप आला. दुर्बिणीतून मला ते धुरांडं दिसायचं. सर्व संदेश सहज मिळायचे. कानाला ऐकू जाईल एवढ्या अंतरावरचं माइकजवळचं प्रत्येक संभाषण मला सेलबोटवर स्पष्टपणे समजायचं. मी ते रेकॉर्ड करून ठेवायचो, रात्री त्याची संगती लावायचो. ते कुठे जेवायचे; इतकंच काय, त्यांच्या बायकांचा मूड कसा असायचा हे सगळं मला कळत होतं.''

''अविश्वसनीय आहे सगळं.''

''माझ्या अंत्यसंस्कारानंतर ते गंभीरपणाचा आव आणून कसं बोलत होते, ते तू ऐकायला हवं होतंस. फोनवर बोलताना, ते दुःखी होते असं दाखवायचे. आपापसात बोलताना माझ्या मरणाची टिंगल करत. फर्ममधून माझी हकालपट्टी करण्यात आली, ही बातमी सांगण्याची कामगिरी त्यांनी बोगानवर सोपवली होती, त्यामुळे समोर होणारी तोंडातोंडी टळली होती. माझ्या दफनानंतर दुसऱ्या दिवशी तो व हॅवरॅक कॉन्फरन्सरूममध्ये स्कॉच घेत, अगदी योग्य वेळी मरण यायला मी किती नशीबवान होतो, अशी थट्टा करत होते.

''तुझ्याकडे या सर्व टेप्स आहेत?''

''आहेत की. आता हीच बघ. माझ्या तिथल्या जुन्या ऑफिसमध्ये डग व्हिट्रॅनो व टुडी– माझी बायको यांच्यामध्ये झालेल्या संभाषणाची आहे ती. माझ्या अंत्यविधीच्या एक तास अगोदर त्यांनी माझा लॉकर उघडला, त्यात त्यांना मी उतरवलेली वीस लाखांची इन्शुरन्स पॉलिसी मिळाली– तो स्वैराचार नव्हता का? 'मला याचे पैसे कधी मिळतील?' हे विचारायला तिला फक्त वीस सेकंद पुरले.''

''मला कधी ऐकायला मिळेल?''

''मला नक्की सांगता येत नाही, पण लवकरच. अशा शंभरएक टेप्स आहेत. त्या संगतवार लावण्यासाठी काही आठवडे मला दररोज बारा-बारा तास लागले. कल्पना कर, त्या सर्व फोनवरच्या संभाषणाचं सुसूत्रीकरण मी कसं केलं असेल.''

''त्यांना कधी संशय आला?''

''कधीच नाही. रॅप्ले फक्त एकदा व्हिट्रॅनोला म्हणाला की, मरणाअगोदर फक्त आठ महिने वीस लाखांची इन्शुरन्स पॉलिसी घेण्याचा माझा अंदाज अचूक निघणं, हे खरोखर अविश्वसनीय वाटतं. माझ्या चमत्कारिक वागण्यावरसुद्धा एकदा-दोनदा भाष्य झालं होतं, पण ते मनावर घेण्यासारखं नव्हतं. मी त्यांच्या मार्गातून आपसूक बाजूला झालो होतो, यानेच ते बेहोश झाले होते.''

''टुडीचे फोन कधी चोरून ऐकलेस का?''

''एकदा तसा विचार केला होता, पण म्हटलं कशाला तसदी घ्या. तिचं वागणं माहीत होतंच, तिचा मला उपयोगही नव्हता.''

"पण ॲरिसियाचा होता?"

"नक्कीच. ॲरिसियासाठी केलेली प्रत्येक गोष्ट मला माहीत होती. पैसे दुसऱ्या ठिकाणी जाणार होते. कोणती बँक, पैसे तिथे कधी येणार, हे सर्व मला कळलं होतं."

"तू ते चोरलेस तरी कसे?"

"पुन्हा, नशिबाची साथ. बोगान मोठ्या धेंडाना फोन करत असे, तर व्हिट्रॅनो बँकर्सशी गोष्टी करायचा. मीच व्हिट्रॅनो झालो, त्याचे व्यक्तिगत बोगस कागदपत्रं बनवले होते ते घेऊन मायामीला गेलो. माझ्याकडे त्याचा सोशल सिक्युरिटी नंबर व इतर महत्त्वाचे कागदपत्रं होते. ते बनवण्यासाठी मायामीतल्या या गृहस्थाकडे लाखो चेहरे असलेली कॉम्प्युटरची सूची होती. तुम्ही फक्त तुम्हाला हवा असलेला चेहरा निवडायचा. बस! तो चेहरा तुमच्या ड्रायव्हिंग लायसन्सवर तयार. माझ्या व व्हिट्रॅनोच्या चेहऱ्यात पुष्कळसं साम्य असलेला चेहरा मी निवडला होता. मायामीहून मी नासॉला गेलो, तिथे मी अडल्यासारखा झालो. युनायटेड बँक ऑफ वेल्समध्ये गेलो. ग्रॅहॅम डनलॉप या तिथल्या मॅनेजरशी व्हिट्रॅनो नेहमी बोलत असे. त्याला मी माझे सर्व बनावट कागदपत्रं सादर केले, त्यात फर्मच्या लेटरहेडवर मंजूर झालेला ठराव होता की, पैसे जमा झाल्याबरोबर शक्य तितक्या लवकर, दुसरीकडे पाठवण्यासंबंधीचे अधिकार मला देण्यात आले होते. मि. व्हिट्रॅनो स्वत: येईल, अशी मि. डनलॉपला अपेक्षाच नव्हती. तो थक्क झाला. असल्या नेहमीच्या कामासाठी फर्म इतक्या लांबून कोणालातरी पाठवेल याची शक्यताच नव्हती. त्याने मला कॉफी दिली आणि सेक्रेटरीला काही आणण्यासाठी पिटाळलं होतं. मी ते घेत असतानाच पैसे आल्याची तार आली."

"फर्मला फोन करण्याचं त्याला सुचलं कसं नाही?"

"नाही. हे बघ कार्ल, मी त्याही तयारीत होतो. डनलॉपला थोडा जरी संशय आला असता तर मी त्याला गोळी घालून बाहेर पळालो असतो, टॅक्सी पकडून विमानतळ गाठला असता. माझ्याकडे निरनिराळ्या ठिकाणी जाण्यासाठी तीन तिकीटं होती."

"कुठे गेला असतास?"

"हे बघ, त्या वेळी मी मेलोच होतो. बहुधा ब्राझिललाच जाऊन एखाद्या बारमध्ये काम करून, बीचवर दिवस काढले असते. आता मागे वळून बघता, पैशांच्या नादी लागण्यापेक्षा मी सुखात असतो. मी ते मिळवले आणि त्यांना त्यांच्यामागे यायला भाग पडलं. म्हणून मी आज इथे आहे. कसंही असो, डनलॉपने चौकश्या केल्या, मी त्याला व्यवस्थित उत्तरं दिली. पैसे आल्याची त्याने खातरी केली, मी त्याला माल्टामधील एका बँकेत ते पाठवण्यास सांगितले."

"सगळेच्या सगळे?"

"जवळजवळ सगळे. एवढे पैसे बँकेच्या बाहेर जात होते हे पाहिल्यावर,

डनलॉप थोडा अस्वस्थ झाला. मी आवंढा गिळला. या सेवेबद्दल काही प्रशासकीय फी द्यायला लागेल असं तो म्हणाला. मी त्याला जे काही रीतसर असेल ते घ्या असं सांगितलं. त्या पाजी माणसाने, पन्नास हजार योग्य होते असं उत्तर दिलं. त्याचा मूड बदलला होता. मी 'ठीक आहे,' असं म्हटलं. पन्नास हजार बँकेत राहिले; नंतर ते डनलॉपच्या खाती गेले असणार. बँक नासॉच्या मध्यवर्ती भागात आहे–"

"होती. तू तिला फसवल्यावर सहा महिन्यांत तिने गाशा गुंडाळला."

"मीही ऐकलं ते. वाईट झालं. मी बँकेच्या बाहेर पडलो, फुटपाथवर अडखळलो, पडलोच असतो. रहदारी चालू होती. मला हर्षवायू झाला होता, उड्या मारत आरोळ्या ठोकत जावंसं वाटत होतं, पण स्वत:ला सावरलं. जी रिकामी टॅक्सी दिसली ती पकडली. ड्रायव्हरला म्हटलं, 'मला विमान पकडायला उशीर झाला आहे, लवकर चल.' अटलांटाला जाणारं विमान गेल्याला तास झाला होता, मायामीला जाण्यासाठी दीड तास होता. लागार्डियाला निघणाऱ्या विमानात प्रवासी चढत होते. मी न्यू यॉर्कला पळालो."

"नऊ कोटी डॉलर्स घेऊन."

"वजा पन्नास हजार, त्या म्हाताऱ्या डनलॉपचे. माझ्या आयुष्यातली सर्वांत लांबची उडी होती ती, कार्ल. मी एकामागोमाग तीन मार्टिनी रिचवल्या तरीही फरक जाणवला नाही, भानावर होतो. मी डोळे बंद केले तर माझ्यासमोर कस्टम अधिकारी मशीनगन घेऊन गेटवर माझी वाट बघत होते, असं दिसलं. मला वाटू लागलं, डनलॉपला संशय येऊन त्याने फर्मला फोन केला असेल आणि विमानतळापर्यंत माझा पाठलाग करून, मला विमानातच अखेर पकडलं असेल. आजपर्यंत इतक्या वाईट प्रकाराने विमानातून उतरलो नव्हतो. आम्ही उतरतो, टर्मिनल बिल्डिंगच्या गेटपाशी जातो. आमचे फोटो घेतले जात होते. हे असंच सगळं, लहान मुलांनी चाळे करावेत तसं. मी उतरल्यावर टॉयलेटला पळालो. माझ्या पायाशी माझं सर्वस्व असलेली बॅग ठेवली. वीस मिनिटं मी बसून होतो."

"नऊ कोटी विसरू नकोस?"

"ते कसं विसरेन?"

"पनामाला पैसे कसे गेले?"

"तुला कसं कळलं ते पनामाला गेले?"

"पॅट्रिक मी जज आहे. पोलीस बोलत असतात माझ्याशी. लहान शहर आहे."

"नासॉकडून गेलेल्या तारेच्या सूचनांमध्येच तसं होतं. माल्टामधल्या नवीन खात्यात ते जमा झाल्यावर ताबडतोब पनामाला पाठवायचे होते."

"वायरने पैशांची उलाढाल करण्याइतका तरबेज कधी झालास?"

"त्याकरिता थोडा अभ्यास करावा लागला. एक वर्षभर तो करत होतो. मला

सांग कार्ल, पैसे गायब झाल्याचं तुला कधी कळलं?''

कार्ल यावर हसला. डोक्याला हातांच्या पंजांचा आधार देत तो आणखी रेलून बसला. ''तुझे ते फर्ममधले जोडीदार, त्यांनी गप्प बसण्याची तसदी घेतली नाही.''

''आश्चर्य आहे.''

''खरं म्हणजे अर्ध्या गावाला कळलं होतं की, ते श्रीमंत होणार होते. एकीकडे गुप्तता राखण्याची ते काळजी घेत होते, पण खर्च करण्यासाठी उतावीळ झाले होते. हॅवरॅकने आजपर्यंत पाहाण्यात न आलेली मोठी काळी मर्सिडिझ घेतली. व्हिट्रॅनोचं अकरा हजार स्क्वेअर फूट क्षेत्रफळाचं नवीन घर अंतिम टप्प्यात होत. रॅप्लेने ऐंशी फूट लांबीची सेलबोट घेण्याच्या कराराची कागदपत्रं तयार ठेवली होती. तो आता निवृत्ती घेण्याच्या विचारात होता. ते एक जेट विकत घेणार होते, ही बातमी मी अधूनमधून ऐकत होतोच. तीन कोटी डॉलर्स मिळणारी फी गुपचूप इथे कुठेतरी दडवून ठेवणं कठीण होतं हे खरं असलं, तरी त्यांनी तसे प्रयत्न केले नाहीत; लोकांना कळावं असं त्यांना उलटं वाटत होतं.''

''सर्वच वकील एकत्र येऊन करत होते की काय?''

''तू गुरुवारी डल्ला मारलास, बरोबर?''

''करेक्ट. मार्च २६.''

''दुसऱ्या दिवशी मी एका दिवाणी दाव्याचं कामकाज सुरू करण्याच्या तयारीत असताना, एका वकिलाला त्याच्या ऑफिसकडून फोन आला. बातमी होती की, बोगान, रॅप्ले, व्हिट्रॅनो, हॅवरॅक, आणि लॅनिगन यांच्यामध्ये एका मोठ्या समझोत्यावरून पेचप्रसंग निर्माण झाला होता. त्यांचे पैसे गायब झाले होते. देशाबाहेरील कोणीतरी परदेशीने ते हडप केले होते.''

''माझं नाव घेतलं होतं?''

''अगदी पहिल्याच दिवशी नाही, पण त्याला जास्त दिवसही लागले नाहीत. बँकेत बसवलेल्या गुप्त कॅमेऱ्याने जे फोटो घेतले त्यात तुझ्यासारखा कोणीतरी होता, असं बोललं जाऊ लागलं. त्यात आणखी काही गोष्टींची भर पडली आणि मग वावड्यांना ऊत आला.''

''मी हे केलं असेल, यावर तुझा विश्वास बसला?''

''सुरुवातीला हे ऐकल्यानंतर मलाच धक्का बसला होता, म्हणजे तसा सगळ्यांनाच. तुझं आम्ही दफन केलं होतं, 'तुझ्या आत्म्याला शांती मिळो', अशी प्रार्थना केली होती. त्यामुळे विश्वास ठेवणं अशक्य होतं. काही दिवसांनी बसलेल्या धक्क्यातलं गांभीर्य कमी झालं, कोडं वाटू लागलं. बदललेलं तुझं नवीन मृत्युपत्र, इन्शुरन्स पॉलिसी, मृतदेहाचं दहन या गोष्टींवरून आम्हाला संशय येऊ लागला होता. नंतर, बोगान ॲन्ड कंपनीला ऑफिसमध्ये संभाषण चोरून ऐकण्याची यंत्रणा

बसवली होती, तिचा पत्ता लागला. एफबीआय इथल्या प्रत्येकाची चौकशी करू लागले. एका आठवड्यानंतर हे काम तुझंच होतं, हे पटायला लागलं.''

''तुला माझा अभिमान वाटला असेल?''

''अभिमान वाटला, असं मी म्हणणार नाही. मोठं आश्चर्य वाटलं, असं फार तर म्हणता येईल. थक्क झालो असं म्हण कदाचित. काही झालं, तरी त्या वेळी मृतदेह तर होता. माझी उत्सुकता मात्र ताणली गेली होती.''

''अगदी जरासुद्धा कौतुकाचा लवलेश नव्हता?''

''मला तसं काही आठवत नाही, पॅट्रिक. नाही. एका निष्पाप माणसाचा खून केला गेला होता, म्हणून तू पैसे चोरू शकला होतास. तुझ्यामागे बायको व मुलगी होती.''

''बायकोला काय, पैशांची थैली तर मिळाली. मुलगी माझी नाहीच.''

''त्या वेळी मला कुठे माहीत होतं. कुणालाच नव्हतं. मला नाही वाटत तुझं कुणाला कौतुक वाटलं असेल.''

''फर्ममधल्या माझ्या इतर सहकाऱ्यांचं काय?''

''बरेच महिने त्यांना कुणी पाहिलंच नाही. ॲरिसियाने त्यांच्यावर खटला भरला. त्याच्यानंतर इतर दावे झाले. भरमसाठ खर्च त्यांनी केला होता, दिवाळखोरी पदरात पडली. परिणामी घटस्फोट, दारूबाजपणा इत्यादी सर्व गोष्टी घडू लागल्या. भयंकर होतं सगळं, कादंबरीत घडावं तसं. त्यांनी फक्त आत्मघात करून घेतला.''

पॅट्रिक बेडवर आडवा झाला, त्याने पाय दुमडून घेतले. हे ऐकून त्याचं समाधान झालं होतं, बिकटपणे तो हसला. हस्की उठून खिडकीजवळ गेला, बाहेर डोकावून त्याने विचारलं, ''न्यू यॉर्कमध्ये किती दिवस होतास?''

''सुमारे एक आठवडा. पैसे मला परत स्टेट्समध्ये आणायचे नव्हते, म्हणून मी ते टोरोंटोला वायरने पाठवून दिले. पनामामधली बँक ही बँक ऑफ ओन्टारिओची शाखा होती, त्यामुळे मला लागतील तेवढे पैसे पाठवून देणं शक्य झालं.''

''खर्च करायला तू सुरुवात केली होतीस?''

''जास्त नाही. मी आता कॅनेडियन झालो होतो, सगळ्या बनावट कागदपत्रांसह, व्हँकुअरचा. मी त्यामुळे लहानशी जागा घेऊ शकलो. क्रेडिट कार्ड मिळालं. मी पोर्तुगीज शिकवणारा एक मास्तर गाठला. दिवसाचे सहा तास अभ्यास केला. युरोपला खूप वेळा गेलो. त्यामुळे माझा पासपोर्ट वापरात राहिला आणि तपासलाही गेला. सगळं सुरळीत चाललं होतं. महिन्यानंतर माझी जागा मी विकायला काढली आणि लिस्बनला गेलो. तिथे परत एक-दोन महिने पोर्तुगीज शिकलो. ५ ऑगस्ट १९९२ला मी साओपावलोला आलो.''

''तुझा स्वातंत्र्य दिन.''

''पूर्ण स्वातंत्र्य. दोन बॅगा घेऊन उतरलो. मी टॅक्सी पकडली आणि दोन कोटी

लोकांत मिसळून गेलो. अंधार झाला होता, पाऊस पडत होता. रहदारी ठप्प झाली होती. मी टॅक्सीमध्येच विचार करत होतो की, मी कुठे होतो ते कुणालाच माहीत नव्हतं. मला कधीच कोणी शोधू शकणार नव्हतं. मला बेलगाम स्वातंत्र्य मिळालं होतं. रस्त्यावरून जाणाऱ्या लोकांकडे बघत, मी स्वत:शीच म्हणत होतो, 'मीही त्यांच्यापैकी एक होतो.' मी ब्राझिलीयन होतो, नाव 'डॅनिलो'. दुसरा कोणीच होणार नव्हतो.''

एकोणतीस

खोलीवर असलेल्या पोटमाळ्यावर, तिच्यापासून दूर, एका जाड चटईवर सॅन्डी तीन तास झोपला होता. पडद्यांच्या फटींतून आत येणारी सूर्यकिरणं अंगावर पडल्यावर त्याला जाग आली. साडेसहा वाजले होते. अगदी बारकाईने कागदपत्रांची छाननी आणि पॅट्रिकनं मोठ्या कौशल्यानं, चोरून ऐकलेली संभाषणं सात तास ऐकल्यावर, पहाटे तीन वाजता एकमेकांना गुडनाइट करून ते झोपी गेले होते.

त्याने आंघोळ केली, कपडे चढवले आणि तो खाली किचनमध्ये आला. ली कोपऱ्यातल्या टेबलाशी बसून कॉफी घेत होती. जागरण होऊनही ती ताजीतवानी दिसत होती. पेपरवर तो नजर फिरवत असता, तिने त्याच्यासाठी व्हीट-टोस्ट व जाम तयार ठेवले होते. सॅन्डी त्याच्या ऑफिसला परत जाण्याच्या तयारीत होता. ॲरिसियाच्या भानगडींवर विचार करण्यासाठी त्याला त्याचं मैदानच योग्य होतं.

"तुझ्या वडिलांची काही खबर?" सकाळची, तशी लवकरची वेळ असल्यामुळे आवाजात सौम्यता होती, शब्द मोजके होते.

"नाही. मी इथून फोन करू शकत नाही. मी मार्केटमध्ये सार्वजनिक फोनवरून चौकशी करेन."

"मी त्यांच्या खुशालीसाठी प्रार्थना करतो."

"थँक्यू."

त्याच्या गाडीच्या डिकीमध्ये त्याने ॲरिसियाच्या सर्व कागदपत्रांचा गठ्ठा ठेवला आणि गुडबाय केलं. चोवीस तासांतच त्याला फोन करण्याचं तिने आश्वासन दिलं. ती लगेच निघणार नव्हती. त्याच्या अशिलाच्या समस्या गंभीर म्हणण्यापेक्षा तातडीच्या झाल्या होत्या.

सकाळचं वातावरण थंड होतं. ऑक्टोबर महिना होता. कोस्टवरसुद्धा शरद ऋतूची चाहूल जाणवत होती. उबदार कपडे घालून, अनवाणीच ती बीचवर फिरायला बाहेर पडली. एक हात खिशात तर दुसऱ्या हातात कॉफीचा कप होता.

डोळ्यांवरचा गॉगल तिचा तिलाच नकोसा झाला. बीचवर कोणी नव्हतं, मग चेहरा कशाला लपवायचा?

इतर सर्व कारिओकास लोकांप्रमाणे तिचंही बहुतेक आयुष्य बीचवर गेलं होतं, त्यांच्या संस्कृतीची जडणघडण तिथे झाली होती. इपानेमामधलं वडिलांचं घर हेच तिचं बालपणीचं घर. रिओच्या शेजारचं शहर, तिथलं प्रत्येक मूल बीचवरच लहानाचं मोठं झालं होतं.

पाण्यात, वाळूवर खेळणारे, सूर्यप्रकाश मुद्दाम घेणारे, असे लाखो लोक आसपास असल्याशिवाय बीचवर असं एकट्याने लांब चालत जाण्याची तिला सवय नव्हती. इपानेमामध्ये चाललेल्या अनियंत्रित सुधारणांविरुद्ध संघटित आवाज उठवणाऱ्यांपैकी, एक तिचे वडील होते. तिथल्या लोकसंख्येत होणारी वाढ, वेडीवाकडी होणारी बांधकामं, हे त्यांना खपत नव्हतं. हे रोखण्यासाठी आजूबाजूच्या काही संघटनांबरोबर त्यांनी अविश्रांत मेहनत घेतली होती. त्यांची ही खटपट, 'जगा आणि जगू द्या' या कारिओकाच्या प्रवृत्तीशी सुसंगत नव्हती. कालांतराने लोकांना त्यांच्या कार्याचं कौतुक वाटू लागलं, ते स्वागत करू लागले. एक वकील या नात्याने इव्हाने, असं कार्य करणाऱ्या इपानेमा आणि लेबलॉन या परिसरातल्या मंडळांसाठी, स्वतःचा काही वेळ राखून ठेवला होता.

सूर्य ढगाआड गेला, वाऱ्याचा जोर वाढला. डोक्यावरून सीगल्सचे थवे ओरडत जाऊ लागले, तीही घराकडे परतली. प्रत्येक दार, खिडकी तिने कडेकोट बंद केली आणि दोन मैलावर असलेल्या सुपरमार्केटकडे निघाली. तिला शाम्पू, फळं अशी किरकोळ खरेदी करून, मुख्य म्हणजे सार्वजनिक फोनवरून फोन करायचा होता.

प्रथम तिने त्या माणसाला पाहिलाच नव्हता; पण नंतर तिच्या लक्षात आलं की, तो तिच्याच शेजारी उभा होता. सर्दी झाली होती, अशा प्रकारे तो शिंकला. तिच्या हातात शाम्पूची बाटली होती. ती वळली. गॉगलमधून तिने त्याच्याकडे पाहिलं, तर तो तिच्याकडेच एकटक बघत होता. तिला धक्काच बसला. तीस-चाळीस वर्ष वयाचा, गोरा, दाढी राखलेला असा होता तो. त्याच्या इतर गोष्टींकडे लक्ष द्यायला तिला वेळ नव्हता.

समुद्रावरील रखरखाटाने करपलेल्या चेहऱ्यावरचे त्याचे सशासारखे हिरवट डोळे तिच्याकडे बघत होते. ती शांतपणे दूर झाली. कदाचित तो स्थानिक, वाणसामानाच्या दुकानांशी घुटमळणारा, देखण्या प्रवासी बायकांना बघण्यात वेळ काढणारा असावा. दुकानातल्या प्रत्येकाला त्याचं नाव-गाव माहिती असण्याची शक्यता होती, पण निरुपद्रवी म्हणून ते सोडून देत असतील.

काही वेळानंतर तिने त्याला पुन्हा पाहिला. या वेळी तो एका बेकरीजवळ, पिझ्झाच्यामागे तोंड लपवून, धारदार नजरेने तिची प्रत्येक हालचाल टिपत होता.

त्याने हाफ पॅन्ट, पायात सॅन्डल्स घातले होते. तो लपूनछपून तोंड का झाकत होता? तिला कळेना.

ती आतून घाबरली, भीतीची लहर पायापर्यंत गेली. तिला वाटलं पळावं. पण मग शांत होत, सामानासाठी बास्केट शोधण्यात तिने वेळ घालवला. जो कोणी होता, त्याने तिला हेरली होती. तो जितकी तिच्यावर नजर ठेवून होता, तितकंच तिलाही त्याला न्याहाळता येत होतं, ही एक चांगली गोष्ट होती. कोणी सांगावं तो परत दिसेल की नाही? ती दुकानातल्या धान्याच्या विभागात, नंतर चीजचे प्रकार बघण्यात, असं फिरत राहिली. बराच वेळ तो तिला दिसला नाही. नंतर हातात दुधाची पिशवी घेतलेला, पण पाठमोरा असलेला तिने पाहिला.

काही मिनिटं गेली. दुकानाच्या दर्शनी भागाच्या मोठ्या खिडकीतून तो दिसला. पार्किंगकडे चालला होता. एका बाजूला मान वाकडी करत, सेलफोनवर बोलत होता. पण दुसऱ्या हातात काही नव्हतं. दुधाची पिशवी कुठे गेली? ती मागच्या दाराने बाहेर पडू शकली असती. पण समोरच्या बाजूला तिने गाडी पार्क केली होती. तिने सामानाचे पैसे दिले, उरलेले पैसे परत घेताना तिचे हात कापत होते.

तिची भाडोत्री कार धरून पार्किंगमध्ये तीस गाड्या होत्या. त्या सगळ्यांमध्ये डोकावणं शक्य नव्हतं, तसं करावसं तिला वाटत होतं असंही नव्हतं. त्या गाड्यांपैकी एकामध्ये तो असणार. पाठलाग होऊ न देता तिला फक्त तिथून निसटायचं होतं. ती पटकन गाडीत बसली, पार्किंगमधून गाडी काढली, आणि बीच हाउसच्या दिशेने निघाली. ती परत तिकडे जाणं शक्य नव्हतं, हे तिला कळून आलं होतं. ती अर्धा-एक मैल गेली आणि तिने एकदम 'यू'टर्न घेतला. त्याच वेळी मागे पाहून घेतलं. तीन गाड्यांमागे तो नवीन टोयोटा घेऊन येत होता. शेवटच्या क्षणी, तिला त्याचे हिरवट डोळे दिसले. आश्चर्य म्हणजे त्यावर गॉगल नव्हता.

प्रत्येक गोष्ट त्या वेळी चमत्कारिकच होती. परदेशात अपरिचित हायवेवरून, बनावट पासपोर्टवर आणि खोटे नाव वापरून ती पळत होती. कुठं जायचं हेसुद्धा त्या घटकेला ठरलं नव्हतं. सगळं जगावेगळं, अस्पष्ट आणि भीतिदायक. पॅट्रिक भेटायला हवा आत्ता, म्हणजे त्याच्यावर ओरडत धोंडे मारता येतील, असं तीव्रतेने तिला वाटू लागलं. दोघाचं जे ठरलं होतं, त्यात हा भाग नव्हता. त्याचं ठीक होतं, त्याच्या कर्मांमुळे त्याची शिकार झाली होती. पण तिने काय वाकडं केलं होतं? पॉलोचा संबंधच नव्हता.

ती ब्राझिलीयन असल्यामुळे, त्यांच्या ड्रायव्हिंग सवयीप्रमाणे तिचा एक पाय ॲक्सिलरेटरवर आणि दुसरा ब्रेकवर होता. बीचला समांतर चालणाऱ्या रहदारीमुळे इथल्या पद्धतीप्रमाणे गाडी चालवण्यासाठी डोकं शांत ठेवणं भाग होतं. पॅट्रिक खूप वेळा सांगायचा की, गुंगारा देऊन तुम्ही पळत असता तेव्हा गडबडून जाऊ नये.

विचार करा, सावध राहा आणि ठरवा हा त्याचा मंत्र होता.

मागून येणाऱ्या गाड्यांवर तिचं लक्ष होतं. हायवेवर ट्रॅफिकचे नियम पाळून ती जात होती.

'आपण कुठे आहोत हे जाणून घ्या', पॅट्रिकचा आणखी एक मंत्र, रोडचा नकाशा तिने तासन्तास अभ्यासला होता. ती उत्तरेकडे वळली. एका पंपावर थांबून, आपण कोणाचे लक्ष वेधतो आहोत हे तिला बघायचं होतं. कुणी नव्हतं. तो हिरव्या डोळ्यांचा मनुष्य तिच्यामागे नव्हता, पण ती निर्धास्त व्हावी असं नव्हतं. त्याला कळलं होतं की, तिने त्याला पाहिला आहे. तो पकडला गेला होता. त्यानं फक्त पुढच्या माणसांना सूचना दिल्या. ते लक्ष ठेऊन होते.

एका तासानंतर ती पेन्साकोला विमानतळावर आली, मायामीच्या फ्लाइटसाठी ऐंशी मिनिटं होती. कुठचीही फ्लाइट तिला चालण्यासारखी होती, पण मायामीची लवकर होती. तेसुद्धा घातक ठरणार होतं.

कॉफीबारमध्ये तोंडासमोर मासिक धरून, ती आजूबाजूच्या हालचाली निरखत वाट बघत राहिली. एक सिक्युरिटी गार्ड तिच्याकडे बघण्यात सुख मानत होता, त्याला टाळताही तिला येत नव्हतं. विमानतळावर इतर कोणतीही विशेष हालचाल नव्हती.

मायामीला जाणारं विमान 'टर्बोप्रॉप' या प्रकारातलं होतं. चोवीसपैकी अठरा सीट्स रिकाम्या होत्या, जाणारे इतर पाच जण निरुपद्रवी दिसत होते. ती एक छोटी डुलकीही घेऊ शकली.

मायामीला तिने विमानतळावर एक तास लपून काढला, महागडं पाणी पीत, येणाऱ्या-जाणाऱ्या गर्दीकडे बघत बसली. साओपावलोला जाण्याचं फर्स्टक्लासचं तिकीट तिने काढलं. एकेरी मार्गाचं कां, ते नक्की सांगता आलं नसतं. साओपावलो हे काही तिचं घर नव्हतं, पण तेच योग्य होतं. काही दिवस एका छान हॉटेलमध्ये ती लपून राहणार होती. तिच्या वडिलांच्या, ते कुठे का असेनात, अधिक जवळ गेल्यासारखं झालं असतं. विमानं काय शेकडो ठिकाणी जात होती, मग आपल्या देशातच का जाऊ नये?

एफबीआय, कस्टम्स, विमानतळ अधिकारी आणि एअरलाइन कंपन्या यांना नेहमीच सावधतेचा, सतर्कतेचा इशारा देत असत. आजचा इशारा मात्र एका विशिष्ट तरुण स्त्रीविषयी दिला होता. वय एकतीस, ब्राझिलचा पासपोर्ट, खरं नाव इव्हा मिरांडा, पण बहुधा वेगळं नाव धारण करणारी होती. एकदा वडिलांची ओळख पटल्यावर, तिचं खरं नाव समजणं सोपी गोष्ट झाली होती. मायामी आंतरराष्ट्रीय विमानतळावरील पासपोर्ट तपासणी केंद्रातून जाताना, ली पिरेझला, पुढे काय वाढून ठेवलं होतं, याची कल्पना नव्हतीच. आपल्या मागून कोण येतं आहे याकडेच तिचं लक्ष होतं.

ली पिरेझ नाव असलेला पासपोर्ट हा निर्धोक होता, हे गेले दोन आठवडे सिद्ध

झालेलं होतं.

पण कस्टम अधिकाऱ्याने एक तासापूर्वी, कॉफी घेताना दिला गेलेला इशारा लक्षात ठेवला होता. पासपोर्टवरील अक्षरन्अक्षर तपासताना त्यानं तपासणी यंत्रावरचं अलार्म बटण दाबलं. थोडा वेळ गेला तसं तिच्या लक्षात आलं की, काहीतरी गडबड होती. दुसऱ्या बूथवरचे प्रवासी पासपोर्ट दाखवण्यापुरते थांबून पुढे जात होते. त्यांना लगेच मान हलवून अनुमती मिळत होती. निळं जाकीट घातलेला सुपरवायझर कुठूनतरी उपटला आणि तपासणी अधिकाऱ्याच्या जवळ जाऊन, ''मिसेस ली पिरेझ, प्लीज तुम्ही बाजूला येता का?'' असं म्हणाला. तो नम्रतेने हे बोलला तरी कोणत्याही प्रश्नोत्तरांना वाव नव्हता. एकापुढे एक ओळीत दारं असलेल्या मोकळ्या जागेकडे चलण्याची त्याने खूण केली.

''काय अडचण आहे?'' तिने विचारलं.

''तसं काही नाही, थोडी चौकशी करायची आहे.'' असं म्हणून तो थांबला. त्याच्याबरोबर हातात दंडुका व कमरेला पिस्तूल अडकवलेला गार्ड होता. सुपरवायझरकडे तिचा पासपोर्ट होता. मागे बरेच बघे जमले होते.''

गार्ड व सुपरवायझरबरोबर दुसऱ्या दरवाजाकडे जात तिने विचारलं, ''कसली चौकशी?''

''काही विचारायचं आहे.'' तो पुन्हा म्हणाला. खिडकी नसलेल्या खोलीचं दार उघडून तो तिच्याबरोबर आत गेला. डांबून ठेवण्याची खोली. छातीवर असलेल्या पट्टीवर त्याचं नाव होतं, रिव्हेरा. तो हातघाईवर आलेला दिसत नव्हता.

''माझा पासपोर्ट द्या.'' खोलीच दार बंद होताच तिने मागणी केली.

''इतक्या लवकर नाही, मिसेस पिरेझ. मला चौकशी करायची आहे.''

''मला उत्तरं देण्याची इच्छा नाही.''

''शांत व्हा. आधी खाली बसा. तुमच्यासाठी कॉफी, पाणी मागवू का?''

''नको.''

''रिओमधला हा तुमचा अधिकृत पत्ता आहे?''

''नक्कीच.''

''तुम्ही कुठून आला?''

''पेन्साकोला.''

''कोणती फ्लाइट?''

''एअरलिंक ८५५.''

''कुठे जाणार?''

''साओपावलो.''

''साओपावलोला कुठे?''

"ती खासगी गोष्ट असू शकते."

"कामासाठी का सहज?"

"ते सांगण्याची काय जरूर?"

"आहे ना. तुमचा पासपोर्ट सांगतो, तुमचं घर आहे रिओमध्ये. मग साओपावलोला कुठे राहाणार?"

"हॉटेलमध्ये."

"हॉटेलचं नाव?"

कोणतं सांगावं या विचारात ती पडली. ही वेळ आणीबाणीची होती. कसंबसं तिने ठोकून दिलं. "अं इंटर कॉन्टिनेन्टल." ते खरं नव्हतं हे दिसत होतं. त्यानं लिहून घेतलं आणि विचारलं, "आपण समजू या, मिसेस ली पिरेझने तिथे रूम बुक केली आहे?"

"बेशक." झटक्यात तिने प्रत्युत्तर दिलं. एक फोन केला असता, तर तिचं पितळ उघड पडलं असतं.

"तुमचं सामान?"

तिच्या तोंडावर आणखी एक फटका बसला, दिसून येण्यासारखा. ती परत स्वस्थ बसली. दुसरीकडे नजर देत म्हणाली, "प्रवासात जास्त सामान मी घेत नाही." दारावर टकटक झाली. रिव्हेराने दार किंचित उघडलं. फटीतून सरकवलेला कागद घेतला, कोण होतं ते न बघताच स्वत:शी काहीतरी पुटपुटला. ली स्वस्थ बसून होती. दार बंद झालं. रिव्हेरानं हाती आलेली माहिती पाहिली.

"आमच्या माहितीप्रमाणे तुम्ही इकडे, मायामीला, लंडनहून आठ दिवसांपूर्वी आला आहात. ते विमान झुरिचहून निघाल होतं. आठ दिवस, सामानाशिवाय राहायचं, विचित्र नाही वाटत?"

"कमी सामान घेऊन सुटसुटीत प्रवास करणं गुन्हा आहे?"

"नाही, पण बनावट पासपोर्ट वापरणं गुन्हा आहे, निदान इथे युनायटेड स्टेट्समध्ये."

टेबलावर पडलेल्या पासपोर्टकडे तिने नजर टाकली. तो असायला पाहिजे तितका खोटा होता. "तो खोटा नाही आहे." ती फणकारली.

"इव्हा मिरांडा ही व्यक्ती तुम्हाला माहिती आहे?" तिला मान वर करणं मुश्कील झालं. हृदय ठप्प झालं. चेहरा पडला आणि पाठलाग संपला आहे हे तिला कळून आलं.

रिव्हेरासुद्धा समजला की, त्यांच्या जाळ्यात मासा सापडला आहे.

"मला एफबीआयशी बोललं पाहिजे. वेळ लागेल."

"मला अटक केली आहे तुम्ही?"

"अजून नाही."

"मी एक वकील आहे. मी....."

"आम्हाला माहीत आहे. तुम्हाला थांबवून घेऊन चौकशी करण्याचा आम्हालाही

हक्क आहे. आमचं ऑफिस खाली आहे, चला.''

तिला घाईने ते घेऊन गेले. हातातली पर्स तिने घट्ट पकडून ठेवली होती, डोळ्यांवर गॉगल तसाच होता.

एका मोठ्या लांब टेबलावर कागद, फाइल्स, चुरगळलेले कागद इत्यादींचा पसारा पडला होता. नॅपकिन्स, रिकामे कप, हॉस्पिटल कॅफेटेरियामधून मागवलेल्या त्या अर्धवट खाल्लेल्या सँडविचचे तुकडे तसेच पडलेले होते. दुपारचं जेवण होऊन पाच तास होऊन गेले होते. रात्रीच्या जेवणाचा कोणीही, त्याच्या वकिलानेसुद्धा विचार केला नव्हता. वेळेला त्याला रूमच्या बाहेर ठेवण्यात आलं होतं. आतमध्ये त्याची कुणाला पर्वा नव्हती.

दोघेही जण अनवाणी होते. पॅट्रिकने टीशर्ट , हाफ पॅन्ट चढवली होती. सॅन्डी अंगावर काही तासांपूर्वी घातलेला चुरगळलेला कॉटन शर्ट, खाकी पॅन्ट, पायात सॉक्स नाहीत अशा अवतारात होता.

कोपऱ्यात ॲरिसियाची रिकामी बॉक्स पडलेली होती. कारण आतले कागदपत्रं टेबलावर होते.

दारावरती टकटक चालू असतानाच ते उघडलं गेलं. एजंट जोशुआ कटर न विचारताच आत आला होता. दरवाजाशीच उभा होता.

''ही खासगी मीटिंग आहे.'' सॅन्डी त्याला अगदी भिडून म्हणाला. कोणी पाहू नयेत असे कागद टेबलावर होते. पॅट्रिकही उठून, ते कागद दिसू नयेत म्हणून दाराजवळ गेला. रागाने तो म्हणाला, ''आत येण्यापूर्वी दारावर का वाजवलं नाहीस?''

''सॉरी.'' कटर म्हणाला, ''एक मिनिटच घेतो. विचार केला की, तुम्हाला माहीत हवं, इव्हा मिरांडा आमच्या ताब्यात आहे. मायामी विमानतळावर ब्राझिलला घरी पळून जात असताना पकडली गेली, बनावट पासपोर्ट इत्यादी.''

पॅट्रिक गारठला, काय बोलावं सुचेना.

''इव्हा?'' सॅन्डीने आश्चर्याने विचारलं.

''येस. ली पिरेझ या नावाने ओळखली जाते. तिचा बनावट पासपोर्ट तेच सांगतो.'' कटर पॅट्रिककडे बघत होता.

पॅट्रिक तर थक्क झाला होता. ''कुठे आहे ती?'' त्याने विचारलं.

''मायामी जेलमध्ये.''

कुठलाही असला तरी शेवटी जेल तो जेलच. पॅट्रिक मागे वळला. टेबलापाशी गेला. मायामी जेल, तोसुद्धा अभद्र गोष्टींसाठी प्रसिद्ध होता.

''तुझ्याकडे एखादा नंबर आहे, म्हणजे आम्ही तिला कॉल करू.'' सॅन्डीने विचारलं.

"नाही."

"फोन करण्याचा तिला अधिकार आहे ना?"

"आम्ही त्यावर विचार करतो आहोत."

"मला नंबर दे."

"बघू." सॅन्डीकडे दुर्लक्ष करत, कटर पॅट्रिककडे बघत बोलत राहिला, "ती घाईत होती, सामान नव्हतं– एक बॅगसुद्धा नव्हती. ब्राझिलला पळून जाण्याच्या तयारीत होती, तुला मागे ठेऊन."

"गप्प बैस." पॅट्रिक वैतागला.

"तू जाऊ शकतोस आता." सॅन्डी म्हणाला.

"तुम्हाला कळवावं असं वाटलं." असं खिजवून कटर हसला आणि गेला.

पॅट्रिक खाली बसून गाल चोळत बसला. कटर येण्याअगोदरपासूनच त्याच डोकं दुखत होतं, आता तर ते फुटत होतं. तो पकडला गेला तर तिने कसं त्या परिस्थितीत तोंड द्यायचं, अशा प्रामुख्याने तीन शक्यतांवर त्याने इव्हाबरोबर वारंवार चर्चा केली होती. पहिली तिने अज्ञातात राहायचं, सॅन्डीला मदत करून हालचाली ठरवायच्या. दुसरं, स्टिफॅनो किंवा ॲरिसिया यांच्याकडूनही ती पकडली जाऊ शकत होती. त्याचीच भीती व शक्यता जास्त होती. तिसरी, एफबीआयसुद्धा तिला पकडण्याची शक्यता होती, पण दुसऱ्या शक्यतेइतकी ती घाबरवणारी नव्हती. फार मोठ्या समस्या मात्र निर्माण होणार होत्या. निदान ती सुरक्षित होती.

त्याच्याशिवाय ती ब्राझिलला परत जाणं, हा चौथा पर्याय त्यांनी लक्षात घेतला नव्हता. तिने सगळं सोडून देणं, याची तो कल्पना करू शकत नव्हता.

सॅन्डीने टेबलावरचे कागदपत्रं इत्यादी उचलून ते साफ केलं.

"तू किती वाजता तिच्याकडून निघालास?" पॅट्रिकने विचारलं.

"सुमारे आठ वाजता, मी म्हटलं तसं, ठीक होती ती."

"मायामी किंवा ब्राझिलला जाणार असा उल्लेख केला होता?"

"नाही. ती बीच हाउसमध्ये अजून काही वेळ थांबेल, अशी माझी समजूत होती. एका महिन्याच्या करारावर तिने ते घेतलं आहे एवढंही ती म्हणाली."

"याचा अर्थ ती घाबरली. नाहीतर पळण्याचं कारण काय दुसरं?"

"मला काहीच सांगता येत नाही."

"मायामीमधला एक वकील बघ. अगदी ताबडतोब, सॅन्डी."

"मला एक-दोन माहीत आहेत."

"ती मरणाची घाबरली असणार."

तीस

सहा वाजून गेले होते म्हणजे हॅवरॅक कॅसिनोमध्ये ब्लॅक जॅक टेबलावर मोफत दिली जाणारी व्हिस्की घेत, बायकांची वाट बघत बसलेला असणार. त्याच्या जुगारी, कर्जबाजारीपणाविषयी पसरलेल्या अफवा पुष्कळ होत्या. जगातल्या कोणत्याही ठिकाणापेक्षा त्याला अधिक पसंत असणाऱ्या, पोटमाळ्यावरच्या त्याच्या ऑफिसमध्ये रॅप्ले स्वत:ला बंद करून बसलेला असणारच. सेक्रेटरी व इतर मदतनीस गेलेले होते. डग व्हिट्रॅनो बिल्डिंगचं समोरचं दार लावून, मागच्या बाजूस असलेल्या प्रशस्त, सुंदर ऑफिसमध्ये गेला. बोगान त्याच्या टेबलाशी, बाह्या वर करून वाट बघत होता.

वरिष्ठ पार्टनरचं ऑफिस सोडून, इतर सगळीकडे पॅट्रिकने चोरून संभाषणं ऐकण्याची व्यवस्था करून ठेवली होती. पैसे गेल्यावर जो गोंगाट झाला, त्या वेळी बोगानने या गोष्टीवर भर दिला होता. कारण तो ऑफिसला नसताना किंवा तिथेच आजूबाजूला असला, तरी तो त्याचं ऑफिस कुलूप लावून बंद करत असे. पण इतर पार्टनर्स, त्याने वारंवार बजावूनसुद्धा, निष्काळजी राहिले होते. विशेषत: डग व्हिट्रॅनो. ग्रॅहॅम डनलॉपला अगदी शेवटचे असे जे फोन केले गेले; ते त्याच्याच फोनवरून झाले होते आणि त्यावरूनच पॅट्रिकला पैशासंबंधी कल्पना आली होती. प्रकरण चिघळून गुद्दागुद्दीपर्यंत गेलं होतं.

सगळ्या गोष्टींचा वाजवी विचार करता, आपल्या फर्ममध्ये असा काही कट रचला जात होता असा संशय आला होता, असं बोगान म्हणू शकत नव्हता. तसं होतं तर मग आपल्या बेफिकीर पार्टनर्सना त्याने आगाऊ सूचना का दिली नव्हती? तो स्वत: फक्त सावध राहिला, नशीबवान ठरला. महत्त्वाची बोलणी त्याच्याच ऑफिसमध्ये व्हायची. ऑफिस बंद करायला काही क्षण पुरेसे असायचे. त्याने फक्त एकच किल्ली ठेवली होती आणि बोगान हजर असल्याशिवाय देखभाल करणाऱ्याच्या हातातसुद्धा ती मिळत नसे.

व्हिट्रॅनो आत येताना त्याने दार बंद करून घेतलं आणि टेबलापलीकडच्या बाजूस असलेल्या खुर्चीत बसला.

"आज सकाळी सिनेटरला भेटलो." बोगान म्हणाला, "त्यानेच घरी बोलावलं होतं." बोगानची आई आणि सिनेटरचे वडील यांचे पूर्वज एकच होते. बोगानपेक्षा सिनेटर दहा वर्षांनी मोठा.

"तो चांगल्या मूडमध्ये आहे का?" व्हिट्रॅनोनं विचारलं.

"मी तसं काही म्हणणार नाही. लॅनिगनबद्दल त्याला अद्ययावत माहिती हवी होती, मला जेवढं माहीत होतं ते मी सांगितलं. पैशांचा अजून पत्ता नाही. लॅनिगनला काय माहिती असू शकेल याविषयी तो चिंतेत होता. आत्तापर्यंत जसं पुष्कळदा मी सांगत आलो, तसा मी त्याला दिलासा दिला की, त्याच्याशी झालेला सर्व व्यवहार, बोलणी या माझ्याच ऑफिसमधून झाली होती आणि ते सुरक्षित होतं. त्याने म्हणून त्या गोष्टीची चिंता करू नये."

"म्हणजे तो काळजीत आहे तर?"

"अर्थात, आहे की. तो सारखा विचारत होता की, त्याचा ॲरिसियाशी संबंध असणारा एखाददुसरा कागदोपत्री पुरावा होता का? मी नाही म्हणालो."

"ते खरंही आहे."

"हो ना. सिनेटरचा उल्लेख असलेला एकही कागद नाही आहे. त्याच्याशी झालेलं सर्व बोलणं तोंडी झालेलं होतं; तेसुद्धा बाहेर गोल्फ कोर्सवर झालं. हे त्याला हजारदा सांगून झालं आहे, पण ते त्याला पॅट्रिकच्या परत येण्याने पुन्हा ऐकायचं होतं."

"आपल्या त्या जिन्याखालच्या कोठीबद्दल बोलला नाहीस ना?"

"नाही."

जानेवारी १९९२ मध्ये, ॲरिसियाशी पैशासंबंधीची झालेली तडजोड न्यायखात्याने मान्य केल्यानंतर महिन्याने आणि प्रत्यक्ष पैसे मिळण्याच्या आधी दोन महिने, ॲरिसिया एक दिवस बोगानच्या ऑफिसमध्ये अचानक उपटला. तो चिडलेला होता. पॅट्रिक त्या वेळी तिथंच कुठेतरी होता. तो मरून त्याची यात्रा निघायला तीन आठवडे होते. फर्मने सगळ्यांची ऑफिसेस इत्यादीची डागडुजी, रंगकाम अशी नूतनीकरणाची कामं काढली होती. बोगान त्यामुळे त्याच्या ऑफिसमध्ये बसू शकत नव्हता. फर्निचर झाकलेलं होतं. रंगारी काम करत होते. म्हणून त्याने भांडणाच्या तयारीने आलेल्या ॲरिसियाला हॉलच्या पलीकडे असलेल्या एका छोट्याशा रूमकडे नेलं. तिच्या आकारमानामुळे सर्व जण त्या खोलीला 'क्लोझेट' म्हणत. खोलीला खिडकी नव्हती. आत एक टेबल आणि प्रत्येक बाजूला एक-एक खुर्ची होती. जिना वर गेल्यामुळे तिचं छत उतरतं होतं. थोडक्यात जिन्याखालची खोली होती ती.

व्हिट्रॅनोला बोलावण्यात आलं होतं, कारण तो नंबर दोनचा प्रमुख होता.

मीटिंग सुरू झाली. ती जास्त वेळ चालली नाही. ॲरिसिया भडकलेला होता. फर्मच्या त्या चौकडीला तीन कोटी मिळणार होते. त्याचा समझोता मान्य होऊन, पैसे येणं प्रत्यक्षात घडणार होतं. त्याच्यामते तीन कोटी फर्मची फी म्हणून देणं, हा उधळेपणा होता. बोगान व व्हिट्रॅनो यांनी त्यांचं म्हणणं लावून धरलं होतं. यावरून बोलाचाली झाली. भांडण उभं राहिलं. कायद्याची बाजू त्यांनी सांभाळली म्हणून ते पैसे त्यांची फी म्हणून धरण्यात आले होते, ॲरिसियाला ते मान्य नव्हतं.

या गरमा-गरमीमध्ये ॲरिसियानं विचारलं की, तीन कोटींपैकी सिनेटरला किती मिळणार होते. बोगान भडकला, म्हणाला, त्याच्याशी त्याला काय करायचं होतं. ॲरिसियानं उत्तर दिलं की, तो त्याचा प्रश्न होता. कारण शेवटी पैसे त्याचे होते. त्याने सिनेटर व त्याच्यासारखे राजकीय पुढारी यांच्यावर कडाडून टीकास्त्र सोडलं, तोंडसुख घेतलं. पण नंतर त्याने हेही मान्य केलं की, सिनेटरनेच वॉशिंग्टनमध्ये खटपटी-लटपटी करून नेव्ही, पेन्टागॉन आणि न्यायखातं यांच्यावर दबाव आणला, म्हणून त्याची मागणी मान्य झाली होती. तो याचसाठी विचारत होता, ''त्याला किती मिळणार?''

बोगान रागारागाने मुठी आवळत होता. त्याचं म्हणणं होतं की, सिनेटरची 'काळजी' ते घेतील. ॲरिसियाला त्याने जाणीव करून दिली की, राजकीय पुढाऱ्यांशी संबंध असल्यामुळेच त्याने ही फर्म, कायदेशीर सल्ल्यासाठी हेतुपुरस्सर निवडली होती. शिवाय मुळात योजनाच बोगस असताना त्याच्या खिशात पडणारे सहा कोटी डॉलर्सही काही कमी नव्हते.

एकमेकांच्या उखाळ्यापाखाळ्या खूप काढून झाल्या.

ॲरिसिया फक्त एक कोटी फी द्यायला तयार होता. बोगान व व्हिट्रॅनो यांनी सरळ-सरळ नकार दिला. ॲरिसिया पावलागणिक शिव्या घालत 'क्लोझेट' मधून बाहेर पडला.

'क्लोझेट'मध्ये फोन नव्हता, पण दोन छोटे ध्वनिक्षेपक बसवलेले आढळले. एक टेबलाच्या खाली, दोन चौकटी जिथे मिळतात त्या कोपऱ्यात काळ्या लांबीने बसवलेला होता; दुसरा तिथे असलेल्या एकुलत्या एक रॅकवर ठेवलेल्या कायद्याच्या धूळ खात पडलेल्या दोन जुनाट पुस्तकांमध्ये होता. पुस्तकं शोभेसाठीच होती.

पैसे गायब झाल्याने बसलेल्या धक्क्यानंतर आणि स्टिफॅनोने संभाषणं चोरून ऐकण्याची यंत्रणा शोधून काढल्यावर मात्र, बोगान व व्हिट्रॅनो 'क्लोझेट'मध्ये झालेल्या मीटिंगविषयी बरेच दिवस मूग गिळून स्वस्थ बसले. जवळजवळ तो प्रसंग ते विसरूनच गेले. ॲरिसियाशी त्यांनी तो विषय पुन्हा काढला नाही, याचं प्रमुख कारण त्याने त्यांच्यावर लगेच भरलेला खटला, आणि मग तोच त्यांच्या नावाचा उल्लेख टाळू लागला. तो प्रसंग कधी घडलाच नाही, अशा प्रकारे तो त्यांच्या आठवणीतूनच बाद झाला.

पॅट्रिक परत आला होता, लाजेखातर का होईना त्यांना या घटनेला तोंड देणं भाग होतं. त्यांना आशा वाटत होती की, ध्वनिक्षेपक धड चाललेच नसावेत किंवा घाईगडबडीत तो ते विसरून जाण्याची शक्यता होती. तरीही, दुसरीकडे बसवलेले होतेच. त्यावरून प्रक्षेपित झालेलं संभाषण एकत्रित केल्यावर त्याला कळलं असणार. खरं म्हणजे, क्लोझेट मीटिंगच्या वेळी पॅट्रिक नव्हता, हे छान झालं होतं.

"चार वर्ष त्याने त्या टेप्स सांभाळून काही ठेवल्या नसतील, असतील?" व्हिट्रॅनोनं समाधानासाठी विचारलं. बोगान काहीच बोलला नाही. पोटावर बोटं एकमेकांत अडकवलेले हात घेऊन, टेबलावर साठलेल्या धुळीकडे बघत बसला. सगळं सुरळीतपणे झालं असतं तर काय मस्त झालं असतं? त्याला पन्नास लाख, सिनेटरला तेवढेच. दिवाळखोरी नाही, घटस्फोट नाही. त्याची बायको राहिली असती, त्याचं कुटुंब टिकलं असतं, समाजातील स्थान अबाधित राहिलं असतं. पाचाचे आत्तापर्यंत पन्नास झाले असते, मग एवढ्या पैशांचं काहीही करायला तो मोकळा होता. पान वाढून समोर होतं, पण घास घेण्याआधी पॅट्रिकने ते पळवलं.

पॅट्रिकचा शोध लागल्यामुळे आलेली भोवळ दोन-चार दिवस राहिली. त्याच्या पाठोपाठ पैसे मात्र बिलॉक्सीला येणार नव्हते हे स्पष्ट झाल्यावर, ती हळूहळू कमी होऊन नाहीशी झाली. एकेक दिवस जात होता, पैसे पुढे पळत होते.

"तुला काय वाटतं चार्ली, पैसे मिळतील?" व्हिट्रॅनोनं, ऐकायला जाईल न जाईल इतक्या हळू आवाजात विचारलं. नजर जमिनीकडे होती. गेल्या चार वर्षांत त्याने 'चार्ली' अशी त्याला हाक मारली नव्हती. तिरस्काराने भरलेल्या त्या फर्ममध्ये आता असा आपलेपणा राहिला नव्हता.

"नाही." एवढं बोलून तो गप्प झाला. काळी वेळानंतर म्हणाला, "आपल्यावर आरोप ठेवले गेले नाहीत, तर आपण स्वत:ला नशीबवान समजू."

महत्त्वाचे फोन करण्याचं काम त्या क्षणाला त्याच्यासमोर होतं. सॅन्डीने त्यातल्या त्यात कटकटीचा फोन प्रथम लावला. हॉस्पिटलच्या पार्किंगमध्ये असलेल्या कारमध्ये बसूनच त्याने बायकोला फोन करून सांगितलं की, त्याला यायला खूप उशीर होणार होता. कदाचित बिलॉक्सीमध्येच राहायची वेळ येणार होती. त्याचा मुलगा ज्युनिअर हायस्कूल फुटबॉल मॅच खेळत होता आणि ती बघायला तो जाऊ शकत नव्हता. त्याने पॅट्रिकला दोषी ठरवत दिलगिरी व्यक्त केली. नंतर सगळं सांगतो, असं म्हणाला; पण त्याला वाटत होतं तितकं तिने मनावर घेतलं नाही.

ऑफिसमध्ये उशिरापर्यंत काम करणाऱ्या सेक्रेटरीला त्याने कामाला लावले आणि तिच्याकडून हवे असलेले फोन नंबर्स घेतले. मायामीमधले दोन वकील त्याच्या माहितीचे होते, दोघेही आता सव्वासातला त्यांच्या ऑफिसला असण्याची

शक्यता नव्हती. एकाचा घरचा फोन उचलला गेला नाही. दुसऱ्याचा डिरेक्टरीमध्ये नव्हता. न्यू ऑर्लिन्समधल्या त्याच्या माहितीच्या बऱ्याच वकिलांचे फोन त्याने फिरवले आणि अखेरीस, मायामीमधला नावाजलेला, फौजदारी गुन्ह्यांसाठी बचाव पक्षाचा निष्णात वकील मार्क बर्कचा घरचा फोन मिळाला. जेवणाच्या वेळी आलेला फोन मार्क बर्कला आवडला नाही, पण त्याने ऐकून घेतलं. सॅन्डीने दहा मिनिटांत पॅट्रिकच्या पराक्रमाची कथा ऐकवली. त्यात मायामीमध्ये कुठेतरी जेलमध्ये असलेल्या इव्हाचीही हकिकत होती. बर्कने स्वारस्य दाखवलं, त्याला परदेशी जाण्या-येण्याविषयींच्या कायद्यांचं, नियमांचं सखोल ज्ञान होतं. कामकाजप्रणाली माहीत होती. जेवणानंतर तो दोन फोन करणार होता आणि एक तासाने सॅन्डी त्याला परत फोन करणार होता.

एजंट कटरला शोधून काढण्यासाठी तीन कॉल करावे लागले. एका डोनटशॉपमध्ये कॉफीसाठी भेटायला त्याला राजी करण्यात मग वीस मिनिटं खर्ची पडली. सॅन्डी तिकडे गेला आणि कटरची वाट बघत असताना त्याने मार्क बर्कला फोन लावला.

बर्कने सांगितले की, इव्हा खरोखरंच मायामीमध्ये फेडरलच्या कच्च्या कैदेत होती. अद्याप तिच्यावर कोणत्याही गुन्ह्याखाली औपचारिक स्वरूपाचे आरोप ठेवले गेले नव्हते, तसं करणं जरा घाईचं ठरलं असतं. आज रात्री तिची गाठ घेण्यास कोणताच मार्ग नव्हता आणि उद्यासुद्धा ते अवघड होणार होतं. कायद्याप्रमाणे एफबीआय आणि कस्टम्स बोगस पासपोर्टवर प्रवास करणाऱ्या परदेशी व्यक्तीला, त्याच्या सुटकेसाठी विनंती करण्यापूर्वी, चार दिवस डांबून ठेऊ शकतात. परिस्थितीचा विचार करता, ते योग्य असतं. अशी लोकं नाहीतर लगेच पळून जायला बघतात.

अशिलांना भेटण्यासाठी बर्क पुष्कळ वेळा अशा ठिकाणी गेलेला होता. ही ठिकाणं अगदीच वाईट नसतात. ती तर स्वतंत्र खोलीमध्ये सुरक्षित होती. नशिबाने, तिला सकाळच्या वेळी फोनसुद्धा करता आला असता, अशी सोय होती.

जास्त काही तपशिलात न जाता, सॅन्डीने बर्कला सांगितलं की, तिला सोडवण्याची घाई नव्हती. तिचा शोध घेण्यास बाहेर माणसं तयार होती. सकाळी लवकर काहीतरी किल्ल्या फिरवतो आणि तिला भेटण्याचा प्रयत्न करतो, असं बर्कने आश्वासन दिलं.

त्याची फी होती दहा हजार डॉलर्स, सॅन्डीने ती कबूल केली होती.

डोनटशॉपमध्ये कटर दिमाखात शिरताना त्याने पाहिला आणि फोन बंद केला. खिडकीजवळच्या टेबलाशी तो बसला होता. त्याने त्याची गाडी लॉक केली आणि कटरबरोबर तो आत गेला.

प्लॅस्टिक ट्रेमधून, मायक्रोवेव्हमध्ये गरम केलेली फूड पॅकेट्स तिला देण्यात आली. भूक लागलेली असतानाही खाण्याची इच्छा तिला झाली नाही. कमरेला चाव्या

लोंबत असलेल्या, युनिफॉर्ममधल्या दोन लठ्ठ बायका जेवण घेऊन आल्या होत्या. ती कशी होती, अशी त्यांनी विचारपूस केली. तिने पोर्तुगीजमध्ये पुटपुटत उत्तर दिलं, त्या बायका निघून गेल्या. भक्कम लोखंडी दाराला एक लहान चौकट होती. मधूनच इतर कैदी बायकांचे आवाज ऐकू येत होते, पण एकंदरीत सगळीकडे शांत होतं.

यापूर्वी ती जेलमध्ये कधीच नव्हती, वकील म्हणूनही जाण्याचा प्रसंग तिच्यावर कधी आला नव्हता. पॅट्रिकव्यतिरिक्त कोणी मित्र-मैत्रीण जेलमध्ये असल्याचं आठवत नव्हतं. पहिला बसलेला धक्का भीतीपोटी होता, मग असं गुन्हेगार म्हणून बंदी होऊन राहणं अपमानास्पद वाटू लागलं. पहिला काही वेळ, वडिलांचे विचार होते. त्यांची परिस्थिती नक्कीच तिच्यापेक्षा वाईट असणार. ते लोक त्यांना छळत नसू देत, अशी प्रार्थना तिने केली.

जेलसारख्या ठिकाणीच परमेश्वर आठवतो. तिने वडील, पॅट्रिक यांच्यासाठी करुणा भाकली होती. तिला भोगायला लागणाऱ्या या त्रासाबद्दल त्याला दोष देणं सोपं होतं, पण तिने तसं केलं नाही. सगळा दोष तिचाच होता. ती गडबडून गेली आणि घाबरून पळाली. पाठलाग न चुकवता, अशा वेळी कशा हालचाली करायच्या आणि नाहीसं व्हायचं, हे पॅट्रिकने तिला शिकवलं होतं. चूक तिची होती.

बनावट पासपोर्टवर प्रवास करणं हा मामुली गुन्हा होता आणि लवकरच चौकशी वगैरे होऊन तो निकालात काढला जाईल, असं तिला वाटलं. असल्या मामुली गुन्हेगारांसाठी जेलही कमी होते, त्यामुळे सरळ मार्गाने जाणाऱ्या लोकांकडून असे किरकोळ अपराध घडले तर लवकरात लवकर दंड करून त्यांना हद्दपार केलं जात असावं.

आपल्याकडे पैसे आहेत हे बरं आहे. उद्या ती वकील हवा यासाठी मागणी करणार होती, मात्र चांगला भांडकुदळ वकील हवा. ब्राझिलमधल्या अधिकाऱ्यांना ती फोन लावणार होती, त्यांची नावं तिला माहीत होती. पैसे गेले तरी चालतील, पण समोरच्यांना ती पटवणार होती. लवकरात लवकर बाहेर पडून, वडिलांना सोडवणं गरजेचं होतं. रिओमध्ये ती कुठेतरी लपून राहणार होती, ते सहज शक्य होतं.

कोठडी तशी उबदार होती. बाहेर टाळं लावलेलं होतं, शिवाय बरेच सशस्त्र गार्ड्स होते, त्यामुळे ती सुरक्षित होती. पॅट्रिकला छळणारे आणि वडिलांना पकडणारे तिला हात लावू शकणार नव्हते.

दिवे मालवून तिने बंकवर ताणून दिलं. एफबीआय आता पॅट्रिकला कळवण्यास उत्सुक असतील की, ती त्यांच्या ताब्यात होती. तेव्हा आतापर्यंत त्याला हे कळलं असेल. तो त्याच्या नोटपॅडवर काहीतरी खरडत, रेघा मारत या नाही त्याप्रकारे विचार करत असेल. तो तिला वाचवण्यासाठी एक नाही दहा मार्ग शोधून काढील. तीन-चार योजना तयार करून, त्यातली सर्वोत्तम कोणती हे ठरवल्याशिवाय तो झोपणार नाही.

योजना आखण्यात मजा असते, असं तो नेहमी म्हणायचा.

एजंट कटरने चॉकलेट डोनट व कॅफिनविरहित सोडा मागवला. तो त्या वेळी ड्युटीवर नव्हता, म्हणून काळी पॅन्ट व पांढरा शर्ट याऐवजी जीन्स व हाफ शर्टमध्ये होता. चेहऱ्यावर मिजाशीतलं स्वाभाविक हसणं होतं. त्यांनी तिला पकडले होते, ती त्यांच्या ताब्यात होती यामुळे तो ताठ्यात होता.

सॅन्डीने हॅम सँडविच चार घासात संपवलं. रात्रीचे नऊ वाजले होते. पॅट्रिकबरोबर हॉस्पिटल कॅफेटेरियामधलं दुपारचं जेवण घेऊन बराच वेळ झाला होता.

कॉफीशॉपमध्ये गर्दी होती. हळू आवाजात तो कटरला म्हणाला, "आपल्याला महत्त्वाचं बोलायचं आहे."

"मी ऐकतो आहे."

सॅन्डीने घास संपवला, तोंड पुसून, थोडं पुढे झुकत म्हटलं,

"भलत्या अर्थाने घेऊ नकोस, आपल्याला दुसऱ्या लोकांना विचारात घ्यावं लागेल."

"असे कोण?"

"तुझे वरिष्ठ. वॉशिंग्टनमध्ये बसलेले."

एजंट कटर गप्प झाला. हायवे ९० वरून धावणाऱ्या ट्रॅफिककडे बघत बसला. गल्फ किनारा शंभर यार्डावर होता.

"ठीक आहे. पण मला त्यांना थोडी कल्पना द्यावी लागेल." सॅन्डीने इकडेतिकडे नजर फिरवली. एकही मनुष्य त्यांच्याकडे सहजसुद्धा बघत नव्हता. "हे बघ, प्लॅट अॅन्ड रॉकलॅन्ड विरुद्ध अॅरिसियाचा पैशांच्या मागणीचा दावा बोगस, बनावट होता. त्याने बोगानच्या फर्मला हाताशी धरून गव्हर्नमेंटला फसवण्याचा डाव रचला आणि यात बोगानचा तो मावसभाऊ सिनेटर, त्याला काही लाख मिळणार होते म्हणून तोसुद्धा साथीदार होता, हे मी सिद्ध करून दाखवलं तर?"

"स्टोरी छान मजेशीर आहे."

"मी सिद्ध करू शकतो."

"आम्ही यावर विश्वास ठेवला, तर मि. लॅनिगनला काही भरपाई करायला लावून सोडून द्यायला लागेल."

"कदाचित."

"नाही. इतक्या लवकर नाही. त्या मृतदेहाचा प्रश्न आहेच."

एजंट कटर सहजपणे डोनटचा तुकडा तोडून विचार करत चावत बसला. नंतर विचारलं, "पुरावा म्हणजे काय?"

"कागदपत्रं, ध्वनिमुद्रित केलेली फोनवरची संभाषणं इत्यादी विविध प्रकारचा."

"कोर्टात ग्राह्य धरला जातो?"

"त्यापैकी बराचसा."

"आरोप सिद्ध होण्यास पुरेसा आहे?"

"एक खोकं भरून."

"कुठे आहे तो?"

"माझ्या गाडीच्या डिकीमध्ये."

एजंट कटरने लगेच मान वळवून, पार्किंगच्या दिशेने तशा अर्थाने नजर टाकली. सॅन्डीकडे रोखून म्हणाला, "फर्ममधून बाहेर पडण्यापूर्वी पॅट्रिकने तो गोळा केला?"

"करेक्ट. अॅरिसियाच्या कारस्थानाविषयी त्याला वास आला. फर्म त्याला काढून टाकण्याच्या विचारात होती, म्हणून त्याने योजनाबद्ध रितीने सर्व माहिती सावकाश जमा केली."

"फसलेलं लग्न इत्यादींमुळे त्याने पैसे लुबाडले आणि पळाला."

"नाही. तो आधी पळाला आणि नंतर पैसे पळवले."

"काहीही असो, त्याला आता तडजोड करायची आहे, हं?"

"हो ना. तुला नाही तसं वाटत?"

"त्या खुनाचं काय?"

"ती गोष्ट राज्यसरकारच्या अखत्यारीतली आहे. वास्तविक तुमचा संबंध नाही. काय करायचं ते आम्ही बघू."

"आम्ही त्याच्यात लक्ष घालू शकतो."

"मला नाही तसं वाटत. नऊ कोटींचा अपहार केल्याचा आरोप तुम्ही एकदा ठेवला आहे, मिसिसिपी राज्याने खुनाचा. दुर्दैवाने आता फेडरल पुन्हा खुनाचा आरोप ठेऊ शकत नाही."

याच कारणास्तव कटरला वकिलांचा तिरस्कार होता. खोटंसुद्धा ते सहज बोलत नाहीत.

सॅन्डी पुढे म्हणाला, "हे बघ, आपली ही भेट औपचारिक आहे. मी चाकोरीतून जातो आहे, कुणाला ओलांडून जातो आहे असं होऊ नये. सकाळी वॉशिंग्टनला फोन करण्याच्या पूर्ण तयारीत आहे मी. म्हटलं, तत्पूर्वी तुझ्या कानावर असावं. या अपेक्षेने की, आमची तडजोडीची तयारी आहे याची तुझी खातरी व्हावी. नाहीतर, मी फोन करतोच आहे."

"तुला कुणाशी बोलायचं आहे?"

"एफबीआय आणि न्यायखातं यांचे सर्वाधिकारी. आम्ही कुठेतरी भेटण्याचं ठरवू, मी आमचा प्रस्ताव पुढे ठेवतो."

"मला वॉशिंग्टनशी बोलू दे, तेच चांगले." दोघांनी शेकहॅन्ड केला आणि सॅन्डी निघाला.

एकतीस

मिसेस स्टिफॅनोला आता पहिल्यासारखी शांत झोप लागत होती. त्या काळ्या रंगातल्या गणवेशधारी माणसांची त्यांच्या घरासमोरच्या रस्त्यावरची पीडा गेली होती, तसेच शेजाऱ्यांचे चांभारचौकश्या करणारे फोन येण्याचं बंद झालं होतं. ब्रिज खेळताना होणाऱ्या गप्पा नेहमीप्रमाणे इतर विषयांवर होऊ लागल्या होत्या. तिचा नवराही निवांत झाला होता.

ती अशीच गाढ झोपलेली असताना, पहाटे साडेपाच वाजता फोन वाजला. तिने तो झटकन घेतला, "हॅलो."

कणखर आवाजात विचारलं गेलं, "जॅक स्टिफॅनो प्लीज."

"कोण बोलतंय?" तिने विचारलं. जॅक चुळबूळ करत होता.

"हॅमिल्टन जेन्स, एफबीआय."

"माय गॉड!" रिसिव्हरवरती हात ठेवून ती म्हणाली, "जॅक, एफबीआय."

स्टिफॅनोने लाइट लावला, घड्याळाकडे बघून विचारलं, "कोण आहे?"

"गुडमॉर्निंग जॅक. हॅमिल्टन जेन्स. सकाळी-सकाळी फोन करताना वाईट वाटतंय."

"मग बंद कर."

"तुला कळवावंसं वाटलं की, ती बाई– इव्हा मिरांडा आमच्या ताब्यात आहे, सुरक्षित आहे. तुझ्या शिकारी कुत्र्यांना परत बोलाव."

पाय झटकत स्टिफॅनो बेडवरून खाली उतरला, टेबलापाशी जाऊन उभा राहिला. त्याची उरलीसुरली आशा मावळली होती. पैशांसाठीचा शोध अखेर संपुष्टात आला होता. विचारायचं म्हणून तो म्हणाला, "कुठे आहे ती?"

"ती आमच्या ताब्यात आहे, जॅक."

"अभिनंदन!"

"हे बघ जॅक, मी माझी काही माणसं रिओला, तिच्या वडिलांची परिस्थिती

हाताळण्यासाठी पाठवली आहेत. तुला मी चोवीस तास देतो. त्यांना जर तू उद्या सकाळी साडेपाचपर्यंत सोडलं नाहीस, तर तुझ्या अटकेसाठी माझ्याकडे वॉरन्ट तयार आहे. ॲरिसियासाठीसुद्धा! बहुधा मोनार्क सिएराचा मि. ॲटरसन आणि नॉर्दन केसचा मि. जिल, या दोघांनाही मी धरीन, हे लक्षात ठेव. मला खरं म्हणजे, त्या दोघांशी मि. ॲरिसियाच्यासमोर बोलायचं आहेच.''

''आम्हाला छळण्यात तुला मजा वाटत असेल नाही?''

''फारच आवडतं. तुला आणि तुझ्या लोकांनाही पकडलं की त्यांना ब्राझिलीयन अधिकाऱ्यांच्या ताब्यात देण्यासाठी आम्ही मदत करू. दोनएक महिने लागतील त्याला. त्या वेळी जामीन मिळणार नाही. तू आणि तुझे अनाडी अशील तिकडे जेलमध्ये ख्रिसमस साजरा कराल. काही सांगता येत नाही, हस्तांतर करताना बदल होऊ शकतो, तुला रिओला जावं लागेल. तिथले बीच फार सुंदर आहेत असं मी ऐकून आहे. तू ऐकतो आहेस ना, जॅक?''

''मी ऐकतोय.''

''चोवीस तास.'' शेवटचे हे शब्द ऐकायला आले, फोन बंद झाला. मिसेस स्टिफॅनो या बडबडीला कंटाळली, बाथरूममध्ये जाऊन तिने दार लावून घेतलं.

जॅक खाली गेला, कॉफी तयार करून घेतली. अर्धवट प्रकाशात तो किचन टेबलाशी बसून, सूर्योदयाची वाट बघत थांबला. बेनी ॲरिसियाचा त्याला उबग आला होता.

पॅट्रिक आणि पैसे शोधून काढण्यासाठी त्याला नेमला होता. ते पैसे कुठून, कसे आले होते याच्या चौकश्या करण्याचं काम त्याचं नव्हतं. प्लॅट अॅन्ड रॉकलॅन्ड व ॲरिसिया यांच्यातल्या भानगडीविषयीची पार्श्वभूमी त्याला माहिती होती; ते एक मोठं प्रकरण होतं, याचा त्याला संशय होताच. त्याने त्याबाबतीत कसून चौकशी करण्याचा एक-दोनदा प्रयत्न केला होता, पण ॲरिसियाने पॅट्रिक नाहीसा होण्यापूर्वीच्या घटनांविषयी बोलण्यात रस दाखवला नव्हता.

लॉ फर्मच्या संपूर्ण ऑफिसमध्ये संभाषण चोरून ऐकण्याची व्यवस्था दोन कारणांसाठी केली होती, असं सुरुवातीपासून जॅकला वाटत होतं. पहिलं म्हणजे, पार्टनर्स व त्यांचे अशील– विशेष करून ॲरिसिया यांच्या उचापतींबद्दल माहिती गोळा करणं; दुसरं, पॅट्रिकचे अंत्यविधी पार पडल्यानंतर त्याला पैशांसंबंधी माहिती मिळण्यासाठी. बहुधा ॲरिसिया व इतर पार्टनर्स व्यतिरिक्त कुणालाही माहीत नव्हतं की, पॅट्रिकने किती घातक पुरावा टेपद्वारे जमा करून ठेवला आहे. तो भरपूर असावा, अशी स्टिफॅनोला मात्र शंका आली होती.

पैसे गेल्यानंतर स्टिफॅनोने शोध सुरू केला. लॉ फर्मने त्यांच्या चौकडीत सामील न होण्याचं ठरवलं. तीन कोटी अडकले होते– पणाला लागले होते, तरी

ते मार खाऊन जखमा कुरवाळत स्वस्थ बसले होते. पार्टनर्स कफल्लक झाले होते. परिस्थिती आणखी बिघडण्याची चिन्हं होती, तरीही त्यांना स्टिफॅनोच्या शोध मोहिमेत सामील होणं शक्य नव्हतं. त्या वेळी ते शहाणपणाचं होतं, पण पॅट्रिकला शोधण्याच्या बाबतीत स्टिफॅनोला ते उदासीन दिसले.

त्या टेपमध्ये काहीतरी खास होतं, हे नक्की. पॅट्रिकने त्यांना रंगेहाथ पकडलं होतं. त्यांचं जगणं दयनीय तर झालं होतंच, त्यात पॅट्रिक पकडला गेल्याने ते आता अधिकच भयानक होणार होतं.

ॲरिसियाच्या बाबतीत तेच घडू शकत होतं. तासभर वाट बघू आणि त्याला फोन करू, असं स्टिफॅनोनं ठरवलं.

साडेसहाला डेप्युटी डायरेक्टर हॅमिल्टन जेन्सच्या ऑफिसला त्याचा स्टाफ हळूहळू यायला लागला. दोन अधिकारी सोफ्यावर बसून, रिओमधल्या त्यांच्या माणसांकडून आलेल्या रिपोर्टचा अभ्यास करत होते. ॲरिसियाच्या ठावठिकाण्याची अलीकडची माहिती देण्यासाठी एक जण जेन्सच्या टेबलाशी उभा होता. बिलॉक्सीच्या भाड्याच्या घरातच ॲरिसिया अजून होता.

दुसरा एक जण इव्हा मिरांडाबद्दल बातमी देण्याच्या तयारीत होता. एका सेक्रेटरीने फायलींचा बॉक्स आणून ठेवला. जेन्स फोनवर बोलत होता. थकलेला वाटत होता, अंगावर कोट नव्हता. कुणाकडेच त्यानं लक्ष दिलं नव्हतं.

जोशुआ कटर आला, तोही ओढलेला दिसत होता. वॉशिंग्टन डी.सी.ला येण्यासाठी, अटलांटा विमानतळावर वाट बघत असताना, त्याला दोन तास झोप मिळाली होती. एक जण त्याला हूवर बिल्डिंग– एफबीआयच्या मुख्य कार्यालयाकडे घेऊन आला. जेन्सने ताबडतोब फोन बंद केला आणि इतरांना बाहेर जाण्यास फर्मावलं.

"आम्हाला भरपूर कॉफी घेऊन ये." सेक्रेटरीवर तो खेकसला. ऑफिस रिकामं झालं, कटर त्याच्यासमोर कडक शिस्तीत बसला. खूप दमलेला असूनही, तो सावध राहाण्याचा प्रयत्न करत होता. यापूर्वी कधीही तो डेप्युटी डायरेक्टरच्या ऑफिसमध्ये फिरकला नव्हता.

"हं, सांग काय ते." जेन्स गुरगुरला.

"लॅनिगनला तडजोड करायची आहे. ॲरिसियाला दोषी ठरवण्याइतका भरपूर पुरावा त्याच्याकडे आहे, असं त्याचं म्हणणं आहे. तोच नाही तर लॉ फर्मचे वकील पार्टनर्स आणि एक निनावी सिनेटर यांनासुद्धा.

"कोणत्या प्रकारचा पुरावा?"

"एक खोकं भरून कागदपत्रं, टेप्स आहेत; तो पळून जाण्यापूर्वी त्यानं जमवलेले."

"तू ते खोकं पाहिलंस?"

"नाही. सॅन्डी मॅक्डरमॉट म्हणाला की, ते त्याच्या गाडीच्या डिकीमध्ये आहे."

"पैशाचं काय?"

"तिथपर्यंत आमची बोलणी झाली नाहीत. त्याला तुमची व न्यायखात्याचे अधिकारी यांची भेट घेऊन तडजोडीची शक्यता अजमावयाची आहे. बाहेर पडायचा मार्ग काढायचा त्यांचा होरा दिसतो, असं मला वाटतं."

"वाममार्गाने मिळवलेले पैसे तुम्ही जेव्हा चोरता, तेव्हा असंच होतं. कुठे भेटायचं म्हणतो?"

"तिकडेच कुठेतरी बिलॉक्सीमध्ये."

"न्यायखात्याच्या स्त्रावलिंगला विचारून बघतो." असं स्वत:शीच बोलल्यासारखं तो म्हणाला आणि फोनकडे वळला. कॉफी आली.

फेडरल कोठडीच्या वेटिंगरूममध्ये मार्क बर्क वाट बघत थांबला होता. पेनने त्याने टेबलावर टकटक केलं. नऊ वाजले नव्हते. आपल्या अशिलांना भेटायला येणाऱ्या वकिलांना दिलेल्या वेळेपेक्षा, बर्क लवकरच आला होता. तिथल्या प्रशासकीय ऑफिसमध्ये त्याचा मित्र होता. जरा घाई आहे, असं त्याने त्याला सांगितलं. टेबलाच्या दोन्ही बाजू बंद केलेल्या होत्या. मध्यभागी जाड काचेचा पडदा होता आणि त्याला असलेल्या एका भोकातून तो तिच्याशी संवाद करणार होता.

गेली चाळीस मिनिटं तो चुळबुळ करत होता. अखेरीस तिला आणण्यात आलं. पिवळ्या रंगाच्या अखंड पायघोळ झग्यामध्ये ती होती. छातीवर काळ्या शाईत, विटत गेलेला छाप होता. गार्डने तिच्या बेड्या काढल्या, तशी तिनं मनगटं चोळली.

गार्ड बाजूला झाल्यावर ती खुर्चीत बसली आणि त्याच्याकडे पाहिलं. त्यानं त्याचं कार्ड फटीतून तिच्याकडे सारलं. तिने ते बारकाईने वाचलं.

"पॅट्रिकने मला पाठवलं आहे." असं म्हणाला आणि तिने डोळे बंद करून घेतले.

"तू ठीक आहेस?" त्याने चौकशी केली. कोपरांच्या आधाराने ती पुढे झुकून म्हणाली, "ठीक आहे. तुम्ही आलात त्याबद्दल आभारी आहे. मी बाहेर कधी येईन?"

"थोडे दिवस तरी नाही. फेडरल दोनपैकी एक गोष्ट करू शकतात. पहिली आणि सर्वांत गंभीर गोष्ट म्हणजे, बनावट पासपोर्टवर प्रवास करणं या गुन्ह्याचा तुझ्यावर आरोप ठेवतील; तो वेळ घेणारा मार्ग आहे, कारण तू परदेशी नागरिक आहेस, तुझी गुन्हेगारी पार्श्वभूमी नाही. दुसरी, जिची शक्यता अधिक आहे, ती म्हणजे परत इकडे न येण्याच्या हमीवर ते तुला हद्दपार करतील. काही असलं, तरी निर्णय घ्यायला त्यांना थोडे दिवस लागतील. तोपर्यंत तू इथेच राहाशील, लगेच जामीन मागता येत नाही."

"मी समजू शकते."

"पॅट्रिकला तुझी काळजी वाटते."

"मला कळतं आहे. त्याला सांगा, मी ठीक आहे. त्याचीही मला काळजी लागली आहे."

"पॅट्रिकला तू कशी पकडली गेलीस, याची संपूर्ण हकिकत हवी आहे." बर्क म्हणाला.

ती हसली आणि निवांत झाल्यासारखी दिसली. पॅट्रिकला अर्थात हे कळलंच पाहिजे. त्या हिरव्या डोळ्यांच्या माणसापासून तिने सुरुवात करून, सारी कथा ऐकवली.

बिलॉक्सीच्या समुद्र किनाऱ्याला बेनी हसत असे, तो त्याला नावं ठेवत असे. हायवेच्या एका बाजूला अरुंद पुळणीचा पट्टा होता. तो पायी-पायी रस्ता ओलांडण्याच्या दृष्टीने धोकादायक होता आणि दुसऱ्या बाजूला पोहता न येण्यासारखं गढूळ पाणी होतं. उन्हाळ्याच्या दिवसात सुट्टी घालवणाऱ्या सर्वसाधारण लोकांना मात्र त्या बीचचं आकर्षण होतं आणि वीकएंडला तरुण मुलं, पाण्यावर घसरत जाणाऱ्या, वाफेवर चालणाऱ्या 'स्की'ची मजा घ्यायचे. कॅसिनोच्या अस्तित्वामुळे प्रवाशांची बीचवर गर्दी वाढली होती, पण ते जुगारापेक्षा बीचवर जास्त वेळ रेंगाळत नसत.

बिलॉक्सी धक्क्याजवळ बेनीने त्याची गाडी उभी केली. एक लांब सिगार पेटवला, बूट काढले, आणि तो बीचवर गेला. बीच पहिल्यापेक्षा स्वच्छ दिसला, कॅसिनोमुळे हा एक फायदा झाला होता. बीचवर कोणी नव्हतं, तो ओसाड होता. तुरळक मच्छिमार बोटी समुद्रामध्ये निघाल्या होत्या.

एक तासापूर्वी आलेल्या सॅन्डीच्या फोनने त्याची सकाळ खराब केली होती आणि उर्वरित आयुष्याचं बहुतेक सारं भविष्यच बदलून टाकलं होतं. ती बाई पकडली गेली आणि पैसे मिळण्याच्या आशा धुळीला मिळाल्या. आता ती पैसे कुठे आहेत हे पॅट्रिकला सांगू शकत नव्हती का पॅट्रिकवर प्रभाव पाडणारी म्हणूनही तिचा उपयोग होऊ शकणार नव्हता.

पॅट्रिकच्या डोक्यावर फेडरलच्या आरोपांची टांगती तलवार होती आणि पॅट्रिककडे पैसे व पुरावा दोन्ही गोष्टी होत्या. तेव्हा, मधल्यामध्ये चोर सोडून दुसराच बळी पडला होता, कारण या उलथापालथीमध्ये ॲरिसियाच पकडला जाणार होता. कट करणाऱ्या त्याच्या साथीदारांवर दबाव आणताच, बोगान व त्याचे बायकी वकील, लगेच खरं ओकून टाकतील. त्यांच्यात बेनीच वेगळा होता. ते सारे एक होऊन तो उघडा पडला होता. त्याला याची कल्पना पूर्वीच आली होती. या उचापती करण्यात त्याचा मतलब फक्त कसंही करून पैसे परत मिळवणं, हाच होता. ते मिळाले की, पॅट्रिकसारखा पोबारा करायचा.

त्याचे हे बेत धुळीला मिळाले होते. स्वप्न भंग पावलं होतं. त्याच्याकडे आता फक्त दहा लाख उरले होते. परदेशात त्याचे मित्र होते, ओळखी तर जगभर होत्या. पॅट्रिकप्रमाणे चौकडीतून अंग काढून घेण्याची हीच वेळ होता.

डिस्ट्रिक्ट ॲटर्नी टी. एल. पॅरिशबरोबर सॅन्डीची सकाळी दहा वाजता मीटिंग ठरली होती. ती पुढे ढकलून त्याऐवजी कागदपत्रं बघावीत, असा मोह त्याला झाला होता. सकाळी साडेआठ वाजता त्याने ऑफिस सोडलं, त्या वेळी त्याचे सर्व कर्मचारी, दोन भागीदार काही महत्त्वाच्या पानांच्या कॉपीज काढण्यात गर्क होते.

पॅरिशनेच ही मीटिंग बोलावली होती आणि का ते सॅन्डीला माहीत होतं. स्टेटच्या पॅट्रिकविरुद्धच्या दाव्यात बरेच कच्चे दुवे होते. आरोपपत्र ठेवताना त्यात जो थरार होता, तो आता संपला होता. आता वेळ झाली होती प्रत्यक्ष कृती करण्याची. सरकारी वकील त्यांच्यापरीने त्यांची बाजू भक्कम करण्याचा प्रयत्न करतात, पण अतिमहत्त्वाच्या केसमध्ये मुळातच त्रुटी असल्या तर ते अवघड काम होऊन बसतं.

पॅरिशचं तेच झालं होतं. परिस्थिती अवघड होती, पण त्यानेच स्वत:विषयी एक हवा निर्माण केली होती. आता मार्ग निघतो का ते तो बघत होता. पैशांकरता खून करणाऱ्या वकिलाला कुठल्याही कोर्टात ज्यूरींची सहानुभूती मिळणार नव्हती. सॅन्डी त्याची फुशारकी ऐकत होता. पॅरिशने, त्याचं आवडतं काम म्हणजे स्वत:च्या कर्तबगारीचा आलेख वाचून सांगितलं की, आरोपीला दोषी ठरवण्याचं त्याचं प्रमाण इतकं होतं की, आजपर्यंत एकही खुनाची केस तो हरलेला नव्हता. आठ जणांना फाशीची शिक्षा झालेली होती, असं तो म्हणाला. या त्याच्या बढाया नव्हत्या.

हे ऐकण्यापेक्षा सॅन्डीला तो वेळ दुसऱ्या चांगल्या गोष्टींसाठी उपयोगात आणायचं मनात होतं. जसं की, त्याला काही महत्त्वाच्या मुद्द्यांवर पॅरिशशी बोलायचं होतं, पण आज नव्हे. त्यानं पॅरिशला विचारलं की, झालेला खून हॅरिसन कौंटीमध्येच झाला आणि तेच मृत्यूचं कारण होतं हे तो कसं सिद्ध करणार होता. या बाबतीत पॅट्रिकची मदत मिळणार नव्हती, कारण तो काही शपथेवर साक्ष देणार नव्हता. दुसरा महत्त्वाचा मुद्दा म्हणजे खून कोणाचा झाला होता? सॅन्डीने घेतलेल्या तपासाप्रमाणे, ओळख न पटलेल्या व्यक्तीचा खून झाल्याबद्दल कोणाही खुन्याला, या राज्यात दोषी ठरवण्यात आलं नव्हतं.

पॅरिशने या डोकंखाऊ प्रश्नांची अपेक्षा केली होतीच आणि त्यांची सरळ उत्तरं देण्याचं शिताफीनं टाळलं होतं.

"तुझ्या अशिलाने बचाव कसा करायचा, याचा पर्याय ठरवला का?"

"नाही."

"का नाही?"

"तुम्ही ग्रॅन्ड ज्यूरीकडे धाव घेतलीत, आरोपपत्र तयार केलं, प्रेससमोर ते नाचवलंत; आता ते आरोप सिद्ध करा. तुम्हाला घाई झाली होती, थोडी वाट पाहाण्याची तसदी घेतली नाहीत. तुमच्यापाशी असलेला पुरावा योग्य आहे की नाही, हे तपासून बघितलं नाहीत. विसरा आता सगळं."

यावर पॅरिश चिडून म्हणाला, "मनुष्यवधाच्या आरोपाखाली मी त्याला दोषी ठरवू शकतो. वीस वर्षं आत जाईल तो."

"करशीलही ते, पण माझ्या अशिलावर मनुष्यवधाचा आरोप नाहीये."

"उद्याच करतो."

"खुशाल. जा कर. खुनाचा आरोप काढून टाक, मनुष्यवधाच्या आरोपाखाली पुन्हा दावा दाखल कर आणि मगच बोल."

बत्तीस

सुप्रसिद्ध वैभवशाली वेगासमधील कॅसिनोच्या धर्तीवर कोस्टवरतीही, बिलॉक्सी नगेटमध्ये, मोठ्यात मोठा, भपकेदार 'कॅमाइल स्वीट' या कॅसिनोचा प्रारंभ होत होता. नगेट बिल्डिंगच्या सगळ्यात वरच्या मजल्याची एक तृतीयांश जागा त्याने व्यापली होती. कोस्टला चक्रीवादळाने तडाखा दिल्यानंतर, वेगासच्या काही मंडळींनी अक्कलहुशारीने नगेटच्या त्या कॅसिनोला तसं नाव दिलं होतं. नुकत्याच आलेल्या एखाद्याला प्रशस्त जागा हवी असेल तर दिवसाला ७५० डॉलर्स भाडं देऊन सूट मिळत असे. सॅन्डीला ते मान्य होतं. त्याच्यासारखी एक प्रतिष्ठित व्यक्ती इतक्या लांबून येते म्हटल्यावर, त्याला एक स्वीट सदिच्छा भेट म्हणून देण्यात आला. जुगार खेळण्याचं त्याच्या मनात नव्हतंच आणि त्यासाठी तो तिकडे गेला नव्हता. त्याच्या अशिलाला तो खर्च मान्य होता. कॅमाइलमध्ये सॅन्डीला दोन बेडरूम्स, किचन याशिवाय दोन खोल्या देण्यात आल्या होत्या. येणाऱ्या लोकांना वेगवेगळे ग्रुप करून भेटता येणार होतं. चार फोन, फॅक्स आणि व्ही.सी.आर. या सुविधा होत्याच. सॅन्डीच्या मदतनिसाने त्याचा कॉम्प्युटर व इतर उपकरणं आणली होती; ॲरिसियासंबंधी असलेल्या कागदपत्रांचा एक गठ्ठा इत्यादी न्यू ऑर्लिन्सहून आणला होता.

सॅन्डी मॅक्डरमॉटच्या या अशा कामचलाऊ लॉ ऑफिसला पहिला येणारा होता, ट्रुडीचा पराभूत वकील जे. मुरे रिडल्टन. मालमत्ता व मुलीला भेटण्यासंबंधी झालेल्या समझोत्याचे कागदपत्रं त्याने ओशाळल्यासारखं होऊन सॅन्डीच्या स्वाधीन केले. जेवताना त्यांनी त्यावर चर्चा केली. हक्क सोडण्यासंबंधीच्या अटी पॅट्रिकने घातल्या होत्या. आता त्याचाच वरचष्मा असल्यामुळे, त्यातील तपशील परत-परत पाहून घ्यावा असं सॅन्डीने ठरवलं. ''हा पहिला मसुदा ठीक आहे.'' असं एकीकडे बोलत तो लाल शाईने खुणा करत होता. एक प्रतिनिधी म्हणून रिडल्टन ते सहन करत होता. प्रत्येक मुद्द्यावर त्याने मत व्यक्त केलं, हरकती घेतल्या. पण दोघांनाही माहीत होतं की, कितीही दुरुस्त्या करण्यात आल्या तरी शेवटी पॅट्रिकला हवं तसंच

होणार होतं. डीएनएची चाचणी आणि त्यांचे नग्नावस्थेतले फोटो या दोन गोष्टीच निर्णायक ठरल्या होत्या.

नॉर्दन केस म्युच्युअलचा बिलॉक्सीमधला वकील मि. तालबोट मिम्स हा सॅन्डीला भेटायला येणाऱ्यांपैकी दुसरा. हा हरहुन्नरी, गमत्या मनुष्य होता. सर्व सुखसोयींनी युक्त अशा व्हॅनमधून तो प्रवास करायचा. व्हॅनचा ड्रायव्हर फास्ट होता. व्हॅनमध्ये कामचलाऊ टेबल, दोन फोन, फॅक्स, टीव्ही, व्हीसीआर, लॅपटॉप इत्यादी साधनं, मध्येच डुलकी काढावीशी वाटली तर त्यासाठी सोफा अशी परिपूर्णता होती. कोर्टात अगदीच धामधुमीचा दिवस गेला, तरच त्याला डुलकी यायची. त्याच्या फौजफाट्यात सेक्रेटरी आणि एक मदतनीस असायचा. दोघांकडे त्यांचे सेलफोन होते. शिवाय जास्त बिल लावण्यासाठी एक सहकारी वकील.

चौघे घाईघाईने कॅमाइल स्वीटमध्ये हजर झाले. सॅन्डीने त्यांच्यासाठी मिनिबारमधून थंड पेये मागवली. सर्वांनी नको सांगितलं. सेक्रेटरी आणि मदतनीस यांनी सेलफोन- वरून बोलण्यासाठी कारण शोधलं. मिम्स व त्याचा सहकारी यांना घेऊन सॅन्डी एका खोलीत गेला. एका मोठ्या खिडकीसमोर ते बसले. तिथून त्यांना नगेटच्या पार्किंगचं सुंदर दृश्य दिसत होतं. त्याच्या पलीकडे आणखी एका भपकेबाज कॅसिनोचे स्तंभ दिसत होते.

"मी मुद्द्यालाच हात घालतो." सॅन्डी म्हणाला,

"जॅक स्टिफॅनो नावाचा गृहस्थ तुम्हाला माहीत आहे?"

"नाही." मिम्सने लगेच उत्तर दिलं.

"मला कल्पना नव्हती. तो वॉशिंग्टन डी.सी.मधून बाहेर पडलेला एक अव्वल गुप्तहेर आहे. त्याला ॲरिसिया, नॉर्दन केस म्युच्युअल आणि मोनार्क सिएरा या लोकांनी पॅट्रिकचा शोध घेण्यासाठी भाड्याने घेतले होते."

"मग?"

"हे बघा," असं म्हणत सॅन्डीने हसत-हसत त्यांच्यासमोर काही रंगीत फोटो सरकवले. मिम्सने ते टेबलावर पसरले. पॅट्रिकच्या अंगावरील भाजलेल्याच्या जखमा उठून दिसत होत्या.

"पेपरमध्ये हे आलेले होते, बरोबर?"

"त्यापैकी काही."

"एफबीआयवर खटला भरल्यावर तुम्ही ते प्रसिद्ध केले, असं वाटतं."

"माझ्या अशिलाला एफबीआयने हे असं केलं नव्हतं, मि. मिम्स."

"खरं की काय?" मिम्सने फोटो ठेवून दिले आणि सॅन्डी काय म्हणतो याची वाट बघत थांबला.

"पॅट्रिकला एफबीआयने शोधून काढलं नाही."

"मग तुम्ही त्यांच्यावर का खटला भरलात?"

"माझ्या अशिलाला लोकांची सहानुभूती मिळवून, प्रसिद्धी मिळवण्यासाठी केलेला बनाव होता तो."

"मग साध्य झालं नाही."

"तुमच्या दृष्टीने नसेल कदाचित, पण ज्यूरी म्हणून तुम्ही काम करणार आहात थोडंच? ते असू दे. या जखमा, माझ्या आशिलाचा स्टिफॅनोच्या माणसांनी बराच वेळ केलेल्या शारीरिक छळाचा परिणाम आहेत. त्याचे जे बरेच लोक साथीदार आहेत त्यापैकी सहा अब्ज शेअर असलेली, सामाजिक जबाबदारी असलेली, सार्वजनिक क्षेत्रातली प्रसिद्ध नॉर्दन केस म्युच्युअल, ही एक आहे."

मि. तालबोट मिम्स, हा व्यवहारी होता. त्याला तसं राहणंच भाग होतं. काम चालू असलेल्या तीनशे फाइल्स त्याच्या ऑफिसमध्ये होत्या, अठरा मोठ्या इन्शुरन्स कंपन्या त्याच्या अशील होत्या. तेव्हा डावपेच खेळायला त्याच्याकडे वेळ नव्हता. "दोनच प्रश्न विचारतो." तो म्हणाला, "तुम्ही हे सिद्ध करू शकता?"

"येस, एफबीआय दुजोरा देऊ शकतात."

"दुसरा म्हणजे, तुम्हाला काय हवं आहे?"

"नॉर्दन केस म्युच्युअलचा सर्वांत वरिष्ठ अधिकारी उद्या याच ठिकाणी यायला हवा, त्याला सर्व अधिकार निर्विवाद असायला हवेत."

"हे लोक फार कामात असतात."

"आपण सगळेच कामात व्यग्र असतो. मी कायदेशीर कारवाईची धमकी देत नाही, पण तुमची परिस्थिती किती अवघड होईल याचा विचार करा."

"धमकीसारखंच आहे."

"तुम्हाला ते कोणत्या अर्थाने घ्यायचं तसं घ्या."

"उद्या किती वाजता?"

"चार वाजता."

शेकहॅन्डसाठी हात करत मिम्स म्हणाला, "आम्ही येऊ." तो लगेच निघाला. त्याच्यामागे त्याचे हुजरे धावले.

दुपारनंतर सॅन्डीचा फौजफाटा आला. सेक्रेटरी दर दहा मिनिटांनी वाजणारा फोन घेत होती. सॅन्डीने, एजंट कटर, जिल्हा सरकारी वकील टी. एल. पॅरिश, शेरीफ स्वीने, मायामीचा मार्क बर्क, जज हस्की, बिलॉक्सीमधले निवडक वकील आणि मिसिसिपीच्या पश्चिम जिल्ह्यांसाठी असलेला यू.एस. ॲटर्नी मॉरीस मास्ट, या सगळ्यांना फोन केले होते. व्यक्तिगत पातळीवर त्याने त्याच्या बायकोला दोनदा फोन करून घरची चौकशी केली होती. कनिष्ठ शाळेच्या प्रिन्सिपॉललाही त्याने फोन केला होता.

मि. हल लाडशी तो तसा दोनदा फोनवर बोलला होता. कॅमाइल स्वीटवर तो

त्याला प्रथमच भेटत होता. मि. हल लाड हा मोनार्क सिएराचा प्रतिनिधी होता.

तो एकटाच आलेला पाहून सॅन्डीला आश्चर्य वाटलं, इन्शुरन्स कंपन्यांचे वकील नेहमी जोडीने जात असत. काम कोणतंही असो, दोघे जण हवेतच. ऐकणं, बोलणं, लिहून घेणं इत्यादी दोघं जण सारखंच करत, महत्त्वाचं म्हणजे एकाच कामासाठी अशिलाला दोघांची बिलं देणं.

सॅन्डीच्या माहितीच्या न्यू ऑर्लिन्समधल्या दोन मोठ्या लॉ फर्मनी इन्शुरन्सची कामं करण्यासाठी तिघांना पाठवण्याचा प्रघात पाडला होता.

चाळिशीचा मि. लाड तसा नव्हता. त्याला दुसऱ्याची जरूर भासत नसे. त्यानं मुकाट्याने डाएट सोडा घेतला आणि मि. मिम्स जिथे बसला होता, तिथे बसला.

सॅन्डीने त्याला तोच प्रश्न विचारला, ''जॅक स्टिफॅनो नावाचा गृहस्थ तुम्हाला माहीत आहे?''

त्याला माहीत नव्हतं. सॅन्डीने थोडक्यात स्टिफॅनोचं चरित्र त्याला सांगितलं, पॅट्रिकचे तेच फोटो त्याच्याही समोर ठेवले. एफबीआयने त्या जखमा केलेल्या नव्हत्या हे स्पष्ट केलं. मि. लाड काय समजायचं ते समजला. इतके वर्ष इन्शुरन्स कंपन्यांचं काम केल्यामुळे, त्याला अशा गोष्टीत नवल वाटण्याऐवजी ते कुठे गाळात अडकत नाहीत याचा त्याने विचार केला.

तरीही तो प्रकार धक्कादायकच होता. ''तुम्ही हे सिद्ध कराल असं मानून, माझा अशील याबाबतीत गप्प बसण्याचं पसंत करेल.'' मि. लाड म्हणाला.

''दाखल केलेला दावा आम्ही दुरुस्त करू. एफबीआयला प्रतिवादी म्हणून रद्द करू आणि तुमचा अशील, नॉर्दन केस म्युच्युअल, ॲरिसिया, स्टिफॅनो आणि जो कोणी या छळाला जबाबदार असेल त्याला प्रतिवादी करू. एका अमेरिकन नागरिकाला, अमेरिकन माणसांनीच हेतुपूर्वक जखमी व घायाळ केलं. कितीतरी लाखांचा हा दावा होऊ शकतो. बिलॉक्सीमध्येच खटला चालवण्याची आम्ही मागणी करणार आहोत.''

मि. लाड तर काही करू शकत नव्हता. मोनार्क सिएराला लगेच फोन करून, कंपनीच्या वरिष्ठ वकिलाला हातातलं काम सोडून ताबडतोब बिलॉक्सीला पाठवून द्यायला सांगतो, असं त्यानं मान्य केलं. त्याला न सांगता त्याच्या अशिलाने पॅट्रिकच्या शोध मोहिमेसाठी पैसा पुरवला, म्हणून तो चिडला होता. इतका की, तो म्हणाला, ''हे जर खरं असेल तर पुन्हा मी त्यांचं काम करणार नाही.''

''माझ्यावर विश्वास ठेव, हे खरं आहे.''

अंधार पडला होता. पॉलोचे डोळे, हात बांधले गेले आणि त्याला ठेवलेल्या घरातून बाहेर काढण्यात आलं. त्याच्यावर बंदूक रोखण्यात आली नव्हती का कसली धमकीही देण्यात आली नव्हती. एका छोट्या गाडीत मागच्या सीटवर

त्याला बसवण्यात आलं, एकट्यालाच. गाडीत शास्त्रीय संगीत लावण्यात आलं होतं. एक तास झाला असेल.

गाडी थांबली. पॉलोला उतरवण्यात आलं. ''माझ्याबरोबर या.'' कोणीतरी म्हणालं आणि त्याच्या कोपराला धरून नेण्यात आलं. पायाखालचा रस्ता रेताड होता. शंभरएक यार्ड ते गेले असतील, मग ते थांबले. ''रिओपासून तुम्ही वीस किलोमीटरवर आहात. तुमच्या डाव्या हाताला, तीनशे मीटरवर, एक फार्म हाउस आहे. तिथे फोन आहे, मदतीसाठी तिथे जा. माझ्याकडे गन आहे. तुम्ही मागे वळलात तर तुम्हाला मारण्याशिवाय मला पर्याय नाही.'' त्याला सांगण्यात आलं.

''नाही. मी मागे वळणार नाही.'' पॉलो थरथरत होता.

''मी प्रथम हात सोडतो, मग डोळ्यांवरची पट्टी सोडतो.''

त्याचे हात मोकळे करण्यात आले, ''आता डोळ्यांवरची पट्टी काढली की, लगेच पुढे चालायला लागायचं.''

पॉलो मान खाली घालून जॉगिंग करत गेला. त्याच्या मागून कसलाही आवाज ऐकायला आला नाही. त्याने वळून बघण्याचं धाडस केलं नाही. त्याने पहिला फोन पोलिसांना केला, नंतर त्याच्या मुलाला.

तेहतीस

कोर्ट-रिपोर्टर बरोबर आठ वाजता आले. दोघींची नावं लिंडा अशीच होती, फरक होता वर्णाक्षरात. एकीचं नाव 'i' वापरून लिहिलं जायचं आणि दुसरीचं 'y' असं केलं जायचं. त्यांनी त्यांची ओळखपत्रं दाखवली. सॅन्डी त्यांना घेऊन स्वीटच्या दिवाणखान्यात आला. तिथलं फर्निचर हालवून भिंतीच्या कडेला सरकवून खुर्च्या मांडण्यात आल्या होत्या. रूमच्या टोकाला खिडकीकडे पाठ करून 'y'ला बसवण्यात आलं होतं. खिडकीचे पडदे घट्ट ओढून घेतले होते. 'i'ला दुसऱ्या टोकाशी, बारच्या शेजारी जागा देण्यात आली होती. तेथून सगळ्यांकडे नीट बघता येत होतं. दोघींना एकदा सिगारेट ओढून घ्यायची होती. सॅन्डीने त्यांना मागच्या बेडरूममध्ये पाठवून दिलं.

जेन्स त्याच्या लवाजम्यासह नंतर आला. त्याचा ड्रायव्हर पूर्वी एफबीआयमध्येच अधिकारी होता. आता वयस्कर झाला होता, तो शरीरसंरक्षक, निरोप्या अशी कामंही करत होता. जेन्सबरोबर एफबीआयचा वकील, एजंट कटर आणि कटरचा सुपरवायझर होता. ॲटर्नी जनरलच्या ऑफिसकडून काळ्याभोर डोळ्यांच्या जुना-जाणता स्प्रावलिंग आला होता. तो बोलत कमी असे, माहिती जास्त गोळा करत असे. ते सर्व सहाही जण काळ्या नाहीतर नेव्ही रंगाच्या सूटमध्ये होते. सर्वांनी त्यांची कार्ड्स काढली, सॅन्डीच्या मदतनिसाने ती गोळा केली; सेक्रेटरीने कॉफीची व्यवस्था केली. त्यांनी आपापसात ग्रुप केले आणि बैठकीच्या खोलीत बेडरूममध्ये गेले.

मिसिसिपी राज्याच्या पश्चिमी जिल्ह्यांसाठी असलेला यू.एस. ॲटर्नी मॉरीस मास्ट, त्याच्या एका सहकाऱ्यासह आला. त्याच्या मागोमाग टी. एल. पॅरिश आला. मीटिंग सुरू होण्याची वेळ झाली होती.

ज्याची त्याने व्यवस्था लावून घेतली. जेन्सचा ड्रायव्हर आणि मास्टचा सहकारी दुसऱ्या बैठकीच्या खोलीत गेले, डोनट खात, पेपर वाचत बसले.

सॅन्डीने उत्साहाने 'गुड मॉर्निंग' म्हणत सर्वांचं स्वागत केलं आणि आल्याबद्दल सगळ्यांचे आभार मानले. कोणाच्याही चेहऱ्यावर हास्य नसलं, तरी ते नाखूश

नव्हते; कुतूहल मात्र होतं.

त्याने दोन्ही कोर्ट-रिपोर्टरची ओळख करून दिली आणि स्पष्ट केलं की, दोघांच्या वृत्तांकनाच्या प्रती त्याच्याकडे असतील, त्याविषयी पूर्ण गुप्तता राखली जाईल. हे ऐकून सर्वांना बरं वाटलं. कोणीही टीका-टिपणी केली नाही. मुळात मीटिंग कशासंबंधी आहे, हे कुणालाच माहीत नव्हतं.

त्याने त्याच्या नोंदी पॅडवर व्यवस्थित ठेवल्या होत्या. साधारणपणे डझनभर पाने होतील एवढ्या त्या होत्या. ज्यूरींसमोरही तो ते सादर करू शकला असता. पॅट्रिकविरुद्ध ठेवण्यात आलेले– मिसिसिपी स्टेटने ठेवलेला खुनाचा आरोप, पैशांची चोरी, केलेले पलायन हे फेडरलचे आरोप– हे त्याने पुन्हा सर्वांसमोर मांडले. खुनाचा गुन्हा, म्हणजे फासावर लटकणं आणि इतर गुन्ह्यांसाठी दिली जाणारी शिक्षा एकंदर तीस वर्षांची झाली असती.

''फेडरलने ठेवलेले आरोपही गंभीर आहेत,'' तो कबूल करत म्हणाला, ''पण खुनाच्या आरोपाच्या तुलनेने ते फिके आहेत. त्याचं महत्त्व कमी न लेखता, आमचं म्हणणं स्पष्ट असं आहे की, फेडने त्यांच्या आरोपातून आम्हास मोकळं केलं तर आम्हाला खुनाच्या आरोपाकडे एकमार्गी लक्ष केंद्रित करता येईल.''

''तुमच्याकडे तसा काही प्रस्ताव आहे का?'' जेन्सने विचारलं.

''आम्ही तयारी दाखवू शकतो.''

''त्यांत पैशांचा भाग आहे?''

''आहेच की.''

''पैशाशी तसा आमचा संबंध नाही. ते काही सरकारचे पैसे नव्हते.''

''इथेच तुम्ही चुकता आहात.''

स्प्रावलिंगची काहीतरी बोलण्यासाठी चुळबुळ चालू होती.

''तुम्हाला काय वाटतं, असं सांगून तुम्हाला यातून बाहेर पडायला रस्ता मिळेल?'' त्याच्या बोलण्यात एक आव्हान होतं. बोलणं उद्धटपणाचं होतं, शब्दांत चीड होती.

इतर सर्व जण त्याच्यावर चिडले. सॅन्डीने तरीही स्वतःचं म्हणणं चालू ठेवण्याचा निर्धार करत म्हणाला, ''थोडा धीर धरा. माझं म्हणणं तुम्ही मांडू देणार असाल, तर त्याबाबतीतल्या पर्यायावर चर्चा करता येईल. आता, मी असं धरून चालतो की, ॲरिसियाने १९९१ मध्ये 'फॉल्स क्लेम्स ॲक्ट'खाली त्याच्या पूर्वीच्या मालकाविरुद्ध केलेल्या दाव्याची तुम्हा सर्वांना पूर्ण कल्पना आहे. तो तयार केला आणि इथेच बिलॉक्सीमध्ये कोर्टात दाखल केला. बोगान लॉ फर्मने, पॅट्रिक लॅनिगनला त्या वेळी पार्टनर म्हणून नुकतंच घेतलं होतं. पैशांची मागणी करणारा तो दावा बनावट होता. माझ्या अशिलाने ते शोधून काढलं. त्या वेळी त्याला असं कळलं की, न्यायखात्याकडून क्लेम मंजूर केल्यावर, पण प्रत्यक्ष पैसे येण्याअगोदर

त्याला फर्ममधून लाथ बसणार होती. त्यानंतरच्या काही महिन्यांच्या काळात माझ्या अशिलाने हळूहळू जो पुरावा गोळा केला त्यावरून खात्रीलायक आणि पटण्यासारखं असं सिद्ध होत होतं की, ॲरिसिया आणि ती वकिलांची चौकडी, यांनी गव्हर्नमेंटला नऊ कोटी डॉलर्सचा गंडा घालण्याचा कट रचला होता. तो पुरावा, कागदपत्रं आणि सभाषणं यांच्या ध्वनिमुद्रित टेप्स उपलब्ध आहेत.''

''हा पुरावा आहे कुठे?'' जेन्सने विचारलं.

''माझ्या अशिलाच्या ताब्यात.''

''आम्ही तो मिळवू शकतो. आम्ही सर्च वॉरन्ट मिळवून पाहिजे तेव्हा तो पुरावा ताब्यात घेऊ शकतो.''

''आणि माझ्या अशिलाने दाद दिली नाही तर? त्याने तो नष्ट केला किंवा पुन्हा दडवून ठेवला तर? काय कराल तुम्ही? कैदेत टाकाल? का, इतर कोणतेही कारण पुढे करून आरोप ठेवाल? स्पष्टपणे सांगायचं, तर तो तुम्हाला किंवा तुमच्या वॉरन्टला भीक घालत नाही.''

''तुझ्याबद्दल काय?'' जेन्सने विचारलं, ''तो पुरावा तुझ्या ताब्यात असेल तर, तुझ्याविरुद्धही सर्च वॉरन्ट काढू.''

''मी तो दाखवणार नाही. माझा अशील माझ्याकडे जे देतो ते अत्यंत खासगी असतंच, शिवाय ते विशेष अधिकाराखाली दिलेलं असतं, ते तुम्हाला माहीत आहे. ॲटर्नीची ती साधनसंपत्ती आहे. मि. ॲरिसियाने माझ्या अशिलावर खटला भरला आहे हे विसरू नका. तेव्हा माझ्या ताब्यातला सर्व पुरावा त्या विशेष अधिकारातला आहे. कोणत्याही परिस्थितीत, माझ्या अशिलाने तसं करायला सांगितल्याशिवाय, तो पुरावा मी देणार नाही.''

''आम्ही कोर्ट ऑर्डर आणली तर?'' स्त्रावलिंगने विचारलं.

''मी त्याकडे दुर्लक्ष करेन. मग अपील करेन. तुम्ही जिंकू शकतच नाही.'' सॅन्डीने इतकं ठणकावल्यावर त्यांनी माघार घेतल्याचं दिसून येत होतं.

''किती लोकं सामील आहेत?''

''फर्मचे चार पार्टनर्स आणि मि. ॲरिसिया.''

सॅन्डी सिनेटरचं नाव सांगतो का, यासाठी त्यांनी वाट पाहिली. पण त्याने ते नाव घेतलं नाही. त्याने काढलेल्या टिपणांकडे नजर टाकली आणि पुढे सुरुवात केली. ''आमचा प्रस्ताव साधा सरळ आहे. आम्ही कागदपत्रं आणि टेप्स देऊ. पॅट्रिक पैसे परत करेल, अगदी सर्वच्या सर्व. त्या बदल्यात फेडरल सर्व आरोप मागे घेईल, म्हणजे आम्हाला स्टेटच्या आरोपांकडे एकमार्गी लक्ष देता येईल. आयआरएसने त्याला मोकळं करण्याचं मान्य केलं आहे. त्याची ब्राझिलीयन वकील, इव्हा मिरांडा, हिला ताबडतोब सोडून देण्यात यावं.'' सॅन्डीने भराभर अटी सांगितल्या, त्या सर्वांनी

त्या लक्षपूर्वक ऐकल्या. स्प्रावलिंगने त्यांची नोंद करून घेतली. हॅमिल्टन जेन्स जमिनीकडे नजर लावून बसला होता. त्याच्या चेहेऱ्यावर हसू नव्हतं का आठ्या नव्हत्या. इतर गप्प होते, त्यांना शंका असाव्यात.

"हे सर्व आजच्या आज व्हायला हवं, तर त्याला अर्थ आहे." सॅन्डीने आग्रह धरला.

"का?" जेन्सने विचारलं.

"कारण ती तिकडे लॉकअपमध्ये आहे, तुम्हाला निर्णय घेण्याचे अधिकार असून, इथे तुम्ही सर्व हजर आहात. माझ्या अशिलाने, आज पाच वाजेपर्यंत अंतिम मुदत ठरवलेली आहे. नाहीतर तो पैसे परत करणार नाही, सर्व पुरावा नाहीसा करेल, जी काही शिक्षा होईल ती तो भोगेल आणि एक दिवस मोकळा होईल."

पॅट्रिकच्या बाबतीत कोणलाही शंका नव्हती, तो खरोखर करेलही तसं. जिथले कर्मचारी त्याच्या शब्द झेलायला तयार होते, अशा हॉस्पिटलमधल्या एका आरामशीर खोलीत त्याने आजपर्यंत तुरुंगवास भोगला होता.

"सिनेटरविषयी काय?" स्प्रावलिंग म्हणाला.

"फारच छान!" असं म्हणत सॅन्डीने दुसऱ्या खोलीचं दार उघडलं, तिथे असलेल्या मदतनिसाशी काहीतरी बोलला. स्पीकर आणि टेपरेकॉर्डर असलेलं एक टेबल त्या बैठकीच्या खोलीत आणण्यात आलं. सॅन्डीनं दरवाजा बंद करून घेतला. त्याच्या टिपणांवरून नजर टाकत तो म्हणाला, "तारीख होती जानेवारी १४, १९९२. पॅट्रिक नाहीसा होण्यापूर्वी तीन आठवडे. सर्व लहानसहान बैठका जिथे घेतल्या जात अशी लॉ फर्मच्या पहिल्या मजल्यावर असलेली खोली, जिला 'क्लोझेट' म्हणत, त्या खोलीतलं हे संभाषण आहे. तुम्ही पहिला आवाज ऐकणार आहात तो चार्ली बोगानचा, मग बेनी ॲरिसियाचा आणि नंतर व्हिट्रॅनोचा. ॲरिसिया त्या वेळी फर्मच्या ऑफिसला आला होता. तुम्ही ऐकाल, तो चांगल्या मूडमध्ये नव्हता."

सॅन्डी टेबलाजवळ गेला, त्याने सगळी बटणं तपासून बघितली. टेप नवीन होता, स्पीकर्सही महागडे होते. सगळ्यांचं तिकडेच लक्ष लागलं होतं आणि प्रत्येक जण थोडं पुढे सरकून बसत होता.

सॅन्डीने पुन्हा सांगितलं, "पहिला बोगान, मग ॲरिसिया नंतर व्हिट्रॅनो." आणि त्याने टेप सुरू केला. काही क्षण एकदम शांतता होती, मग स्पष्ट, कणखर आवाज ऐकू येऊ लागला.

बोगान : आमची नेहमीची ठरलेली एक तृतीयांश फी देण्याचं आपण मान्य केलं होतं. त्याप्रमाणे तुम्ही करारपत्रावर सही केलीत. गेले दीड वर्ष ही फी तुम्हास माहीत होती.

ॲरिसिया : तीन कोटी फी घेण्याची तुमची लायकीच नाही.

व्हिट्रॅनो : आणि तुझी सहा कोटी घेण्याची.

ॲरिसिया : तुम्ही ते पैसे कसे वाटणार, हे मला कळायला हवं.

बोगान : दोन तृतीयांश आणि एक तृतीयांश, म्हणजे सहा व तीन

ॲरिसिया : नाही, नाही. इथे येणारे तीन कोटी. कोणाला किती?

व्हिट्रॅनो : तो तुझा प्रश्न नाही.

ॲरिसिया : सिनेटरला किती मिळणार आहेत?

बोगान : तुला काय करायचं आहे?

ॲरिसिया : (मोठ्याने ओरडत) मला कळायलाच हवं. त्या गृहस्थाने गेलं वर्षभर वॉशिंग्टनमध्ये हातपाय हलवले; नेव्ही, न्यायखातं आणि पेन्टागॉन यांच्यासमोर माना झुकवल्या. त्याने त्याच्या मतदारांची कामं करायला वेळ देण्यापेक्षा माझ्याबाबतीत जास्त लक्ष घातलं.

व्हिट्रॅनो : ओरडू नकोस बेनी.

ॲरिसिया : त्या किडकिडीत लुच्च्याला किती मिळणार, ते कळायला हवं. टेबलाखालून किती सरकवता हे कळायला नको, पैसे माझे आहेत. माझा हक्क आहे तो.

व्हिट्रॅनो : सगळा व्यवहारच तसा टेबलाखालून हात दाबण्याचा आहे, बेनी.

ॲरिसिया : तरीपण किती?

बोगान : त्याची योग्य काळजी घेऊ, बेनी. पण तू यावरच अडून का बसला आहेस? हे काही नवीन नाही.

व्हिट्रॅनो : हे बघ, वॉशिंग्टनमध्ये आमचे संबंध आहेत, म्हणूनच तू आमची निवड केलीस.

ॲरिसिया : पन्नास लाख? एक कोटी? एवढा महागडा आहे तो?

बोगान : तुला कधीच कळणार नाही ते.

ॲरिसिया : कसं नाही तेच बघतो. मी त्या कुत्र्यालाच फोन करून स्वत: विचारतो.

बोगान : खुशाल. जा विचार.

व्हिट्रॅनो : तुला काय झालं आहे बेनी? तुला सहा कोटी मिळूनही अजूनही हाव आहे.

ॲरिसिया : लोभाच्या गोष्टी मला शिकवू नका. मी इकडे येण्याच्या वेळी तुम्ही लोक तासाला दोनशे तुकड्यांवर काम करत होतात आणि आता तीन कोटी फीचं समर्थन करता आहात. तुमच्या ऑफिसचं नूतनीकरण, नवीन गाड्या, सफर करण्यासाठी बोट खरेदी असे श्रीमंत थाटाचे खेळ कशाच्या जोरावर, तर माझ्या पैशांच्या.

बोगान : तुझे पैसे? काहीतरी विसरतो आहेस बेनी? बघ, आठव. दीडदमडीचा बोगस क्लेम होता तुझा.

ॲरिसिया : होता, पण शेवटी मी घडवून आणलं सारं, तुम्ही नव्हे. प्लॅट ॲन्ड रॉकलॅन्डसाठी मी सापळा लावला.

बोगान : मग आम्हाला कशाला नेमलंस वकील म्हणून?

ॲरिसिया : वा... काय प्रश्न आहे?

व्हिट्रॅनो : तुझी स्मृती भ्रष्ट झाली आहे बेनी. आमच्यात धमक होती म्हणून तू आमच्याकडे आलास. मदतीची जरूर तुला होती. तो क्लेम आपण दोघांनी मिळून दाखल केला, त्याच्यासाठी चार हजार तास काम केलं. वॉशिंग्टनमध्ये आम्ही चाव्या फिरवत होतो, हे तुला माहीत आहे.

ॲरिसिया : सिनेटरला कटवू या. आपले एक कोटी वाचतील. ते वाटून घेऊ. तुमच्यासाठी एक कोटी आहेतच. तेव्हा अशी फी योग्य आहे, मला वाटतं.

व्हिट्रॅनो : (हसून) फारच मोठा प्रस्ताव मांडलास, बेनी. तुला ऐंशी– म्हणजे आठ कोटी, आम्हाला एकच.

ॲरिसिया : राजकारणी लोकांची वाट लावू.

बोगान : ते काही नाही बेनी. एक लक्षात ठेव. आम्हाला आणि राजकारणी लोकांना काही मिळत नसेल तर तुलाही दमडी मिळू देणार नाही.

सॅन्डीने टेप बंद केला, पण त्या संभाषणाचे प्रतिध्वनी खोलीत घुमत राहिले. जे ऐकलं ते मनात घोळवत काही जण जमिनीकडे, कोणी वर छताकडे, तर कोणी भिंतीकडे सुन्न होऊन बघत राहिले. त्यातलं महत्त्वाचं जे होतं त्याची ते मनात नोंद करत होते.

कुत्सितपणे हसत सॅन्डी म्हणाला, "हा तर एक नमुना आहे."

"बाकीच्या आम्हाला कधी मिळतील?" जेन्सने विचारलं.

"काही तासांतसुद्धा ते घडू शकतं."

"तुझा अशील फेडरल ग्रॅन्ड ज्यूरीसमोर साक्ष देईल का?" स्त्रावलिंगने विचारलं.

"हो. पण म्हणून प्रत्यक्ष खटल्याच्या वेळी तो साक्ष देईल, असं वचन देता येणार नाही."

"का नाही?"

"त्याला तसं करण्याची आवश्यकताच नाही, तशा परिस्थितीमध्ये तो नाही," असं म्हणत सॅन्डीने ते टेबल दरवाजाशी नेलं, त्याचा मदतनीस, पुन्हा ते होतं त्या

खोलीत घेऊन गेला. सॅन्डीने त्याना सांगितलं, ‘‘आता तुम्ही बोला. मी बाहेर जातो. अगदी निवांतपणे चालू द्या.’’

‘‘आम्ही इथे काहीच बोलत नाही,’’ असं म्हणत जेन्स उठला. सगळीकडे वायर्स होत्या आणि पॅट्रिकचा आजपर्यंत आलेला अनुभव लक्षात घेता, एकही रूम सुरक्षित नव्हती. ‘‘आम्ही आमच्या रूमवर जातो.’’

‘‘जसं पाहिजे तसं.’’ सॅन्डी म्हणाला. सर्वांनी आपापल्या ब्रीफकेस उचलल्या आणि एका मागोमाग स्वीटच्या बाहेर पडले. दोन्ही लिंडा मागच्या बेडरूममध्ये गेल्या.

सॅन्डी कॉफी घेत वाट बघत थांबला. पुन्हा सगळे जमले, खोल्या लगेच भरून गेल्या. काहींनी जॅकेट्स काढून बेडवर फेकून दिली. जेन्सने त्याच्या ड्रायव्हरला मास्टच्या माणसाबरोबर हॉलमध्ये थांबण्यास सांगितलं. काही अतिसंवेदनशील गंभीर गोष्टी, ज्या त्यांच्या हलक्या कानावर जायला नकोत, त्या बोलणं जरुरीचं होतं.

सॅन्डीने मांडलेल्या प्रस्तावाचा सर्वांत मोठा तोटा होणार होता तो मॉरीस मास्टचा. पॅट्रिकवर लावलेले फेडरलचे आरोप काढून टाकले तर सुनावणी करण्यासाठी काहीच उरत नव्हतं. मोठी केस संपल्यातच जमा होत होती. त्यामुळे दुसऱ्यांनी काही करण्यापूर्वी, कमीत कमी त्याची हरकत पुढे ठेवणं त्याला भाग पडलं. ‘‘त्याला तसा सुटा सोडणं यात आमचा मूर्खपणा दिसतो.’’ स्प्रावलिंगकडे बघत तो म्हणाला. स्प्रावलिंग जुन्यापुराण्या खुर्चीत बसून शांत राहाण्याचा प्रयत्न करत होता.

स्प्रावलिंग हा दर्जाने ॲटर्नी जनरलपेक्षा एक श्रेणीने खाली होता, पण मास्टपेक्षा खूप वरिष्ठ दर्जाचा होता. अशा दुय्यम लोकांची मत ऐकून घेतल्यावर, तो व जेन्स निर्णय घेणार होते.

हॅमिल्टन जेन्सने टी. एल. पॅरिशकडे बघून विचारलं, ‘‘तुला खात्रीपूर्वक सांगता येईल की, पॅट्रिक लॅनिगनला खुनाच्या आरोपाखाली दोषी ठरवता येईल?’’

पॅरिश सावधगिरीने काम करणारा होता. त्याने विचार केला की, आपण जे या लोकांसमोर आश्वासकपणे सांगू, तेच हे लोक धरून चालणार होते. ‘‘प्रश्न आहे तो खुनाच्या आरोपाचा. मनुष्यवधाचा गुन्हा त्याला अडकवेल.’’

‘‘मनुष्यवधाला किती शिक्षा होते?’’

‘‘वीस वर्षं.’’

‘‘त्याला किती भोगायला लागेल?’’

‘‘कमी-अधिक पाच.’’

विचित्र दिसत असलं तरी जेन्सला ते पटत होतं. बेकायदेशीर कृत्य करणाऱ्याला काहीतरी शिक्षा झालीच पाहिजे. ‘‘तुला मान्य आहे कटर?’’

‘‘पुरेसा पुरावाच नाही आहे.’’ कटर म्हणाला, ‘‘कोणी, कसं, कधी, काय किंवा कुठे हे खुनाच्या बाबतीत तरी आपण सिद्ध करू शकत नाही. का ते आपण

जाणतो, पण खटला उभा राहिल्यावर आपल्याला तोंड द्यावं लागणार. त्यापेक्षा मनुष्यवधाचा आरोप अधिक बरा.''

जेन्सने पॅरिशला विचारलं, ''जजचं काय? तो त्याला जास्तीत जास्त शिक्षा देईल का?''

''मनुष्यवधाचा गुन्हा सिद्ध झाला तर जज त्याला वीस वर्षं शिक्षा देईलच, अशी मी अपेक्षा करतो. पॅरोलचा निर्णय तुरुंग अधिकाऱ्यांचा असतो.''

खोलीभर नजर टाकत जेन्सने विचारलं, ''पॅट्रिक निदान पाच वर्षं तर आत जाईल, असं निर्धास्तपणे आपण गृहीत धरू शकतो की नाही?''

बचावात्मक पवित्रा घेत पॅरिशने उत्तर दिलं, ''हो अगदी निश्चित. आपण खुनाचा आरोप काही मागे घेणार नाही. पैसे चोरण्यासाठी लॅनिगनने कुणालातरी ठार मारलं, असं आम्ही प्रतिपादन करणार आहोत. फाशीची शिक्षा लांबची गोष्ट झाली. सहज झालेला खून, असा गुन्हा शाबित झाला तरी जन्मठेप भोगावी लागेल.''

''त्याला पार्चमनमध्ये ठेवला काय किंवा फेडरल कैदेत ठेवला काय, आपल्याला काय फरक पडतो?'' जेन्सने विचारलं. पण उत्तर उघड होतं, तसा काहीच फरक पडणार नव्हता.

''पॅट्रिकचं यावर म्हणणं असणारच.'' पॅरिश म्हणाला.

पॅरिशला, विशेषकरून हा प्रस्ताव आवडला होता, कारण तो एकटाच आता सरकारी पक्ष राहाणार होता. मास्ट आणि एफबीआय हे आता केसमधून बाहेर पडणार होते. त्यातसुद्धा फरक होता, मास्टला तो अगदी काठावर नेऊन ठेवणार होता. ''पॅट्रिक पार्चमनमध्येच दिवस काढेल, याविषयी मला अजिबात शंका नाही.'' तो म्हणाला.

मास्ट सहजासहजी शांतपणे बाजूला होणार नव्हता. आपल्याला हे काही पसंत नाही, अशा अर्थी त्याने मान हलवली. कपाळाला आठ्या घालून म्हणाला, ''आपण प्रस्ताव मान्य करणं चांगलं दिसणार नाही. बँकेला लुटायचं, पकडलं गेल्यानंतर म्हणायचं की, चोरीचा आरोप ठेवणार नसाल तर पैसे परत करतो. न्याय ही काय अशी विकण्याची गोष्ट आहे?''

''मला तर वाटतं, त्याहीपेक्षा थोडं अधिक गुंतागुंतीचं प्रकरण आहे हे.'' स्प्रावलिंग म्हणाला, ''आपल्याला अचानक मोठा मासा पकडायचा आहे आणि लॅनिगन त्यासाठी खाद्य आहे. त्याने चोरलेले पैसे हे भ्रष्ट झालेले होते. आपण ते परत मिळवणार आणि करदात्यांना परत करणार.''

मास्ट स्प्रावलिंगशी बोलणं वाढवणार नव्हता. जेन्स टी. एल. पॅरिशकडे बघून म्हणाला, ''पॅरिश, प्लीज गैरसमज करून घेऊ नकोस, पण थोडा वेळ बाहेर जाशील? आम्हा फेड्सना आपापसांत बोलयचं होतं.''

“हो नक्कीच.” असं म्हणत पॅरिश बाहेर पडला. याविषयी अवांतर गप्पा खूप झाल्या होत्या. स्त्रावलिंगला प्रस्तावाचा विषय संपवायचा होता. “हे बघा सभ्य माणसांनो, व्हाइट हाउसमध्ये बसलेल्या अतिमहत्त्वाच्या व्यक्ती आपल्यावर बारीक लक्ष ठेवून आहेत. सिनेटर न्ये हा प्रेसिडेन्टच्या मैत्रीतला कधीच नव्हता. स्पष्ट सांगायचं, तर इथे चाललेली भानगड प्रशासनाला आनंद देणारी ठरेल. दोन वर्षांनी न्ये हा फेरनिवडणुकीसाठी उमेदवार असेल. या आरोपांच्या गदारोळात त्याचा वेळ जाणार. ते जर खरे ठरले, तर तो संपलाच.”

“आम्ही तपास करू.” जेन्स म्हणाला, “आणि तुला मग सरकारी पक्ष म्हणून काम करायला मिळेल.” मास्टच्या ध्यानात आलं की, ही मीटिंग त्याच्या फायद्यासाठी होती. स्त्रावलिंग आणि जेन्स यांच्यापेक्षा अधिक जोरदार तडाखा देणाऱ्या लोकांनी, पॅट्रिकबरोबर असा प्रस्ताव करण्याचं ठरवलं होतं. त्याला खूश ठेवण्याचा त्यांचा प्रयत्न होता, कारण काही झालं तरी तो पश्चिमी जिल्ह्यांसाठी ॲटर्नी होता.

एका यू.एस. सिनेटरवर आरोपपत्र ठेवून त्याची सुनावणी करण्याच्या उद्देशात बऱ्याच गोष्टी संभवनीय होत्या. मास्टला हे लगेच व्हायला हवं होतं. त्याच्या डोळ्यासमोर असं चित्र दिसत होतं की, भरगच्च कोर्टरूममध्ये तो पॅट्रिकने घेतलेल्या टेप्स लावत आहे आणि ज्यूरी व इतर उपस्थित लोक कान देऊन त्या ऐकत आहेत. “मग आपण तो प्रस्ताव स्वीकारणार आहोत?”

“येस.” स्त्रावलिंग म्हणाला, “ते अकलेचं काम नाही. पैसे मिळाल्यावर आपण चांगले ठरू. पॅट्रिक जेलमध्ये दीर्घ काळ दिवस ढकलत बसेल. त्याच्यापेक्षा जादा लबाड लोकांना आपण नमवतोच की.”

“शिवाय प्रेसिडेंटला तेच व्हायला हवं आहे.” मास्ट हसत हसत म्हणाला.

“मी तसं म्हटलं नव्हतं.” स्त्रावलिंग म्हणाला, “मी प्रेसिडेंटशी बोललेलो नाही. माझे वरिष्ठ प्रेसिडेंटच्या लोकांशी बोलले आहेत, एवढंच मला माहीत आहे.”

जेन्ससे टी. एल. पॅरिशला आत बोलवून घेतलं आणि पॅट्रिकच्या प्रस्तावावर, त्याच्या प्रत्येक बाबींवर त्यांनी तासभर चर्चा केली. त्या बाईची एका तासात सुटका करण्यात येणार होती. पॅट्रिकला त्या पैशांवर व्याज द्यायला लागणार होतं. त्याने एफबीआयविरुद्ध दाखल केलेल्या खटल्याबद्दल काय? जेन्सने अशा न ठरलेल्या गोष्टींची सॅन्डीला देण्यासाठी यादी तयार केली.

मायामीमध्ये मार्क बर्कने, तिच्या वडिलांची सुटका झाल्याची आनंद देणारी चांगली बातमी इव्हाला दिली. त्यांना त्रास देण्यात आला नव्हता, उलट चांगली वागणूक देण्यात आली होती.

नशिबाने साथ दिली, तर एक-दोन दिवसांत तिचीही सुटका होणार होती.

चौतीस

धीरगंभीर चेहऱ्याने आणि कोणतंही अभिवचन न देण्याचं ठरवून ते परत कॅमाइलमध्ये आले. प्रत्येकाने त्यांच्या जागा घेतल्या. त्यांची जॅकेट्स दुसऱ्या खोलीत ठेवून, जसं काही मेहनतीचं काम करायचं होतं अशा अविर्भावात, शर्टाच्या बाह्या वर केल्या, टाय सैल केला. सॅन्डीच्या घड्याळाप्रमाणे सुमारे दीड तास ते बाहेर होते. स्प्रावलिंग आता त्यांचा प्रवक्ता होता.

"पैशांसंबंधी." एवढे शब्द कानांवर पडताच सॅन्डी समजला की, त्यांना प्रस्ताव मान्य होता, तपशिलाचा प्रश्न होता. "पैशांसंबंधी बोलायचं, तर तुमचा अशील किती परत करणार?" स्प्रावलिंगने सुरुवात केली.

"सगळेच्या सगळे."

"सगळे म्हणजे?"

"सर्व नऊ कोटी."

"व्याजाचं काय?"

"व्याजाचा विचार करण्याचं काय कारण?"

"आम्हाला आहे ना."

"का?"

"रीतसर आहे ते."

"कुणाच्या बाबतीत?"

"करदात्यांच्या."

या उत्तरावर सॅन्डी खरोखर हसला. "हे बघा, तुम्ही सर्व जण फेडरलसाठी काम करता. करदात्यांची केव्हापासून चिंता करायला लागलात?"

"चोरी आणि अफरातफर, अशा गुन्ह्यांमध्ये व्याज आकारणं हे ठरलेलंच आहे."

"किती आणि कोणत्या दराने?" सॅन्डीने विचारलं.

''पायाभूत दर नऊ टक्के.'' स्प्रावलिंग म्हणाला, ''आणि तोच योग्य आहे, असं मला वाटतं.''

''ओह! असं वाटतं का तुम्हाला? मग अगर एखाद्याने जास्त टॅक्स दिला असेल, तर आयआरएस त्यांची खातरी झाल्यानंतर कोणत्या दराने परतावा देतं?''

कुणाला उत्तर देता येईन. मग सॅन्डीच म्हणाला, ''सहा टक्के. याच दराने गव्हर्नमेंट देतं.''

सॅन्डीला त्याने अगोदरच केलेल्या तयारीचा फायदा झाला. कारण हे प्रश्न उपस्थित होणार, याची त्याला अपेक्षा होतीच. त्याची उत्तरं त्याने तयार ठेवली होती. त्यांची चाललेली चुळबुळ पाहाणं यात मजा येत होती. त्यांना ते मानावं लागत होतं.

स्प्रावलिंगने विचारलं, ''तुम्ही सहा टक्के देणार आहात तर?''

''अर्थातच नाही. पैसे आमच्याकडे आहेत, किती द्यायचे ते आम्ही ठरवू. गव्हर्नमेंटचं धोरण तसंच असतं. आम्ही विचार करू पैसे परस्पर पेन्टागॉनच्या अगम्य कोषागारात जातील याचा.''

''आम्ही त्यावर नियंत्रण ठेवू शकणार नाही.'' जेन्स म्हणाला. तो या सर्व गोष्टींना आता कंटाळला होता. भाषणबाजीच्या मूडमध्ये तो नव्हता.

''आम्ही त्या पैशांकडे अशा दृष्टीने बघतो की, ते जर मूर्ख लोकांच्या हातात पडले तर सगळ्याची वाट लागली असती. ते परत दिसले नसते. माझ्या अशिलाने ते वाचवले, थोपवून धरले आणि ते परत करण्याची त्याची आता इच्छा आहे.''

''मग त्याला काय आम्ही बक्षीस देऊ?'' जेन्सने विचारलं.

''नाही. फक्त व्याजाचा विचार सोडून द्या.''

''वॉशिंग्टनमधल्या लोकांच्या कानावर घालायला लागेल.'' स्प्रावलिंग सबब पुढे करत नव्हता, पण त्याला कुणाच्यातरी साहाय्याची आवश्यकता दिसत होती. ''यावर विचार करायला मुदत लागेल.''

''आयआरएस दराच्या निम्म्या दराने आम्ही व्याज देऊ, त्यापेक्षा एक दमडीसुद्धा जास्त नाही.'' निर्विकार चेहऱ्याने स्प्रावलिंग म्हणाला, ''मी ॲटर्नी जनरलशी बोलतो. तो ऐकून घेण्याच्या मूडमध्ये असेल, अशी आशा करतो.''

''माझाही राम राम सांगा त्याला.'' सॅन्डी म्हणाला.

जेन्स काहीतरी लिहीत होता, त्यातून मान वर करत म्हणाला, ''तीन टक्के, बरोबर?''

''बरोबर. २६ मार्च १९९२ ते १ नोव्हेंबर १९९६ या काळासाठी. एकूण होतात एकशे तेरा दशलक्ष डॉलर्स; अधिक वर काही अर्धेमुर्धे. ते आपण सोडून देऊ. म्हणजे पूर्ण एकशे तेरा दशलक्ष.''

इतकी मोठी रक्कम ऐकायला त्या सरकारी लोकांना छान वाटत होतं. प्रत्येकानं

ती लिहून घेतली. सरकारी तिजोरीत इतकी मोठी रक्कम परत येऊन पडणार होती, तेव्हा अशा प्रस्तावाला कोण काय नावं ठेवणार होतं?

एवढी मोठी रक्कम परत करायला तयार होणं याचा एकच अर्थ होता, पॅट्रिकने ते नऊ कोटी पळवून कुठेतरी चांगल्या प्रकारे गुंतवले होते. स्राविलिंगच्या लोकांनी अगोदरच आकडेमोड केली होती. समजा असं धरलं की, पॅट्रिकने ते आठ टक्क्यांनी गुंतवले असले तर ती लूट एव्हाना एकशे एकतीस दशलक्ष झाली असणार आणि दहा टक्क्यांनी असेल तर एकशे चाळीस दशलक्ष; तेसुद्धा करमुक्त. पॅट्रिकने त्यापैकी जास्त उडवले नसणार, हे समजून येत होतं. म्हणजे केवढा पैसेवाला आदमी ठरणार होता तो. "मि. लॅनिगनतर्फे तुम्ही आमच्यावर एक दावा लावला आहे, त्याचीही आम्हाला काळजी आहे." स्राविलिंग म्हणाला.

"आम्ही एफबीआयला त्यातून वगळू, पण मि. जेन्सकडून एका मेहेरबानीची अपेक्षा आहे. मुद्दा आहे तसा किरकोळ, आपण त्यावर नंतरही बोलू."

"ऑल राइट. जे ठरलं आहे ते पूर्ण करू. ग्रॅन्ड ज्यूरीपुढे तुझा अशील कधी साक्ष देणार?"

"तुम्हाला जरूर भासेल तेव्हा. शारीरिकदृष्ट्या तसा तो कधीही हजर होऊ शकतो."

"लवकरात लवकर ते व्हावं, असं आम्हाला वाटतं."

"माझ्याही अशिलाला ते हवंच आहे."

स्राविलिंगने चर्चा करण्यासारखे जे मुद्दे लिहून ठेवले होते, त्यावर तो खुणा करत होता. "आपला मान्य झालेला ठराव गुप्त राहायला हवा. प्रेसला कळवायचं नाही, कारण त्यावर उलटसुलट टीका होईल."

"आम्ही एक शब्दही बोलणार नाही."

"मिसेस मिरांडाची सुटका कधी करू?" स्राविलिंगने विचारलं.

"उद्या. मायामीमधल्या जेलपासून खासगी टर्मिनलपर्यंत तिला पोहोचवण्यात यावं. ती विमानात बसेपर्यंत तिला एफबीआयने संरक्षण द्यावं."

आपल्याला काही समजलंच नाही अशा प्रकारे जेन्सने खांदे उडवले, पण 'काही हरकत नाही' असं तो म्हणाला.

"आणखी काही?" हाताचे तळवे एकमेकांवर घासत सॅन्डीने विचारलं.

"सरकारतर्फे तरी काही नाही." स्राविलिंगने स्पष्ट केलं.

"आता मी एक सुचवतो." जसं काही त्यांना ठरवू दे, अशा थाटात सॅन्डी म्हणाला, "माझ्या दोन सेक्रेटरी कॉम्प्युटरवर आहेत. समझोता ठरावाचा कच्चा मसुदा आणि पॅट्रिकवरचे आरोप मागे घेतलेल्याचा करार तयार आहे, त्याला अंतिम स्वरूप द्यायला वेळ लागणार नाही. ते झाल्यावर तुम्ही त्यावर सह्या कराल. माझ्या

अशिलाकडे मी तो घेऊन जाईन आणि दोनएक तासात हा मामला पूर्ण होईल. मि. मास्ट, मी असं सुचवितो की, तुम्ही जजशी संपर्क साधून एका कॉन्फरन्स कॉलची व्यवस्था, शक्यतो लवकर करावी. आरोपपत्र मागे घेतल्याचा त्याला आपण फॅक्स करू.''

''ती कागदपत्रं आणि टेप्स कधी मिळतील?'' जेन्सने विचारलं.

''येत्या काही तासांत सगळ्यांच्या सह्या होऊन समझोत्याला मंजुरी मिळाली की, पाच वाजेपर्यंत तो पुरावा तुम्हाला मिळेल.''

''मला फोन करू दे.'' स्प्रावलिंग म्हणाला. जेन्स आणि मास्टलाही फोन करायचे होते म्हणून ते खोल्यांतून पांगले.

नेहमीच्या कैद्यांना दररोज एक तास मोकळ्या हवेत फिरायला सोडत असत. ऑक्टोबर महिना संपत आला होता. त्या दिवशी हवा थंड होती, पण वातावरण ढगाळ होतं. पॅट्रिकला त्याच्या घटनात्मक हक्कांची आठवण होऊन, बाहेर फिरण्याची इच्छा झाली. पहाऱ्यावरील अधिकाऱ्यांनी, तशी परवानगी नाही म्हणून नकार दिला.

पॅट्रिकने कार्ल हस्कीला फोन केला आणि परवानगी मिळवली. त्याने कार्लला विचारलं की, पॉइंटजवळच्या डिव्हिजन स्ट्रीटवरील 'रोझेटी'मधून व्हानक्लिव्ह स्पेशल क्रॅबमीटसारखे पदार्थ घेऊन तो बाहेर जेवण घेण्यास येईल का? कार्ल आनंदाने तयार झाला.

कारंज्यापासून आणि एका निस्तेज झालेल्या मॅपल ट्रीपासून फार लांब नसलेल्या लाकडी बाकावर ते खात बसले. सभोवताली हॉस्पिटलच्या इमारती होत्या. कार्लने सुरक्षा अधिकाऱ्यांसाठीसुद्धा चीजचे पदार्थ आणले होते. ते दोघांचं बोलणं सहसा ऐकू जाणार नाही एवढ्या अंतरावर होते.

कॅमाइल स्वीटमध्ये चाललेल्या मीटिंगविषयी कार्लला माहीत नव्हतं, पॅट्रिकनेही त्याला सांगितलं नव्हतं. पॅरिश तिथे असल्यामुळे तो जजला सांगणार होताच.

तिसरं सँडविच संपवल्यावर पॅट्रिकने विचारलं, ''काय, लोकं काय म्हणतात माझ्याविषयी?''

''चर्चा, अफवा इत्यादी थंडावलं आता, नेहमीचं वातावरण आहे. तुझे मित्र अजूनही मित्रच आहेत तुझे.''

''मी काहींना पत्र लिहिणार आहे. तू देशील ना त्यांना?''

''अर्थात. का नाही? मी ऐकतो आहे की, तुझ्या मैत्रिणीला मायामीमध्ये पकडलं.''

''हो, पण सुटेल ती लवकरच. तिच्या पासपोर्टविषयी किरकोळ अडचण होती.''

हस्की सँडविचचा मोठा तुकडा शांतपणे खात बसला होता. संभाषणामध्ये असा खंड पडणं त्याच्या अंगवळणी पडत होतं. काय बोलावं याचा तो विचार करत होता. पॅट्रिक गप्प होता.

"मोकळी हवा चांगलीच." कार्ल बोलायचं म्हणून बोलला.

"अशी मोकळी, स्वच्छ हवा घेणं तुमचा हक्क आहे."

"तू कधी ब्राझिलला गेला होतास?" पॅट्रिकने विचारलं.

"नाही."

"तू एकदा जाऊन बघ."

"तुझ्यासारखा का माझ्या फॅमिलीबरोबर?"

"नो, नो. कधीतरी फिरून ये."

"समुद्रकिनाऱ्यावर?"

"नाही. किनारे किंवा शहरं सोडून, देशाच्या आतल्या भागात जा. मोकळ्या मैदानात, स्वच्छ निळं आकाश, मंद वारा, सुंदर परिसर, सभ्य सरळ स्वभावाचे लोक. कार्ल, माझं घर समजतो मी ते. परत तिकडे जाण्यासाठी मी थांबूच शकत नाही."

"थोडी कळ सोसावी लागेल, कदाचित."

"लागेलही. मी आता पॅट्रिक राहिलेलो नाही. पॅट्रिक मेला. तो पकडला गेला आणि दु:खी झाला. सुदैवाने तो दूर झाला. मी आता डॅनिलो आहे. डॅनिलो सिल्व्हा, दुसऱ्या देशात शांत जीवन जगणारा आनंदी प्राणी. डॅनिलो वाट बघेल." आणि जोडीला सुंदर स्त्री, भरपूर पैसा असं बोलून दाखवण्याचं कार्लच्या मनात आलं, पण त्याने तेवढ्यावरच ते सोडून दिलं.

"डॅनिलो ब्राझिलला परत जाणार कसा?"

"त्यावर विचार चालू आहे."

"हे बघ पॅट्रिक. मी तुला डॅनिलो ऐवजी पॅट्रिक म्हणणं चांगलं."

"नक्कीच."

"आणि आता मी न्यायाधीशपद सोडणं व ही केस ट्रसेलकडे सुपूर्त करणं यासाठी हीच योग्य वेळ आहे, असं मला वाटतं. काही प्रस्ताव, अर्ज लगेच पुढे येण्याची शक्यता आहे आणि मग त्यावर मला निर्णय देणं भाग पडेल. करता आली तेवढी मदत मी तुला केली आहे."

"तुला काही त्रास जाणवतो आहे?"

"थोडासा, पण मला चिंता कसलीच नाही. तुला दुखवायचं नाही मला, पण मी जर ही केस लांबणीवर टाकली तर लोक विरोध करतील. आपण मित्र आहोत, ते त्यांना माहीत आहे. तुम्ही, म्हणजे मी तुझी शवपेटी वाहून नेणाऱ्यांपैकी एक होतो, असं ते म्हणतील."

“त्या सेवेबद्दल मी तुझे कुठे आभार मानलेत?”

“नाही. तू मेलेला होतास त्या वेळी. आता त्याचा उल्लेख नको. गंमत होती ती एक.”

“मी जाणतो ते.”

“ते जाऊ दे. मी ट्रसेलशी बोललो आहे. तुझी केस घ्यायला तो तयार आहे. तुला झालेल्या अमानुष जखमांबद्दलही मी त्याला सांगितलं आहे. तुला इथेच हॉस्पिटलमध्ये जितकं अधिक काळ ठेवता येईल तितकं जरुरीचं आहे, हे त्याला बजावलं आहे. त्यानं समजून घेतलं आहे.”

“आभारी आहे.”

“पण तुला खऱ्या गोष्टींना तोंड द्यावंच लागेल. एक वेळ केव्हातरी अशी येईल की, तुला जेलमध्ये ठेवलं जाईल आणि तेसुद्धा बराच काळ.”

“तुला वाटतं, मी त्या मुलाला मारलं आहे, कार्ल?” उरलेलं सँडविच त्याने बॅगमध्ये ठेवलं, आइस टी घेतला. खोटं बोलण्याची त्याची तयारी नव्हती. “संशयास्पद आहे ते. पहिलं म्हणजे, त्या जळलेल्या गाडीत मानवी शरीराचे अवशेष होते, याचा अर्थ कोणालातरी मारण्यात आलं होतं. दुसरं असं की, ९ फेब्रुवारी १९९२च्या दिवशी किंवा त्याच्या थोडं आधी जे कोणी बेपत्ता होते, त्या सर्वांचं कॉम्प्युटरद्वारा सखोल परीक्षण एफबीआयने केलेलं होतं. तीनशे मैलांच्या परिसरातला पेप्पर हा एकच मुलगा निघाला की, त्याच्याविषयी काहीच पत्ता लागला नव्हता.”

“पण मला दोषी ठरवायला तेवढं पुरेसं नाही.”

“तुझा प्रश्न तू दोषी ठरवला जातोस की नाही, यासंबंधी नव्हता.”

“ठीक आहे. मी त्याला मारला, असं वाटतं तुला?”

“काय विचार करावा हेच कळेनासं झालं आहे. गेली बारा वर्षं मी जज आहे. मी असे लोक पाहिले आहेत की, माझ्यासमोर गुन्ह्याची कबुली देतानासुद्धा त्यांचा विश्वास नसतो की, त्यांनी ते कृत्य केलं आहे. प्राप्त परिस्थितीत एखादा मनुष्य काहीही करू शकतो.”

“म्हणजे तुझा विश्वास आहे?”

“माझी इच्छा नाही तशी, पण मी कशावर विश्वास ठेवावा हेच कळत नाही.”

“मी कुणाला ठार मारीन, असं वाटतं तुला?”

“नाही. पण तू तुझ्याच मृत्यूचं ढोंग करून नऊ कोटींचा दणका देशील, असं वाटलं नव्हतं. तुझं अलीकडचं आयुष्य अद्‌भुत घटनांनी भरलेलं आहे.”

पुन्हा ते दोघं गप्प झाले. कार्लने घड्याळाकडे पाहिलं. पॅट्रिक त्या बाकावरून उठला आणि आवारात सावकाश फेऱ्या मारू लागला.

कॅमाइल स्वीटमध्ये लंचच्या वेळी प्लॅस्टिक ट्रेमधून सँडविच दिली जात असताना मध्येच फेडरल जजकडून फोन आला. गेली चार वर्षे पॅट्रिकची केस त्याच्याकडे होती. जॅक्सनमध्ये तो एका सुनावणीच्या कामात असल्यामुळे त्याच्याकडे वेळ थोडा होता. मास्टने मीटिंगमध्ये कोण-कोण हजर होते, याची माहिती दिल्यावर, त्याने स्पीकरफोनवर संभाषण करण्यास अनुमती दिली. मास्टने मग समझोत्याच्या ठरावाचा गोशवारा दिला.

त्यावर सॅन्डीचं काय म्हणणं होतं हेही जजला हवं असल्यामुळे तेही सांगितलं. स्प्रावलिंगला काही प्रश्न विचारले गेले आणि थोड्या काळापुरता आलेला फोन अशा प्रकारे लांबत गेला. एकदा तर स्प्रावलिंग जजशी खासगी बोलण्यासाठी खोलीच्या बाहेर गेला होता. मोठा मासा गळाला लागण्यासाठी मि. लॅनिगनबरोबरचा समझोता लगेच उरकून घेण्याची वॉशिंग्टनमधल्या वरिष्ठांची इच्छा असल्याचं त्याने कळवलं. जजने स्वतंत्रपणे टी. एल. पॅरिशशी बोलणं केलं. पॅरिशने खातरी दिली की लॅनिगन तसा सुटणार नाही, उलट गंभीर आरोपांना त्याला तोंड द्यावं लागणार होतं आणि कोणत्याही प्रकारची हमी देता येत नव्हती. तरी, बरीच वर्ष तो जेलमध्ये काढण्याचीच दाट शक्यता होती.

इतक्या घाईगडबडीत निर्णय घेऊन कृती करण्यास जज तयार नव्हता. पण या प्रकरणाशी जे अगदी निगडित होते, त्यांच्या दबावामुळे आणि बिलॉक्सीमधल्या प्रतिष्ठितांचा विचार करता, त्याने पॅट्रिकवरचे आरोप मागे घेण्याच्या हुकुमावर नाइलाजाने सही करण्याचं मान्य केलं. त्या हुकूमनाम्याचे कागद त्याच्याकडे फॅक्स करून पाठवण्यात आले व जजनेही ते सही करून लगेच उलट टपाली फॅक्सने परत पाठवले.

जेवण झाल्यावर सॅन्डी थोड्या वेळासाठी हॉस्पिटलमध्ये गेला. पॅट्रिक त्याच्या आईला पत्र लिहीत बसला होता. सॅन्डी आत घुसला, पॅट्रिकच्या टेबलावर त्याने तडजोडीचे कागद फेकले आणि आनंदाने ओरडला, "आपण जिंकलो. आपल्याला हवं होतं ते सर्व मिळालं."

"सर्व आरोप काढून टाकले?"

"हो. जजने आत्ताच सही केली."

"किती पैसे?"

"नऊ कोटी अधिक तीन टक्के."

पॅट्रिकने डोळे मिटून, मुठी आवळल्या. दैवाने भरपूर वसूल केलं, पण तरीही बरंच शिल्लक राहिलं. ते त्याला आणि इव्हाला पुरेसं होतं. एक दिवस ते कुठेतरी घरटं बांधतील आणि पोराबाळांसह राहतील. घर मोठं असेल आणि मुलंही खूप असतील.

त्यांनी समझोत्याचा करार पुन्हा वाचला, पॅट्रिकने त्यावर सही केली. सॅन्डी कॅमाइल स्वीटकडे परत निघाला.

दुपारचे दोन वाजले. जमलेली मंडळी कमी व्हायला लागली. दुसरी मीटिंग सुरू झाली. तालबोट मिम्स व नॉर्दन केस म्युच्युअलचे वरिष्ठ उपाध्यक्ष मि. शेनॉल्ट यांचं सॅन्डीने स्वागत केलं. त्यांच्याबरोबर कंपनीचे दोन कायमस्वरूपी कायदे सल्लागार होते. सॅन्डीला त्यांची नावं लक्षात नव्हती. त्यात भर म्हणून मि. मिम्सने त्याचा एक भागीदार व त्याचा साहाय्यक बरोबर आणला होता. सॅन्डीने त्यांची कार्ड्स घेऊन, जिथे पहिली मीटिंग झाली होती, त्याच खोलीत त्यांना घेऊन गेला. कोर्ट-रिपोर्टर्स त्यांच्या जागेवर बसले.

जेन्स आणि स्त्रावलिंग लगतच्या दुसऱ्या खोलीत वॉशिंग्टनशी फोनवर बोलत होते. त्यांनी त्यांच्या सहकाऱ्यांना कॅसिनोमध्ये मजा करण्यासाठी पाठवून दिलं. दारू घ्यायला मात्र बंदी होती.

मोनार्क सिएराचा ग्रुप त्यामानाने कमी लोकांचा होता. हल लाड, त्याचा सहकारी आणि कंपनीचा पूर्ण वेळचा मुख्य वकील– तरतरीत, नीटनेटका– कोहेन. सगळ्यांच्या मोठ्या दिमाखात ओळखी करून देण्यात आल्या. सॅन्डी आता काय सांगतो, त्यासाठी ते कान टवकारून बसले होते. सॅन्डीने प्रत्येकाला एक फोल्डर दिला आणि त्यातली कागदपत्रं नजरेखालून घालण्यास सांगितलं. फोल्डरमध्ये पॅट्रिकने एफबीआयवर त्यांनी केलेल्या शारीरिक जखमांविषयी जो दावा केला होता त्याची प्रत होती, भाजलेल्या जखमांचे रंगीत फोटो होते. अर्थात इन्शुरन्स कंपनीच्या लोकांचा त्यांच्या वकिलांनी याबाबत अगोदरच गृहपाठ घेतल्यामुळे, कोणालाच त्याविषयी नवलाई वाटली नाही.

सॅन्डीने काल जे आरोप केले होते, त्याचा गोशवारा घेताना सांगितलं की, त्या जखमा एफबीआयने केल्याच नव्हत्या, कारण त्यांनी पॅट्रिकला पकडलंच नव्हतं, तर त्या स्टिफॅनोनं केल्या होत्या. स्टिफॅनो त्याच्या तीन अशिलांसाठी– बेनी ॲरिसिया, नॉर्दन केस म्युच्युअल आणि मोनार्क सिएरा यांसाठी काम करत होता. पॅट्रिककडून लावल्या जाणाऱ्या दाव्यांमध्ये त्या तिघांची सामाजिक जबाबदारी उघड होती.

नॉर्दन केस म्युच्युअलच्या तालबोट मिम्सने विचारलं, "तुम्ही स्टिफॅनोचेच हे धंदे होते, हे कसं सिद्ध करणार?"

"एक मिनिट." असं म्हणत सॅन्डी लगतच्या दुसऱ्या खोलीचं दार उघडलं आणि जेन्सला 'थोडा वेळ आहे का?' असं विचारलं. जेन्स बैठकीमध्ये आला आणि त्याने स्वत:ची ओळख करून दिली. पॅट्रिकचा शोध घेण्यासाठी काय-काय केलं, हे खुद्द स्टिफॅनोनं त्याला जे सांगितलं होतं त्याचं तपशीलवार वर्णन, मोठ्या खुशीने त्याने सर्वांना ऐकवलं. चौघांची आघाडी स्थापन करून पैसे कसे उभे केले, बक्षिसं

जाहीर केली, कुठे-कुठे पैसे कसे चारले, ब्राझिलमध्ये कसा शोध घेतला, पॅट्रिकने करून घेतलेली प्लॅस्टिक सर्जरी, प्लुटो ग्रुपचा संबंध, मग पॅट्रिकची धरपकड आणि त्याचा शारीरिक छळ इत्यादी घटनाक्रम ऐकवला. यासाठी मि. ॲरिसिया, मोनार्क सिएरा, नॉर्दन केस यांनी पैसा पुरवला. मोहिमेचा सूत्रधार होता स्टिफॅनो.

जेन्सने केलेलं हे सादरीकरण सर्वांना चकित करणारं होतं. जेन्स स्वत:वरच खूश झाला.

त्याचं कथन संपल्यावर सॅन्डीने विचारलं, "जेन्सना कुणाला काही प्रश्न विचारायचे आहेत का?"

कोणाकडेच काही विचारण्यासारखं नव्हतं. नॉर्दन केसचा मि. शेनॉल्ट व मोनार्क सिएराचा मि. कोहेन यांना गेल्या अठरा तासांत एकच प्रश्न पडला होता की, मुळात मि. स्टिफॅनोला अशी सुपारी देण्याचे अधिकार त्यांच्या कंपनीतल्या कुणाला होते? त्यांना ते कधीच माहीत पडणार नाही याची शक्यता फारच कमी असली, तरी त्याचा आता उपयोग नव्हता.

दोन्ही कंपन्यांचे लाखो भागधारक होते, त्यांचा व्याप मोठा होता, त्या धनाढ्य होत्या. लोकांमध्ये नाव राखण्यासाठी ते जाहिरातींवर पैसा खर्च करत होते, तेव्हा त्यांना आता नसती डोकेदुखी नको होती.

"थँक्यू, मि. जेन्स." सॅन्डी म्हणाला.

हे प्रकरण दाबून टाकण्यापेक्षा असं काम करणं हे अधिक उत्तम अशा अर्थाने तो म्हणाला, "जरूर भासली तर मी आहेच पलीकडच्या खोलीत."

त्याची उपस्थिती हे शुभलक्षण नव्हतं, ते गोंधळात टाकणारं होतं. एफबीआयच्या डेप्युटी डायरेक्टरसारख्या अधिकाऱ्यानं बिलॉक्सीमध्ये का असावं? आणि त्याने सगळा दोष त्यांच्यावर टाकण्यासाठी का उत्सुक असावं?

सॅन्डीने दार लावून घेत पुढे सुरुवात केली, "तर आमचा प्रस्ताव असा आहे. तो त्वरित मान्य होण्याइतका सहज, सोपा, पण वाटाघाटी करण्यासारखा नाही. मि. शेनाल्ट, या छोट्या लढाईतला अखेरचा हल्ला म्हणजे, तुमच्या अशिलाने ट्रुडी लॅनिगनला दिलेले पंचवीस लाख परत मिळवण्यासाठीचा खटला. पण, आमचं म्हणणं आहे तुम्ही परत फिरावं, तिच्यावर भरलेला खटला मागे घ्यावा. तिला विसरून जा. तिला शांतपणे जगू द्या. तिच्यावर मुलीची जबाबदारी आहे आणि मुख्य म्हणजे मिळालेले बहुतेक सारे पैसे तिने खर्च केले आहेत. तेव्हा सोडून द्या. माझा अशील त्याचा शारीरिक छळ केल्याबद्दल, तुमच्या कंपनीविरुद्ध केलेला नुकसान भरपाईचा दावा पुढे चालवणार नाही."

"झालं सर्व?" तालबोट मिम्स म्हणाला. त्याचा विश्वास बसेना.

"हो. एवढंच." सॅन्डीने उत्तर दिलं.

"कबूल?"

"आम्हाला चर्चा करायला थोडा वेळ द्या." शेनॉल्ट अजूनही ताठ होता.

"नको," मिम्स म्हणाला, "हा प्रस्ताव उत्तम आहे, तो जसा मांडला आहे तसा आम्ही स्वीकारतो."

शेनाल्ट तरीही म्हणत होता, "मला जरा खोलवर..."

"नाही." मिम्स त्याला अडवत म्हणाला, "आपण ते स्वीकारतो आहे. आता तुम्हाला दुसरा कोणी वकील बघायचा असेल, तर ठीक आहे. पण जर मी तुमचा वकील म्हणून काम करतो आहे, तर आपण हा प्रस्ताव ताबडतोब मान्य करत आहोत."

शेनॉल्ट गप्प झाला.

"आम्हाला मान्य आहे." मिम्स म्हणाला.

"मि. शेनॉल्ट?"

"हो. नक्की. आम्ही करू मान्य."

"फारच छान. या प्रस्तावाच्या ठरावाची कागदपत्रं दुसऱ्या खोलीत तुमच्यासाठी तयार आहेत. आता तुम्ही आम्हाला मोकळेपणा द्या. मला मि. लाड आणि त्याच्या अशिलाशी बोलायचं आहे."

मि. मिम्स त्याच्याबरोबर असलेल्या मंडळींना घेऊन बाहेर पडला. सॅन्डीने दार बंद करून घेतलं; आणि मि. हल लाड, मि. कोहेन, त्याचा सहकारी यांच्याकडे वळून म्हणाला, "तुमच्यासाठीचा प्रस्ताव त्यांच्यापेक्षा थोडा वेगळा आहे. घटस्फोटाशी त्यांचा संबंध असल्यामुळे ते लवकर मोकळे झाले. थोडं गुंतागुंतीचं प्रकरण आहे ते. माझा अशील त्याच्या घटस्फोटाच्या केसमध्ये, त्याच्या फायद्यासाठी नॉर्दन केस म्युच्युअलविरुद्ध त्याचा उपयोग करू शकतो. दुर्दैवाने तुम्ही तशा परिस्थितीमध्ये नाही. त्यांनी स्टिफॅनोला पाच लाख दिले होते, तुम्ही त्याच्या दुप्पट उभे केले होते. तुमची जबाबदारी, सहभाग मोठा. आम्हा सर्वांना माहीत आहे, नॉर्दन केसपेक्षा तुम्ही जास्त पैसे ओतलेत."

"तुमच्या मनात किती आहेत?" कोहेनने विचारलं,

"पॅट्रिकला स्वत:साठी काही नकोत. त्याला काळजी आहे त्या मुलीची. ती आता फक्त सहा वर्षांची आहे. तिची आई पैसे उधळते आहे. नॉर्दन केस म्युच्युअल कोलमडण्यामागे ते एक कारण आहे. मिसेस लॅनिगनकडून इतके पैसे परत मिळवणं कठीण आहे. पॅट्रिकची इच्छा आहे की, त्या मुलीच्या नावे ट्रस्ट असावा. त्या पैशांना तिच्या आईने हात लावता कामा नये."

"किती?"

"अडीच लाख आणि तेवढेच कोर्टाच्या कामासाठी वगैरे. एकूण पाच लाख.

ते लगेच दिलेत की, त्या फोटोंचा तुम्हाला त्रास होण्याचं कारण नाही.''

स्थानिक परिस्थिती अशी होती की, शारीरिक छळ आणि अन्यायी मृत्यूंच्या बाबतीत, अनुकंपा व उदार दृष्टिकोनातून निकाल होण्याची कोस्टमध्ये परंपरा होती. मि. हल लाडने कोहेनला सल्ला दिला की, पॅट्रिकला जो काही त्रास देण्यात आला, त्यामध्ये ॲरिसिया व इन्शुरन्स कंपनी यांविरुद्ध कोट्यावधी डॉलर्सचा दावा निर्णायक होऊ शकतो. कोहेन हा कॅलिफोर्नियाचा. सर्व प्रकार लगेच त्याच्या लक्षात आला. कंपनी तडजोड घडवून आणून, हे शहरच सोडून देण्यास उत्सुक होती.

''सर्व तंटे बरखास्त. आम्ही पाच लाख द्यायचे ना?'' कोहेननं विचारलं.

''बरोबर.'' सॅन्डी म्हणाला.

''आम्ही त्याची व्यवस्था करतो.''

सॅन्डीने एक फाइल घेतली, त्यातून काही कागद काढून तो म्हणाला, ''प्रस्तावित समझोता कराराचे हे कागद मी तुम्हाला देऊन ठेवतो.'' त्याने ती कागदपत्रं त्यांच्याकडे दिली आणि तो निघाला.

पस्तीस

मानसोपचारतज्ज्ञ डॉ. हयानीचा मित्र होता. पॅट्रिकची ही दुसरी वेळ होती. पण पहिल्या खेपेप्रमाणे याही वेळेला काही उपयोग झाला नव्हता. दोन तास वाया गेले होते. ही आता शेवटची वेळ होती.

पॅट्रिकने परवानगी घेतली आणि जेवणासाठी म्हणून तो त्याच्या रूमकडे परतला. जेवण असं त्यानं घेतलं नाहीच, पण संध्याकाळच्या बातम्या मात्र बघत बसला. त्याच्याविषयी बातमी नव्हती. गार्ड्सकडे त्याने चौकशी केली. दुपारभर सॅन्डी ताजी खबर देण्यासाठी फोन करत होता. पॅट्रिकला प्रत्यक्ष कागदपत्रं बघायची होती. पिक्चर बघत, वाचनात त्याने वेळ काढला.

आठ वाजत आले होते. सॅन्डीचा गार्डशी बोलण्याचा आवाज आला. पॅट्रिकचा उल्लेख तो 'कैदी' असा करत असे, त्याला तसं संबोधण्यात मजा वाटत असे.

पॅट्रिक दरवाजातच त्याला भेटला. त्याचा वकील दमून-भागून आलेला असला, तरी हसत होता. पॅट्रिकच्या हाती कागदपत्रांची गुंडाळी देत तो म्हणाला, ''सर्व व्यवस्थित झालं.''

''पुराव्यातल्या कागदपत्रांचं आणि टेप्सबद्दल काय?''

''एक तासापूर्वी आपण त्यांना ते देऊन टाकले. एक डझनभर तरी एफबीआय एजंट गोळा झाले होते. जेन्स मला म्हणाला की, आता रात्रभर ते त्याच्यावर काम करत बसतील.''

पॅट्रिकने कराराची कागदपत्रं घेतली आणि कोपऱ्यातल्या टीव्हीखाली असलेल्या टेबलापाशी बसून त्याने शब्दन्शब्द काळजीपूर्वक वाचला. 'ईएसपीन'वर ऑस्ट्रेलिया येथे चाललेला रग्बी गेम आवाज न करता बघत, सॅन्डी बरोबर आणलेल्या फास्टफूडवर त्यांचं संध्याकाळचं जेवण, बेडशेजारी उभा राहून उरकत होता.

''त्यांनी पाच लाखांसाठी बोंबाबोंब केली नाही?''

पॅट्रिकने मान वर न करताच विचारलं.

"अगदी क्षणभरही नाही, कोणीच कशाविषयी तक्रार केली नाही."

"वाटतं, आपण जास्त मागायला हवं होतं."

"मला वाटतं, जेवढं मिळालं आहे ते पुरेसं आहे तुला."

पॅट्रिकने एक पान उलटून सही केली. म्हणाला, "चांगलं काम केलंस तू, अगदी वाखाणण्याजोगं."

"आपला दिवस चांगला होता. फेडरलचे सर्व आरोप मागे घेण्यात आले. तंटे मिटले. ॲटर्नीच्या फीची व्यवस्था झाली. मुलीचंही भविष्य सुरक्षित झालं. उद्या आपण ट्रुडीचा निकाल लावू. तू अजूनही मृत्यूच्या छायेत आहेस. तो मृतदेह तुझ्या गाडीत सापडला, ही एकच गोष्ट नडली."

पॅट्रिकने कागदपत्रं टेबलावर ठेवले आणि तो खिडकीकडे गेला, खोलीकडे पाठ करून उभा राहिला.

सॅन्डीचं खाणं सुरूच होतं. "पॅट्रिक, तुला कधीतरी सांगावंच लागेल मला."

"काय सांगू?"

"बघू या, आपण पेप्परपासूनच सुरुवात करू या."

"ठीक. मी पेप्परला मारलं नाही."

"त्याला कोणी दुसऱ्यानं मारलं?"

"मी तरी ऐकलेलं नाही."

"तू नाहीसा झालास त्या वेळी पेप्पर जिवंत होता?"

"मला वाटतं तसं."

"जाऊ दे पॅट्रिक, मी अगोदरच दमलो आहे. माझा असले लपवाछपवीचे खेळ खेळण्याचा मूडही नाही."

पॅट्रिकने तोंड फिरवलं आणि अदबीने म्हणाला, "ओरडू नकोस. बाहेर पोलीस आहेत, त्यांचे कान आहेत इकडे. जरा बस."

"मला बसण्याचीही इच्छा नाही."

"प्लीज."

"उभं राहूनसुद्धा मला येतं ऐकायला. मी ऐकतो."

पॅट्रिकने खिडकी बंद केली. पडदे ओढले, दार लावलं, आणि टीव्ही बंद केला. नेहमीप्रमाणे बेडवर बैठक मारली. कमरेपर्यंत चादर ओढून घेतली. सगळं स्थिरस्थावर झाल्यावर खालच्या आवाजात म्हणाला, "मला पेप्परविषयी माहीत आहे. काही खायला आहे का, असं विचारत तो एक दिवस केबिनमध्ये आला. ९१ सालच्या ख्रिसमसच्या आधीची गोष्ट. तो जंगलातच राहत होता. मी त्याच्यासाठी बेकन आणि अंडी उकडली. अधाश्यासारखं त्यानं खाल्लं; तो तोतरं बोलत होता आणि अस्वस्थ दिसला. माझी उत्सुकता चाळवली गेली. तर हा मुलगा म्हणत

होता, तो सतरा वर्षांचा होता; पण तो त्याहीपेक्षा लहान वाटत होता. म्हणावा तसा स्वच्छ, बऱ्यापैकी कपडे असलेला होता. त्याची घरची माणसं वीस मैलांवर होती. मी त्याला बोलता केला. त्याची कथा धड नव्हती. त्यानं खाणं संपवलं आणि तो जायला निघाला. मी त्याला म्हटलं झोप इथेच. पण त्याच्या तंबूकडेच जातो म्हणाला.

"दुसऱ्या दिवशी मी एकटाच हरणाच्या शिकारीसाठी हिंडत असताना, पेप्परने मला गाठलं. त्यानं त्याचा छोटा तंबू, झोपण्याची बॅग दाखवली. तंबूत दोन-चार भांडी, कंदील, बर्फ ठेवण्याचा डबा इत्यादी होतं; आणि एक शॉटगन होती. दोन आठवड्यांत तो घरी गेला नव्हता. त्याच्या आईनं एक नवीनच मित्र पकडला होता आणि आत्तापर्यंतच्यांपैकी तो अतिशय वाईट होता. मी त्याच्या मागोमाग जंगलाच्या आतल्या भागात गेलो. मला त्याने हरणांची नेहमीची जागा दाखवली. सुमारे एक तासाने मी मोठ्या आकाराचा काळवीट मारला, आजपर्यंतची माझी सर्वांत मोठी शिकार. त्याला जंगलाची खडान्‌खडा माहिती होती. शिकारीच्या चांगल्या जागा दाखवतो, असं म्हणत होता.

"काही आठवड्यांनतर मी परत केबिनला आलो. टुडीबरोबर दिवस काढणं असह्य होत चाललं होतं. शिवाय वीकएंड दोघांनी घालवल्यावर मी निघू शकत होतो. मी केबिनमध्ये आल्यावर पेप्परने हजेरी लावायला उशीर केला नाही. मी मटण वगैरे बनवलं. आम्ही दोघांनी डुकरासारखं हाणलं. माझी भूक पहिल्यासारखी झाली होती. तो तीन दिवस घरी गेला होता. त्याचं आईबरोबर भांडण झालं आणि तो परत आला. तो जसं अधिकाधिक बोलत होता, तसा त्याचा तोतरेपणा कमी जाणवत होता. मी एक वकील आहे, असं मी त्याला सांगितल्यावर त्याने त्याच्या काही कायदेशीर अडचणी बोलून दाखवल्या. लुसेडेलमधल्या एक पेट्रोलपंपावरची नोकरी, ही त्याची शेवटची नोकरी होती. एक दिवस गल्ल्यातले पैसे कमी भरले. तो मागासलेला असल्यामुळे सर्वांनी त्याला दोष दिला. त्याचा खरा त्या घटनेशी काही संबंध नव्हता. इकडे जंगलात दिवस काढण्याचं ते एक कारण असावं. मी तुझ्या प्रकरणात लक्ष घालेन, असं मी आश्वासन दिलं."

"म्हणजे अशा प्रकारे तुमचं सूत जमलं." सॅन्डी म्हणाला.

"तसंच काहीसं. त्यानंतर जंगलात आम्ही थोडं अधिक भेटत राहिलो."

"म्हणजे ९ फेब्रुवारीच्या थोडं अलीकडे?"

"येस. तसंच. पेप्परला मी सांगितलं की, पोलीस त्याला पकडण्याच्या बेतात होते. ते खोटं होतं. मी कुणाला फोन वगैरे केला नव्हता, कारण शक्यच नव्हतं. पण आम्ही जितकं बोलत राहिलो, तशी माझी खातरी होत गेली, की पेट्रोलपंपावर कमी आलेल्या पैशांसंबंधी त्याला काहीतरी माहिती असणार. तो घाबरला. माझ्यावर भिस्त ठेवून राहिला. तो काय करू शकतो यावर आम्ही बोललो आणि त्याने चक्क

नाहीसं होणं, हाच सोपा मार्ग होता.''

''हात्तीच्या. हा तर आपल्या परिचयाचा आहे.''

''आईचा तर तो तिरस्कारच करायचा. पोलीस त्याच्या मागे लागले होते. घाबरलेला असला तरी उर्वरित आयुष्य तो काही जंगलात काढू शकत नव्हता. पश्चिमेकडील एखाद्या ठिकाणी जाऊन डोंगराळ भागात शिकाऱ्यांचा मार्गदर्शक म्हणून काम करण्याची कल्पना त्याला आवडली. आम्ही योजना आखली. मी रोजचे वर्तमानपत्र डोळसपणे वाचत होतो आणि एक दिवस आम्हाला एक बातमी सापडली. युनिव्हर्सिटीच्या दुसऱ्या वर्षाला असणारा एक पोरगा, न्यू ऑर्लिन्सच्या बाहेर झालेल्या एका ट्रेनच्या अपघातात मरण पावल्याची ती बातमी होती. त्याचं नाव होतं, जोइ पाल्मर. जातीच्या दृष्टीने नाव सोईस्कर होतं. मी मायामीमधल्या एका खोटी कागदपत्रं करणाऱ्याला फोन केला. त्याच्याकडे असलेला जोइचा सोशल सिक्युरिटी नंबर पेप्परसाठी मिळवला आणि काय आश्चर्य! चार दिवसांत पेप्परसाठी सगळी बनावट कागदपत्रं तयार झाली. लुझियानाचं स्पष्ट फोटो असलेलं ड्रायव्हिंग लायसन्स, सोशल सिक्युरिटी नंबर, जन्मतारखेचा दाखला, इतकंच नाही तर पासपोर्टसुद्धा.''

''हे सगळं अगदी सहज-सोपं असल्यासारखं सांगतो आहेस.''

''नाही. माझ्या सांगण्यापेक्षा ते जास्त सोपं आहे. कल्पनाशक्ती आणि थोडे पैसे मात्र हवेत. पेप्परला त्याची नवीन ओळखपत्रं आवडली आणि तो बसने जाण्यास तयार झाला. मी गंमत म्हणून सांगत नाहीये सॅन्डी, पण त्या मुलाने आईला न कळवता निघून जाण्यात जराही आढेवेढे घेतले नाहीत. काळजीचा सूरच नव्हता.''

''तुझ्यासारखाच दिसतो आहे.''

''ते जाऊदे सॅन्डी. ९ फेब्रुवारी...''

''तुझ्या मृत्यूची तारीख.''

''हं मला चांगलं आठवतंय की, जॅक्सनमधल्या ग्रे हाउंड बस स्टेशनवर मी पेप्परला सोडलं. तुला परत फिरावंसं वाटत असेल तर तशी मी सोय करतो, असंही मी त्याला सांगितलं, पण तो ठाम होता. नाही, उलट उत्सुक होता. यापूर्वी त्या पोराने मिसिसिपीच्या बाहेर पाऊल टाकलं नव्हतं. जॅक्सनला जाण्याच्या कल्पनेनेच तो हुरळून गेला होता. कोणत्याही परिस्थितीत तो परत येऊ शकत नव्हता, हे मी स्पष्ट केलं होतंच. आम्ही तीन तास कारमध्ये एकत्र होतो. त्याने एकदाही आईचा उल्लेख केला नाही.''

''तो कुठे निघाला होता?''

''युजीन– ऑरेगानच्या उत्तरेस असलेला एक लाकडाच्या वखारींचा तळ मी पाहून ठेवला होता. त्या मार्गावरच्या बसेस, त्यांच्या वेळा माहीत करून घेतल्या होत्या आणि त्याच्यासाठी लिहून ठेवल्या होत्या. त्याला सराव होण्यासाठी त्या

बसस्टेशनकडे जाण्याच्या मार्गावर बऱ्याच वेळा चकरा मारल्या. त्याला मी दोन हजार डॉलर्स दिले आणि बसस्टेशनच्या खूप अलीकडे सोडलं. दुपारचा एक वाजला होता, कुणाच्या दृष्टीस पडण्याचा धोका मी घेणार नव्हतो. पाठीवर सामानाने भरलेली बॅग लटकवून हसऱ्या चेहऱ्याने पळत जाणाऱ्या पेप्परला मी शेवटचा पाहिला होता.''

"त्याची शॉटगन आणि कॅम्पचं साहित्य तुझ्या केबिनमध्ये सापडलं होतं.'' सॅन्डीने विचारलं.

"मग दुसरीकडे कुठे ठेवणार तो?''

"कोड्यात टाकणारं हे दुसरं एक.''

"अर्थात. पेप्पर त्या कारमध्ये जळून मेला, असं त्यांना वाटावं हेच मला हवं होतं.''

"आता कुठे आहे तो?''

"मला माहीत नाही, ते महत्त्वाचंही नाही.''

"मी तुला ते नाही विचारलं, पॅट्रिक.''

"खरोखर ते महत्त्वाचं नाही.''

"हे बघ, माझ्याशी लपवाछपवी करू नकोस. मी जे विचारीन त्याचं उत्तर देणं भाग आहे.''

"मला ते देण्यासारखं वाटेल, तेव्हाच देईन.''

"माझ्याशी उडवाउडवी का करतो आहेस?''

सॅन्डीचा आवाज चढला होता. तो वैतागलेला जाणवत होता. पॅट्रिक तो शांत होईपर्यंत थोडा वेळ थांबला. दोघंही गप्प होते. दोघंही संभाषण सुरू करण्याचा प्रयत्न करत होते. शेवटी पॅट्रिकच साध्या भाषेत बोलला, "मी टाळाटाळ करत नाहीये.''

"मरेनास, म्हणे तू तसं करत नाहीस. मी इथं एक भानगड सोडवायला मरतो आहे आणि त्यातून हजार लफडी बाहेर पडत आहेत. मला सर्वकाही सांगत का नाहीस?''

"कारण सर्वच गोष्टी माहीत असण्याची आवश्यकता नाही.''

"पण तेच ठीक होईल.''

"असं का? गुन्हेगाराने तुला सर्व कल्पना दिली होती, असा शेवटचा कोण होता?''

"गंमतच आहे. मी तुला तसा गुन्हेगार मानतच नाही.''

"मग मी कोण आहे?''

"असलास तर एक मित्र.''

"मला जर गुन्हेगार समजलास, तर तुझं काम सोपं होईल."

सॅन्डीने टेबलावरचे कागद उचलले आणि तो जायला निघाला. "मी दमलो आहे, जाऊन विश्रांती घेतो. मी उद्या येईन, त्या वेळी तू मला सगळं सांगणार आहेस."

दार उघडून तो निघून गेला.

पाठलाग होतो आहे, ही गोष्ट दोन दिवसांपूर्वीच गायच्या लक्षात आली होती. कॅसिनोमधून ते बाहेर पडत होते. चेहरा ओळखीचा वाटत असतानाच, तोंड फिरवलं गेलं होतं. एक गाडी वेगाने त्याचा पाठलाग करत होती. गायला असल्या गोष्टींचा अनुभव होताच. गाडी कोणाची असू शकते, हे बेनीला त्याने सांगितलं होतं.

"ते फेडरलचेच लोक आहेत." गाय म्हणाला. "नाहीतर कुणाला काय घेणं आहे?"

बिलॉक्सी सोडण्याचं त्यांनी ठरवलं. तिथल्या भाड्याच्या घरातला फोन तोडून टाकण्यात आला. बाकीच्या साथीदारांना पिटाळण्यात आलं.

काळोख पडेपर्यंत त्यांनी वाट पाहिली. गाय दुसऱ्या गाडीने पूर्वेकडे मोबाइलच्या दिशेने निघाला. आपल्या मागे कोण येतं आहे, हे बघत तो रात्र तिथेच घालवून, सकाळी विमान पकडून जाणार होता. बेनी उलट दिशेला, पश्चिमेकडे जाऊन हायवे ९० वरून, कोस्टच्या किनाऱ्या-किनाऱ्याने लेक पाँशट्रेनच्या पलीकडे जाऊन न्यू ऑर्लिन्समध्ये शिरणार होता. त्या शहराची त्याला माहिती होती. त्याचीसुद्धा नजर मागे होतीच, पण कोणी आढळलं नाही. त्यानं फ्रेंच क्वार्टरमध्ये कालवाचं मटन घेतलं, नंतर टॅक्सी पकडून विमानतळाला गेला. प्रथम मेम्फिसला जाऊन ओ'हेअरला गेला. विमानतळावरच तो रात्रभर लपून राहिला. पहाटे तो न्यू यॉर्कला पळाला.

एफबीआय बोकारेटनमध्ये त्याच्या घरावर लक्ष ठेवून होते. त्याची ठेवलेली स्वीडिश बाई तिथेच होती. ती लवकरच घराचं दार लावणार होती. त्यांनी विचार केला की, तिथूनच त्याचा माग काढणं सोपं जाणार होतं.

छत्तीस

इतक्या सहजपणे कोणाचीच सुटका झाली नव्हती. नजरकैदेत ठेवलेल्या ठिकाणाहून होती त्याच पोशाखात, इव्हा सकाळी साडेआठला सुटका होऊन बाहेर पडली. गार्ड्स चांगले होते, इतर नोकरवर्ग झटपट काम करणारा होता. त्यांच्या सुपरवायझरने तिला शुभेच्छा दिल्या. वकील मार्क बर्कने तिला त्याच्या त्या सुरेख जुन्या जग्वार गाडीपाशी नेलं. या चांगल्या घटनेसाठी त्याने ती गाडी आतून बाहेरून लख्ख धुऊन-पुसून आणली होती. बरोबरच्या दोन अधिकाऱ्यांना त्याने इशारा केला. जवळच उभ्या असलेल्या गाडीमध्ये त्यांची वाट बघत बसलेल्या दोन गृहस्थांकडे बघून तो म्हणाला, "ते एफबीआयचे अधिकारी आहेत."

"मला वाटलं, त्यांचा आणि आपला काही आता संबंध राहिला नाही." ती म्हणाली.

"सर्व झालं असं नाही."

"मी त्यांना हॅलो म्हणू का?"

"काही आवश्यकता नाही, बस गाडीत." त्यानं तिच्यासाठी दार उघडलं आणि ती बसल्यावर सावकाश लावूनही घेतलं. गाडीच्या टपावरचं पॉलिश समाधानाने क्षणभर पाहून तो ड्रायव्हिंग सीटकडे लगबगीने आला.

"सॅन्डी मॅक्डरमॉटने मला पाठवलेला हा फॅक्स," असं म्हणत त्याने गाडी सुरू केली. "उघडून बघ."

"आपण कुठे चाललो आहोत?"

"विमानतळावर. तिथे एक लहान आकाराचं जेट आपली वाट बघत आहे."

"मला कुठे घेऊन जायला?"

"न्यू यॉर्कला."

"आणि तिथून कुठे?"

"लंडनला, कॉन्कॉर्डने."

गजबजलेल्या रस्त्यावरून ते जात होते, एफबीआय त्यांच्यामागे होतेच. ''ते आपल्या मागे का आहेत?''

''संरक्षणासाठी.''

तिने डोळे मिटले, कपाळ चोळल्यासारखं केलं. हॉस्पिटलच्या रूममध्ये कंटाळलेल्या पॅट्रिकचा विचार तिच्या मनात आला. त्याला करण्यासारखं नव्हतं, पण तिला कुठे-कुठे पाठवायचं, असा विचार तो करत असणार. कारमधल्या फोनकडे तिचं लक्ष गेलं, ''मी फोन करू?'' तिने विचारलं. ''शुअर, का नाही?'' तो म्हणाला. बर्क, जसा काही तो प्रेसिडेंटलाच घेऊन चालला आहे, अशा प्रकारे काळजीपूर्वक गाडी चालवत होता.

इव्हाने उपग्रहाद्वारे ब्राझिलला फोन लावला आणि वडिलांशी खूप दिवसांनी पोर्तुगीजमध्ये बोलत असताना तिचे डोळे भरून आले. ते ठीक होते आणि तीही. दोघं जण आता मुक्त होते, पण शेवटचे तीन दिवस ती कुठे होती हे तिने वडिलांना सांगितलं नाही. अपहरण हे तसं पाहिलं तर मोठं दिव्य वाटलंच नाही, असं ते गमतीने म्हणाले. अंगावर एकही ओरखडा नव्हता, त्यांना वागणूक फार उत्तम मिळाली होती. लवकरच ती घरी परतणार होती, अमेरिकेतील काम उरकत आलं होतं आणि तिला घराची ओढ लागली होती.

बर्कच्या कानावर तिचं बोलणं येत होतं, पण अक्षरही कळत नव्हतं. डोळे पुसत, तिने फोन बंद केल्यावर तो म्हणाला, ''पत्रामध्ये काही फोन नंबर आहेत, पुन्हा कधी कस्टमने तुला अडवलं तर उपयोगी पडतील. एफबीआयने तुझ्याबाबतीत सावध राहण्यासंबंधीचे हुकूम दिले आहेत आणि पुढच्या सात दिवसांत तुझ्या पासपोर्टवर प्रवास करण्यास त्यांनी परवानगी दिली आहे.

तिने फक्त ऐकून घेतलं, काही बोलली नाही.

''हिथ्रोवर काही झालं, तर लंडनमधलाही फोन त्यात आहे.''

अखेरीस तिने ते पत्र उघडलं. सॅन्डीच्या नोटपॅडमधल्या कागदावरच होतं. बिलॉक्सीमध्ये, चांगल्या घटना वेगाने घडत होत्या. 'जेएफके'ला उतरल्यावर हॉटेल स्वीटवर फोन कर अशी सूचना होती. तो पुढच्या सूचना देणार होता; म्हणजेच मि. बर्कला कळू नयेत, अशा काही गोष्टी तो तिला सांगणार होता.

मायामी आंतरराष्ट्रीय विमानतळाच्या उत्तरेकडे असलेल्या त्या सर्वसामान्य गजबजलेल्या छोट्या उड्डाणाच्या ठिकाणी ते आले. एफबीआयचे अधिकारी त्यांच्या गाडीपाशी थांबून राहिले, बर्कने तिला आत नेलं. जेट आणि पायलट तयार होते. ते तिला कुठेही घेऊन जायला तयार असताना ती म्हणाली, ''मला रिओला घेऊन चला. फक्त रिओ.''

मि. बर्कशी शेकहॅन्ड करून, तो इतका भलेपणाने वागल्याबद्दल त्याचे आभार

मानून ती विमानात बसली. सामान नव्हतंच, जादा कपड्यांची एक चिंधीसुद्धा नव्हती. पॅट्रिकला या सगळ्याची जबर किंमत द्यावी लागणार होती. तिला लंडनला पोहोचू दे, बॉन्ड आणि ऑक्सफर्डबरोबर एक दिवस घालवल्यावर जेट नेऊ शकेल त्यापेक्षाही अधिक कपडे तिच्याकडे असतील.

इतक्या भल्या पहाटे जे. मुरे थकलेला, पिंजारलेला दिसत होता. दार उघडल्यावर सेक्रेटरीशी घुश्शातच तो हॅलो बोलला. कडक, काळ्या कॉफीसाठी त्याने लगेच 'हो' म्हटलं. सॅन्डीने त्याचं स्वागत केलं, त्याचा चुरगळलेला कोट घेतला आणि त्याला बैठकीच्या खोलीकडे घेऊन गेला. इस्टेटीच्या वादाबद्दल ते तिथे चर्चा, पुनर्वलोकन करत बसले.

"हे फार छान झालं." सॅन्डी म्हणाला. समझोत्यावर ट्रुडीने अगोदर सही केली होतीच. जे. मुरेला, ती त्याच्या ऑफिसमध्ये परत तिच्या त्या नटव्या जोडीदाराला घेऊन आलेली सहन होणारं नव्हतं. त्या दोघांचं काल त्याच्या ऑफिसमध्ये भांडण झालं होतं. त्याचं म्हणणं होतं की, जे. मुरे हा इतके वर्ष असल्या गुंतागुंतीच्या घटस्फोटाच्या केसेस करत आला होता. लान्सचे दिवस भरले आहेत यावर पैज लावून त्यानं विधानं केली होती. ट्रुडी पैशाच्या ओढाताणीने कुरतडली जात होती.

"आपण सह्या करून टाकू." सॅन्डी म्हणाला.

"तुम्ही का करत नाही? जे पाहिजे ते तुम्हाला मिळतं आहे."

"प्राप्त परिस्थितीत हा चांगला तोडगा आहे."

"हो, हो आहे."

"हे बघ मुरे, तुझा अशील आणि नॉर्दन केस म्युच्युअल यामधल्या दाव्यासंदर्भात एक महत्त्वाची घटना घडते आहे."

"कोणती ते सांगून टाक."

"हो. त्याची पार्श्वभूमी आहे मोठी; पण त्याच्याशी तुझ्या अशिलाचा संबंध नाही. पण त्यातली मुद्द्याची गोष्ट म्हणजे, नॉर्दन केस म्युच्युअलने ट्रुडीविरुद्ध लावलेला दावा रद्द करण्याचं ठरवलं आहे."

जे. मुरे काही काळ स्तब्ध बसून राहिला. हळूहळू त्याचे ओठ विलग झाले. हे गमतीत तर नव्हतं?

सॅन्डीने काही कागदपत्रं घेतली, त्यातली नॉर्दन केस म्युच्युअलशी झालेल्या तडजोडीच्या कराराची एक कॉपी घेतली. त्यातले संवेदनशील, महत्त्वाचे असे जे परिच्छेद होते, ते त्याने अगोदरच काळे करून रद्द केले होते, पण तरीही जे. मुरेला वाचण्यासारखं खूप होतं.

"तुम्ही गंमत तर करत नाही?" असं पुटपुटला. त्याने ती कॉपी घेतली. काळ्या केलेल्या परिच्छेदांबद्दल जराही उत्सुकता न दाखवता, मुद्द्याचं वाचू लागला. दोन परिच्छेद होते तसे होते. त्याच्या अशिलावरचा दावा काढून घेण्यात आल्याचं स्पष्ट आणि तंतोतंत भाषेत लिहिलं होतं.

हे असं कसं झालं, याविषयी त्याने विचारसुद्धा केला नाही. पॅट्रिक अद्‌भुत, अगम्य अशा घटनांच्या गर्तेत गुरफटलेला होता, त्यामुळे मनातल्या काही शंका तो बोलून दाखवणार नव्हता.

"काय सुखद आश्चर्य आहे." तो म्हणाला.

"तुला आवडलं असं वाटतं आहे मला."

"सगळं ठेवलं आहे तिच्यासाठी?"

"जे काही शिल्लक आहे ते."

जे. मुरेने पुन्हा एकदा सावकाश वाचून काढलं. "ही कॉपी मी ठेवू?" त्यानं विचारलं.

"नाही. खासगी आहे ते. पण खटला मागे घेण्यासंबंधीचा अर्ज आजच दाखल होईल, मी तुला त्याची कॉपी फॅक्स करतो."

"थँक्स, सॅन्डी."

"अजून एक गोष्ट आहे." सॅन्डीने असं म्हणत मोनार्क सिएरा कंपनीशी झालेल्या कराराची कॉपी जे. मुरेला दिली, त्यातलेही काही परिच्छेद काटण्यात आले होते. "चौथ्या पानावरचा तिसरा परिच्छेद वाच."

जे. मुरेने वाचलं, छोट्या ॲशले निकोलसाठी दोन लाख पन्नास हजारांचा एक ट्रस्ट निर्माण करण्यात आला होता; त्याचा ट्रस्टी होता सॅन्डी मॅक्डरमॉट. मुलीचे आरोग्य आणि शिक्षण यासाठी हे पैसे वापरायचे होते; आणि जी काही शिल्लक असेल, ती तिला तिच्या तेराव्या वाढदिवशी देण्यात येणार होती.

"काय बोलावं हेच कळत नाही." जे. मुरे म्हणाला, पण परत गेल्यावर त्याच्या ऑफिसमध्ये याचे पडसाद कसे उमटतील, याचा विचार त्याच्या मनात आला.

त्याकडे दुर्लक्ष करत सॅन्डी त्याला निरोप देण्यासाठी उठला.

"आणखी काही?" जे. मुरेने प्रसन्नपणे हसत विचारलं.

"बस. घटस्फोट निकालात निघाला. आनंद झाला."

सॅन्डीशी शेकहॅन्ड करून जे. मुरे निघाला. पावलं जरा भरभर पडत होती. लिफ्टमधून एकटा जात असताना, त्याचे विचार सैरभैर धावू लागले. तो आता तिला सांगणार होता की, त्याने बदमाश लोकांशी कशी खेळी केली आणि त्यांच्या बेकायदेशीर, अवास्तव मागण्या कशा मागे घ्यायला लावल्या. त्यांच्या चाललेल्या

मीटिंगमध्ये घुसून धमकावलं की, ते नमतं घेत नसतील आणि काही सवलती देत नसतील तर कसं कोर्टात नाकीनऊ आणतो ते बघा. अशा खूप केसेस आपण बघितल्या असून कोर्ट डोक्यावर घेणारा म्हणून आपली कशी ख्याती आहे.

खड्ड्यात घाला तो व्यभिचारीपणा, ते नग्न फोटो. त्याचा अशील चुकला असेल, तरीही त्याला न्यायाचा हक्क होता. एका निष्पाप मुलीच्या संरक्षणाचा प्रश्न होताच की.

तो तिला हेच सांगणार होता की, अखेरीस ते कसे कोलमडले आणि त्यांनी माघार घेतली. त्यानंच मुलीसाठी ट्रस्टची मागणी केली आणि पॅट्रिक त्यानंच केलेल्या गुन्ह्यांच्या ओझ्याखाली कसा कोलमडला. अडीच लाखांची मागणी कशी धसास लावली.

अशिलाच्या मालमत्तेच्या रक्षणासाठी, त्यांच्या लक्षात राहील असं भांडण त्याने केलं. पंचवीस लाख घेण्यात तिची काय चूक होती? भीतीने त्यांची घाबरगुंडी होऊन ट्रुडीचे पैसे वाचवण्यासाठी धांदल उडाली.

या क्षणाला या सगळ्या वल्गनांना काही अर्थ नसला, सर्व कल्पना स्वप्नवत असल्या, तरी त्यांवर कथा रचण्यात एक तासाचा प्रवास नक्कीच सार्थ ठरला होता.

तो ऑफिसला पोहोचेपर्यंत तरी तो एक नेत्रदीपक विजयच होता.

तिच्याकडे काहीच सामान नसल्याचं पाहून, जेएफके विमानतळावरील कॉन्कॉर्डच्या काउंटरवरील सर्व कर्मचाऱ्यांच्या भुवया उंचावल्या गेल्या. सुपरवायझरला बोलावलं गेलं, सगळे जण गोळा व्हायला लागले; आणि होणारा मनस्ताप इव्हाला सहन करणं जड जाऊ लागलं. दुसऱ्यांदा अशा प्रकारे अटक करून घेण्याची तिची इच्छा नव्हती. तिचं पॅट्रिकवर प्रेम होतं, पण घडत असलेल्या या प्रकारांना प्रेम म्हणता येत नव्हतं. तिच्या आवडत्या शहरात, काही वर्षांपूर्वी ती एक होतकरू वकील म्हणून कारकीर्द घडवत होती. त्याच वेळी पॅट्रिकची गाठभेट झाली.

एकाएकी सर्वांचे चेहरे हसरे झाले. तिला कॉन्कार्डच्या प्रवाशांसाठी असलेल्या खास प्रतीक्षालयाकडे जाण्यास सांगण्यात आलं, कॉफी देण्यात आली. तेथूनच तिने सॅन्डीचा बिलॉक्सीमधला फोन फिरवला.

"तू ठीक आहेस ना?" तिचा आवाज ऐकताच सॅन्डीने विचारलं.

"मी सुखरूप आहे. आत्ता लंडनला जाण्यासाठी 'जेएफके'वर आहे. पॅट्रिक कसा आहे?"

"आनंदात. आम्ही फेडरलच्या लोकांबरोबर समेट घडवून आणला."

"किती?"

"एकशे तेरा दशलक्ष." तिच्या प्रतिक्रियेसाठी तो थांबला. किती पैसे परत

करायला लागतील, हे सांगण्यात आल्यानंतर पॅट्रिकने कोणताही शब्द दिला नव्हता, तो शब्दांत अडकणार नव्हता. तिनेही तोच कित्ता गिरवला.

"केव्हा?" एवढंच तिने विचारलं.

"तू लंडनला पोहोचशील, तोपर्यंत मला कळेल काहीतरी."

"'फोर सीझन्स'मध्ये ली पिरेझ या नावावर तुझ्यासाठी रूम तयार आहे."

"पुन्हा तीच का मी?"

"मला फोन कर."

"पॅट्रिकला म्हणावं, जेलमध्ये जाऊन आल्यानंतरही मी त्याच्यावर प्रेम करते."

"आज रात्री मी त्याला भेटणारच आहे. काळजी घे."

"च्याव!"

शहरात मोठी प्रस्थं असल्यावर, त्यांच्यावर छाप मारण्याची सुसंधी सोडून देणं मास्टला शक्य झालं नाही. पुराव्याची कागदपत्रं आणि टेप्स हातात पडल्यानंतर, काल संध्याकाळपूर्वीच त्याने त्याच्या स्टाफला ग्रॅन्ड ज्यूरींच्या प्रत्येक सभासदाला तातडीच्या बैठकीसाठीची निमंत्रणं द्यायला सांगितलं होतं. त्याच्या पाच साहाय्यक यू.एस. ॲटर्नींच्या मदतीने त्याने एफबीआयच्या अधिकाऱ्यांबरोबर काम करून, कागदपत्रांची छाननी आणि संहिता तयार केली. पहाटे तीन वाजता ऑफिस सोडून, परत पाच तासांनी तो तिथे हजर झाला.

फेडरल ग्रॅन्ड ज्यूरींची बैठक दुपारी ठरली होती. जेवणाची व्यवस्था करण्यात आली होती. डेप्युटी डायेक्टर हॅमिल्टन जेन्सने इकडेतिकडे वेळ काढण्याचं ठरवलं होतंच, यू.एस. ॲटर्नी जनरलच्या ऑफिसच्या स्प्रावलिंग यानेही तेच केलं. पॅट्रिक एकमेव साक्षीदार होता.

समझोता करारानुसार त्याला हातकड्या घालून नेण्यात आलं नव्हतं. फेडरल ब्यूरोच्या स्पेशल गाडीच्या मागच्या भागात तो लपून बसला होता आणि बिलॉक्सी कोर्टहाउसच्या बाजूच्या दाराने हळूच आत सटकला. सॅन्डी त्याच्याबरोबर होता. तो बारीक आणि निस्तेज झाला होता, चालण्यात काही इजा झाल्याचं दिसून येत नव्हतं. खरं म्हणजे त्याला विशेष वाटत होतं.

एका लांब चौकोनी टेबलाशी सोळा ग्रॅन्ड ज्यूरी बसलेले होते, त्यांपैकी आठ जण दरवाजाकडे पाठ करून होते. पॅट्रिक हसत आत आला. पाठमोऱ्या बसलेल्यांनी त्याच्याकडे मागे वळून बघितलं. जेन्स व स्प्रावलिंग कोपऱ्यात बसले होते. मि. लॅनिगनला पहिल्यांदाच बघत असल्यामुळे, त्यांच्या चेहऱ्यावर कुतूहल होतं.

साक्षीदारांसाठीच राखीव असलेल्या खुर्चीत, टेबलाच्या शेवटी पॅट्रिक बसला होता, तो क्षण त्याचा होता. त्याची कथा सांगत असताना, अधूनमधून मास्ट त्याला

प्रोत्साहन देत होता. निवांतपणे आणि उत्साहात त्याचं कथन चालू होतं. ग्रॅन्ड ज्यूरीची धास्ती आता त्याला वाटण्याचं कारण नव्हतं, ते त्याला आता हात लावू शकत नव्हते. फेडरल लॉच्या कचाट्यातून त्याने स्वत:ची सुटका तर करून घेतली होती.

तो पूर्वी काम करत असलेली लॉ फर्म, तिचे पार्टनर्स कसे होते, त्यांची कामाची पद्धत, त्यांचे अशील, यांची माहिती देत त्याने सांगायला सुरुवात केली आणि आस्ते-आस्ते तो ॲरिसिया कोण होता यावर आला.

मास्टने त्याला मध्येच थांबवून एक कागद पुढे धरला, पॅट्रिकने लगेच तो ओळखला; लॉ फर्म (बोगानची) आणि ॲरिसिया यांच्यामध्ये झालेला तो करार होता. करार चार पानी होता, पण त्यातल्या मुख्य अटींपुरता तो मर्यादित होऊ शकत होता. प्लॅट ॲन्ड रॉकलॅन्ड यांच्याकडून ॲरिसियाने मागितलेल्या पैशांपैकी जे येतील, त्याचा तिसरा हिस्सा फर्मला मिळावा, असा त्या कराराचा मुख्य गाभा होता.

"तुला हे कसं मिळालं?" मास्टने विचारलं.

"मि. बोगानच्या सेक्रेटरीने हे टाईप केलं. आमचे कॉम्प्युटर एकमेकांस संलग्न असल्यामुळे मी ते उतरवून घेऊ शकलो."

"म्हणूनच या कॉपीवर कुणाची सही नाही?"

"एकदम बरोबर. याची मूळ प्रत बोगानच्या फाइलमध्ये असणार."

"बोगानच्या ऑफिसमध्ये तुला मोकळीक होती?"

"मर्यादित." असं म्हणत पॅट्रिकने बोगान गुप्तता बाळगण्यात किती तत्पर होता, हेही स्पष्ट केलं. यामुळे भागीदारांची ऑफिसेस एकमेकांशी संपर्क साधू शकत नव्हती. मग त्याने आधुनिक साधनांद्वारे त्यांच्यावर कशी पाळत ठेवली याचं वर्णन केलं. त्याला ॲरिसियाविषयी दाट संशय होता, तेव्हा जितकी माहिती मिळवता येईल तितकी ती जमा करण्यास सुरुवात केली होती. त्याने त्यासाठी इलेक्ट्रॉनिक साधनं कशी वापरायची ते शिकून घेतलं. फर्ममधल्या इतर कॉम्प्युटर्सवर त्याची नजर होती, गप्पांकडेही लक्ष होतं. सेक्रेटरी आणि इतर मदतनीस यांनाही प्रश्न विचारून, त्यांच्याकडे चौकश्या करून तो माहिती घेत असे. कधीकधी तो प्रिंटिंगरूममध्ये (जिथे कागदपत्रांच्या प्रती काढल्या जात) जाऊन, खराब झालेले कागदही हुडकत असे. तो केव्हाही, वेळीअवेळी हे काम करत असे आणि कुठे काही सापडते का, हे बघत असे.

दोन तासानंतर पॅट्रिकने सॉफ्टड्रिंक मागवलं आणि मास्टने पंधरा मिनिटांची सुटी जाहीर केली. वेळ कसा गेला हे समजलं नाही, ऐकणारे मंत्रमुग्ध झाले होते.

साक्षीदार– पॅट्रिक– थोडी विश्रांती घेऊन परत आला आणि प्रत्येक जण पुढची कथा ऐकण्यासाठी लगबगीने आपापल्या जागेवर जाऊन बसला. प्लॅट ॲन्ड रोकलॅन्डविरुद्ध केलेल्या मागणीसंबंधी मास्टने काही प्रश्न विचारले, पॅट्रिकने त्याला

सर्वसामान्यपणे उत्तरं देताना सांगितलं, ''मि. ॲरिसिया हा हुशार, युक्तिबाज माणूस आहे. त्याने असंकाही डोकं लढवलं की, झालेल्या खर्चाची दोनदा बिल आकारणी केली आणि त्याचा दोष मात्र वरिष्ठ ऑफिसमधल्या लोकांवर जाईल अशी व्यवस्था केली. जादा खर्च दाखवण्याच्या यंत्रणेतला तो पडद्यामागचा सूत्रधार होता.

मास्टने काही कागदपत्रांची चळत पॅट्रिकच्या बाजूला ठेवली. त्याने त्याकडे एकदा पाहिलं आणि ती कशासंबंधी होती, हे लगेच ओळखलं. '''न्यू कोस्टल' शिपयार्डला लेबरसाठी मिळालेल्या पैशांसंबंधी तयार केलेली ही बनावट कागदपत्रं म्हणजे लबाडीचा एक अस्सल नमुना होता.'' पॅट्रिक म्हणाला, ''जून १९८८च्या एका आठवड्याच्या मजुरीवर केलेल्या खर्चाचा, कॉम्प्युटरवरून घेतलेला तो संक्षिप्त अहवाल होता. त्यात चौऱ्याऐंशी मजूर दाखवले होते, सगळे बेनामी; त्यांचा एका आठवड्याचा तो पगार होता. एकूण एक्काहत्तर हजार डॉलर्स.''

''ही नावं कशी काय देण्यात आली?''

''त्या वेळी 'न्यू कोस्टल'मध्ये आठ हजार कर्मचारी होते. जी खरी नावं सर्वसामान्यपणे आढळतात, तीच त्यांनी निवडली– म्हणजे अशी– जोन्स, जॉन्सन, मिलर, ग्रीन, यंग आणि त्यांची पहिली आद्याक्षरं मात्र बदलली.''

''खोटं लेबर किती दाखवलं गेलं?''

''चार वर्षांच्या काळात, ॲरिसियाने दाखवलेल्या नोंदींनुसार तो आकडा एकोणीस दशलक्ष इतका होतो.''

''हे बनावट आहे, हे ॲरिसियाला माहीत होतं?''

''त्यानेच तर ती योजना कार्यरत केली.''

''आणि तुला कसं कळलं?''

''त्या टेप्स कुठे आहेत?''

सुमारे साठपेक्षा जास्त मुद्रित संभाषणांची अनुक्रमणिका बनवलेलं एक पेपरचं पान मास्टने त्याच्याकडे दिलं. पॅट्रिकने मिनिटभर त्यावर विचार केला. ''सतरा नंबरची टेप काढा.'' तो म्हणाला. टेप्सची बॉक्स ताब्यात असणाऱ्या, दुय्यम यू.एस. ॲटर्नी जनरलने ती सतरा नंबरची टेप काढली आणि टेबलाच्या मध्यभागी असलेल्या टेपरेकॉर्डरमध्ये सारली.

पॅट्रिक म्हणाला, ''३ मे १९८१ रोजी व्हिट्रॅनोच्या ऑफिसात डग व्हिट्रॅनो आणि जिमी हॅवरॅक हे दोन पार्टनर्स बोलत असून व्हिट्रॅनो सांगतो आहे.''

प्लेअर सुरू करण्यात आला. सगळे जण उत्सुकतेने ऐकू लागले.

पहिला आवाज : लेबरसाठी तू हे एकोणीस कोटी कसे काय दाखवलेस?

''हा जिमी हॅवरॅकचा आवाज.'' पॅट्रिकने चटकन सांगितलं.

दुसरा आवाज : मोठं कठीण नव्हतं ते.

"आणि हा डग व्हिट्रॅनोचा" पॅट्रिक म्हणाला.

व्हिट्रॅनो : लेबरचा खर्च वर्षाला पाच कोटी आहे. चार वर्षांत ते वीस कोटी होतात. त्यावर दहा टक्के वाढ दाखवली, पण ती सगळी पेपरवर्क करण्यातच खर्च झाली.

हॅवरॅक : ॲरिसियाला माहिती आहे हे?

व्हिट्रॅनो : माहिती होतं? त्यानेच अमलात आणलेली योजना आहे ही.

हॅवरॅक : जाऊ दे रे, डग.

व्हिट्रॅनो : हे सगळं बनावट आहे. मागणी केलेल्या पैशांतली प्रत्येक गोष्ट बोगस आहे. लेबर, वाढवून दाखवलेली दरपत्रकं, घेतलेल्या हार्डवेअरची पुन्हा तीच दोनदा-तीनदा सादर केलेली बिलं इत्यादी प्रत्येक गोष्ट बनावट आहे. सगळंच मुळी बोगस. सुरुवातीपासूनच ॲरिसियानं योजनाबद्ध आखलेलं होतं. इतकी वर्षं कंपनीसाठी तो काम करत होता तरी प्रत्यक्षात गव्हर्नमेंटला पिळत होता. कंपनी कसं काम करते, पेन्टागॉनची कामाची पद्धत कशी आहे हे सर्व त्याला माहीत होतं. तो महापाताळयंत्री असून, त्याने बरोबर योजना तयार केली.

हॅवरॅक : तुला कोणी सांगितलं?

व्हिट्रॅनो : बोगान. ॲरिसियाने त्याला सगळं सांगितलं. बोगानने सिनेटरला. आपण आपली तोंडं बंद ठेवायची, त्यांच्याबरोबर फक्त असायचं म्हणजे आपण सगळेच कोट्याधीश.

काही वर्षांपूर्वी पॅट्रिकने संपादित केलेली ही टेप होती, ती संपली.

ग्रॅन्ड ज्यूरीचे सभासद टेपरेकॉर्डरकडे अवाक होऊन बघत राहिले. त्यांच्यापैकी एकाने विचारलं, "आणखी काही टेप्स ऐकायला मिळतील का?"

मास्टने खांदे उडवले, पॅट्रिककडे बघितलं. "मला वाटतं ही चांगली कल्पना आहे." पॅट्रिक म्हणाला.

प्रत्येक टेपबरोबर पॅट्रिक प्रसंगानुरूप समालोचन करत होता, कधी एखाद्या घटनेविषयीचे बारकावे सांगत होता. सगळ्या टेप्स ऐकेपर्यंत तीन तास लागले. 'क्लोझेट' टेप शेवटी ऐकण्यासाठी ठेवण्यात आली होती. चार वेळा ती ऐकवण्यात आली. शेवटी ग्रॅन्ड ज्यूरींनी 'बस झालं आता' असं म्हटल्यामुळे सोडून देण्यात आलं. सहा वाजता जवळच्या उपाहारगृहातून जेवण मागवण्यात आलं.

सात वाजता पॅट्रिकला परत जाण्याची अनुमती देण्यात आली.

ते जेवत असताना, मास्ट काही बोलक्या कागदपत्रांवर चर्चा करत होता. त्यात बऱ्याच फेडरल कायद्यांचा आधार घेत होता. त्या मूर्खांचे आवाज स्पष्टपणे पकडण्यात आल्यामुळे, कटकारस्थान उघडं पडलं होतं.

साडेआठ वाजता ग्रॅन्ड ज्यूरीने बेनी ॲरिसिया, चार्ल्स बोगान, डग व्हिट्रॅनो,

जिमी हॅवरॅक आणि इथान रॅटले यांच्यावर, संगनमताने आर्थिक गैरव्यवहार करण्याचा कट रचणं या गुन्ह्याखाली 'फॉल्स क्लेम ॲक्ट'नुसार आरोपपत्र सादर करण्यास एकमताने मंजुरी दिली. ते दोषी ठरल्यावर, दहा वर्ष कैद आणि पाच लाख दंड अशी शिक्षा होती.

सिनेटर हॅरीस न्ये याच्यावर थेट आरोपपत्र न ठेवता, त्याला कटाचा सहयोगी, असं तात्पुरतं संबोधण्यात आलं, पण त्या 'तात्पुरतं' या संबोधनाचं वाईटातलं वाईट असं रूपांतर होण्याची शक्यता होती. स्प्रावलिंग, जेन्स आणि मॉरीस मास्ट यांनी अशी युक्ती लढवली की, पहिल्यांदा लहान माशांवर आरोपपत्र ठेवून त्यांना जाळ्यात ओढायचं; आणि मग त्यांच्यावर दबाव आणून त्यांच्याकडून कबुली घेतल्यावर, मोठ्या माशासाठी गळ टाकायचा. त्यांच्यामधले रॅप्ले व हॅवरॅक हे बोगानचा तिरस्कार करायचे, तेव्हा त्यांच्यामागे जास्त लागून त्यांना हैराण करायचं.

ग्रॅन्ड ज्यूरींची बैठक रात्री नऊ वाजता स्थगित करण्यात आली. मास्टने यू.एस. मार्शलची भेट घेतली आणि दुसऱ्या दिवशी भल्या सकाळी सगळ्यांना अटक करण्याचं ठरवलं. जेन्स व स्प्रावलिंग यांना न्यू ऑर्लिन्सहून वॉशिंग्टन डी.सी.ला परत जाण्यासाठी उशिराची फ्लाइट मिळाली.

सदतीस

“एकदा मी एका गाडीच्या अपघाताची केस हाताळली होती. लॉ फर्ममध्ये नुकताच लागलो होतो. स्टोन कौंटीमध्ये बिगिन्सजवळ ४९ रस्त्यावर ती घटना घडली होती. माझा अशील नॉर्थकडे निघाला होता. बाजूच्या कंट्री रोडवरून एक ट्रेलर मध्येच घुसला आणि माझ्या अशिलाच्या गाडीच्या बरोबर समोर आडवा आला. झालेला अपघात भीषण होता. गाडीतल्या तिघांपैकी चालवणारा जागच्या जागी मेला. बायको गंभीर जखमी झाली, मुलाचा पाय मोडला. ट्रेलर एका पेपर कंपनीच्या मालकीचा होता, मोठ्या रकमेचा विमा उतरवलेला होता. केसमध्ये, ती हातात घेण्याइतका वाव होता. फर्मने ती केस माझ्याकडे सोपवली. मी नवीन असल्यामुळे क्षणाचाही विलंब न लावता मी ती केस हातात घेतली.

“त्या ट्रक ड्रायव्हरची चूक होती यात शंका नव्हती; तरीही त्याचं म्हणणं होतं की, आमचा अशील भरधाव वेगाने जात होता. त्या ड्रायव्हरला काही झालं नव्हतं. मुख्य प्रश्न होता की, आमचा अशील किती भन्नाट वेगाने जात होता? अपघाताचा आढावा घेणाऱ्याने अंदाज व्यक्त केला होता की, गाडीचा वेग ताशी साठ मैल असावा. म्हणजे तसा तो अगदी जास्त नव्हता. त्या हायवेवरची वेगमर्यादा ताशी पंचेचाळीस मैल होती, तरी सर्व जण साधारणपणे ताशी साठ मैल वेगानेच जायचे. आमचा अशील जॅक्सनला त्याच्या घरच्या मंडळींना भेटण्यास निघाला होता, त्यामुळे तसा तो घाईत नव्हता.

“इन्शुरन्स कंपनीच्या मूल्यमापन करणाऱ्याने आमच्या अशिलाच्या गाडीचा वेग ताशी पंचाहत्तर मैल होता, असा अहवाल दिला आणि त्याचा आमच्या केसवर गंभीर परिणाम झाला. मर्यादेपेक्षा तीस मैल जास्त वेग होता, हे पाहिल्यावर कोणाही ज्यूरीच्या कपाळाला आठ्या पडणारच. आम्हाला सुदैवाने साक्षीदार मिळाला. तो म्हातारा, ती घटना पाहणारी दुसरी किंवा तिसरी व्यक्ती असेल. त्याचं नाव होतं क्लॉव्हिस गुडमॅन, वय होतं ऐंशी-पंचाऐंशीच्या दरम्यान. तो एका डोळ्याने आंधळा

होता आणि दुसरा डोळा मोठा केल्याशिवाय पाहू शकत नसे.''

''खरं की काय?'' सॅन्डीने विचारलं.

''तसं नाही, पण त्याची दृष्टी थोडीशी कमजोर झालेली होती. पण तरीही तो गाडी चालवत असे. त्या दिवशी तो हायवेवरून त्याच्या '१९६८' शेव्हरलेट पिकअपने रमत-गमत चालला होता. मध्येच केव्हातरी आमच्या अशिलाची गाडी त्याला मागे टाकून पुढे गेली आणि पुढच्याच टेकाडावरती तिचा अपघात झालेला क्लॉव्हिसने पाहिला. आधीच तो नाजूक प्रकृतीचा वयस्कर, एकटा– जवळचं कोणी नाही, इतरांच्या खिजगणतीत नसलेला; तेव्हा तो अपघात पाहिल्यावर, ते दृश्य त्याच्या जिव्हारी लागलं. जखमींना मदत करण्याची त्याची इच्छा होती, म्हणून तो थोडा वेळ तिथे घुटमळला, आणि मग पुढे गेला. अपघाताविषयी कोणालाच तो बोलला नाही. खूप अस्वस्थ झाला होता. आठवडाभर त्याला झोप आली नव्हती, हे नंतर त्याने सांगितलं.

''ते काही असो. आम्हाला असं कळलं की, नंतर जे लोक जमले त्यांपैकी एकाने त्या प्रसंगाचं व्हिडिओ चित्रीकरण केलं होतं. त्या वेळी तिथे पोलीस, ॲम्ब्युलन्स, फायर इंजीन्स आलेले होते. रहदारी ठप्प झाली होती. आम्हाला कळल्यानंतर आम्ही एकाकडून चित्रीकरण केलेली एक टेप उसनी घेतली, माझ्या मदतनिसाने ती बारकाईनं पाहिली आणि सर्व वाहनांचे नंबर उतरवून घेतले. मग त्या वाहनांच्या मालकांना शोधून काढले, त्यांना साक्षीदार करण्यासाठी. हे करत असताना आम्हाला हा क्लॉव्हिस सापडला. तो म्हणाला की, त्याने अपघात प्रत्यक्ष पाहिला होता. मी तुझ्याकडे येऊ का असं मी त्याला विचारल्यावर त्याने होकार दिला, पण तो बेचैन असल्यामुळे काही सांगू शकला नाही.

''क्लॉव्हिस बिगिन्स शहराच्या बाहेर राहत होता. युद्धापूर्वी कधीतरी त्याने एक घर बांधलं, तो आणि त्याची बायको दोघंच राहायचे. मुलगा होता तो बेपत्ता झालेला, बायकोही जाऊन बरीच वर्ष झाली होती. दोन नातवंडं होती, पैकी एक कॅलिफोर्नियात तर दुसरं हॅटिसबर्गजवळ राहत असे. त्यांनाही त्याने बरेच वर्षांत पाहिलं नव्हतं. भेटीतल्या तासाभरातच मला ही माहिती मिळाली. पहिल्यांदा तो तुटक बोलत होता. वकील लोकांवर त्याचा विश्वास नसावा. त्यांच्याबरोबर बोलणं म्हणजे फुकट वेळ दवडणं, असं त्याला वाटत असावं. त्या भेटीनंतर मात्र तो मोकळा झाला. नंतरच्या वेळी तर त्याने कॉफी केली, कुटुंबातल्या खासगी गोष्टी सांगू लागला. आम्ही पोर्चमध्ये डुलत्या खुर्च्यांवर बोलत होतो, पण अपघाताविषयी बोलण्याचं तो टाळत होता. आमच्या पायाशी डझनभर मांजरं घोटाळत होती. सुदैवाने तो शनिवार होता, मलाही ऑफिसची काळजी नव्हती. गप्पा रंगवण्यात तो हुशार होता, युद्ध आणि मंदी हे त्याचे आवडते विषय. काही तास गप्पा झाल्यावर अखेरीस मी अपघाताचा विषय काढला. लगेच तो शांत झाला, दुःखी झाल्यासारखा

दिसला. म्हणाला की, अद्याप त्याच्या मनाची त्याविषयी बोलण्याची तयारी होत नव्हती. महत्त्वाचं सांगण्यासारखं त्याच्याकडे होतं, हेही तो म्हणाला; पण ती वेळ नव्हती. ज्या वेळी आमच्या अशिलाची गाडी त्याच्याजवळून गेली, त्या वेळी त्याचा स्वतःचा वेग किती होता असं मी त्याला विचारल्यावर, तो म्हणाला की, तो स्वतः पन्नासच्यावर कधी गाडी चालवत नसे. मग माझ्या अशिलाच्या गाडीचा वेग किती असावा असा त्याचा अंदाज होता, असं विचारल्यावर त्याने फक्त मान हलवली.

"दोन दिवसांनंतर, एका दुपारी मी त्याच्या येथे थांबलो आणि पोर्चमध्ये पुन्हा आमच्या— खरं म्हणजे त्याच्या— युद्धकथा सुरू झाल्या. बरोबर सहा वाजता क्लॉव्हिसला भूक लागली. त्याला कॅटफिश आवडतं, असं म्हणून मीही जेवणासाठी थांबावं अशी त्याने मला विनंती केली. मीही एकटाच होतो. तो व मी जेवायला बाहेर पडलो. मी गाडी चालवत होतो, तो बोलत होता. सहा डॉलर्स देऊन चरबीयुक्त कॅटफिश घेतलं. ते दोघांना पुरेस होतं. क्लॉव्हिस सावकाश जेवत होता. डिशमध्ये ठेवलेल्या फिशच्या तुकड्यांपासून हनुवटी जेमतेम वर राहील, इतकं वाकून तो खात होता. वेट्रेसनं बिल आणून ठेवलं, त्याकडे क्लॉव्हिसनं पाहिलं नाही. दहा मिनिटं ते तसंच होतं. तोंड भरून खात असताना, बोलणं चालू होतं. मी विचार करत होतो की, क्लॉव्हिस साक्ष द्यायला तयार झाला तर जेवणावर खर्च झालेले पैसे वसूल झाले. अखेरीस आम्ही निघालो आणि त्याच्या घरी परत जात असता, मध्येच त्याने बिअर घेण्याची इच्छा जाहीर केली. एका गावठी दुकानाशी मी गाडी उभी केली. तो जागचा हलला नाही, मीच ती घेऊन आलो. जाता-जाता ती घेत नंतर तो म्हणाला की, तो लहानाचा मोठा कुठे झाला ते ठिकाण दाखवतो, फार लांब नाही. एका कौंटीकडे जाणारा रस्ता सोडल्यावर दुसऱ्या कौंटीचा लागला. वीस मिनिटं झाली, माझं मलाच कळेना मी कुठे होतो. क्लॉव्हिसला नीट दिसेना. लघवी चांगली व्हावी म्हणून त्याने पुन्हा बिअर हाणली. एका दुकानदाराला मी कसं जायचं ते विचारलं, आमचा प्रवास पुन्हा सुरू झाला. इकडून घे, तिकडे चल, असं सांगता सांगता आम्ही हॅंकॉक कौंटीमध्ये नेकैसक्रॉसिंग या छोट्या शहराशी येऊन ठेपलो. ठिकाण तर सापडलं, पण बालपणचं घर त्याला आठवेना. आपण पुन्हा एक चक्कर मारू, असं तो म्हणाला. पुन्हा बिअर, पुन्हा दुकानदार!

"आम्ही त्याच्या घराशी गेल्यावर, आम्ही कुठे गेलो होतो ते माझ्या लक्षात आलं. मी अपघाताचा विषय काढला. अजूनही तो बोलता होईना. मी त्याला घरात नेला, तसा सोफ्यावर अंग टाकून तो घोरायला लागला. मध्यरात्र होत आली होती.

"हा प्रकार, म्हणजे पोर्चमध्ये झुलत्या खुर्चीत बसून गप्पा मारणं, मंगळवारी कॅटफिश खाणं, नीट लघवी व्हावी म्हणून त्याने बिअर पीत आम्ही रस्त्यांवरून भटकंती करणं असं महिनाभर चालू होतं. वीस लाखांचा इन्शुरन्स होता, आमची

त्याच्या पैन्‌पैसाठी लढत चालू होती. अपघाताच्या चौकशीसाठी अजून त्याला कुणी गाठलं नव्हतं. इन्शुरन्सच्या लोकांनी त्याला गाठण्यापूर्वी मला त्याच्याकडून सत्य काय ते काढून घ्यायला हवं होतं. त्याला कल्पना नसली, तरी त्याची साक्ष दिवसेंदिवस महत्त्वाची ठरत होती.''

''अपघाताला किती महिने झाले होते?'' सॅन्डीने विचारलं.

''चार-पाच महिने. शेवटी एक दिवस मी आग्रह धरला. त्याला सांगितलं की, आम्ही आमच्या केसमध्ये एका महत्त्वाच्या टप्प्यावर आहोत, तेव्हा त्याने काही प्रश्नांची उत्तरं देण्याची वेळ आली आहे. तो तयार झाला. मी पुन्हा त्याला तेच विचारलं की, तुझ्याजवळून जाताना आमच्या अशिलाच्या गाडीचा वेग किती होता? तो म्हणाला की, रक्ताळलेल्या अवस्थेत ठार झालेला, बायको जखमी, विशेषत: तो छोटा जीव यांना बघता गाडीचा वेग भयंकर होता. त्याच्या डोळ्यांत पाणी आलं. मी विचारलं, 'क्लॉव्हिस, वेगाचा अंदाज तुला करता येईल का?' त्यानं उत्तर दिलं की, त्या कुटुंबाला मदत करण्यात त्याला धन्यता वाटेल. मी म्हटलं, 'तेही नक्की त्याची जाण ठेवतील.' माझ्या नजरेला नजर देत त्यानं विचारलं, 'किती वेगात ती जात होती, तुला वाटतं?'

मी म्हणालो, 'माझ्या मते ती पंचावन्नच्या दरम्यान असावी.'

'मग तेच खरं आहे. मी पन्नासच्या वेगाने जात होतो, ती गाडी हळूच माझ्यापुढे गेली.'

''सुनावणीच्या वेळी क्लॉव्हिस गुडमॅनने खरोखर इतकी सुरेख साक्ष दिली की, मी आजपर्यंत असा साक्षीदार पाहिला नव्हता. त्याने नम्रपणे आणि खातरीलायक साक्ष दिली. ज्यूरीने इन्शुरन्सच्या लोकांनी केलेल्या काल्पनिक मूल्यमापनाकडे दुर्लक्ष करून क्लॉव्हिसचं म्हणणं योग्य मानलं. निर्णय दिला. आम्हाला दोन कोटी तीस लाख नुकसान भरपाई दिली.

''नंतरही आम्ही भेटत राहिलो. त्याचं मृत्युपत्र मीच केलं. तसं त्याच्याकडे जास्त काही नव्हतंच; राहतं घर, सहा एकर जमीन आणि बँकेत सात हजार डॉलर्स. तो मेल्यावर सगळं विकून येणारे पैसे कॉन्फिडरसीच्या सेविकांना द्यायचे होते. एकाही नातेवाइकाचं नाव मृत्युपत्रात नव्हतं. नातू वीस वर्षांपासून गायब होता. हॅटिसबर्गमधल्या नातीने, तिच्या ग्रॅज्युएशन समारंभासाठी हजर राहाण्यासाठी १९६८ मध्ये त्याला पाठवलेल्या आमंत्रणानंतर संबंधच ठेवले नव्हते. अर्थात, तोही हजर राहिला नव्हता, त्याने भेटही पाठवली नव्हती. नातेवाइकांचा तो क्वचित उल्लेख करत असे, पण त्यांच्याशी संबंध असावेत अशी त्याची इच्छा होती, हे मी जाणून होतो.

''तो आजारी पडला तेव्हा एकटा राहू शकत नव्हता, म्हणून त्याला मी बिगिन्सच्या हॉस्पिटलमध्ये दाखल केलं. मी त्याचं घर, जमीन विकून साऱ्या पैशांची

व्यवस्था लावली. त्या वेळी मी त्याचा मित्र होतो. त्याला वेळोवेळी शुभेच्छापत्र, भेटी पाठवत असे. जेव्हा मी जॅक्सन किंवा हॅटिसबर्गला जात असे त्या वेळी शक्य होईल तेवढा वेळ मी त्याला देत असे. महिन्यातून एकदा तरी त्याला कॅटफिश खाऊ घालण्यासाठी घेऊन जात असे. मग भटकंती करताना बिअर ढोसल्यानंतर त्याच्या गोष्टी सुरू व्हायच्या. एक दिवस त्याला घेऊन मासेमारीला गेलो. आठ तास फिशिंग करत होतो. त्या दिवशी मी इतका बेसुमार हसलो, आयुष्यात कधीच इतका हसलो नव्हतो.

''नोव्हेंबर १९९१ मध्ये त्याला न्यूमोनिया झाला. तो जवळजवळ मेलाच होता, भयंकर घाबरला होता. त्याचं मृत्युपत्रं पुन्हा बनवलं. त्याच्या स्थानिक चर्चला काही पैसे देण्याची आणि उरलेले 'कॉन्फिडरसी'च्या जुन्या वास्तूंना देण्याची त्याची इच्छा होती. त्याने त्याच्या दफनाची जागा निवडली होती, तशी व्यवस्थाही करून ठेवली होती. तो जिवंत असतानाच मृत्युपत्र उघड करण्याची कल्पना मी मांडली, ती त्याला आवडली. कारण वेळ आली तर केवळ त्यासाठी त्याला कृत्रिम श्वासोच्छ्वासावर ठेवण्याची जरूर नव्हती. त्याला आता नर्सिंगहोम, एकाकीपणा या सर्वांचा कंटाळा आला होता. कृत्रिम श्वासोच्छ्वास बंद करण्याची अनुमती, अर्थातच डॉक्टरांच्या सल्ल्याने, देण्याचे अधिकार त्यानं मला दिले होते. तो आता मनाने ईश्वराजवळ पोहोचला होता, केव्हाही जाण्याची त्याची तयारी झाली होती.

''१९९२च्या जानेवारीमध्ये त्याला न्यूमोनियाचा जोरदार झटका आला. मी त्याला बिलॉक्सीच्या हॉस्पिटलमध्ये घेऊन आलो, मला त्याच्यावर लक्ष ठेवणं शक्य झालं. दररोज त्याला बघण्यासाठी जात होतो; क्लॉव्हिसला नातेवाईक, मित्र, सेवा-चाकरी करणारं कोणीच नव्हतं, फक्त मी. तो आस्ते-आस्ते संपत चालला होता. स्पष्ट दिसत होतं की, हॉस्पिटलमधून तो आता बाहेर पडणार नव्हता. तो बेशुद्धावस्थेत होता. त्याला कृत्रिम श्वासोच्छ्वासावर ठेवण्यात आलं आणि एका आठवड्यानंतर डॉक्टरने सांगितलं की, त्याचा मेंदू मृत झाला होता. तीन डॉक्टरांच्यादेखत मी त्या मृत्युपत्राचं वाचन केलं आणि कृत्रिम श्वासोच्छ्वास बंद केला.''

''कोणता दिवस होता तो?'' सॅन्डीने विचारलं.

''६ फेब्रुवारी १९९२.''

सॅन्डीने उसासा सोडून, डोळे मिटून मान हालवली.

पॅट्रिक पुढे सांगू लागला, ''चर्चचे संस्कार त्याला नको होते, कारण येण्यासारखं कोणीच नव्हतं. बिगिन्सच्या बाहेर असलेल्या स्मशानात आम्ही त्याचं दफन केलं. तीन वृद्ध विधवा हजर होत्या, त्या रडत होत्या. गेली पन्नास वर्ष बिगिन्समध्ये होणाऱ्या प्रत्येक दफनाच्या वेळी त्या हजर राहून रडत असत. चर्चच्या सेवेकऱ्याने पाच दुय्यम धर्मगरूंना शवपेटी वाहून नेण्यास पकडून आणलं होतं. दोन इतर

कुणीतरी होते. असे सर्व मिळून बारा जण होते. थोडेफार धार्मिक विधी झाल्यावर क्लॉव्हिसला मूठमाती देण्यात आली.''

''शवपेटी वजनाने हलकी होती, खरं ना?''

''हो, होती.''

''क्लॉव्हिस कुठे होता?''

''त्याचा आत्मा संत लोकांशी गप्पागोष्टी करण्याचा आनंद घेत होता.''

''त्याचं मृत शरीर कुठे होतं?''

''माझ्या केबिनच्या पोर्चमध्ये असलेल्या फ्रीजरमध्ये.''

''काय म्हणावं तुला?''

''हे बघ सॅन्डी, मी कुणाला मारलं नाही. त्याचं मृत शरीर जळत असताना, म्हातारा क्लॉव्हिस तर देवदूतांबरोबर गाणी म्हणत होता. तो काही मनावर घेणार नव्हता, असं मला वाटलं.''

''प्रत्येक गोष्टीसाठी तुझ्याकडे सबब असतेच पॅट्रिक?''

पॅट्रिक त्याच्या बेडवर पाय लोंबकळत ठेवून बसला होता, काही बोलला नाही.

सॅन्डीने थोडा वेळ खोलीत येरझाऱ्या घातल्या. मग भिंतीला टेकून उभा राहिला. त्याच्या मित्राने कुणाला मारलं नव्हतं, हे पाहून त्याला हायसं वाटलं; तरीही, एक मृत शरीर जाळणं हा विचारच तिटकारा आणणारा होता.

''आता उरलेलं सांगून टाक,'' सॅन्डी म्हणाला, ''मला खातरी आहे, प्रत्येक गोष्ट योजनापूर्वक केली असणार.''

''मला विचार करू दे.''

''मी ऐकतोय.''

''मिसिसिपी कायद्यामध्ये पुरलेलं प्रेत पळवणं याला एक परिनियम आहे, पण तो मला लागू होत नाही. मी क्लॉव्हिसचं गाडलेलं प्रेत पळवलं नव्हतं, ते त्याच्या शवपेटीतून उचललं. प्रेताची अवहेलना करणं यालासुद्धा वेगळं कलम आहे. जिल्हा सरकारी वकील टी. एल. पॅरिश या बाबतीत मला जबाबदार धरू शकतो. तो गंभीर गुन्हा आहे. एक वर्षाची कैद आहे. त्याचाच फक्त त्यांनी फायदा घेतला तर पॅरिश त्यासाठी धडपड करेल.''

''तो तुला तसा सोडणार नाही.''

''नाही. तेसुद्धा करू शकणार नाही. मी सांगितल्याशिवाय क्लॉव्हिस कोण हे त्याला कळणार नाही. माझ्यावरचा खुनाचा आरोप काढून टाकण्यापूर्वी मला ते सांगायला हवं. दोन गोष्टी आहेत, एक क्लॉव्हिसविषयी मी सांगणं आणि दुसरं म्हणजे ते कोर्टात शपथेवर सांगणं. प्रेताची दुर्दशा मी केली, असं त्याने कोर्टात सांगण्याचा प्रयत्न केला तर त्याला माझी साक्ष घेता यायची नाही. तू म्हणतोस

त्याप्रमाणे, मला जर मोकळं सोडायचं नसेल तर त्याला दुसरं काहीतरी शोधावं लागेल. माझ्याशी तो लढेल, पण त्याला मला दोषी ठरवता येणार नाही. कारण गाडीत जाळलेला मृतदेह हा क्लॉव्हिसचाच होता, हे सिद्ध करायला त्याच्याकडे दुसरा मार्गच नाही. त्या गोष्टीचा मी एकमेव साक्षीदार आहे.''

''म्हणजे पॅरिशची सर्व बाजूंनी पंचाईत झाली आहे तर!''

''करेक्ट. फेडरलचे आरोप तर आता नाहीतच. त्यात आपण हा बॉम्बगोळा टाकल्यावर, मला कसंही करून चीतपट करण्यासाठी त्याला आटापिटा करावा लागेल. नाहीतर, मी निघालो.''

''आता काय प्लॅन आहे?''

''सोपं आहे. आपण त्याच्या डोक्यावरचं ओझं कमी करायचं, म्हणजे त्याला मोकळ्या तोंडाने फिरता येईल. तू क्लॉव्हिसच्या नातवंडांकडे जा. खरं काय ते त्यांना सांगून टाक, काही पैसे पुढे कर. खरा प्रकार कळल्यावर त्या नातवंडांना माझ्यावर कायदेशीर कारवाई करण्याचा अधिकार आहे आणि असं धरून चाल की, ते तसं करतील. त्यांच्या दाव्याला काही महत्त्व नाही, कारण आजपर्यंत त्या म्हाताऱ्याकडे त्यांनी दुर्लक्ष केलं होतं. तरीही त्यांचा दावा सुरक्षित जुगार खेळण्यासारखा असेल. आपण त्यांना पुढे जाऊ द्यायचंच नाही. पैशांच्या मोबदल्यात अशी तडजोड घडवून आणू की, त्यांनी पॅरिशवर दबाव आणून त्याला माझ्यावरचे आरोप मागे घ्यायला लावले पाहिजेत.''

''तू महापातळयंत्री आहेस.''

''थँक्यू. का, हे असं का जमू नये?''

''कुटुंबीयांची इच्छा असो वा नसो, पॅरिश तुला कोर्टात खेचणारच.''

''शक्य नाही. तो मला दोषी ठरवूच शकत नाही. सगळ्यात वाईट म्हणजे, त्याने माझ्यावर खटला भरून तो हारणं. त्यापेक्षा, एक गाजलेली केस गमावण्याच्या तिढ्यातून सुटका करून घेण्यासाठी मागल्या दाराचा उपयोग करणं, हा त्याला सुरक्षित मार्ग आहे.''

''गेली चार वर्ष तू हाच विचार करत होतास?''

''हो माझ्या मनात हेच घोळत होतं.''

आपल्या अशिलाच्या भल्यासाठी काय करावं, याचा विचार करत सॅन्डी येरझाऱ्या घालत होता. स्वत:शीच बोलल्यासारखं तो म्हणाला, ''पॅरिशसाठी आपण काहीतरी करायला हवं.''

''त्याच्यापेक्षा मला स्वत:ची काळजी घेणं महत्त्वाचं आहे.''

''हे फक्त पॅरिशपुरतं मी म्हणत नाही, एकूण परिस्थितीच तशी आली आहे. तू सुटलास म्हणजे तुरुंगाबाहेर राहाण्यासाठी परिणामकारक मार्ग विकत घेतो

आहेस. तू सोडून प्रत्येक जण वाईट दिसतो आहे.''

''असेलही. मी माझाच विचार करणार.''

''मी तेच करतो आहे, पण म्हणून आजूबाजूच्या परिस्थितीला कमी लेखून, आपण अंधारात पळून जाण्यासारखं आहे.''

''खुनाचं आरोपपत्रं मिळवण्यासाठी पॅरिशला धावपळ करायला कोणी लावलं नव्हतं. मला त्याच्याविषयी जराही सहानुभूती नाही.''

''मलाही नाही, पण हे जास्त होतं आहे.''

''मग मी थोडं सोपं करतो. मृतदेहाची विटंबना केली, हा गुन्हा कबूल करतो, पण तुरुंगात जाणार नाही. अगदी एक दिवससुद्धा. दंड भरेन. पॅरिशला मला अपराधी ठरवण्याचं समाधान मिळू दे. मी मात्र इथून चालता होईन.''

''घोर अपराधी ठरशील.''

''नाही. तिकडे ब्राझिलमध्ये मी कसा आहे, याची कोण चौकशी करतं आहे?''

सॅन्डीने येरझाऱ्या घालण्याचं थांबवलं. बेडवर त्याच्या शेजारी बसत म्हणाला, ''म्हणजे परत तू ब्राझिलला जाणार?''

''माझं घर आहे ते, सॅन्डी.''

''आणि तिचं– तुझ्या मैत्रिणीचं काय?''

''आम्हाला दहा-बारा पोरं होतील, अजून ठरवलेलं नाही.''

''तुझ्याकडे किती पैसे असतील?''

''लाखो. कसंही करून मला इथून बाहेर काढ, सॅन्डी. मला नवीन आयुष्य जगू दे.''

एक नर्स दरवाजा लोटून आत आली, तिने दिवे लावले आणि म्हणाली, ''अकरा वाजलेत पॅटी. भेटीगाठी घेण्याची वेळ संपली. कसा आहेस तू स्वीटी?''

''ठीक, उत्तम आहे.''

''काही हवंय तुला?''

''नको थँक्स.''

ती जशी घाईने आली, तशीच लगबगीने निघून गेली. सॅन्डीने त्याची ब्रीफकेस उचलत चेष्टेने म्हटलं, ''पॅटी?''

पॅट्रिकने फक्त खांदे उडवले. सॅन्डी पुन्हा गमतीने म्हणाला, ''स्वीटी?''

सॅन्डी दारापर्यंत गेला आणि त्याला काही विचारावसं वाटलं. म्हणाला, ''फक्त एकच प्रश्न. रस्त्यावरून तू गाडी घसरवलीस तेव्हा क्लॉव्हिस कुठे होता?''

''नेहमीच्या जागेवर. पॅसेंजर सीटवर, बेल्ट लावलेल्या स्थितीत. त्याच्या दोन पायांमध्ये मी बिअर ठेवली होती. त्याला शुभेच्छा दिल्या. चेहऱ्यावर हसू होतं त्याच्या.''

अडतीस

लंडनमध्ये सकाळचे दहा वाजत आले होते. परत मागितलेली लूट– चोरलेले पैसे– वायरने पाठवण्यासंबंधीच्या सूचना मिळाल्या नव्हत्या. इव्हा हॉटेलमधून बाहेर पडली आणि तिने पिकॅडेली भागातून लांब चक्कर मारली. कुठे एका विशिष्ट ठिकाणी, ठरावीक वेळेत जायचं असं काही तिने ठरवलं नव्हतं. गर्दीबरोबर, दुकानांच्या शोकेसेस बघत ती फुटपाथवरून जाण्याची मजा अनुभवत होती. तीन दिवस एकाच ठिकाणी शांतपणे घालवल्यामुळे आजूबाजूला घाईगडबडीत वावरणारे लोकं काय बोलतात, त्यांच्या हालचाली कशा असतात याचं निरीक्षण करण्याची तिची कुवत वाढली होती. एका जुनाट रेस्टॉरन्टमध्ये 'गोट-चीज'मधलं गरमागरम सॅलड घेऊन जेवण करत ती लोकांचं हलकंफुलकं बोलणं ऐकत होती. ती कोण होती, याचा कुणालाच पत्ता असण्याचं कारण नव्हतं.

पॅट्रिकनं तिला एकदा सांगितलं होतं की, साओपावलोमधलं पहिलं वर्ष असंच लोकांचं फक्त निरीक्षण करण्यात कसं मजेत गेलं होतं; त्या वेळी त्याचं नाव, गाव कुठे कोणाला माहीत होतं? त्या रेस्टॉरन्टमध्ये बसलेली इव्हा मिरांडा नसून ती ली पिरेझच होती, असं तिलाही वाटत होतं. नंतर ती बाँड स्ट्रीटवर आवश्यक असलेल्या कपड्यांची, प्रसाधनांची खरेदी करण्यासाठी बाहेर पडली; ते घेताना तिने किमतीचा विचार न करता घेण्याचं ठरवलं. आता ती एक धनाढ्य स्त्री होती.

नाट्यपूर्ण होण्यापेक्षा, नऊपर्यंत वाट बघून त्यांना त्यांच्या ऑफिसमध्येच अटक करणं अगदी सहजपणे शक्य झालं असतं, पण त्यांच्या कामाच्या वेळा धड नव्हत्या आणि मुख्य म्हणजे त्यांच्यापैकी रॅप्ले हा क्वचितच घराबाहेर पडत असे.

पहाटेपूर्वीची वेळ ठरवण्यात आली. त्यांच्या कुटुंबीयांच्यादेखत त्यांना अवमानित केल्यासारखं होईल म्हणून किंवा शेजाऱ्यांमध्ये गडबड होईल म्हणून, ते झोपलेले असताना किंवा सकाळी आंघोळीच्या वेळी त्यांना पकडणं हा उत्तम मार्ग होता.

पायजमा घातलेल्या अवस्थेत चार्ल्स बोगानने दार उघडलं आणि तो ओळखत असलेल्या यू.एस. मार्शलने हातकड्या पुढे केल्यावर त्याला रडू कोसळलं. बोगानला कुटुंब नव्हतंच, त्यामुळे त्यांच्यासमोर होणारी बेइज्जत मात्र वाचली.

डग व्हिट्रॅनोच्या बायकोने दार उघडलं आणि ती एकदम चवताळलीच. तिने एफबीआयच्या त्या तरुण अधिकाऱ्याच्या तोंडावर धाडकन दार लावलं आणि वरच्या मजल्यावरच्या बाथरूममध्ये आंघोळ करत असलेल्या नवऱ्याला बाहेर काढण्यासाठी तिने धूम ठोकली. नशिबाने, एफबीआयच्या लोकांनी त्याला एखाद्या गुन्हेगाराप्रमाणे बेड्या घालून त्यांच्या गाडीत ढकलण्याच्या वेळी मुलं झोपलेली होती. नाइट गाउन घातलेली बायको रडत, एकीकडे शिव्या घालत घराच्या पायऱ्यांवर उभी होती.

नेहमीप्रमाणे जिमी हॅवरॅक मद्यधुंद, बेहोश होऊन झोपलेला होता. त्यामुळे दारावरची एकदा वाजलेली बेल त्याला जागं करायला पुरेशी झाली नाही. त्यांनी अंगणातूनच त्याला त्याच्या सेलफोनवर फोन केला. अखेरीस तो जागा झाला आणि त्याला बेड्या पडल्या.

सूर्य वर आला त्या वेळी एथान रॅप्ले, पोटमाळ्यावरील त्याच्या ऑफिसमध्ये एक टिपण तयार करत होता. स्थळ-काळाचं त्याला भान नव्हतं. खाली उडालेली गडबड त्याच्या कानावर पडली नव्हती. दारावर झालेली टकटक ऐकून त्याची बायको जागी झाली, तिने पाहिलं आणि ती अभद्र बातमी सांगण्यासाठी ती जिन्याने वर गेली. पहिल्याप्रथम तिने त्याची गन लपवली. त्याने ती त्याच्या कपड्यांच्या कपाटात, एका खणामध्ये ठेवली होती. मोजे शोधत असताना त्याने दोनदा इकडेतिकडे पाहिलं, तिला तो विचारणार नव्हता. त्याला भीती होती, ती त्यांना सांगेल.

तेरा वर्षांपूर्वी ज्या वकिलाने बोगान फर्मची स्थापना केली होती, त्याला न्यायासनावर बढती मिळाली होती. सिनेटर न्ये याने ती नेमणूक केली होती. त्याच्यानंतर चार्ल्स बोगानने फर्मचा चार्ज घेतला होता. फेडरल कोर्टाच्या सध्याच्या सर्व पाचही न्यायाधीशांशी फर्मचे घनिष्ठ संबंध होते. म्हणूनच फर्मचे सगळे पार्टनर्स जेलमध्ये एकत्र येण्यापूर्वीच सारखे फोन वाजत होते, यात नवल नव्हतंच. साडेआठला त्यांना स्वतंत्रपणे बिलॉक्सीच्या फेडरल कोर्टहाउसमध्ये, जवळच्याच फेडरल मॅजिस्ट्रेटसमोर घाईघाईने हजर करण्यासाठी नेण्यात आलं.

बोगानने वेगाने आणि सहजपणे खटपटी-लटपटी केलेल्या पाहून एजंट कटर वैतागला होता. त्यांच्यावरील आरोपांची चौकशी होईपर्यंत ते चौघे जेलमध्ये राहावेत, अशी कटरने अपेक्षा केली नव्हती. तसंच, मॅजिस्ट्रेटने भल्या पहाटे त्यांची लगेच चौकशी करावी, हेही त्याला पसंत नव्हतं. त्याने फक्त वृत्तपत्रांना आणि टीव्हीला खबर दिली.

भराभर कागदपत्रं तयार करण्यात आली, त्यांच्यावर सह्या घेण्यात आल्या

आणि ते चौघे पार्टनर्स कोर्टहाउसच्या बाहेर पडले. थोड्या अंतरावर असलेल्या त्यांच्या ऑफिसमध्ये बेड्याविरहित जाण्यासाठी ते मोकळे होते. त्यांच्या पाठोपाठ एक लठ्ठ, गबाळा माणूस हातातला छोटा कॅमेरा सावरत निघाला; एक वार्ताहरही होता. त्याला हे काय प्रकरण होतं, याची काहीच कल्पना नव्हती. एक मोठी भानगड होती, एवढंच सांगितलं गेलं होतं. चिंताग्रस्त पार्टनर्सकडून काही प्रतिक्रिया नव्हती. ते त्यांच्या 'व्य मार्श' इमारतीमधल्या ऑफिसमध्ये गेले. तिथे पोहोचल्यानंतर त्यांनी दार लावून घेतलं होतं.

सिनेटरला फोन लावण्यासाठी बोगान तडक फोनपाशी गेला.

पॅट्रिकने शिफारस केलेल्या खासगी गुप्तचराने, इतर काहीही न करता फक्त एका फोनवर, दोन तासांत बाईचा शोध घेतला. बिलॉक्सीच्या उत्तर-पूर्वेला दोन तासांवर असलेल्या मेरिडिअनमध्ये ती राहत होती. तिचं नाव होतं दिना पॉस्टल. शहराच्या एका टोकाला असलेल्या एका सुविधा स्टोअरमध्ये ती कॅशचं काम बघायची आणि रेस्टॉरन्टही चालवायची.

सॅन्डीला ते ठिकाण सापडलं आणि तो आत गेला. काउंटरच्या मागे चाललेली नोकरांची गडबड बघत, त्याने तळलेलं चिकन, बटाटे यांची वाखाणणी करण्याचा आव आणला. एका जाडजूड, बसक्या अंगाच्या आणि साधारण पांढरे केस झालेल्या बाईकडे त्याचं लक्ष गेलं. इतर नोकरांप्रमाणेच तिच्या अंगावर लाल-पांढरे पट्टे असलेला शर्ट होता. ती जवळ आली, तेव्हा त्यावर लावलेल्या पट्टीवरचं नाव त्याने वाचलं. नाव होतं दिना.

साध्या पोशाखाने लवकर जवळीक तयार होते म्हणून सॅन्डीने जीन्स व निळ्या रंगाचा कोट घातला होता. टाय बांधला नव्हता.

हसत तिने विचारलं, ''काही हवं आहे का तुम्हाला?''

दहा वाजले होते, खाण्याची ती काही वेळ नव्हती. ''कॉफी.'' सॅन्डीने हसत उत्तर दिलं. तिने डोळे मिचकावले. एखाद्याची अशी गंमत करायला तिला आवडत असे. काउंटरवर पैसे देण्याऐवजी सॅन्डीने तिच्यापुढे त्याचं कार्ड ठेवलं.

तिने त्याकडे एकदा नजर टाकली आणि बाजूला ठेवून दिलं. घरी तीन बालगुन्हेगार मुलांना ती सांभाळत होती, त्यामुळे असली चकित करणारी गाठभेट म्हणजे संकट ओढवून घेणं.

''एक डॉलर आणि वीस सेन्ट्स,'' ती यंत्रावरची बटणं दाबत म्हणाली. कोणी बघतं आहे का याकडे तिचं लक्ष होतं.

पैसे काढत सॅन्डी म्हणाला, ''तुमच्यासाठी एक चांगली बातमी आहे.''

''काय हवं आहे काय तुम्हाला?''

"तुमची दहा मिनिटं. मी त्या टेबलाशी थांबतो."

बाकीचे पैसे परत करताना तिने पुन्हा विचारलं, "काय हवं आहे काय?"

"तुमचा वेळ दिलात तर तो सत्कारणी लागला, असं वाटेल तुम्हाला."

तिला पुरुषांची संगत आवडायची. त्यात इतरांपेक्षा सॅन्डी आकर्षक दिसत होता. तिने चिकन उगाचच इकडेतिकडे हलवलं, पुन्हा कॉफी बनवली आणि ती थोडा वेळ विश्रांती घेत असल्याचं तिने सुपरवायझरला सांगितलं.

बिअरकूलर आणि आइसमशिनजवळ असलेल्या टेबलाशी सॅन्डी स्वस्थपणे वाट बघत थांबला होता. ती तिथे येऊन बसल्यावर त्याने तिचे आभार मानले.

ती चाळिशीची असावी. गोल चेहऱ्यावर सुमार दर्जाचा मेकअप केला होता.

"न्यू ऑर्लिन्समध्ये तुम्ही वकील आहात हं."

"कोस्टमधल्या एका वकिलाने पैसे चोरल्याची हकिकत तुम्ही ऐकली किंवा वाचली असेल, असं नाही मला वाटत."

मान हलवत, त्याचं बोलणं पूर्ण होण्याच्या आत ती म्हणाली, "मी कधीच काही वाचत नाही. आठवड्याचे साठ तास इथे काम करते, घरी दोन लहान मुलांना सांभाळते. माझा नवरा त्यांच्याकडे बघतो, पण तो अधू आहे. मी काही वाचत नाही, बघत नाही; इतर काहीही करत नाही. इथे येऊन काम करते, घरी गेल्यावर पोरांचे खराब झालेले कपडे धुते."

आपण पॅट्रिकबद्दल उगाच तिला विचारलं, याचं सॅन्डीला वाईट वाटलं. ती खट्टू झाली असणार.

शक्य तितक्या लवकर आणि थोडक्यात सांगता येईल, तेवढी त्याने पॅट्रिकची कथा तिला ऐकवली. सुरुवातीला तिला सारं मनोरंजक वाटलं, पण शेवटी-शेवटी तिला कंटाळवाणं वाटू लागलं.

"द्या त्याला फासावर." मध्येच ती म्हणाली.

"पण त्याने कुणालाच मारलं नाही."

"मला वाटतं, त्या कारमध्ये एका माणसाचं शरीर होतं, असं तुम्ही म्हणालात."

"होतं, पण ते अगोदरच मेलेल्या व्यक्तीचं."

"त्यानेच त्याला मारलं?"

"नाही. ते शरीरसुद्धा त्याने चोरल्यासारखंच होतं."

"हे बघा, मला कामाला लागलं पाहिजे. तुम्ही मनाला लावून घेऊ नका, पण या सगळ्याशी माझा काय संबंध, मी म्हणते?"

"ज्याचं ते शरीर होतं ते क्लॉव्हिस गुडमॅन याचं. तुमचे आजोबा."

"त्याने क्लॉव्हिसला जाळलं?"

सॅन्डीने मानेनेच होकार दिला.

तिने डोळे बारीक करून विचारलं, "कशासाठी?"

"त्याला स्वतःचा खोटा मृत्यू दाखवायचा होता."

"मग क्लॉव्हिसच का?"

"पॅट्रिक त्याचा मित्र आणि वकील होता."

"असाच मित्र."

"हे बघ, मलाही त्यातून काही सुचवायचं नाही. गोष्ट घडली चार वर्षांपूर्वी, आपला यात संबंध येण्यापूर्वी."

एका हाताच्या बोटांची नखं कुरतडत ती विचार करत होती की, समोर बसलेला हा एक हुशार वकील दिसतो आहे, तेव्हा आपल्या आजोबांविषयी आपल्याला होत असलेले दुःख काही कामाचं नाही. प्रकरण गोंधळाचं दिसतं आहे, बोलू दे त्याला.

"मी ऐकतेय."

"मृतदेहाची अशी हेटाळणी करणं, हा घोर अपराध आहे."

"असायलाच हवा."

"नागरी कायद्यानुसार त्यावर कारवाई होऊ शकते. मला असं म्हणायचं आहे की, क्लॉव्हिस कुटुंबीय माझ्या अशिलावर, प्रेत नाहीसं करण्याबद्दल खटला भरू शकतात."

"नक्कीच." तिने पाठ सरळ करत दीर्घ श्वास घेतला, मग हसत पुढे म्हणाली, "आता माझ्या लक्षात येतंय."

"मी त्यासाठीच तर इथे आलो आहे. माझा अशील क्लॉव्हिस कुटुंबीयांबरोबर तडजोड करायला तयार आहे." सॅन्डीही हसत म्हणाला.

"कुटुंबीय म्हणजे कोण?"

"मृताची पत्नी, मुलं, नातवंडं."

"मला वाटतं, मी एकटी म्हणजे सारं कुटुंब आलं."

"तुझ्या भावाचं काय?"

"मादक पदार्थांच्या आहारी जाऊन ल्यूथर दोन वर्षांपूर्वी मेला."

"म्हणजे तसा खटला भरण्याचे अधिकार फक्त तुलाच."

"किती?" असं पटकन बोलून गेली आणि मग तिला वाटलं, उगाच बोललो. ती संकोचली.

सॅन्डीने पुढे झुकत म्हटलं, "पंचवीस हजार आत्ता द्यायला तयार आहोत. चेक खिशातच आहे."

तीही पुढे झुकली होती. पैशांची गोष्ट ऐकली आणि ती थंड पडली. तिच्या डोळ्यांत पाणी तरारलं, थरथरत्या ओठांनी म्हणाली, "माय गॉड!"

सॅन्डीने आजूबाजूला नजर फिरवली आणि म्हणाला, "हो, पंचवीस हजार डॉलर्स."

टेबलावर असलेल्या मिठाच्या भांड्याला तिचा धक्का लागला. जवळच असलेल्या स्टँडवरून तिने एक पेपर नॅपकिन खेचला. डोळे पुसले, नाक साफ केलं. सॅन्डी, कोणी पाहत नाही ना, यासाठी इकडेतिकडे बघत होताच.

''सगळे माझेच?'' घोगऱ्या आवाजात तिने विचारलं.

''येस, सगळे तुझेच.''

''मला थंडगार कोला हवा आहे.'' ती म्हणाली.

एका मोठ्या घुटक्यात तिने तो अर्धा संपवला. सॅन्डीला घाई नव्हती. तो येणाऱ्या-जाणाऱ्यांकडे बघत राहिला. ती स्वस्थ झाली. साफ नजरेने त्याच्याकडे बघत ती म्हणाली, ''मला असं दिसतंय की, ज्याअर्थी तुम्ही येथपर्यंत आलात आणि लगेच पंचवीस हजार द्यायला तयार झालात, तेव्हा बहुधा त्यापेक्षा जास्त देण्याचीही तुमची तयारी असेल.''

''वाटाघाटी करणं माझ्या हाती नाही.''

''मी खरोखरच तुमच्या अशिलावर दावा लावला, तर त्याला ते जड जाईल. मला काय म्हणायचं आहे, ते तुमच्या लक्षात येतं आहे ना? नऊ कोटी चोरण्यासाठी त्या गरीब म्हाताऱ्या क्लॉव्हिसला जाळून टाकणं, याविषयी काय ठरवायचं ते ज्यूरी माझ्याकडे पाहून ठरवतीलच.''

सॅन्डीने नुसती मान हालवली. तिचं त्याला कौतुक करावंस वाटलं. ती पुढे म्हणाली, ''कोणत्याही एका वकिलाच्या मदतीने कदाचित मला जास्त पैसे मिळतील.''

''मिळतीलही, पण त्याला पाच वर्षं लागतील. शिवाय तुझ्या इतर अडचणी आहेतच.''

''कोणत्या अशा?''

''क्लॉव्हिसशी तुझे निकटचे संबंध नव्हतेच.''

''असतीलही.''

''मग तू त्याच्या अंत्यविधीला का गेली नव्हतीस? ज्यूरींना उत्तर द्यायला तुलाच कठीण जाईल. हे बघ दिना, मी तडजोडीसाठी इथं आलोय. तुला पटत नसेल, तर गाडीत बसतो आणि न्यू ऑर्लिन्सला परत जातो.''

''जास्तीत जास्त किती?''

''पन्नास हजार.''

''ठरलं तर.'' असं म्हणत तिने सॅन्डीच्या हातात हात देऊन तो दाबला. थंड कोल्याच्या बाटलीचा ओलसरपणा तिच्या हाताला होता.

सॅन्डीने चेक काढून तो लिहिला. दोन दस्तऐवज काढले. एक होता तडजोडीचा प्रस्ताव, दुसरा सरकारी वकिलाला दिलेलं दिनाचं पत्र.

दहा मिनिटांत व्यवहार पूर्ण झाला.

बोकामध्ये अखेरीस गडबड सुरू झाली. एक स्वीडिश बाई, बेनीच्या बीएमडब्ल्यू गाडीच्या डिकीमध्ये बॅग ठेवत होती. ते झाल्यावर ती लगेच त्या गाडीने निघून गेली. मायामी आंतरराष्ट्रीय विमानतळापर्यंत त्यांनी तिचा पाठलाग केला. तिथे तिने दोन तास वाट बघून फ्रँकफर्टला प्रयाण केले.

फ्रँकफर्टला ते तिची वाट बघणार होतेच. ती एखादी क्षुल्लक चूक करेपर्यंत ते संयमाने घेत होते. मि. ॲरिसिया त्यांच्या हाती लागणार होताच.

एकोणचाळीस

पॅट्रिकसंबंधी चाललेल्या या सर्व घडामोडींत, न्यायाधीश म्हणून अधिकृतपणे काम बघण्याचा हा अखेरचा टप्पा होता. त्याच्याच ऑफिसमध्ये, आरोपी व सरकारी वकील यांच्या अनुपस्थितीत चालणारी, तीसुद्धा आयत्या वेळी ठरलेली ही सुनावणी, अर्थातच कामकाजांच्या वेळापत्रकातली नव्हती. समोर पडलेली फाइल दर्शवत होती की, या बैठकीची नोंद घेण्यात येणार नव्हती. कोर्टहाउसच्या मागच्या बाजूस असलेल्या जिन्याने तीन रक्षकांसह पॅट्रिक घाईने न्यायाधीश हस्कीच्या चेंबरमध्ये आला होता. न्यायाधीश महाशय त्याची वाट बघत होते. कोर्टासमोर कोणत्याच केसचं कामकाज चालू नसल्यामुळे शांतता असायला हवी होती, पण तो दिवस वेगळा होता. सकाळीच चार मान्यवर वकिलांना अटक झाली होती, त्याची चर्चा कोर्ट हॉलमध्ये सगळीकडे जोरात चालू होती.

त्याच्या जखमा बांधलेल्या होत्या, त्यामुळे त्यावर घट्ट बसणारे कपडे नव्हते. सर्जन लोक घालतात तसा निळ्या रंगाचा ढगळ झगाच उत्तम होता. शिवाय लोकांना तो झगा आठवण करून देत होता की, ही व्यक्ती कोणी गुन्हेगार कैदी नसून तो हॉस्पिटलमधला रुग्ण होता.

स्वत:च केलेल्या अर्जावर छोट्या परिच्छेदात दिलेली ती ऑर्डर होती; न्यायाधीश म्हणून कार्ल हस्कीची त्यावर सही होती. त्यात त्याने स्वत:ला स्टेटविरुद्ध पॅट्रिक एस. लॅनिगन या खटल्यांतून मुक्त करून घेतलं होतं. ती ऑर्डर एक तासाने म्हणजे दुपारपासून लागू होणार होती.

"आज सकाळी मी जज ट्रसेलशी दोन तास बोलत बसलो होतो. तो एवढ्यातच गेला." कार्ल हस्की म्हणाला.

"तो माझ्याशी कसा वागेल? चांगला?" पॅट्रिकने विचारलं.

"शक्य तितका नीट वागेल. मी त्याला सांगितलं, माझ्यामते तरी हा गंभीर खुनाचा खटला नाही. तेव्हा तो निवांत झाला."

"सुनावणी अशी होणार नाही, कार्ल." असं म्हणत पॅट्रिकने भिंतीवरच्या कॅलेंडरकडे बघितलं. कार्लला त्या कॅलेंडरचा उपयोग व्हायचा. कारण त्यात ऑक्टोबरमधल्या प्रत्येक दिवसावर, पाच न्यायाधीशांनाही उरकता येणार नाहीत, इतक्या कामांची, नोंद केलेली होती.

"अजून तू कॉम्प्युटर घेतला नाहीस?" त्याने विचारलं.

"माझी सेक्रेटरी वापरते ना एक."

एक नवखा तरुण वकील म्हणून, पॅट्रिक एका गाडीच्या अपघातात उद्ध्वस्त झालेल्या कुटुंबाची केस हाताळत असताना, ते दोघे पहिल्यांदा याच खोलीत काही वर्षांपूर्वी भेटले होते. कार्ल हस्कीकडे ती केस होती. ती तीन दिवस चालली होती. आणि ते दोघं मित्र बनले. ज्यूरीने पॅट्रिकच्या अशिलाला दोन कोटी तीस लाखांची नुकसान भरपाई देण्याचा निर्णय दिला होता. कोस्टमध्ये तो मोठा गाजलेला निर्णय ठरला होता, पण अपिलामध्ये बोगान फर्मने फक्त वीस लाखांमध्ये तडजोड स्वीकारली. वकिलांनी त्यातला एक तृतीयांश हिस्सा घेतला, त्यात त्यांची– फर्मची जुनी देणी फेडली, काही खरेदीवर खर्च केले, उरलेले भागीदारांमध्ये वाटून घेतले. पॅट्रिक त्या वेळी भागीदार नव्हता. मोठ्या नाखुशीने त्यांनी पंचवीस हजार त्याच्या हातावर टेकवले होते.

या खटल्यातला क्लॉव्हिस गुडमॅन हीरो होता.

पॅट्रिक छताच्या कोपराचा उडलेला एक टवका न्याहाळत होता, तिथं गळल्यामुळे तांबूस डाग पडला होता. "तू अजूनही कौंटी व्यवस्थापनाकडून या खोलीला रंग देण्याचं काम करवून घेतलं नाहीस? चार वर्ष आहे तशीच आहे."

"मी आता दोन महिन्यांनंतर जातोच आहे, मग कशाला काळजी करू?"

"तुला हूवर खटला आठवतो? तुझ्यासमोर खटला चालवणारा वकील म्हणून माझी पहिली केस."

टेबलावर पाय लांब करून डोक्यामागे हात घेत कार्ल म्हणाला, "अर्थातच."

पॅट्रिकने त्याला क्लॉव्हिसची कथा ऐकवली.

हकिकत सांगून संपणार एवढ्यात दारावर थाप पडली, सांगण्यात खंड पडला. जेवण आलं होतं, थांबणं शक्य नव्हतं. एक अधिकारी जेवणाचा डबा घेऊन आत आला. सारी खोली पदार्थांच्या वासाने भरून गेली. कार्लच्या टेबलावर जेवणाच्या डिशेस ठेवण्यात आल्या. खेकड्याच्या नांग्या व करी होती. पॅट्रिक जवळच उभा होता.

"माहोनीजकडून बॉबने पाठवली." कार्ल म्हणाला.

वकील मंडळी व जज यांच्यासाठी 'मेरी माहोनीज' हे शुक्रवारच्या दुपारच्या खाण्या-पिण्यासाठी ठरलेलं ठिकाण होतं. कोस्टमधलं ते सर्वांत जुनं, विशेष करून गम्बो करी आणि चविष्ट पदार्थांसाठी नावाजलेलं रेस्टॉरन्ट होतं.

"त्याला माझा रामराम कळव." पॅट्रिक म्हणाला, "मला जायचं आहे तिकडे एकदा."

दुपार होताच बुकशेल्फच्या मध्यभागी असलेला टीव्ही कार्लने लावला आणि काही न बोलता, वकिलांच्या अटकेच्या गडबडीची दृश्यं पाहू लागला. सारे स्तब्ध झाले होते, कोणीही भाष्य करत नव्हते; पकडलेले वकील गप्प होते. एफबीआय, मॉरीस मास्ट सारे गप्प होते. दाखवल्या जाणाऱ्या दृश्यांत विशेष काही नव्हतं. अशा वेळी बातम्यांमध्ये लोकांना रंगत यावी म्हणून, निवेदिका शिकवल्याप्रमाणे भंकस बडबड करत होती. इथे पॅट्रिकचा उल्लेख झाला. वकिलांची धरपकड हा लॅनिगनच्या भानगडीबाबत चालू असलेल्या चौफेर चौकशीसत्राचा एक भाग होता, असं तिला अनधिकृत सूत्रांकडून सांगण्यात आलं होतं. आणि ते खरं होतं, हे दर्शवण्यासाठी पॅट्रिकच्या कोर्टरूममधल्या मागील उपस्थितीच्या काही दृश्यांचा तिने आधार घेतला होता. तिच्या एका सहकाऱ्यानं पडद्यावर येऊन हलक्या आवाजात सांगितलं की, तो सिनेटर हॅरीस न्ये याच्या बिलॉक्सीमधल्या ऑफिसच्या बाहेर उभा राहून बोलत होता. मिसिसिपीमध्ये अधिकाधिक रोजगाराच्या संधी उपलब्ध करून घेण्यासाठी, एका व्यापारी शिष्टमंडळासमवेत सिनेटर क्वालालंपूर इथे गेला असल्यामुळे, त्याच्याकडून या अटकेसंबंधी काही प्रतिक्रिया मिळू शकत नव्हत्या. त्याच्या ऑफिसमध्ये काम करणाऱ्या आठ जणांपैकी एकालाही काही याबाबत माहिती नव्हती, ते त्यामुळे गप्प होते.

टीव्हीवरचं निवेदन दहा मिनिटं चालू होतं.

"तू का हसतो आहेस?" कार्लने विचारलं.

"आजचा दिवस विशेष दिसतो आहे. सिनेटरला नमवण्याची हिंमत त्यांच्यामध्ये आहे."

"तुझ्याविरुद्धचे सर्व आरोप फेडरलने काढून टाकले, असं कानावर आलंय."

"खरं आहे ते. ग्रॅन्ड ज्यूरीसमोर कालच मी साक्ष दिली. खूप मजा आली. कार्ल, इतके वर्ष गुप्तपणे सांभाळलेलं हे रहस्याचं ओझं मी उतरवलं."

पॅट्रिक ऐकताना खात नव्हताच, तो खाण्याला कंटाळलेला दिसला. कार्ल बघत होता. त्याने फक्त दोन नांग्या खाल्ल्या होत्या, करीला तर हात लावला नव्हता. "खा. तू तर हाडांचा सापळा दिसतो आहेस." कार्लने आग्रह केला.

पॅट्रिकने खाल्ल्यासारखं केलं आणि तो खिडकीपाशी गेला.

"मला आता स्पष्टपणे म्हणू दे." कार्ल म्हणाला, "घटस्फोट मिळाला आहे, फेडरलने तुझ्यावरचे आरोप मागे घेतले आहेत आणि तू थोड्याफार व्याजासह चोरलेले नऊ कोटी परत देण्याचं मान्य केलं आहेस."

"सगळे मिळून अकरा कोटी तीस लाख."

"खुनाचा आरोप बारगळणार आहे, कारण प्रत्यक्ष खून झालाच नव्हता. राज्य सरकार तुझ्यावर चोरीचा आरोप पुन्हा ठेवू शकणार नाही, कारण फेडरलने तो अगोदर ठेवला आहे. इन्शुरन्स कंपन्यांनी दाखल केलेले खटलेही रद्दबातल झाले आहेत. कुठे का असेना, पेप्पर जिवंत आहे. त्याच्या जागी क्लॉव्हिस होता. तेव्हा आता या सर्व आरोपांतून राहिलं काय तर बेकायदा मढ्याची हाताळणी करणं, फक्त हाच आरोप."

"तू क्रिमिनल कोड बघशील, तर त्याला प्रेताची विटंबना करणं म्हणतात. तुझ्या लक्षात यायला हवं एव्हाना."

"बरोबर आहे तुझं. घोर अपराध असं म्हणतात, मला वाटतं."

"मामुली अपराध."

कार्लने त्याच्या समोरची करी ढवळत, खिडकीसमोर बघणाऱ्या मित्राची प्रशंसा केली. तो त्याच्या पुढच्या डावपेचांची आखणी करत असावा.

"मी येऊ तुझ्याबरोबर?" कार्लने एकदम विचारलं.

"कुठे?"

"तू जाशील तिकडे. येथून तू निघून जाशील, त्या बाईला घेशील. पैसा आहेच. समुद्रकिनारी एखाद्या बोटीवर राहाशील. मलाही तुझ्याबरोबर अशी सफर करायला आवडेल."

"मी अजून गेलो नाही तिकडे."

"पण दररोज त्याचा विचार तर करतोयस."

कार्लने मग टीव्ही बंद केला, जेवण बाजूला सारलं आणि म्हणाला, "अजून एक गोष्ट मला समजली नाही. क्लॉव्हिस मेला, त्याला पुरला म्हणजे तसा पुरला नाहीच, पण या दोन घटनांमध्ये काय घडलं?"

पॅट्रिक गालातल्या गालात हसत म्हणाला, "तुला सविस्तर माहिती हवी आहे, खरं ना?"

"मी जज आहे. खरं काय ते महत्त्वाचं असतं."

पॅट्रिक बसला आणि टेबलावर तंगड्या टाकून म्हणाला, "मी जवळजवळ पकडलाच गेलो होतो. प्रेत पळवणं तशी सोपी गोष्ट नाही."

"तू सांगशील ते खरं."

"क्लॉव्हिसने स्वतःच त्याचे अंत्यविधी कसे व्हावेत याची व्यवस्था करून ठेवावी, हा माझाच आग्रह होता. शवागाराला त्यासंबंधी द्यायच्या सूचनांना मी कायद्याच्या चौकटीत बसवून त्या मृत्युपत्रामध्ये नमूद केल्या— शवपेटी उघडी नसावी, कोणी दर्शनास येऊ नये, रात्रीचं जागरण करू नये. धार्मिक स्तवनं म्हणू नयेत; ती शवपेटी लाकडाची असावी आणि प्रत्यक्ष दफन साधेपणाने करावं."

"शवपेटी लाकडाची का?"

“कारण क्लॉव्हिस ‘मातीच मातीला मिळते’ हे तत्त्व मानणारा होता. लाकूड मातीमध्ये शेवटी कुजतंच. तेव्हा अगदी फालतू लाकडाची शवपेटी करण्यात आली. त्याच्या आजोबांना म्हणे याच पद्धतीने मूठमाती देण्यात आली होती. ते राहू दे. तो मेला त्या वेळी हॉस्पिटलमध्ये मीच होतो. बिगिन्सहून शववाहिका घेऊन येणाऱ्या मॉटिशिअनची मी वाट बघत होतो. त्याचं नाव रोलॅन्ड. लहान शहरातलं एकुलतं एक शवागार त्याच्या मालकीचं होतं. मी त्याला क्लॉव्हिसने दिलेल्या सूचनांची एक प्रत दिली. मृत्युपत्राप्रमाणे मी सर्वाधिकारी असल्यामुळे जरुरीचं, आवश्यक असलेलं करण्यासारखं जे होतं, ते मी केलं. दुपारचे साधारण तीन वाजले होते. रोलॅन्डला बाकीच्या गोष्टींचं सोयरसुतक नव्हतं. मृतदेह टिकवण्यासाठी आवश्यक ती प्रक्रिया मी काही तासांतच उरकतो, असं रोलॅन्ड मला म्हणाला होता. दफन करण्याच्या वेळी क्लॉव्हिसला घालायला एखादा सूट होता का, असं त्यानं विचारलं. या गोष्टीचा मी विचारच केला नव्हता. मी म्हटलं नाही. रोलॅन्ड म्हणाला, ठीक; तो त्याची व्यवस्था करेल. त्याच्याकडे त्याने असे जुने सूट ठेवलेले होते. क्लॉव्हिसला मी कधी सूटमध्ये बघितलंच नव्हतं.

“क्लॉव्हिसची त्याच्या फार्मवर दफन करून घेण्याची इच्छा होती, पण मिसिसिपीमध्ये तो तसं करू शकत नव्हता हे वारंवार मी त्याला पटवून दिलं होतं; अधिकृत स्मशानभूमीतच ते करणं भाग होतं. क्लॉव्हिस म्हणायचा की, त्याचे आजोबा सिव्हिल वॉरमध्ये योद्धा होते. ते वारले, त्या वेळी तो सात वर्षांचा होता. त्यावेळच्या रूढीप्रमाणे तीन दिवस जागरण केलं होतं. त्यांची शवपेटी एका खोलीच्या बाहेर टेबलावर ठेवण्यात आली होती, लोक गटागटाने येऊन दर्शन घेत होते. क्लॉव्हिसला ते आवडलं होतं. तो मला म्हणायचा की, मीही त्याप्रमाणे थोडंफार करावं, जागरण करावं. माझ्याकडून त्याने तसं वचन घेतलं होतं. रोलॅन्डला मी हे समजावलं. त्याला त्यात विशेष काही वाटलं नाही.

“अंधार पडला होता. मी क्लॉव्हिसच्या घराच्या पुढच्या पोर्चमध्ये बसलो होतो. काही वेळातच शववाहिका आली. मी रोलॅन्डला शवपेटी उचलायला मदत केली. आम्ही दोघांनी ती पोर्चमधून आतल्या खोलीत आणून टीव्हीसमोर ठेवली. मला आठवतंय की, क्लॉव्हिसचं शरीर बारीक झाल्यामुळे शवपेटी किती हलकी झाली होती ते! शंभर पौंडापेक्षाही कमी वजन असेल त्या देहाचं.

इकडेतिकडे नजर टाकत रोलॅन्डने मला विचारलं, ‘तू एकटाच इथं?’

मी म्हणालो, ‘हो. मामुली तर जागरण करायचं.’

“नंतर मी रोलॅन्डला शवपेटी उघडण्यास सांगितलं. तो जरा थबकला. मी त्याला म्हणालो की, सिव्हिल वॉरवेळच्या काही स्मरणार्थ वस्तू दफनाच्या वेळी जवळ ठेव, असं क्लॉव्हिसने मला बजावलं होतं, त्या मी विसरलो आहे. त्यानं

चर्चच्या ताब्यातल्या किल्लीने शवपेटी उघडताना मी लक्ष ठेवलं होतं. ती किल्ली म्हणजे पिढ्यान्‌पिढ्या चालत आलेली ती उचकटणी होती, जगातल्या कोणत्याही शवपेटीला ती लागली असती. क्लॉव्हिसचं शरीर होतं तसं होतं. त्याच्या कमरेशी मी त्याच्या आजोबांची सैनिकी टोपी आणि सतराव्या मिसिसिपी रेजिमेंटचा जीर्ण झालेला ध्वज ठेवला. रोलॅन्डने शवपेटी बंद केली आणि तो निघून गेला.

''पारंपारिक जागरणासाठी, दर्शनासाठी कोणी फिरकलं नव्हतं. मध्यरात्री मी दिवे मालवले, दारं बंद केली. ती चर्चची किल्ली म्हणजे उचकटणी काही विशेष नव्हती, मी तर तसला एक सेटच तयार ठेवला होता. एका मिनिटात शवपेटी उघडली गेली. मी क्लॉव्हिसचा देह उचलला. हलका होता, फक्त लाकडासारखा ताठ झाला होता. बूट नव्हतेच. मी विचार केला. बूट आणायचे म्हटले असते, तरी तीन हजार डॉलर्स खर्च केल्याशिवाय बुटांची जोडी मिळणार नव्हती. मी त्याला अलगद सोफ्यावर ठेवला. चार सिमेंटचे नळीचे ठोकळे शवपेटीत ठेवले आणि ती बंद केली.

''मग मी आणि क्लॉव्हिस म्हणजेच त्याचा मृतदेह, जंगलातल्या माझ्या केबिनकडे निघालो. त्याला मागच्या सीटवर ठेवून, मी गाडी काळजीपूर्वक चालवली. हायवे गस्ती पथकाने मला अडवून चौकशी केली असती तर माझी वाट लागली असती.

''त्याआधी एक महिना मी एक फ्रीजर विकत घेतला. तो केबिनच्या पडदा असलेल्या पोर्चमध्ये ठेवला होता. क्लॉव्हिसला मी त्या फ्रीजरमध्ये ठेवलं, तेवढ्यात बाहेर झाडीत कसला तरी आवाज झाला. पेप्पर माझ्या केबिनमध्ये गुपचूप येत होता. पहाटेचे दोन वाजले होते. त्याला मी सांगितलं की, माझी व बायकोची खडाजंगी झाल्यामुळे माझा मूड खराब होता. तू निघालास तर बरं होईल. मला नाही वाटत, मी क्लॉव्हिसचं प्रेत केबिनच्या पायऱ्यांवरून लोंबकळत आणत असताना त्याने मला पाहिलं असेल. मी फ्रीजरला साखळीने बंद केला, त्यावर ताडपत्री टाकली, आणि त्यावर परत रिकामी खोकी ठेवली. नंतर मी तिथून सटकलो. घरी गेलो, कपडे बदलले आणि दहाच्या सुमारास क्लॉव्हिसच्या घरी हजर झालो. रोलॅन्ड थोड्या वेळात आलाच. खुशीत होता. रात्र कशी गेली असं त्यानं विचारलं. मी म्हटलं, अगदी व्यवस्थित; दुःख करणारं कुणी नव्हतंच. आम्ही दोघांनी शवपेटी ओढत, शववाहिकेत ठेवली आणि स्मशानाकडे निघालो.''

कार्ल डोळे बंद करून स्मितहास्य करत होता, पण विश्वास बसत नाही याअर्थी मान हलवत म्हणाला, ''तू एक चक्रम अक्करमाशी आहेस.''

''थँक्स.'' पॅट्रिक म्हणाला, ''मग शुक्रवारी दुपारी मी वीकएंडला केबिनमध्ये गेलो. थोडं लिखाण केलं. पेप्पर आला होताच, त्याच्याबरोबर टर्कीची शिकार केली. मग क्लॉव्हिसकडे नजर टाकली. तो निवांत होता. रविवारी सकाळी सूर्योदयापूर्वी उठलो. खटारा बाइक नीट केली, पेट्रोल बघितलं आणि पेप्परला जॅक्सनच्या

बसस्टेशनला पोहोचवलं. अंधार झाल्यावर क्लॉव्हिसला बाहेर काढलं. त्याच्या शरीराचा ताठपणा कमी करण्यासाठी काही वेळ शेकोटीजवळ गरम केलं. दहा वाजण्याच्या सुमारास गाडीत ठेवलं. एक तासानंतर मी मेलो होतो.''

''तुला या कृत्याबद्दल काही वाटत नाही?''

''वाटतं तर. भयानक गोष्ट होती ती. पण बेपत्ता होण्याचा माझा निश्चय पक्का होता, कार्ल. कोणतातरी मार्ग शोधायला हवाच होता. मी कुणाला ठार मारू शकत नव्हतो, पण माणसाचा देह तर हवाच होता. त्यामुळे मी केलेलं ते कृत्य योग्य ठरतं.''

''अगदी तर्कशुद्ध बोलतोस.''

''क्लॉव्हिस मेला, त्या वेळीच माझ्या जाण्याची वेळ निश्चित झाली. त्यात नशिबाचा भाग जास्त होता, नाहीतर कितीतरी गोष्टी विपरीत घडल्या असत्या.''

''नशीब तुला अजून साथ देतं आहे.''

''हो, आत्तापर्यंत तरी.''

कार्लने घड्याळाकडे पाहिलं, खेकड्याचा आणखी एक तुकडा खाल्ला व म्हणाला, ''यापैकी जज ट्रसेलला किती सांगू?''

''सगळं, फक्त क्लॉव्हिसचं नाव नको. पुढच्या काही गोष्टींसाठी ते राखून ठेवू या.''

चाळीस

कॉन्फरन्स टेबलाच्या एका टोकाला पॅट्रिक बसला होता. त्याच्यासमोर काही नव्हतं. त्याच्या उजव्या बाजूला बसलेल्या त्याच्या ॲटर्नीसमोर मात्र दोन हात करायला परजलेली हत्यारं तयारीत असावीत, अशा प्रकारे मांडलेली लीगलपॅडची चळत, दोन फायली होत्या. त्याच्या डाव्या हाताला टी. एल. पॅरिश बसला होता. त्याच्या समोर फक्त एकच लीगलपॅड होतं, पण एक मोठा टेपरेकॉर्डर सज्ज होता. पॅट्रिकची तो वापरायला संमती होती. गर्दी करायला कोणी मदतनीस वा हुजरे नव्हते. चालणारं संभाषण पुन्हा तपासून पाहाण्याची सवय काही हुशार वकिलांना असल्यामुळे, या मीटिंगमधलं संभाषण टेप करण्याचं मान्य करण्यात आलं होतं.

पॅट्रिकवरचे फेडरल आरोप तर आता विसर्जित झाले होते, तेव्हा सत्य काय ते पॅट्रिककडूनच काढून घेण्याचा भार फेडरलने राज्य सरकारवर टाकला होता. म्हणजे तुमचं तुम्ही पाहून घ्या. पॅरिशला हे समजलं होतं की, फेडरलने हा प्रतिवादी बचाव पक्ष म्हणजे पॅट्रिक, त्यांच्या अंगावर ढकलला होता. सिनेटरच्या मागे लागण्याचं काम राज्य सरकारने करावं, पण या बचाव पक्षाने– म्हणजेच पॅट्रिकने– काही नवीन गोष्टी उकरून त्यांना असं वळण दिलं होतं की, पॅरिशलाच आता त्याच्या सहानुभूतीवर अवलंबून राहाण्याची वेळ आली होती.

"गंभीर खुनाचा आरोप तू आता विसरून जा, टेरी." सर्व जण पॅरिशला टेरी म्हणून हाक मारत असले, तरी यापूर्वीच्या आयुष्यात एकदम अपरिचित असलेल्या पॅट्रिकसारख्या बचावपक्षाने त्याला असं संबोधणं, थोडं चटका बसल्यासारखं झालं.

"मी कुणालाच मारलं नाही." पॅट्रिक म्हणाला.

"गाडीमध्ये कुणाला जाळण्यात आलं?"

"चार दिवसांपूर्वी मेलेल्या माणसाला."

"आम्हाला माहीत असल्यांपैकी?"

"नाही. कुणालाच माहीत नसलेला म्हातारा होता तो."

"हा म्हातारा कशाने मेला?"

"वय झालं होतं त्याचं."

"म्हातारपणामुळे मेलेला तो, गेला कुठे?"

"इथेच, मिसिसिपीमध्ये."

पॅरिशने उगाचच त्याच्या पॅडवर रेघा मारल्या, त्याचे चौकोन केले, पॅट्रिक कुठेच अडकत नव्हता. त्याला आठवलं की, पॅट्रिक मोकळा झाला होता, फेडरल कोलमडले होते. पॅट्रिक बंधमुक्त बाहेर पडत होता; बेड्या, हातकड्या नव्हत्या. कोणीच त्याला अडकवू शकत नव्हतं, असं भासलं.

"तर ते प्रेत तू जाळलंस?"

"बरोबर."

"त्याविषयी आपल्याकडे काही नियम आहेत की नाहीत?"

सॅन्डीने एक कागद त्याच्याकडे सरकवला. पॅरिशने पटकन त्यावरचा मजकूर वाचला आणि म्हणाला, "माफ करा. दररोज आम्ही कोर्टात खटले चालवण्यासाठी येतो, त्यात हे येत नाही."

"तुमच्याकडे आहेच की ते सर्व." पॅट्रिक म्हणाला. पॅरिशची खातरी पटली होती, पण कोणताही सरकारी वकील सहजपणे तसं दाखवत नाही. तो खोचकपणे म्हणाला, "एक वर्ष तुरुंगात घालवावं लागेल असं दिसतंय, एक वर्ष पार्चमनमध्ये काढणं तुझ्यासाठी चांगलं ठरेल."

"नक्की, पण पार्चमनमध्ये जातंय कोण?"

"मग कुठे जाण्याचा बेत आहे तुझा?"

"कुठेही, आणि जाईन तो फर्स्ट क्लासने."

"घाई करू नकोस, आपल्याला त्या मृतदेहाचा 'निर्णय' करायचा आहे अजून."

"नाही टेरी. तुमच्याकडे तो मृतदेह नाही. तो कोणी दहन केला याचा यत्किंचित सुगावासुद्धा तुम्हाला नाही आणि आपल्यात काही सौदा झाल्याशिवाय मी ते उघडही करणार नाही.

"सौदा म्हणजे?"

"माझ्यावरचे आरोप काढा, नाद सोडून द्या. दोन्ही प्रकरणं बंद करू आणि आपापल्या घरी जाऊ."

"वा! सुंदर कल्पना आहे. आम्ही बँकेला लुटणारा पकडतो, तो पैसे परत करतो. आम्ही त्याच्यावरचा चोरीचा आरोप मागे घेतो आणि त्याला 'टाटा' करतो. मी ज्या इतर चारशे जणांवर आरोप ठेवले आहेत, त्यांच्यासाठी हे उत्तम उदाहरण आहे. त्यांचे वकील समजून घेतील. कायदा व सुरक्षा यासाठी चांगला धडा आहे हा."

"इतर चारशे लोकांची मला पर्वा नाही, त्यांनाही माझी नसावी. गुन्हेगारीची ही

कार्यपद्धती आहे. जो तो स्वत:साठी असतो, टेरी.''

''पण प्रत्येक जण पेपरच्या पहिल्या पानावर झळकत नाही.''

''असं असं, तुला वृत्तपत्रांची काळजी वाटते तर. निवडणुका कधी आहेत, पुढल्या वर्षी?''

''मी बिनविरोध निवडून आलो आहे, प्रेसची काळजी मला नाही.''

''असायला हवी. जनतेचा तू अधिकारी, तेव्हा वृत्तपत्रं काय म्हणतील, ते तुला बघायलाच हवं. म्हणून म्हणतो, तुम्ही माझ्यावरचे आरोप काढून टाकायला हवेत. नाहीतर, तू निवडणूक जिंकू शकत नाहीस. तुला पहिल्या पानाची काळजी आहे ना? तू हरलास तर तुझा फोटो कुठे असेल, याची कल्पना कर.''

''आरोपांच्या बाबतीत, जो गेला त्याचे कुटुंबीय आग्रही नाहीत.'' सॅन्डी म्हणाला, ''तसं ते जाहीरही करू इच्छितात.'' त्याने एक कागद हलवून दाखवला, पुरावा म्हणून. क्लॉव्हिसचे कुटुंबीय आम्हाला माहिती आहेत, तुम्हाला नाहीत.''

''पहिल्या पानावर हे उठून दिसेल की, नातेवाईकच खटला भरू नये असं म्हणत आहेत.'' पॅट्रिकने सुनावलं.

'तुम्ही त्यांना किती पैसे दिलेत' असं विचारवंसं टी. एल. पॅरिशला वाटलं, पण त्याने ते सोडून दिलं. त्याचा संबंध नव्हता. पॅडवर आणखी काहीतरी तो खरडत बसला. पॅट्रिकला दोषी ठरवण्याचे एकेक पर्याय जसे बाद होत होते, तसं त्यांचं अधिकाधिक मूल्यमापन तो करत होता. टेपरेकॉर्डर ही शांतता मुद्रित करत होता.

समोरच्या विरोधकाची ही तारेवरची कसरत पाहून पॅट्रिक त्याला नामोहरम करण्यासाठी पुढे सरसावला. ''हे बघ टेरी, खुनाच्या आरोपाखाली तू माझ्यावर खटला चालवू शकत नाहीस, ती गोष्ट आता विसर. मृतदेहाची अवहेलना मी केली असाही दावा तुला करता येत नाही, कारण तो मृतदेह कोणाचा याचं उत्तर तुझ्याकडे नाही. तुझ्या हाती काहीच नाही. कडू गोळी गिळण्यासारखं आहे ते. तू ते बदलू शकत नाहीस. तुला हे सहन करायला ताप होतो आहे, पण तो तुझ्या कामाचा भाग आहे.''

''आभारी आहे. मृतदेहाची विटंबना करणं, या गुन्ह्याखाली मी तुझ्यावर खटला भरू शकतो. त्या मृतदेहाला आपण कोणी एक जॉन डो म्हणू.''

''जेन डो का नाही?'' सॅन्डीने विचारलं.

''काहीही. १९९२ फेब्रुवारीच्या सुरुवातीला कोण कोण गेलं, याची नोंद आम्ही जुन्या रजिस्टरमधून घेऊ. त्यानुसार प्रत्येक कुटुंबीयांकडे जाऊन, ती मंडळी तुझ्याशी काही बोलली का याची खातरी करून घेऊ. त्यासाठी कोर्ट ऑर्डर घेऊ आणि त्या काळात झालेली दफने उकरून बघू. आम्हाला जमेल तसं ते आम्ही करू. मधल्या काळात तुझी रवानगी हॅरिसन कौटींमध्ये होईल. माझी खातरी आहे की, शेरीफ स्वीने इतर कैदी बांधवांशी तुझी गाठभेट घालून देईल. जामीन द्यायला

आम्ही विरोध करूच, पण तुझी परागंदा होण्याची क्षमता पाहता, कोणताही जज तुला जामीन देण्याचं अमान्य करेल. महिनोन्महिने निघून जातील, उन्हाळा येईल. तुरुंगात एअरकन्डिशनिंग नसतंच. तू वजन घटवत बसशील. आमचं खोदकाम चालू ठेवू आणि नशिबाने थोडी साथ दिल्यास, आम्हाला दफनाचा रिकामा खड्डा मिळेलही. आरोपपत्र ठेवल्यापासून बरोबर नऊ महिने, म्हणजे दोनशे सत्तर दिवसांनंतर आम्ही खटला उभा करू.''

"ते मीच केलं आहे, हे सिद्ध कसं करणार? साक्षीदार नाहीत, जो आहे तो परिस्थितिजन्य पुरावा.''

"ते अगदी अटीतटीचं होईल. एक मुद्दा तू विसरतोयस. मी आरोपपत्र मिळवण्यात दिरंगाई केली तर तुझ्या शिक्षेमध्ये दोन महिन्यांची तेवढीच भर पडेल. म्हणजे खटला उभा राहण्यापूर्वी जवळजवळ वर्षभर तू जेलमध्ये खितपत पडशील. भरपूर पैसे असलेल्या माणसासाठी तो काळ मोठाच आहे.''

पॅरिशच्या नजरेला नजर देत, जरासुद्धा पापणी न हलवता पॅट्रिक म्हणाला, "मी बघेन काय करायचं ते.''

"ठीक आहे. पण दोषी ठरवून घेण्याचा धोका तू पत्करू शकत नाहीस.''

"तुझा मूळ उद्देश काय आहे?''

"नजर स्वच्छ ठेवून, सगळं चित्र तुम्ही लक्षात घ्यायला हवं. आम्हाला मूर्ख बनवू नका, पॅट्रिक. फेडरलने मागच्या दाराने काढता पाय घेतला, राज्यसरकारने जास्त काही करण्यासारखं राहिलंच नाही. आम्हाला काहीतरी करण्यासाठी एखादी फट ठेवा.''

"मी गुन्हा कबूल करेन. कोर्टात येईन, जजसमोर उभा राहीन, तुमच्या खटल्याचं कामकाज नेहमीप्रमाणे चालू द्या. मी प्रेताची विटंबना केली या अपराधाची कबुली देईन, पण तुरुंगात जाणार नाही. तुम्ही कोर्टाला स्पष्ट करा की, मृताच्या कुटुंबीयांची माझ्यावर खटला भरण्याची इच्छा नाही. शिक्षेला तात्पुरती स्थगिती, गुन्हेगाराला सुधारण्याचा काळ, भरपाई, तुरुंगवास भोगल्याचा काळ जमेस धरणे इत्यादी गोष्टींची तुम्ही कोर्टाला शिफारस करू शकता. माझा शारीरिक छळ होताना मी कोणत्या दिव्यातून गेलो, याविषयी तुम्ही कोर्टाला सांगू शकता. हे सर्व तुम्ही करू शकता, त्याचं श्रेय घेऊ शकता. मूळ उद्देश 'तुरुंगवास नाही' हा आहे.''

पॅरिशने थोडा वेळ विचार करून म्हटलं, "मग तू आम्हाला ते प्रेत कुणाचं होतं त्याचं नाव सांगशील?''

"सौदा झाल्याशिवाय नाही.''

सॅन्डीने आणखी एक कागद दाखवत म्हटलं, "शवपेटी उघडण्यासंबंधीचं अधिकारपत्र कुटुंबीयांनी आम्हाला दिलं आहे.''

"मी घाईत आहे, टेरी. एक-दोन ठिकाणी मला जायचं आहे.'' सॅन्डी पुढे म्हणाला.

"मला जज ट्रसेलशी बोलायला हवं. त्याने हे सर्व मान्य करायला पाहिजे, तुला याची कल्पना आहेच."

"तो मान्य करेल." पॅट्रिक म्हणाला.

"मग आपला सौदा झालाच म्हणायचा." सॅन्डीनं विचारलं.

"माझ्यापुरतं म्हणायचं तर हो." पॅरिशने टेप बंद केला, त्याची कागदपत्रं गोळा करून ब्रीफकेसमध्ये भरली. पॅट्रिक सॅन्डीकडे बघून अर्थपूर्ण हसला. पॅरिश जाण्यासाठी उठला आणि म्हणाला, "अरे हो, विसरलोच होतो मी. त्या पेप्पर स्कारबरोचं काय?"

"त्यानं धारण केलेलं नवीन नाव आणि सोशल सिक्युरिटी नंबर मी देऊ शकतो."

"म्हणजे तो आहे?"

"आहे की. तू त्याचा शोध घे, पण त्याला त्रास द्यायचा नाही. त्यानं काहीच केलेलं नाही."

डिस्ट्रिक्ट ॲटर्नी एक शब्द न बोलता निघून गेला.

डॉईश बँकेच्या लंडन ऑफिसच्या सीनिअर व्हाइस प्रेसिडेंटबरोबर दोन वाजता तिची भेट ठरली होती. किंचितही खोड काढता येणार नाही अशा नेव्ही रंगाच्या सुटात असलेला, सफाईदार इंग्लिश बोलणारा आणि योग्य शिष्टाचार पाळणारा तो व्हाइस प्रेसिडेंट जर्मन होता. चेहेऱ्यावर औपचारिक हसू आणून त्याने अगदी क्षणभरच तिच्या पायांकडे बघितलं आणि तो कामाला लागला. झुरिच ऑफिसकडून वायरने पाठवण्यात येणारे अकरा कोटी तीस लाख डॉलर्स, लगेचच वॉशिंग्टनमधील अमेरिका बँकेच्या खात्यात रवाना होणारे होते. तिने अकाउंट नंबर आणि ते कसे पाठवायचे, याच्या सूचना दिल्या. चहा, बिस्किटं आली आणि तो तिला सांगून त्यांच्या झुरिच शाखेशी बोलण्यास उठला.

"काहीच अडचण नाही, मिसेस पिरेझ." असं परत आल्या-आल्या म्हणत तो दिलखुलास हसला. एक बिस्किट स्वत:साठी घेतलं. अडचण येणार नव्हतीच, अशी तिची खातरी होती.

कॉम्प्युटरवरून एक स्टेटमेंट निघालं, ते त्यानं तिला दिलं. पैसे पाठवल्यानंतर डॉईश बँकेत एक कोटी नव्वद लाख आणि वरती अशी शिल्लक राहाणार होती. तिनं ते स्टेटमेंट घडी करून पर्समध्ये ठेवून दिलं.

स्विस बँकेतल्या दुसऱ्या एका खात्यात तीस लाख, ग्रॅन्ड केमनमधल्या कॅनेडियन बँकेत सहा कोटी पन्नास लाख आणि लक्झेनबर्ग येथे ठेवलेले सात कोटी वीस लाख दुसरीकडे हलवायचे होते.

बँकेतलं काम झालं, तशी ती निघाली. तिची गाडी ड्रायव्हरने जवळच उभी

करून ठेवली होती. पुढच्या हालचाली ती सॅन्डीला फोन करून कळवणार होती.

फेडरलला हवा असलेला एक 'पळपुटा' अशा बेनीचं पलायन, हे त्यामानाने अगदी पोचट ठरलं. त्याच्या मैत्रिणीने फ्रँकफर्टमध्ये रात्र काढली आणि ती लंडनला गेली. हिथ्रोवर ती दुपारी उतरली. ती येणार, याची कस्टम अधिकाऱ्यांना माहिती होती. त्यांनी पुन्हा पुन्हा तिचा पासपोर्ट तपासत वेळ घेतला. तिच्या डोळ्यांवर काळा गॉगल होता. हात थरथरत होते. सर्व हालचाली व्हिडीओ टिपत होता.

टॅक्सीस्टॅन्डवर एका पोलिसाने उगाचच तिला अडवलं. त्याने तिथे उभ्या असलेल्या इतर दोन बायकांच्या बाजूला तिला उभं राहायला सांगितलं. तिच्या टॅक्सीड्रायव्हरला काही क्षणापूर्वीच सूचना देण्यात आल्या होत्या. त्याला एक छोटा रेडिओही देण्यात आला.

"पिकॅडली, हॉटेल अथेनियम." ड्रायव्हरला तिने सांगितलं. त्याने भर ट्रॅफिकमधून टॅक्सी काढली आणि अनुत्सुकतेने त्याने तो कुठे निघाला होता, हे रेडिओवरून कळवलं.

तो अतिशय शांतपणे गाडी चालवत होता. साधारण दीड तासाने त्यानं तिला हॉटेलवर सोडलं. हॉटेल स्वागतकक्षात तिला नोंद करण्यासाठी परत थांबावं लागलं. कॉम्प्युटर चालत नसल्यामुळे उशीर झाला, असं असिस्टंट मॅनेजरनं तिला सांगून दिलगिरी व्यक्त केली.

तिच्या रूममधला फोन व्यवस्थित टॅप केला गेला होता, असं समजल्यावर तिला तिच्या रूमची चावी देण्यात आली. नोकर तिचं सामान घेऊन खोलीकडे निघाला. तिने त्याला थोडीशी बक्षिशी दिली, खोली उघडली आणि आत जाताच ती लॉक केली. दाराला साखळी लावून, लगेच फोनकडे गेली.

संभाषणातलं पहिलं वाक्य त्यांनी ऐकलं ते, "बेनी मी बोलते आहे, आले आहे मी इथं."

"बरं झालं." तो म्हणाला, "ठीक आहेस ना?"

"ठीक आहे, पण थोडी भीती होतीच."

"कोणी तुझ्या पाळतीवर होतं का?"

"नाही. मला नाही तसं वाटत. मी तशी खूप काळजी घेतली."

"फार उत्तम, हे बघ तुझ्या हॉटेलपासून दोन ब्लॉक अंतरावर ब्रिक रोडवर 'डाउन'जवळ एक कॉफीशॉप आहे. तासाभरात मला तिथं भेट."

"ठीक आहे, पण भीती वाटते रे बेनी."

"अगं, सगळं व्यवस्थित होईल. तुला भेटल्याशिवाय मला आता धीर धरवत नाही."

ठरल्याप्रमाणे ती कॉफीशॉपमध्ये आली. बेनी तिथे नव्हता. तासभर वाट

पाहिल्यावर ती भांबावली आणि अखेरीस परत हॉटेलकडे पळाली. त्याचा फोनही आला नाही. तिला झोप लागली नाही.

सकाळी तिने पेपर घेतले. डायनिंगमध्ये कॉफी घेता-घेता ती ते चाळत होती. 'डेली मेल'मध्ये आतल्या पानावर, पकडलेल्या दोन अमेरिकन पळपुट्यांचे फोटो तिला दिसले. त्यापैकी एक होता, बेंजामिन ॲरिसिया.

तिने बॅग भरली आणि स्वीडनला जाणाऱ्या विमानाचं बुकिंग केलं.

एक्केचाळीस

जज कार्ल हस्की, त्याचा सहकारी जज ट्रसेल, याच्याशी काहीतरी कुजबुजत होता. त्याच वेळी एक गोष्ट स्पष्ट झाली की, हे लॅनिगन प्रकरण संपेपर्यंत त्या गोष्टीला इतर खटल्यांमध्ये प्राधान्य दिलं जाणार होतं. बिलॉक्सीमधल्या कायदेक्षेत्रात वावरणाऱ्या मंडळीत अफवा पसरत होत्या की, काहीतरी तडजोड केली जात होती. त्यामुळे गप्पांचं मोहोळ उठून त्यात भर पडत होती. दुसऱ्या कोणत्याच गोष्टी बोलल्या जात नव्हत्या.

या प्रकरणाची सध्याची परिस्थिती काय, याचा थोडक्यात आढावा घेण्यासाठी जज ट्रसेलने डिस्ट्रिक्ट ॲटर्नी टी. एल. पॅरिश व बचाव पक्षाचा वकील सॅन्डी मॅक्डरमॉट यांना बोलावून कामाचा दिवस सुरू केला. मीटिंग अखेरीस काही तास चालली. चर्चेत सहभागी होण्यासाठी डॉ. हयानी याच्या सेलफोनवर पॅट्रिकला तीनदा कॉल करण्यात आले होते. पेशंट व डॉक्टर दोघं हॉस्पिटल कॅफेटेरियामध्ये बुद्धिबळ खेळत होते.

पॅट्रिकला दुसऱ्यांदा बोलावल्यानंतर जज ट्रसेलने मत मांडलं, "पॅट्रिकला जेलमध्ये पाठवू नये, असं मला वाटत नाही." त्याच्या या बोलण्यावरून आणि वागण्यावरून दिसत होतं की, पॅट्रिकला इतक्या सहजासहजी तुरुंगापासून मोकळा ठेवण्यास तो राजी नव्हता, पण त्याला दोषी ठरवणं, ही वेळ खाणारी गोष्ट होती. शिवाय अमली पदार्थांची तस्करी करणारे, लहान मुलांचा छळ करणारे, अशा गुन्हेगारांच्या खटल्यांमुळे त्याची डायरी व्यस्त होती. 'मृतदेहाची विटंबना' यासारख्या मोठ्या गाजलेल्या प्रकरणाला वेळ देणं त्याला योग्य वाटत नव्हतं; त्यात सर्व पुरावा परिस्थितिजन्य होता. बारीकसारीक गोष्टी ध्यानात घेऊन त्याप्रमाणे तंतोतंत योजना आखणारा, अशी पॅट्रिकची प्रसिद्धी विचारात घेता; जज ट्रसेलला, पॅट्रिकला दोषी ठरवता येईल, याविषयी शंका होती.

पॅट्रिकने त्याच्या बचावासाठी केलेल्या प्रस्तावामधल्या अटी बाद करण्यात आल्या होत्या. दोन्ही पक्षांचा म्हणजे पॅट्रिक व सरकारी पक्ष यांचा एक संयुक्त

प्रस्ताव तयार करण्यात आला. त्यात पॅट्रिकवरचे आरोप कमी करण्यात आले, त्याऐवजी सर्व संमतीने एक नवीन आरोपयाचिका तयार करण्यात आली. त्याबरोबर गुन्ह्याची कबुली देणारा बचावपक्षाचा प्रस्ताव ठेवण्यात आला. शेरीफ स्वीने, एफबीआयचे मॉरीस मास्ट, जोशुआ कटर आणि हॅमिल्टन जेन्स यांच्याशी या संदर्भात जज ट्रसेलची झालेली पहिली मुलाखत फोनवरच झाली. जरूर भासलीच तर बाजूच्या खोलीत हजर असलेल्या कार्ल हस्कीबरोबरही त्याने तशा गप्पागोष्टी केल्या.

सार्वजनिक निवडणुकांच्या वेळी, म्हणजे दर चार वर्षांनी हे दोन्ही जज आणि तिसरा पॅरिश यांची फेरनिवड, मतदारांच्या परत बोलावण्याच्या अधिकारातली होती. ट्रसेलला कधी विरोधकांशी सामना करावा लागला नाही, तसा तो राजकारणापासून मुक्त होता. हस्की निवृत्त होत होता. पॅरिश मात्र भावनाप्रधान होता. जरी तो मुरब्बी राजकारणी होता, तरी बाह्यस्वरूपी लोकांच्या प्रतिक्रियेला न जुमानता प्रसंगी कठोर निर्णय घेतो, अशी त्याची पारंपरिक ओळख होती. तिघं जण दीर्घकाळ राजकारणामध्ये होते; त्यांनी एक मूलमंत्र शिकला होता. तो असा की, कोणतीही कृती करण्याचं ठरवताना, ती अप्रिय ठरेल असं वाटलं तर ती पटकन करून टाकावी. ती करू का नको, अशी चालढकल केली तर ती गोष्ट चिघळते. वृत्तपत्रं टपलेली असतात, ते कृती होण्याअगोदर वाद निर्माण करतात आणि त्यामध्ये तेल ओततात.

सर्व संबंधितांना एकदा स्वच्छ सांगितल्यावर, क्लॉव्हिस प्रकरण साधं, सरळ होतं. त्याचं नाव तो सांगणार, त्याचबरोबर त्याची कबर उकरण्याविषयी त्याच्या नातेवाइकांनी दिलेलं अधिकारपत्र तो सादर करणार होता. शवपेटी उघडून बघायची. खरोखरंच ती रिकामी निघाली तर पॅट्रिकने दिलेल्या बचावाच्या प्रस्तावाची पूर्तता होणार होती. अर्थात शवपेटी उघडून बघेपर्यंत संशय राहाणारच होता. समजा, त्यामध्ये प्रेत निघालंच तर पॅट्रिकच्या बचावाचे तीनतेरा होऊन त्याला खुनाच्या आरोपाला सामोरं जायला लागणार होतं. पॅट्रिकला तर पूर्ण खातरी होतीच आणि प्रत्येकालाही विश्वास होता की, शवपेटी रिकामीच निघणार.

सॅन्डी हॉस्पिटलला निघाला. गेल्यानंतर त्याला दिसलं की, त्याचा अशील बेडवर असून, बाजूला नर्स उभ्या होत्या, डॉक्टर हयानी त्याच्या जखमा साफ करून बँडेज करत होता. 'एक महत्त्वाचं काम होतं', असं सॅन्डीने म्हटल्यावर, पॅट्रिकने दिलगिरी व्यक्त करून सगळ्यांना तिथून निघून जाण्यास सांगितलं. सादर करायच्या अर्जातील प्रत्येक मुद्दा मोठ्याने वाचून, तपासण्यात आला आणि नंतर पॅट्रिकने त्यावर संमतीची सही केली.

खोलीतल्या कामचलाऊ टेबलाजवळ सॅन्डीला पुस्तकांनी भरलेलं एक खोकं दिसलं; सॅन्डीनेच ती पुस्तकं दिली होती. म्हणजे त्याच्या अशिलाची निघण्याची तयारी झाली होती.

सॅन्डी त्याच्या हॉटेल स्वीटवर जाऊन सँडविचवर त्याचं जेवण उरकून घेत होता. त्याची सेक्रेटरी टाइप करत होती. दुसरी एक सेक्रेटरी आणि दोन्ही मदतनीस न्यू ऑर्लिन्समधल्या त्याच्या ऑफिसला परत गेले होते.

फोन वाजला, सॅन्डीने तो लगेच घेतला. फोन करणाऱ्याने ओळख सांगितली, जॅक स्टिफॅनो, वॉशिंग्टन. सॅन्डीने आत्तापर्यंत त्याच्याविषयी ऐकलं होतं. खाली हॉटेलच्या प्रवेशकक्षात तो उभा होता. सॅन्डीशी त्याला थोडा वेळ बोलायचं होतं; पण जज ट्रसेलनं दोन्ही वकिलांना दोनच्या सुमारास परत बोलावलं होतं.

तरीही एका छोट्या खोलीत अस्ताव्यस्त असलेल्या टेबलाशी ते दोघे समोरासमोर बसले. ''मी मोठ्या उत्सुकतेने इथे आलो आहे.'' स्टिफॅनोनं सुरुवात केली. त्याच्या बोलण्यावर सॅन्डीचा विश्वास बसला नाही.

''माफी मागूनच तू सुरुवात का करू नयेस?'' सॅन्डी म्हणाला.

''खरं आहे तुझं बोलणं. माझ्या माणसांनी भान विसरून ते केलं. तुझ्या माणसाचा त्यांनी एवढा छळ करायला नको होता.''

''माफी मागण्याची तुझी ही पद्धत आहे?''

''मी दिलगीर आहे, आमचं चुकलंच.'' स्टिफॅनोचं हे बोलणं बेगडी होतं. ते मनापासून नव्हतं.

''तुझं म्हणणं माझ्या अशिलाकडे पोहोचवेन. काय समजायचं ते समजेल तो.''

''इकडे आलो होतो म्हणून आलो. तसं पाहिलं तर या प्रकरणाशी माझा आता संबंध उरलेला नाही. मी आणि माझी बायको फ्लोरिडाला सुट्टीवर निघालो आहोत. म्हटलं, थोडी वाट वाकडी करावी. मी थोडा वेळ आहे.''

''ॲरिसियाला त्यांनी पकडलं की नाही?''

''काही तासांपूर्वी, लंडनमध्ये.''

''गुड.''

''मी आता त्याचं काम करत नाही. खरं म्हणजे त्या प्लॅट ॲन्ड रॉकलॅन्ड यांच्या उचापतींशी माझा संबंधही नव्हता. पैसे नाहीसे झाल्यानंतर माझ्यावर कामगिरी सोपवण्यात आली होती. त्याचा शोध घेणं हे माझं काम होतं, ते मी केलं. मला माझी बिदागी मिळाली, विषय संपला.''

''मग इकडे चक्कर मारण्याचं कारण?''

''काही गोष्टी जाणून घेण्यासाठी मी उत्सुक आहे. आम्ही ब्राझिलमध्ये लॅनिगनला, कोणीतरी त्याच्यावर उलटला, तेव्हा पकडलं. कोणीतरी म्हणजे ज्याला त्याच्याविषयी माहिती होती असा. दोन वर्षांपूर्वी अटलांटाच्या प्लुटो ग्रुपने आमच्याशी संपर्क केला होता. लॅनिगनविषयी माहिती असणारा त्याचा एक अशील युरोपमध्ये होता, त्या अशिलाला पैसे हवे होते. त्या वेळी आमच्याकडे थोडेफार होते. आमचे संबंध असे

वाढले. त्या अशिलाने आम्हाला लॅनिगनविषयी काही माहिती देण्याची तयारी दाखवली, त्या बदल्यात आम्ही त्यांना बक्षिशी देण्याचं मान्य केलं. पैशांची देवघेव झाली, अशील खरी माहिती देत होता. हा जो कोणी होता त्याला लॅनिगनविषयी– त्याच्या हालचाली, सवयी, धारण केलेलं नाव इत्यादी खूप माहिती होती. तो एक बनाव होता, त्याच्यामागे सुपीक डोकं होतं. पुढे काय घडणार होतं याची आम्हाला कल्पना होती, आम्ही तयार होतोच. अखेरीस त्यांनी एक चाल केली. दहा लाख डॉलर्सची मागणी केली, लॅनिगनचा पत्ता तो अशील देणार होता. त्यांनी त्याचे काही चांगले फोटो दाखवले. एक होता, तो त्याची 'फोक्सवॅगन बीटल' धूत असतानाच्या वेळचा. आम्ही पैसे दिले. लॅनिगन सापडला.

"तो अशील कोण होता?" सॅन्डीने विचारलं.

"माझाही तोच प्रश्न आहे. ती बाईच असणार, बरोबर?"

सॅन्डी यावर काहीच बोलला नाही. त्यानं हसण्यावरी नेण्याचा प्रयत्न केला, हसण्यासारखं काही नव्हतंच. त्याच्या हळूहळू लक्षात येऊ लागलं की, स्टिफॅनोवर लक्ष ठेवण्यासाठी प्लुटो ग्रुपचा उपयोग करून घेणारी तीच होती; स्टिफॅनो, जो पॅट्रिकचा शोध घेत होता.

"ती आहे कुठे आता?" स्टिफॅनोनं विचारलं.

"मला माहीत नाही." सॅन्डी म्हणाला. ती लंडनमध्ये असली, तरी त्याच्याशी त्याचा संबंध नव्हता.

"आम्ही एकंदर दहा लाख दिले, एक लाख पन्नास हजार त्या अज्ञात अशिलाला दिले आणि त्याने अगर तिने ठावठिकाणा सांगितला. विश्वासघातकी ज्युडासप्रमाणे."

"आता संपलं आहे सगळं, तेव्हा तुला काय हवंय माझ्याकडून?"

"मी फार उत्सुक आहे, असं मी म्हटलं. का तर या अलीकडच्या काही दिवसांत, कधीतरी तुला सत्य कळलं आणि मला फोन केलास तर बरं होईल. मला काही कमवायचं नाही, ना काही गमवायचंय; पण आमचे पैसे तिनेच घेतलेत का, यातलं सत्य समजेपर्यंत मला स्वस्थता लाभणार नाही."

सत्य काय ते कळलं तर कदाचित एक दिवस मी तुला कळवेन, असं सॅन्डीने आश्वासन दिलं. स्टिफॅनो निघून गेला.

जेवणाच्या वेळी शेरीफ रेमंड स्वीनेला सौद्याची कुणकुण लागली, त्याला आवडलं नाही. त्याने सरकारी वकील टी. एल. पॅरिश व जज ट्रसेल यांना फोन केले, पण दोघंही कामात असल्यामुळे बोलणं झालं नाही. एजंट कटर ऑफिसमध्ये नव्हता.

काय घडतंय, ते प्रत्यक्ष पाहाण्यासाठी स्वीने कोर्टहाउसमध्ये गेला आणि दोन जजच्या ऑफिसमधल्या हॉलमध्ये ठाण मांडून बसला. काही घडलंच तर त्याला लगेच समजणार होतं. त्याने बेलिफ आणि डेप्युटी यांच्याकडे हळू आवाजात चौकशी केली. काहीतरी घडत होतं.

दोनच्या सुमारास वकील शांत चेहऱ्याने आणि मिटल्या तोंडाने आले. जज ट्रसेलच्या ऑफिसमध्ये सर्व जण जमल्यावर ऑफिसचं दार बंद करण्यात आलं. दहा मिनिटांनी स्वीनेने दार वाजवलं. तो आत चाललेल्या मीटिंगमध्ये घुसला आणि त्याच्या कैद्याच्या संदर्भात काय चाललं आहे ते जाणून घेण्याची मागणी केली. जज ट्रसेलने शांतपणे स्पष्ट केलं की, आरोपीचा 'गुन्हा कबूल' हा जबाब नोंदवला जाणार असून, त्यासंबंधीचा निर्णय त्याच्या मते आणि तिथे हजर असलेल्या सर्वानुमते एकत्रितपणे घेतला जाणार होता. तो न्यायाच्या बाबतीत योग्य होणार होता.

शेरीफ स्वीनेला स्वत:चं मत होतं आणि लगेच त्याने बोलून दाखवलं, "आम्ही मूर्ख आहोत असं दिसतं आहे. बाहेरची जनता संतापलेली आहे. एका चोराला पकडायचा आणि तो, तुरुंगवास नको म्हणून त्याला हवे तसे मार्ग तुमच्या-आमच्याकडून मान्य करून घेणार, मग आपण कोण विदूषक आहोत?"

"तुला काय सुचवायचं आहे रेमंड?" पॅरिशनं विचारलं.

"तू विचारलंस याबद्दल धन्यवाद. पहिल्यांदा मी त्याला कौंटीजेलमध्ये घालणार. काही काळ त्याला इतर कैद्यांप्रमाणे तिथे राहू दे. नंतर मी त्याच्यावर व्यापक असा खटला भरणार."

"कोणत्या गुन्ह्याखाली?"

"त्याने पैसे चोरले, हो की नाही? त्याने एक मृतदेह जाळला. पार्चमनमध्ये काढू दे त्याला दहा वर्ष. तेच न्यायाचं होईल."

"त्याने पैसे इथे चोरले नाहीत." जज ट्रसेल परिस्थिती स्पष्ट करत म्हणाला, "तेव्हा ते आमच्या न्यायक्षेत्रात येत नाही. ती फेडरलची बाब होती आणि त्यांनी त्याच्यावरचे सर्व आरोप मागे घेतले आहेत."

सॅन्डी एका कोपऱ्यात बसला होता. एका कागदावर त्याचं लक्ष होतं.

"कोणीतरी दबाव आणला?" शेरीफ म्हणाला.

"ते आम्ही नव्हे." पॅरिशने प्रत्युत्तर दिलं.

"हे बरं आहे. जा, लोकांना सांगा ते. त्यांनी निवडून दिलं आहे तुम्हाला. दोष फेडरलच्या माथी मारा, कारण त्यांना कामं करता येत नाहीत. मृतदेह जाळला त्याचं काय? त्यानं ते कबूल करूनही तो मोकळा फिरतो आहे."

"तुला काय वाटतं, त्यासाठी त्याच्यावर खटला चालवावा?" जज ट्रसेलने विचारलं.

"हो. तेच म्हणतो मी."

"ठीक आहे. आपले आरोप सिद्ध कसे करणार?" पॅरिश म्हणाला.

"सरकारी वकील तू आहेस, ते काम तुझं."

"हो, पण असं दिसतंय की, तुला सर्व माहीत आहे. तर तू सिद्ध कसं करणार?"

"तोच म्हणतोय की, त्याने गुन्हा केला आहे."

"येस. तुला काय वाटतं पॅट्रिक लॅनिगन त्याच्या स्वत:वरील खटल्यात, साक्षीदाराच्या पिंजऱ्यात उभा राहून, 'त्यानेच प्रेत जाळलं', अशी गुन्ह्याची कबुली, ज्यूरींसमोर देईल? खटला चालवण्याच्या या तुझ्या कल्पना आहेत का?"

शेरीफ रागाने लाल झाला, हातवारे करत तो सॅन्डी व पॅरिशकडे रोखून बघत होता. त्याला उमजलं की, या वकिलांनी सर्व प्रश्नांचा अभ्यास केला आहे. तेव्हा त्याने राग आवरला. "हे कधी घडणार आहे?"

"आज दुपारनंतर." जज ट्रसेल म्हणाला.

शेरीफ स्वीनेला तेही आवडलं नाही. पॅन्टच्या खिशात हात घालून दाराकडे जाता-जाता सगळ्यांना ऐकू जाईल, इतक्या मोठ्या आवाजात तो म्हणाला, "तुम्ही वकील तुमचीच काळजी घ्या म्हणजे झालं."

"तसं आमचं एक आनंदी कुटुंब आहे." पॅरिशने टोला लगावला.

बाहेर पडल्यावर धाडकन दार लावलं. तो हॉलमधून कोर्टहाउसच्या बाहेर पडला आणि त्याच्या गाडीने निघाला. 'डेली कोस्ट'चा वार्ताहर त्याचा खासगी खबऱ्या होता, त्याला त्याने फोन लावला.

कुटुंबाने म्हणजे क्लॉव्हिसच्या एकुलत्या एक नातीने, कबर खोदण्याची आणि ते काम पॅट्रिकनेच करून घेण्याची पूर्ण परवानगी दिलेली होतीच, त्यामुळे काम सोपं होतं. यातील विरोधाभास, जज ट्रसेल, सॅन्डी व पॅरिश यांच्या नजरेतून सुटला नाही. तो असा की, पॅट्रिकच त्याच्यावरच्या आरोपांतून सुटण्यासाठी, क्लॉव्हिसचा मित्र म्हणून, कबर खोदण्यासाठी व शवपेटी उघडण्यासाठी लागणाऱ्या परवानगीच्या शपथपत्रावर सही करणार होता. आरोपातून तो मोकळा होणार होता. निर्णयात विरोधाभास होता.

पुरलेलं प्रेत स्मशानातून उकरून बाहेर काढणं, याला एक कायदेशीर पद्धत आहे. त्यासाठी कोर्टाकडे रीतसर अर्ज करावा लागतो, त्यावर आवश्यक असल्यास सुनावणी होऊन मग कोर्ट ऑर्डर निघते. पण या केसमधला मामला वेगळा होता. या प्रकरणात पुरलेलं प्रेत बाहेर काढायचं नव्हतंच, ते शवपेटीमध्ये होतं की नाही एवढंच फक्त बघायचं होतं. अशी घटना अभूतपूर्व असल्यामुळे, मिसिसिपी

कायद्यामध्ये अशा बाबतीत काय करायचं, याला अधिकृत कार्यप्रणाली नव्हती. जज ट्रसेलने त्यामुळे निर्णयाच्या बाबतीत पूर्ण स्वातंत्र्य घेतलं होतं. शवपेटी नुसती उघडून बघण्यात कोणाला त्रास होणार होता? कुटुंब तर नव्हतंच, शवपेटी जशीच्या तशी राहाणार होती. एक छोटासा हेतू साध्य होणार होता इतकंच.

विगिन्समधलं शवागार अजून रोलॅन्डच्या मालकीचं होतं. क्लॉव्हिस गुडमॅन, त्याचा वकील, एका रात्रीचं जागरण, दुखवट्याला त्या वकिलाशिवाय कोणी न येणं, अशा कितीतरी गोष्टी होत्या. तो वकील मात्र त्याच्या लक्षात होता, तसं त्यानं जजला फोनवर सांगितलं होतं. मि. लॅनिगनबद्दलही त्याने काहीतरी वाचलं होतं, पण त्याचा त्याला संदर्भ लागत नव्हता.

जज ट्रसेलने या प्रकरणाचा सारांश त्याला सांगितला आणि क्लॉव्हिसचा यात कसा संबंध येतो, हे दाखवून दिलं. रोलॅन्ड म्हणाला की, जागरणानंतर ती शवपेटी त्याने उघडली नव्हती. तशी एकतर जरूर पडली नव्हती आणि त्याने असं कधीच केलं नव्हतं. जज बोलत असताना पॅरिशने रोलॅन्डला, दिना पॉस्टल आणि कार्यवाहक या नात्याने पॅट्रिकने सह्या केलेल्या त्या संमतीपत्राच्या प्रती फॅक्सने पाठवून दिल्या.

रोलॅन्ड मदत करायला लगेच तयार झाला. असलं चोरलेलं प्रेत यापूर्वी कधी त्याच्याकडे आलं नव्हतं; विगिन्समध्ये असले धंदे कोणी केले नव्हते. स्मशानभूमी त्याच्या मालकीची होती, तो कधीही तो खड्डा उकरू शकला असता.

जज ट्रसेलने त्याचा क्लार्क व त्याच्याबरोबर दोन अधिकारी स्मशानभूमीकडे पाठवले. कबरीवरच्या एका लादीवर होतं–

क्लॉव्हिस एफ. गुडमॅन.

जानेवारी २३, १९०७ ते फेब्रुवारी ६, १९९२

अलौकिकत्वाकडे वाटचाल

रोलॅन्डने सूचना दिल्याप्रमाणे मातीतली खड्ड्याची जागा बघण्यात आली. रोलॅन्ड फावडं घेऊन तयार होता.

शवपेटीपर्यंतची माती उकरायला पंधरा मिनिटंसुद्धा लागली नाहीत. रोलॅन्ड आणि एक हेल्पर खाली खड्ड्यात उतरले. शवपेटीच्या कडा कुजायला लागल्या होत्या. रोलॅन्ड तिच्या एका बाजूला पाय फाकवून उभा राहिला, त्याने शवपेटीच्या खालचा अर्धा भाग बघितला आणि तिथल्या भोकात चर्चची चावी घालून फिरवली. शवपेटीचं झाकण कर्ऽ आवाज करत हललं, त्यानं ते सावकाश उघडलं.

ती रिकामी होती. कुणालाच आश्चर्य वाटलं नाही.

तिच्यात चार सिमेंटचे नळकांडी आकाराचे ठोकळे होते.

कायद्याप्रमाणे भर कोर्टातच कामकाज सुरू असण्याच्या वेळातच शवपेटी उघडण्याचं ठरलं होतं. त्याकरिता ते पाच वाजेपर्यंत, कोर्टातले कर्मचारी घरी निघून

जाईपर्यंत थांबणार होते. सगळ्यांनाच, विशेषत: जज सेल आणि सरकारी वकील यांना पाचची वेळ पसंत होती. आपण एवढा वेळ थांबणार आहोत हे योग्य आहे हे त्यांना पटलं होतं. सॅन्डीची मात्र हे सगळं लवकरात लवकर उरकून टाकण्यासाठी दिवसभर खटपट सुरू होती. एकदा गुन्ह्याच्या कबुलीजबाबाचं मत मांडल्यावर आणि शवपेटी उघडी केल्यावर, त्याच्या मते थांबण्याचं काही कारण नव्हतं. त्याचा अशील तसा कैदेत होता. कोर्टाचं कामही वेळेनुसार अर्धं झालेलं होतं. थांबून काय मिळणार होतं?

ते काही नाही, जजने अखेरीस ठरवलं. पॅरिशची हरकत नव्हती. पुढल्या तीन आठवड्यांत त्याला आठ केसेस होत्या. लॅनिगन प्रकरण संपलं म्हणजे स्वस्थपणा मिळणार होता.

पाचची वेळ बचावपक्षाला चालण्यासारखी होती. नशिबाने थोडा हात दिला तर ते दहा मिनिटांत कोर्टाच्या बाहेर पडू शकत होते. नशिबाने आणखी साथ दिल्यास, त्यानंतर त्यांना कुणीच पाहू शकत नव्हतं. पॅट्रिकला पाचची वेळ योग्य होती. त्याला नाहीतरी दुसरा काय उद्योग होता?

त्याने कपडे बदलले. सैलसर खाकी पॅन्ट आणि वर पांढरा सुती सदरा घातला. घोट्याशी असलेल्या जखमांमुळे सॉक्स न घालता नुसते नवे बूट घातले. एकेकाचा तो निरोप घेऊ लागला. डॉ. हयानीला त्याने आलिंगन देऊन, त्याच्या मित्रत्वाबद्दल त्याचे आभार मानले. नर्स व इतर नोकरवर्गाचे त्याने आभार मानले आणि त्यांना भेटायला पुन्हा नक्की येईन, असं आश्वासन दिलं. तो येणार नाही, याची प्रत्येकाला कल्पना होती.

पेशंट आणि कैदी म्हणून दोन आठवड्यांपेक्षा जास्त कालखंडानंतर, पॅट्रिकने त्याच्या वकिलाबरोबर हॉस्पिटल सोडलं. त्याच्या मागोमाग शस्त्रधारी सुरक्षासैनिक निघाले.

बेचाळीस

पाचची वेळ सगळ्यांना योग्य ठरली हे अनुभवायला आलंच. कोर्टहाउसच्या कानाकोपऱ्यात, काही मिनिटांत बातमी पसरल्यानंतर, एकाही कर्मचाऱ्याने कोर्टहाउस सोडलं नाही.

एका मोठ्या लॉ फर्मची जमीन खरेदी-विक्रीच्या प्रकरणांची कामं बघणारी एक सेक्रेटरी एका व्यवहाराचे कागदपत्रं चान्सेरी क्लार्कजवळ तपासत असताना, तिला पॅट्रिक खटल्याची ताजी बातमी कळली. ती तशीच फोनकडे धावली आणि तिने तिच्या ऑफिसला फोन लावला. कोस्टमधल्या कायदेक्षेत्रातल्या तमाम मंडळीना क्षणार्धात ती बातमी कळली की कोणत्यातरी गुप्त तडजोडीमध्ये पॅट्रिक लॅनिगन कबुलीजबाब देणार असून, कोर्टरूममध्ये पाच वाजता सौदा जास्त गवगवा न होता होणार होता.

औपचारिक सुनावणी उरकून, मागच्या दाराने हा सौदा गुपचूप होणार होता. या बातमीने कल्लोळ माजला, फोनच्या घंटा वाजू लागल्या; वकिलांचे, घरच्या बायकांचे, वार्ताहरांचे, बाहेरगावी असणाऱ्या सहकाऱ्यांचे फोन घणघणत राहिले. अर्ध्या तासाच्या आत कोस्टभर कळलं की, पॅट्रिक कोर्टात हजर राहून, तडजोड करून मोकळा होणार होता आणि चालता होणार होता.

हेच जर कोर्टाच्या सूचना फलकांवर रीतसर पत्रक लावून किंवा पेपरात देऊन जाहीर झालं असतं, तर कदाचित या गोष्टीकडे लक्ष कमी वेधलं गेलं असतं; ते झटकन करायला मात्र हवं होतं, गाजावाजा न करता. पण ते रहस्यात गुरफटलं गेलं होतं. खबरदारी घेणं ही कोर्टाची एक कार्यप्रणाली असते.

आपापसांत कुजबुजत घोळक्याने ते कार्टरूममध्ये बोलत असताना, लोक येऊन जागा पकडू लागले होते. गर्दी वाढली तशा ऐकीव बातम्याही रंगात आल्या. त्यांच्या गप्पा या वावड्या नव्हत्या आणि जेव्हा वार्ताहरच आले तेव्हा दुजोरा मिळाला की, नक्की काहीतरी घडतं आहे.

"तो बघा आलाच." कोणीतरी म्हणालं. कोर्ट-क्लार्क न्यायासनाशेजारी उभा ठाकला. जो तो उत्सुकतेने बघू लागला.

पॅट्रिकला भेटण्यासाठी दोन कॅमेरामन मागच्या दाराने घुसले, पॅट्रिक त्यांच्याकडे बघून हसला. दुसऱ्या मजल्यावरील त्याच ज्यूरीरूममध्ये त्याला नेण्यात आलं. त्याच्या बेड्या काढण्यात आल्या होत्या. त्याची खाकी पॅन्ट थोडी लांब होती, त्याने पद्धतशीरपणे घडी घालून ती वर घेतली. कार्ल हस्की आला, त्याने अधिकाऱ्यांना हॉलमध्ये थांबण्यास सांगितलं.

"अगदी छोट्या हजेरीसाठी एवढी गर्दी?" पॅट्रिक म्हणाला.

"इथे कोणतीही गोष्ट गुप्त राहत नाही. कपडे चांगले आहेत तुझे." कार्ल म्हणाला.

"थँक्स."

"जॅक्सन हा माझ्या माहितीचा रिपोर्टर मला म्हणत होता की, तुला विचारून..."

"नाही. मुळीच नाही. एक शब्दसुद्धा कोणाशी बोलायचा नाही."

"मला वाटलंच. कधी निघणार आहेस?" कार्लने चौकशी केली.

"सांगता येत नाही, पण लवकरच."

"ती बाई कुठं आहे?"

"युरोपमध्ये."

"मी येऊ तुझ्याबरोबर?" कार्लने विचारलं

"का?"

"तुझ्यावर लक्ष ठेवायला."

"मी तुला व्हिडिओ टेप पाठवेन."

"थँक्स."

"तुला जर जाण्याची संधी मिळाली तर खरंच जाशील का रे? अगदी आत्ता अदृश्य होशील?" पॅट्रिकने विचारलं.

"नऊ कोटी घेऊन का त्याशिवाय?"

"कसाही."

कार्ल म्हणाला, "नक्कीच नाही. तुझ्यासारखं नाही. माझं बायकोवर प्रेम आहे, तुझं नव्हतं. मला तीन मोठी मुलं आहेत. तुझी परिस्थिती वेगळी होती. मी पळून जाणार नाही. पण मी तुला दोषही देत नाही."

"प्रत्येकाला पळून जावंसं वाटत असतं, कार्ल. आयुष्यातल्या कोणत्यातरी एका क्षणी, प्रत्येकाला निघून जावंसं वाटतं. अडचणी मागे ठेवून, समुद्रकिनारा किंवा डोंगरमाथ्यावरचं जीवन नेहमीच सुखावह असतं. नैसर्गिक आहे ते. दुःखी जीवनाला कंटाळून जे असे सुखाच्या शोधात इकडे आले, आपण त्यांचीच प्रजा.

आज इथे तर उद्या तिथे, असं करत सुखाच्या शोधात फिरताना, आता कुठे तशी जागाच राहिली नाही.'' पॅट्रिक चिंतन केल्यासारखं बोलला.

''वा! इतक्या नेटक्या दृष्टिकोनांतून मी कधी विचारच केला नव्हता.''

''पण हे घडतच असतं.''

''मला वाटतं, माझ्या पूर्वजांनी पोलंडहून निघताना कोणालातरी नऊ कोटींसाठी कापलेलं असावं.''

''मी परत केले ते.''

''अजूनही थोडं फार किल्मिष राहिलं आहे, असं ऐकतोय.''

''निरर्थक अफवांपैकी ती असेल एक.''

''म्हणजे तुला म्हणायचंच की, यापुढे पैसे लुटायचे, बेकायदा प्रेतं जाळायची आणि दक्षिण अमेरिकेला पळून जायचं; तिथे मिठीत येण्यासाठी बायका असतातच, अशाच प्रवृत्ती राहतील?''

''आत्तापर्यंत तरी सुरळीत चाललं आहे.''

''गरीब बिचारे ब्राझिलीयन, विक्षिप्त विचारांचे असले वकील त्यांच्या मार्गांत येतात.''

सॅन्डी सहीसाठी आणखी एक कागद घेऊन खोलीत आला. ''ट्रसेल अगदी काट्यावर आला आहे.'' कार्लला तो म्हणाला, ''फोन चालू आहेत. त्याच्यावर ताण पडतो आहे.''

''पॅरिश कसा आहे?''

''एकदम उदास, चर्चमधल्या वेश्येसारखा.''

''मग त्याचे हात-पाय गारठण्यापूर्वी उरकून घेऊ या.'' पॅट्रिक सही करत म्हणाला.

बेलीफ न्यायासनाशी आला, त्याने सर्वांना शांत बसण्यास सांगितलं. लोक रिकाम्या जागांवर पुढे सरकले. दुसऱ्या एका बेलीफने दारं बंद केली. बघे भिंतींना टेकून उभे राहिले. कोर्ट-क्लार्कनी त्यांच्या जागा घेतल्या. साडेपाच वाजत आले होते.

जज ट्रसेल नेहमीप्रमाणे कडक शिस्तीत आला. न्यायदानाच्या प्रक्रियेत इतका उशीर होऊनसुद्धा, लोकांनी दाखवलेल्या आस्थेबद्दल त्याने आभार मानले. तो व सरकारी वकील या दोघांनी ठरवलं होतं की, या असल्या विकृत प्रकरणाची सुनावणी घाईघाईने उरकल्यास, लोकांना संशय यायचा; तेव्हा अशा गोष्टी मुद्दाम सावकाश करायच्या. त्यांनी सुनावणी पुढे ढकलण्याच्या पर्यायाचा विचार केला होता. पण तसा उशीर करण्याने, लोकांचं असंही मत होईल की, काहीतरी लफडं झाल्यामुळे आता हे त्यातून वाट काढण्याचा प्रयत्न करत असावेत.

पॅट्रिकला ज्यूरीरूममधून कोर्टरूमकडे नेण्यात आलं. न्यायासनासमोर तो सॅन्डीबरोबर उभा राहिला. लोकांकडे तो बघत नव्हता. जिल्हा सरकारी वकील तयारीत होता. जज ट्रसेलने, पानावरचा प्रत्येक शब्द तपासत समोरची फाइल चाळली.

"मि. लॅनिगन," धीरगंभीर आवाजात जज म्हणाला, "तू बरेच अर्ज दिलेले आहेस."

"येस, युवर ऑनर." सॅन्डीने उत्तर दिलं, "आमचा पहिला अर्ज आहे तो खुनाचा आरोप काढून टाकून 'प्रेताची विटंबना करणे' हा आरोप ठेवण्याविषयीचा."

'प्रेताची विटंबना करणे' म्हणजे? लोकांना काही समजेना.

"मि. पॅरिश," असं म्हणत जजने सरकारी वकिलाला बोलण्यास सुचवलं. जे काही सांगायचं, बोलायचं ते शक्यतो पॅरिशने बोलावं, असं ठरलं होतं. तेव्हा कोर्टाला सर्व सविस्तर सांगण्याची जबाबदारी त्याच्यावर होती. सरकारदफ्तरी त्याची नोंद होणार होती आणि महत्त्वाचं म्हणजे प्रेस व जमलेले लोक यांना ते कळणार होतं.

पॅरिशने त्याचं काम बजावलंही चोख. अलीकडच्या घडामोडींची त्याने सविस्तर माहिती दिली. त्यानं स्पष्ट केलं की, तो काही खून नव्हता, त्यापेक्षा खूप कमी गांभीर्याची गोष्ट होती. सरकारपक्षाने खुनाचा आरोप कमी करण्यास विरोध केला नव्हता, कारण मि. लॅनिगनने कुणाचातरी खून केला होता यावर यापुढे ते विश्वास ठेवण्यास तयार नव्हते. पेरी मेसनच्या स्टाइलमध्ये, कोर्टातले पारंपरिक शिष्टाचार झुगारून, पॅरिश कोर्टरूममध्ये येरझाऱ्या घालत सांगत होता. सर्व रोगांवर उपचार करणाऱ्या एखाद्या धन्वंतरीप्रमाणे, या खटल्यांतल्या सर्व बाजू तोच सांभाळत होता.

"बचाव पक्षाकडून आलेला दुसरा अर्ज आहे." जज ट्रसेलने पुकारलं, "आरोपीला 'प्रेताची विटंबना करणे' हा गुन्हा मान्य आहे, त्यासंबंधी मि. पॅरिश?"

पॅरिशने त्याविषयी बोलताना त्या गरीब बिचाऱ्या क्लॉव्हिसची थोडक्यात हकिकत सांगून रंगत आणली. त्याचा पवित्रा पहिल्यासारखाच होता. सॅन्डीने याबाबतीत दिलेले सर्व तपशील रंगवून सांगताना त्याला मजा वाटत होती, पण लोकांच्या संतप्त झालेल्या नजरा पॅट्रिकला जाणवत होत्या. त्याला ओरडून सांगावस वाटतं होतं, "निदान मी कुणाला मारलं नाही."

"तुझं काय म्हणणं आहे, मि. लॅनिगन?" जजने विचारलं.

"मी दोषी आहे." पॅट्रिक ठामपणे म्हणाला.

"सरकारपक्षाकडे शिक्षेचा काय प्रस्ताव आहे?" जजने विचारलं. पॅरिश त्याच्या टेबलाशी गेला, काही नोंदी चाळल्या आणि परत न्यायाधीशांसमोर येऊन म्हणाला, "येस युवर ऑनर. माझ्याकडे मेरिडियनच्या मिसेस पॉस्टल यांचं पत्र आहे. क्लॉव्हिस गुडमॅन यांची एकुलती एक नात आहेत त्या." त्याने त्या पत्राची एक प्रत जज ट्रसेलला दिली आणि पुढे म्हणाला, "पत्रामध्ये मिसेस पॉस्टल कोर्टाला

प्रतिपादन करते की, तिच्या आजोबांच्या प्रेताचं दहन केल्याबद्दल कोर्टाने मि. लॅनिगनवर खटला चालवू नये. त्यांना जाऊन चार वर्षांपेक्षा अधिक काळ लोटल्यामुळे, कुटुंबाला ते दु:ख यापुढे धरून बसायचं नाही. मिसेस पॉस्टल त्यांच्या आजोबांच्या जास्त जवळच्या होत्या, हे उघड आहे. त्यांनी आजोबांच्या मृत्यूचा जबर धक्का सहन केला आहे.''

पॅट्रिकने सॅन्डीकडे नजर टाकली, पण सॅन्डी त्याच्याकडे बघत नव्हता.

''तुम्ही त्यांच्याशी बोलला आहात का?'' जजने चौकशी केली. पॅरिशने उत्तर दिलं, ''हो. एक तासापूर्वीच मी त्यांच्याशी बोललो. फोनवर त्या भावनाविवश झाल्या होत्या. हे तुम्ही पुन्हा उपस्थित करू नका, अशी त्यांनी मला विनंती केली. सुनावणीच्या वेळी त्या साक्षीसाठी येणार नाहीत आणि कोणत्याही प्रकारे सहकार्य करणार नाहीत, असं त्यांनी ठरवलं आहे.'' पॅरिशने त्याचा पवित्रा थोडा बदलला. तो सांगत होता कोर्टाला, पण लोकांना उद्देशून म्हणाला, ''कुटुंबाच्या भावना लक्षात घेता, सरकारपक्ष शिफारस करतो की, दोषी गुन्हेगाराला बारा महिन्यांची कैद द्यावी, पण त्याच्या चांगल्या वर्तणुकीमुळे तुरुंगवास प्रलंबित करून त्याला सुधारण्यासाठी संधी द्यावी. मात्र, त्याला पाच हजार डॉलर्स दंड ठोठावून त्याने कोर्टाचा खर्च द्यावा.''

''मि. लॅनिगन तुला ही शिक्षा मान्य आहे का?'' जजने विचारलं.

कसंबसं डोकं वर करत पॅट्रिकने, ''येस, युवर ऑनर.'' असं उत्तर दिलं.

''कोर्ट तसा हुकूम देत आहे. आणखी काही?'' जज ट्रसेलने हातोडा उंचावत वाट पाहिली. दोन्ही वकिलांनी माना डोलावल्या.

''कोर्टाचं आजचं कामकाज संपलं.'' जजने हातोडा आपटत घोषित केलं.

पॅट्रिक वळला आणि झटकन कोर्टरूमच्या बाहेर पडला. सर्वांच्या नजरेसमोरून तो पुन्हा नाहीसा झाला.

अंधार पडेपर्यंत सॅन्डीबरोबर तो कार्ल हस्कीच्या ऑफिसमध्ये थांबला. त्याला पाहाण्यासाठी ताटकळत असलेले अखेरीस नाद सोडून घरी गेले. पॅट्रिक नंतर निघण्यास आतुर झाला.

सात वाजले, कार्लला त्याने प्रेमाने गुडबाय केलं. त्याने जातीने हजर राहून सर्वतोपरी मदत केली होती. पॅट्रिकने त्याचे आभार मानले, त्याच्या संपर्कात राहाण्याचं त्याला आश्वासन दिलं. कोर्टहाउसमधून बाहेर पडताना त्याने पुन्हा, कार्लने त्याला 'सहकार्य केलं होतं' याविषयी कृतज्ञता व्यक्त केली.

''केव्हाही.'' कार्ल म्हणाला, ''अगदी केव्हाही.''

सॅन्डीच्या लेक्सस गाडीतून ते दोघे बिलॉक्सीहून निघाले. सॅन्डी गाडी चालवत होता, पॅट्रिक त्याच्या बाजूला बसून गल्फ किनारपट्टीवरचे दिवे शेवटचे नजरेत

साठवत होता. बिलॉक्सी आणि गल्फपोर्ट किनाऱ्यावरील कॅसिनो, पास ख्रिस्तिआन धक्का मागे टाकून त्यांनी बे ऑफ लूईस सेन्ट ओलांडल्यावर चमकणारे दिवे तुरळक होत गेले.

सॅन्डीने त्याला नंबर दिला आणि पॅट्रिकने तिच्या हॉटेलला फोन लावला. लंडनमध्ये पहाटेचे तीन वाजले होते. जणू ती वाटच बघत होती. पटकन तिने घेतला. "इव्हा, मी बोलतो आहे." चालत्या गाडीत कसंबसं तो म्हणाला. त्याला उतरून नीट बोलता यावं म्हणून सॅन्डीने गाडी थांबवली. त्यांचं संभाषण कानावर पडू नये, हाही उद्देश होताच.

"आम्ही बिलॉक्सीहून न्यू ऑर्लिन्सला निघालो आहोत, मी ठीक आहे. मला याहून चांगलं कधीच वाटलं नव्हतं. तू कशी आहेस?"

डोकं थोडं मागे करून, डोळे मिटून तो बराच वेळ ऐकत राहिला.

"आजची तारीख, दिवस कोणता?" पॅट्रिकने विचारलं.

"शुक्रवार, सहा नोव्हेंबर." सॅन्डीने सांगितलं.

"मी तुला रविवारी एक्समध्ये व्हिला गॅलॅक्सीला भेटतो. बाकी सर्व ठीक डिअर. जा जाऊन झोप आता. काही तासानंतर मी फोन करतो."

ते लुझियानाला आले. कोणीच बोललं नाही. लेक पॉन्टशरट्रेनच्या आसपास कुठेतरी सॅन्डी म्हणाला, "आज मला मजेशीर माणूस भेटला, दुपारी."

"खरंच? कोण?"

"जॅक स्टिफॅनो."

"इथे, बिलॉक्सीमध्ये?"

"हो. माझ्या हॉटेलवर आला होता. सांगत होता, ॲरिसियाशी त्याचा काही संबंध राहिला नाही. तो सुट्टीवर फ्लोरिडाला निघाला होता."

"त्याला तू शूट का नाहीस केलंस?"

"त्याला वाईट वाटलं. म्हणाला, त्याच्या माणसांनी तुला पकडल्यावर, भान विसरून त्यांनी थोडा अतिरेक केला. त्यांनी क्षमा मागितली, असं कळवायला सांगितलंय."

"काय मनुष्य आहे, मी तुला सांगतो. तो केवळ तुला भेटला नाही."

"नाही. खरं आहे ते. प्लुटो ग्रुपविषयी तो सांगत होता, बक्षिसांविषयी तो बोलला आणि मग सरळसरळ मला प्रश्न केला, ती बाई तुझ्याशी 'ज्युडास'प्रमाणे विश्वासघाताने वागली का?"

"मी म्हटलं, मला काही कल्पना नाही."

"त्याला काय जरूर पडली?"

"विचारलंस ते चांगलं झालं. त्याला उत्सुकता आहे एका गोष्टीची. बक्षिसापोटी

त्याने दहा लाख मोजले, तेव्हा त्याला हवा असलेला मनुष्य मिळाला, पण पैसे मिळाले नाहीत. ते कळल्याशिवाय त्याला स्वस्थ झोप लागणार नाही, असं तो म्हणाला. त्याचं खरं आहे, मला वाटतं.''

"मलाही ते योग्य वाटतं.''

"आता त्याचा या प्रकरणाशी काही संबंध नाही आणि हे तो बोलला आहे, मी नाही.''

पॅट्रिकने त्याचा डावा घोटा उजव्या गुडघ्यावर ठेवला, जखमेला हळूच स्पर्श करून बघितला. "कसा दिसत होता तो?''

"पंचावन्न वयाचा इटालियन, न विंचरलेले भरपूर केस, काळे डोळे, सुरेख दिसतो. का?''

"कारण मी त्याला सगळीकडे पाहत आलो आहे. गेले तीन वर्ष ब्राझिलमध्ये फिरत असलेल्या अनोळखी माणसांपैकी निम्म्याहून अधिक मला जॅक स्टिफॅनो दिसले आहेत. झोपेमध्ये, माझ्या मागावर असलेले कित्येक जॅक स्टिफॅनो होते. गल्ली-बोळांमध्ये छुपा वावरत असलेला, झाडांमध्ये दडलेला, साओपावलोमध्ये माझ्या मागे येत असलेला मोटरसायकलस्वार, गाडी चालवणारा जॅक स्टिफॅनो होता. माझ्या आईचा विचार जितका मी केला, त्यापेक्षा जास्त वेळा तो माझ्या डोक्यात होता. जळी-स्थळी मला तो जॅक स्टिफॅनो दिसला.''

"आता तर पाठलाग संपला आहे.''

"अखेरीस मी कंटाळलो सॅन्डी. मी स्वाधीन झालो. फरार आयुष्य हे एक साहस असतं; त्यात बेहोशी, अद्भुतता असते, पण ते सगळं तुमच्यामागे कोणीतरी आहे हे कळेपर्यंत. तुम्ही झोपलेले असता, तेव्हा कोणीतरी तुमचा शोध घेत असतो. एक कोटी लोक राहत असलेल्या शहरातल्या रेस्टॉरन्टमध्ये एका सुंदर स्त्रीबरोबर जेवण घेत असता, काउंटरवर कोणीतरी तुमचा फोटो दाखवत, त्याला पैशांचं आमिष देऊन तुमची चौकशी करत असतो. मी तर मोठी रक्कम चोरली होती. सॅन्डी, माझा पाठलाग करणं त्यांना भाग होतं आणि मला जेव्हा कळलं की ते ब्राझिलमध्ये येऊन धडकले आहेत, तेव्हा मला माझा शेवट कळून चुकला होता.''

"स्वाधीन झालो, याचा अर्थ काय?''

पॅट्रिकने दीर्घ श्वास घेतला. खिडकीतून दिसणाऱ्या खालच्या पाण्याकडे पाहत, कसं सांगावं याचा तो विचार करू लागला. मग म्हणाला, "मी शरण आलो. फरार आयुष्याचा मला कंटाळा आला होता.''

"मघाशीच ऐकलं आहे मी ते.''

"मला माहीत होतं ते मला पकडणारच आहेत. तेव्हा कसं ते माझ्या मनाप्रमाणे मला त्यांना करू द्यायचं होतं, त्यांच्या नव्हे.''

"मी ऐकतो आहे बोल."

"बक्षिसाची कल्पना माझी, सॅन्डी. इव्हा माद्रिदला जाणार होती, तिथून अटलांटाला जाऊन ती प्लुटोच्या माणसांना भेटणार होती. स्टिफॅनोला भेटण्यासाठी त्यांना पैसे दिले गेले. माहिती आणि पैसे यांचा ओघ सुरू ठेवायचा. आम्ही स्टिफॅनोकडूनच पैसे काढले आणि सरतेशेवटी त्याला माझ्यापर्यंत, पोन्टा पोराच्या घरापर्यंत येण्याचा मार्ग दाखवला."

सॅन्डी सावकाश वळला, त्याचा चेहरा मख्ख होता, 'आ' वासलेला आणि नजर शून्यात होती.

"गाडी कुठे नेतो आहेस ते बघ." पॅट्रिकने रस्त्याकडे बोट दाखवत त्याला सावध केलं.

सॅन्डीने स्टियरिंगला हिसका देत गाडी परत योग्य मार्गावर आणली. "खोटं बोलतो आहेस." ओठांची हालचाल न करता सॅन्डी परत तेच म्हणाला, "मला कळतंय तू खोटं सांगतो आहेस."

"नाही. स्टिफॅनोकडून दहा लाख, शिवाय एक लाख पन्नास हजार घेतले. ते आता स्वित्सर्लन्डमध्ये इतर उरलेल्या पैशांबरोबर असतील."

"म्हणजे नक्की कुठे आहेत ते तुला माहीत नाही?"

"त्याची काळजी तीच घेत आली आहे. मी भेटलो की विचारून घेतो."

हे ऐकल्यावर सॅन्डीची वाचाच बसली. काय बोलावं ते कळेना. पॅट्रिकनेच पुढे होऊन म्हटलं, "मला पकडून ते मला बोलतं करतील, याची मला कल्पना होती, पण इतका छळ होऊन माझी अशी अवस्था होईल, असं वाटलं नव्हतं." घोट्याच्या जखमेकडे बोट दाखवत तो म्हणाला, "हे म्हणजे भलतंच झालं, जवळजवळ मारलंच होतं त्यांनी मला. शेवटी मला असह्य झालं आणि इव्हाबद्दल बोललो. तोपर्यंत ती पळाली होती, पैसे घेऊन."

"तू सहज मेला असतास." सॅन्डी डाव्या हाताने डोकं खाजवत म्हणाला.

"खरं आहे, अगदी खरं आहे, पण मला पकडल्यानंतर दोन तासांनी, वॉशिंग्टनमध्ये एफबीआयला समजलं होतं की, स्टिफॅनोनं मला पकडलं आहे. त्यामुळे मी वाचलो. स्टिफॅनो मला का मारू शकला नाही तर फेडरलला माहीत झालं होतं."

"त्यांना कसं?"

"इव्हाने एजंट कटरला बिलॉक्सीला फोन केला, कटरने वॉशिंग्टनला."

सॅन्डीला वाटलं गाडी उभी करावी, बाहेर पडून मोठ्याने ओरडावं. पुलाच्या कठड्याशी ओणवं होऊन कधीही न उलगडल्या जाणाऱ्या अभद्र गुंत्याचे हे धागे खाली सोडून द्यावेत. पॅट्रिकच्या गतकाळातल्या गोष्टींचा आता कुठे पत्ता लागत होता, तोच मिळालेल्या या कलाटणीने सगळा चुथडा केला.

"तू त्यांना स्वतःहून तुला पकडून दिलं असशील तर महामूर्ख आहेस.''

"असं? पण आताच मी कोर्टातून सहीसलामत बाहेर पडलो नाही का, एक स्वतंत्र, बंधनमुक्त माणूस म्हणून? जिने माझ्यासाठी थोडंसं का होईना सांभाळून ठेवलं त्या मला अतिप्रिय अशा स्त्रीबरोबर मी आत्ताच बोललो ना? भूतकाळ संपला सॅन्डी. बघत नाहीस? आता यापुढे माझा कोणीही शोध घेणार नाही.''

"कितीतरी गोष्टी चुकीच्या होऊ शकल्या असत्या.''

"हो ना, पण त्या झाल्या नाहीत. माझ्याकडे पैसे होते, टेप्स होत्या आणि क्लॉव्हिसचं बुजगावणं. प्रत्येक गोष्टीची योजना तयार करण्यासाठी चार वर्ष मिळाली.''

"शारीरिक छळ योजलेला नव्हता.''

"नव्हता. जखमा काय आता भरून निघतील, पण हा क्षण फुकट घालवू नकोस सॅन्डी. मी आता निघण्याच्या तयारीत आहे.''

सॅन्डीने त्याला त्याच्या आईच्या घरी सोडलं. ती केक तयार करत होती. मिसेस लॅनिगन यांनी त्याला थांबण्यास सांगितलं, पण त्या दोघांनाही आता त्यांचा स्वतःचा असा वेळ हवा होता. तो त्याच्या बायका-मुलांना गेल्या चार दिवसांत भेटला नव्हता. तो निघाला, विचारचक्र चालू होतं.

त्रेचाळीस

गेल्या वीस वर्षांत त्या बिछान्यावर तो झोपला नव्हता. ती खोलीच त्याने जवळपास गेल्या दहा वर्षांत पाहिली नव्हती. सूर्योदयापूर्वी त्याला जाग आली. ती सरलेली वर्ष आता दूर गेल्यासारखी वाटत होती, आता नवीन आयुष्य. खोलीच्या भिंती जवळ आल्यासारख्या वाटल्या, छत कमी उंचीच भासलं. लहानपणची आठवण जागवणाऱ्या वस्तू, स्विमसूट घातलेल्या मॉडेल्सची भिंतीवरची उत्तान पोस्टर्स, सगळं हलवलं गेलं होतं.

आई व मुलामध्ये संभाषण क्वचितच होत असे. त्याचा परिणाम म्हणजे त्याने त्याच्या खोलीला त्याचं आश्रयस्थान बनवलं होतं. लहान असल्यापासूनच त्याने आपल्या खोलीचं दार बंद करून घेण्याची सवय लावून घेतली होती. त्याची आईसुद्धा, 'या' म्हटल्याशिवाय त्याच्या खोलीत जात नसे.

त्याची आई खाली स्वयंपाक करत होती, पदार्थांचा वास घरभर दरवळला होता. रात्री बऱ्याच उशिरापर्यंत ते दोघं जागले होते, तरीही ती लवकर उठली होती. त्याच्याशी बोलायला ती उत्सुक होती.

त्याने सावकाश, काळजी घेत आळस दिला, पण तेवढ्यानेही जखमा ताणल्या जाऊन, त्यांच्या भोवतालची खपल्या धरत असलेली पापुद्र्याची त्वचा फाटली गेली. रक्त यायला लागलं. छातीवरच्या जखमांना कंड सुटली होती, त्यावरच्या खपल्या नखांनी काढण्याची त्याला तीव्र इच्छा झाली; नंतर तो खाजवू लागला. पाय एकावर एक घेऊन, डोक्यामागे हात घेऊन तो छताकडे बघत, उन्मत्ततेने हसत होता. ते अशा अर्थाने की, त्याचं फरारी आयुष्य संपलं होतं. पूर्वीचे पॅट्रिक व डॅनिलो संपले होते. त्याच्यामागे वावरणाऱ्या सावल्यांचा नायनाट झाला होता. स्टिफॅनो, ॲरिसिया, बोगान व त्याचे सहकारी; फेड्स आणि पॅरिश यांच्या निरर्थक आरोपांची वासलात लागली होती. त्याच्यामागे लागणारं कोणीही नव्हतं.

खिडकीतून सूर्यप्रकाश आत आला, भिंती अधिकच जवळ आल्या. त्याने

पटकन अंघोळ केली, जखमांना क्रीम लावून मऊ कपड्याने त्या बांधल्या.

त्याच्या आईला नवीन नातवंड देण्याचं त्याने कबूल केलं होतं; ॲशली निकोल, तिला पाहावं असं अजूनही त्याला वाटत होतं. तिची जागा घेणारी एक फळीच तो उभी करणार होता. इव्हाबद्दल पुष्कळ रसभरित गोष्टी त्याने आईला सांगितल्या होत्या व लवकरच तो तिला भेटवण्यासाठी इव्हाला न्यू ऑर्लिन्सला घेऊन येणार होता. लग्न कधी करायचं हे ठरलं नसलं, तरी ते अटळ होतं.

अंगणात बसून त्यांनी कॉफी, वॅफल्स घेतले. समोरचा रस्ता तोपर्यंत जागा झाला होता. ही चांगली बातमी कळल्यावर, त्याबद्दल कौतुक करण्यासाठी शेजारी येण्याअगोदर, माय-लेक दूर फेरफटका मारण्यासाठी निघाले. पॅट्रिकला त्याचं शहर, जेवढं दिसेल तेवढं पुन्हा पाहाण्याची इच्छा होती.

कॅनॉलवरच्या रोबिलो ब्रदर्समध्ये दोघं गेले. त्याने नवीन खाकी शर्ट्स आणि प्रवासी लेदरबॅग खरेदी केली. नऊ वाजले होते. डिकॅटर येथे कॅफे-द्यू-मॉन्दमध्ये त्यांनी काही खाल्लं आणि नंतर दुसऱ्या एका कॅफेमध्ये त्यांनी उशिरा जेवण घेतलं.

एक तासभर, हातात हात घेऊन, पण क्वचित एकमेकांशी बोलत ते दोघं विमानतळावर बसले होते. त्याच्या विमानाची घोषणा झाल्यावर पॅट्रिकने आईला आलिंगन दिलं आणि दररोज फोन करण्याचं आश्वासनही! नवीन नातवंड बघण्याची तिला घाई झाली होती, रडव्या तोंडाने तिने तसं बोलून दाखवलं.

तो अटलांटाला निघाला होता. त्याच्याकडे आता इव्हाने सॅन्डीकडे देऊन ठेवलेला पॅट्रिक लॅनिगनचा कार पासपोर्ट होता. नाइसला जाणारं विमान त्याने पकडलं.

महिन्यापूर्वीची गोष्ट.

रिओमध्ये त्याने महिन्यापूर्वी इव्हाला मोठ्या वीकएंडच्या वेळी शेवटचं पाहिलं होतं. प्रत्येक क्षण त्यांनी एकत्र उपभोगला होता. पाठलाग संपल्याची पॅट्रिकला कल्पना आली होती; अखेर जवळ आली होती.

एकमेकांना चिकटून ते दोघं गर्दीने भरलेल्या इपानेमा व लेबलॉनच्या किनाऱ्यावर भटकत होते. लोकांच्या हसण्या-खिदळण्याकडे त्यांनी दुर्लक्ष केलं होतं. त्यांच्या आवडत्या रेस्टॉरन्टमध्ये– ॲन्टिकन्वारीअस आणि अंटोनिओज– ते रात्री उशिरा जेवत होते. अर्थात जेवणाची भूक त्यांना राहिली नव्हतीच. दोघं जण मृदू आवाजात आणि मोजक्या शब्दांत गुजगोष्टी करत. खूप वेळा रडू आल्यावर त्याचं बोलणं खुंटत असे.

जेव्हा त्याच्यात तेवढी रग होती, तेव्हा एकदा तिने त्याच्याबरोबर परत पळून

जाण्याचे बेतही केले होते. स्कॉटलन्डमधल्या एखाद्या गढीमध्ये किंवा रोममधल्या छोट्या अपार्टमेंटमध्ये दडून बसलं की, त्यांना कोणी हुडकून काढणार नव्हतं; पण तो क्षण निघून गेला होता आणि आता त्याला पळण्याचा कंटाळा आला होता.

संध्याकाळी ते दोघं रिओवर होणारा सूर्यास्त पाहाण्यासाठी केबलकारने 'शुगर-लोफ' पर्वतावर गेले होते. रात्रीच्या वेळी तिथून दिसणाऱ्या शहराचं दृश्य विलोभनीय होतं. पण त्यावेळच्या परिस्थितीमुळे त्यांना त्याचं कौतुक करता येत नव्हतं, मनापासून आनंद घेता येत नव्हता. थंडगार वाऱ्यात दोघं जणं फक्त बिलगून उभे होते. पॅट्रिक तिला म्हणाला की, यातून मोकळे झाल्यावर पुन्हा येथे येऊन सूर्यास्ताचा आनंद घेताना उद्याची स्वप्नं रंगवू. ते खरं होईलं, हे मानण्याचा तिने प्रयत्न केला.

तिच्या अपार्टमेंटपाशी त्यांनी 'गुडबाय' केलं होतं. तिच्या कपाळाचं चुंबन घेऊन तो गर्दीत मिसळून गेला. विमानतळावर काहीतरी गडबड होण्याऐवजी तिला तशी रडवेली ठेवून निघालेलं बरं, असा त्याने विचार केला. विमानतळ लहान असल्यामुळे, त्यावरून उड्डाण करणारी विमानंही छोटी होती; ती बदलत तो पश्चिमेकडे निघाला. अंधार पडल्यावर तो पोन्टा पोराला पोहोचला. विमानतळावरच ठेवलेली त्याची 'बीटल' घेऊन तो रूआ तिरादेन्तेस रस्त्यावरील त्याच्या घरी गेला. चीजवस्तूंची आवराआवर करून तो प्रतीक्षा करू लागला.

दररोज ४ ते ६च्या दरम्यान तो तिला सांकेतिक भाषेत, वेगवेगळ्या नावाने फोन करत असे.

नंतर एकाएकी फोन बंद झाले.

त्यांनी त्याला पकडलं होतं.

नाइसहून निघालेली गाडी एक्सला, रविवारी दुपारनंतर वेळेवर पोहोचली. प्लॅटफॉर्मवर उतरून तो तिला गर्दीत बघत होता. कारण ती आली असणार, या अपेक्षेने नाही; पण उगाचच. नवीन बॅग घेऊन शहराच्या टोकाच्या पलीकडे असलेल्या व्हिला गॅलिक्सीकडे जाण्यासाठी त्याने टॅक्सी घेतली.

इव्हा मिरांडा व पॅट्रिक लॅनिगन या दोघांच्या नावावर तिने रूम बुक केली होती. खोटी नावं, बनावट पासपोर्ट न वापरता, सर्वसामान्य लोकांप्रमाणे प्रवास करणं आणि गारव्यातून उबदार हवेत येणं नक्कीच सुखावह होतं. ती अजून आलेली नव्हती, असं काउंटरवर समजताच मात्र त्याचा मूड गेला. तलम झग्यात, शृंगारासाठी वाट बघत ती रूममध्ये असावी आणि त्याची अशी नुसती अपेक्षाच नव्हती, तर ती आहेच असं त्याला जाणवत होतं.

"रूम रिझर्वेशन कधी केलं गेलं होतं?" थोडं वैतागूनच पॅट्रिकने काउंटर-क्लार्कला विचारलं.

"काल, लंडनहून सकाळी येणार असं त्यांनी सांगितलं होतं, पण त्यांना आलेलं आम्ही पाहिलं नाही."

तो रूमवर गेला. आंघोळ केली. चहा, पेस्ट्रीसाठी ऑर्डर दिली. नंतर दारावर टकटक होते आहे, आपण दार उघडून तिला आत ओढून घेत आहोत असं स्वप्न बघत तो गाढ झोपी गेला.

खाली स्वागतकक्षात निरोप ठेवून, तो ते नवनिर्मित रमणीय शहर बघण्यासाठी बाहेर पडला. नोव्हेंबरच्या सुरुवातीच्या दिवसांतली हवा स्वच्छ होती, वारं मात्र सुटलं होतं. वातावरण आल्हाददायी होतं. कदाचित ते तिथे स्थायिक होतीलही; अरुंद रस्त्यांवरच्या वैचित्र्यपूर्ण, आगळ्यावेगळ्या घरांकडे बघत तो विचार करत होता. राहाण्यासाठी खरंच छान ठिकाण आहे. कलेचा मानसन्मान ठेवणारं विश्वविद्यालय असलेलं ते शहर होतं. तिचं फ्रेंच चांगलं होतं, त्यालाही फ्रेंचमध्ये प्रभुत्त्व मिळवावं असं वाटत होतं. पोर्तुगीजनंतर आता ही दुसरी भाषा. आठवडाभर राहून ते रिओला परत जाणार होते, तेसुद्धा थोड्या काळापुरतं. तिथेसुद्धा बहुधा ते घर करणार नव्हते. पॅट्रिकला, तो मोकळा झाल्यामुळे उत्साह वाटेल त्या ठिकाणी वास्तव्य करावंसं वाटू लागलं होतं. निरनिराळ्या संस्कृतींशी नातं जोडून, निरनिराळ्या भाषा शिकायच्या होत्या. काय करू आणि काय नको, असं झालं होतं.

तो फिरत असताना मध्येच त्याला मॉरमॉन प्रचारकांच्या एका ग्रुपने अडवलं. पण त्यांना दाद न देता त्याने त्यांना बाजूला केलं आणि तो कौर्स मिराबिऊ रस्त्याने चालू लागला. रस्त्याच्या कडेला असलेल्या कॅफेमध्ये त्याने कॉफी घेतली. याच कॅफेजवळ वर्षापूर्वी ते दोघं हातात हात घालून, मोकळेपणाने हिंडणाऱ्या स्टुडंट्सकडे बघत बसले होते.

तो बेचैन झाला नाही. त्याने समजूत करून घेतली की, एखाद्या विमानाला उशीर झाला तर त्यावर अवलंबून असणाऱ्या विमानालाही उशीर होऊ शकतो. आपण वाट बघू. सरळ मनाने तो हॉटेलला परतला.

ती आली नव्हती, निरोप नव्हता. काहीच घडलं नव्हतं. त्याने लंडनला फोन करून चौकशी केली. काल, शनिवारी सकाळी ती उशिरा निघाली होती.

डायनिंगरूमला लागून असलेल्या गच्चीत जाऊन एका कोपऱ्यामध्ये तो खुर्ची अशी फिरवून बसला की, खिडकीतून काउंटरवर कोण येतं-जातं आहे ते त्याला दिसेल. थंडी घालवण्यासाठी त्याने डबल 'कॉगनॅक' मागवली. ती आल्यावर त्याला दिसणार होती.

तिचं विमान चुकलं असतं तर तिने एव्हाना फोन केला असता. कस्टममध्ये

अडकली तरी फोन केला असता; पासपोर्ट, व्हिसा, तिकीट इत्यादी कशाबद्दलही अडचण निर्माण झाली नसती तरी फोन केलाच असता.

तिचा पाठलागही कोणी करत नव्हतं. ते उद्योग करणारे एकतर गजाआड झाले होते किंवा त्यांच्यावरची कामगिरी काढून घेण्यात आली होती.

काही न खाताच तो पीत बसला आणि मग चढलेली नशा उतरून जागा राहाण्यासाठी त्याने कॉफी घेतली.

हॉटेलचा बार बंद झाल्यावर, तो त्याच्या रूमवर परतला. रिओमध्ये त्या वेळी सकाळचे आठ वाजले होते. नाइलाजाने त्याने तिच्या वडिलांना फोन लावला. त्यांची मागे दोनदा भेट झालेली होती. तिने प्रथम भेटीत पॅट्रिकची ओळख एक मित्र आणि कॅनेडियन पक्षकार, अशी करून दिली होती. वास्तविक त्याच्यामुळेच त्या गरीब म्हाताऱ्याला त्रास झाला होता, पण आज त्याच्याकडे पर्याय नव्हता. फोन करताना त्याने सांगितलं की, तो फ्रान्समधून बोलत असून त्याच्या त्या ब्राझिलियन वकिलाशी, इव्हाशी त्याला काही महत्त्वाच्या कायदेशीर गोष्टींवर चर्चा करायची होती. इतक्या सकाळी त्रास दिल्याबद्दल त्याने दिलगिरी व्यक्त करत सांगितलं की, ती कुठे आहे ते त्याला कळतं नव्हतं. पॉलोला– इव्हाचे वडील– बोलण्याची इच्छा नव्हती, पण फोन करणारा कन्येला ओळखणारा होता, असं दिसलं.

ती लंडनमध्ये होती, पॉलोने सांगितलं. शनिवारीच तो तिच्याशी बोलला होता असंही तो म्हणाला. तो जास्त काही बोलणार नव्हता.

मोठ्या दु:खी अवस्थेत पॅट्रिकने दोन तास काढले. नंतर त्याने सॅन्डीला फोन लावला, "ती बेपत्ता आहे." तो आता पूर्णपणे गडबडून गेला होता. सॅन्डीलासुद्धा तिच्याकडून काही कळलं नव्हतं.

दोन दिवस पॅट्रिक एक्सच्या रस्त्यांवरून, वेडा होऊन, दिशाहीन अवस्थेत फिरत होता. थकला की, वेळीअवेळी झोप घ्यायचा. खात काहीच नव्हता; फक्त कधी ब्रॅन्डी, कधी कॉफी. सॅन्डीला फोन कर नाहीतर पॉलोला, तो बिचारा धास्तावून गेला. त्या शहराविषयी रंगवलेली स्वप्नं विरली होती, शहराचे रंगढंग संपले. खोलीत एकटाच भंगलेल्या अवस्थेत रडत बसला. जिच्यावर मनस्वी प्रेम केलं, तिला रस्त्याने फिरताना शिव्या घालत राहिला.

हॉटेलच्या स्वागतकक्षातल्या कर्मचाऱ्यांचं त्याच्या जाण्या-येण्याकडे लक्ष होतं. सुरुवातीला पॅट्रिकही उत्सुकतेने त्यांच्याकडे काही निरोप होता का, याची चौकशी करत होता. पण जसे तास उलटले, तासांचे दिवस होऊन तेही मावळले तसा पॅट्रिक त्यांच्याकडे क्वचित नजर टाकू लागला. तो थकल्यासारखा झाला. त्याचं पिणं वाढलं.

तिसऱ्या दिवसानंतर त्याने हॉटेल सोडलं आणि अमेरिकेला परत जायला

निघाला. काउंटरवरच्या ओळखीच्या झालेल्या एकाकडे, त्याने मॅडम मिरांडा आल्याच तर त्यांना देण्यासाठी पाकीट दिलं.

पॅट्रिक रिओला गेला. तिला रिओ आवडायचं. तेव्हा ती भेटली तर तेथेच भेटेल. त्याला शाश्वती नव्हती. रिओला न जाण्याइतकी ती हुशार नक्की होती. कुठे दडून राहायचं, कसं नाहीसं व्हायचं, स्वतःची ओळख कशी बदलायची, पैशांची फिरवाफिरव कशी करायची आणि कुणाच्या लक्षात न आणता त्यांची विल्हेवाट कशी लावायची, या सर्व उलाढालीत ती अतिशय हुशार होती.

अर्थात तिच्या गुरूकडूनच ती हे शिकली होती. या सगळ्याचे धडे पॅट्रिकनेच तिला दिले होते. नाहीसं होण्यात ती पटाईत होती. तिचं तिलाच समोर यावं असं वाटेपर्यंत, इव्हाला कोणीच हुडकून काढू शकत नव्हतं.

पॉलोची भेट क्लेशदायक ठरली. त्याने त्याची ही शोकांतिका अगदी तपशिलासह ऐकवली. पॉलो कोलमडून पडला, रडला आणि अखेरीस आपल्या लाडक्या मुलीला असं भ्रष्ट केल्याबद्दल पॅट्रिकची निर्भत्सना केली. नैराश्याने झपाटलेली ही भेट निष्फळ ठरली.

तिच्या अपार्टमेंटच्या आसपास असलेल्या लहान हॉटेलातून तो राहिला. रस्त्यावरचा प्रत्येक चेहरा निरखत राहिला. कारण वेगळं होतं. तो आता भक्ष नव्हता, शिकारी झाला होता; शिकार मिळवण्यासाठी उतावीळ झालेला.

तिचं तोंड दिसणार नव्हतंच; ते कसं लपवायचं याचं ज्ञान, ती कला त्यानेच शिकवली होती.

पैसे संपले. सॅन्डीला फोन करून त्याच्याकडून पाच हजार उसने घ्यायची वेळ आली. सॅन्डीने तत्काळ देण्याचं मान्य केलं, आणखी देण्याची त्याने तयारी दाखवली.

एक महिन्यानंतर त्याने नाद सोडला आणि बसने पोन्टा पोराला आला.

घर आणि गाडी तो विकू शकणार होता, दोन्ही मिळून नव्वद हजार यू.एस. डॉलर्स मिळाले असते. किंवा तसं न करता, नोकरी मिळवणार होता. त्याच्या आवडत्या देशात, आवडत्या टुमदार शहरात तो राहू शकत होता. इंग्रजीचा मास्तर म्हणून काम करून, शांतपणे रूआ तिरादेन्तेसवरच्या घरात राहणार होता. रस्त्यावर पूर्वीच्या सावल्या पडल्या नव्हत्या, पण मुलं मात्र अनवाणी पायांनी फुटबॉल खेळत होती.

नाहीतर कुठे जाणार होता? प्रवास संपला होता. भूतकाळावर पडदा पडला होता. कधीतरी तीच त्याला शोधून काढेल.

◆

www.ingramcontent.com/pod-product-compliance
Lightning Source LLC
LaVergne TN
LVHW092344220825
819400LV00031B/222
* 9 7 8 8 1 8 4 9 8 5 5 9 7 *